நிலத்தில் படகுகள்.

நிலத்தில் படகுகள்

ஜேனீஸ் பரியத்

நற்றிணை பதிப்பகம்

Copyright © Janice Pariat.

First published in English by Penguin Random House India, 2012

Tamil translation © Natrinai Pathippagam Pvt. Ltd.

First Edition: December 2018

Published by: Natrinai Pathippagam Pvt. Ltd.
No. 6/84, Mallan Ponnappan Street,
Triplicane,
Chennai - 600 005.
Mobile: +91 94861 77208
natrinaipathippagam@gmail.com
www.natrinai.in

Branch:
No. 89, Raahat Plaza,
Arcot Road, Vadapalani,
Chennai - 600 026.

Printed at:
Sai Thendral Printers,
Chennai - 600 005.

ISBN: 978-81-939017-2-4

Price: Rs. 350

என்னுரை

நான் இந்தக் கதைகளை பல ஆண்டுகளாக சுமந்து கொண்டுள்ளேன்.

குழந்தைப் பருவத்திலிருந்தே, ஷில்லாங்கிலும் அசாமின் சில பகுதிகளிலும் கதைசொல்லிகளின் சமூகத்தில் நான் வளர்ந்தேன். கோவாவின் போர்த்துகீசியக் குடும்பத்திலிருந்து வந்த என் தாத்தா மின்சாரமற்ற இரவுகளில் தன் துறுதுறு பேத்தியை மகிழ்விக்கவும் மற்றவர்களை அவள் தொந்தரவு செய்வதிலிருந்து தவிர்க்கவும் கதைகளைப் புதிதுபுதிதாக உருவாக்குவார். சில நேரங்களில் திருவாளர் திருமதி எலிகளின் சாகசங்கள். வேறு சமயங்களில் ஒரு மெழுகுச் சிலை அருங்காட்சியகத்தின் திகில் கதைகள். அவரைத் தவிர பிற கதைசொல்லிகள் சமையலறையிலிருந்து வந்துபோய்க் கொண்டிருந்தனர். தோட்டக்காரரும் அவர் மகளும், (காங் டெங்), நெருப்பைச் சுற்றியமர்ந்து புரிஸ் எனப்படும் அழகிய நீர்த்தேவதைகளைக் குறித்த கதைகளைச் சொல்லி மகிழ்விப்பர். அத்தேவதைகள் மனிதர்களை மயக்கி ஓடைகளுக்குள்ளும் ஆறுகளுக்குள்ளும் மரணத்துக்கு இட்டுச் செல்பவை. அல்லது பயணிகளைக் காட்டுக்குள் அலையவிடும் சுயிட்டிஞாங்க் ஆவிகள் பற்றிய கதைகளைச் சொல்வார்கள். என் தாதி ஓயின் அவளைச் சுற்றியிருந்தவர்களைக் குறித்த வியத்தகும் கதைகளைச் சொல்வாள். ‘பபார்ச்சி (எங்கள் சமையல்காரர்) திரும்பவும் குடிக்க ஆரம்பிச்சிட்டான். ஒரு மாசமா நிறுத்தாம குடிக்கிறான்’. அல்லது ‘அந்த ஜாரூவாலா (வீட்டுப் பணியாள்) என்ன செய்தான் தெரியுமா? செத்துப்போன கோழிய நீ புதைச்சல்ல.. அதத் தோண்டி எடுத்துக் கொண்டுபோய் சமைச்சு சாப்பிட்டுட்டான்’. வீட்டுக்கு வெளியே மரணங்களின் போது அல்லது திருமணங்களுக்கு, நெருப்படியருகேயோ, கேரம் பலகையைச் சுற்றியோ, ஒளிரும் அடுப்பைச் சுற்றியோ மக்கள் கூடி புதிதாகத் திருமணம் செய்து கொண்டவர்களைப் பற்றி அல்லது புதிதாக மரணித்தவரைப் பற்றி கதைகளைப் பகிர்ந்து

கொள்வார்கள். இவை பின்னிரவு நீண்டு அதிகாலை வரை தொடரும். என் தந்தை பல வருடங்கள் அசாமில் வேலை பார்த்தார். ஒரு கைவிடப்பட்ட தேயிலைக் காட்டிலிருந்து இன்னொன்றுக்காய் மாறிக்கொண்டேயிருந்தார். அப்போதெல்லாம் குளிர்கால பனி மூட்டத்தை போல கதைகள் அலைந்து கொண்டிருக்கும். ஒரு டூட்டு துப்பாக்கியுடன் யானை வேட்டைக்குச் சென்ற பைத்தியக்கார பிரித்தானிய தேயிலைத் தோட்டக்காரர், பேயிடம் நட்பாகிய இன்னொருவர். எரியும் வீட்டினுள்ளிருந்து ஜின் டானிக் மதுக் கோப்பையை மீட்டுவந்து, வெளியில் புல்தரையில் அமர்ந்து குடித்துக் கொண்டே எரிவதை வேடிக்கை பார்த்த வேறொருவர். அப்போது கேட்கையில் அவை சிலிர்ப்பூட்டின; என் கற்பனையை கிளரச் செய்தன. இப்போது யோசிக்கையில் அவை வேறு காரணங்களுக்காய் எனக்கு மீண்டும் மீண்டும் சொல்லப்பட்டன என்று தோன்றுகிறது. அதிகமாய் அவர்கள் இளையவர்கள், தொலைதூரங்களிலிருந்து வந்தவர்கள், தனிமையில் இருந்தவர்கள், வேலையும் வாராந்திரக் கூடுகைகளையும் விட்டால் வேறொன்றும் செய்வதற்கில்லாதவர்கள். கதைகள் இருளிலிருந்து விடுவித்தன.

நீண்ட நாட்களுக்கு நான் வெறுமனே கதை கேட்பவராகவே இருந்தேன் என நீங்கள் நினைத்தாலும் சரியே. 'நிலத்தில் படகுகள்' இளமையில் என்னை உருவாக்கிய, எந்தப் பக்கத்திலும் எழுதப்படாத, எந்தப் புத்தகத்திலும் பதியப் படாத அந்த 'இலக்கியக்' கதைகளுக் கான என் சமர்ப்பணம். எனவேதான் இந்தக் கதைகள் அநேகமாய் கதை சொல்லலைக் குறித்த கதைகளாய் அமைந்துள்ளன. கதை சொல்லல் ஒரு அதி நுட்பமான, நிகழ்த்துக் கலைகளுக்கு ஆதாரமான செயலாகும். வாய்மொழிக் கலைகளில் இவை மிளிர்பவை. மேகாலயா வின் காஸி மக்களின் மொழிக்கு எழுத்து வடிவம் இல்லாதிருந்தது, 1800ல் ஆங்கிலேயர் தங்கள் பைபிள்களுடன் வரும்வரை. அருட் பணியாளர் தாமஸ் ஜோன்ஸ் உரோமை எழுத்துருக்களைக் கொண்டு ஒரு லிபியை, பைபிளை மொழிபெயர்க்கும் பொருட்டு உருவாக்கி னார். இது ஒரு மொழிக்கு என்ன பங்காற்றுகிறது? என்னவிதமான உடைப்பை இது ஏற்படுத்துகிறது? அதன் மரபணுவை இது எப்படி மாற்றுகிறது? நூற்றைம்பது வருடங்களுக்குப் பிறகு நாங்கள் இன்னும் விடைகளைத் தேடிக் கொண்டிருக்கிறோம். ஆனால் வாய்மொழியின் வலிமை குறைந்தாலும் அது மடிந்து போகவில்லை. நான் இக்கதை களை 'எழுத' முனைந்தது ஒரு நகைமுரண்தான். இம்முயற்சி ஒருபோதும் நடந்தவற்றின் நேரடியான அல்லது அதிகாரப்பூர்வமான மொழியோ அல்ல; அதேபோல கிராமிய கலாச்சாரத்தின் தொகுப்பும் அல்ல. வாய்மொழிதலின் அழகென்னவென்றால் ஒரு கதை ஒரே நேரத்தில் பல வகைகளில் அமைந்திருக்கும். எத்தனை கதை

சொல்லிகள் உண்டோ அத்தனை வகைகள் உண்டு. ஒவ்வொரு வடிவமும் ஒவ்வொருமுறை சொல்லப்படும்போதும் கேட்பவருக்கேற்ப, நிகழ்வுக்கேற்ப மேம்படுத்தப்படும்.

இந்த நிலையற்ற தன்மைதான் என்னைக் கிளர்ச்சி கொள்ளச் செய்கிறது.

கடந்தகாலங்களில் உள்ளூர் மக்களுக்கும் தகார் எனப்படும் (மலையைத் தாண்டிவந்த) வெளியூர்க்காரர்களுக்குமிடையே பலமான சமூகக் கலவரங்களை எதிர்கொண்ட இந்தப் பகுதியில் (இன்னும் சில பகுதிகளில் இது தொடர்கிறது) இது இன்னும் அர்த்தமுள்ளதாகிறது. 1972ல் அசாமிலிருந்து மேகாலயா பிரிக்கப்பட்ட பின்பு ஒவ்வொரு பத்து வருடங்களுக்கும் ஒரு முறை துரத்தியடிக்கவோ குற்றம் சாட்டவோ தகுந்த ஒரு புதிய தகார் இனம் உருவாக்கப்படுகிறது. எழுபதுகளில் வங்காளிகள், எண்பதுகளில் அசாமியர்கள், தொண்ணூறுகளில் நேப்பாளிகள் தற்போது எல்லை கடந்து வந்த பங்களாதேசத்தவர்கள். நம் நிலங்களையும், பெண்களையும் வேலைகளையும் அவர்கள் திருடிக் கொள்கிறார்கள் எனக் குற்றம் சாட்டப்படுகிறார்கள். இத்தகைய அதீதத் தன்னுணர்வு கெட்ட அரசியலுக்கு விளைநிலம், ஒருவரை இன்னொருவருக்கு எதிராக நிறுத்துவது. கலவரங்களை உருவாக்குவது. இளையவர்களைத் தூண்டிவிடுவது. வயதானவர்களுக்கு மோசமான வழிகாட்டுவது. தங்கள் வாழ்நாள் முழுக்க ஷில்லாங்கில் வாழ்ந்த தகார் நண்பர்கள் எனக்குண்டு. அவர்கள் இந்த மலை நகரத்தைத் தங்களின் சொந்த ஊராகப் பாவிக்கின்றனர். அவர்கள் எந்த ஊருக்குச் சொந்தமானவர்கள் என்பதை யார் வரையறுப்பது? அது தனிப்பட்ட மனிதனுக்குச் சொந்தமான முடிவு, அடுத்தவர் முடிவுசெய்யக் கூடாதபடிக்கு மிகப் புனிதமானது. வெளியாளுக்கும் உள்ளூர்க்காரருக்குமான எல்லைக்கோடு எங்கே இருக்கிறது? குறிப்பாக நம் வம்ச இரத்தங்கள் வியத்தகும் வகையில் கலங்கிக் கலந்துள்ள நிலையில், நம் வாழ்க்கை எப்போதும் பாரம்பரியங்களின் சந்திப்பிலேயே நிகழ்ந்து கொண்டிருக்கும் நிலையில் வாய்மொழியின் நிலையின்மை இதை நமக்குப் படிப்பிக்கின்றது. வார்த்தைகள், மக்களைப் போலவே எல்லைகளைக் கடந்து பயணிக்கின்றன, அவை எப்போதும் அப்படி பயணித்து வந்துள்ளன. அவை காற்றுடன் அலைகின்றன, பசியோடு சோர்வடையாமல் சாகசம் தேடும் ஆன்மாவோடு. ஆம். நாம் அவற்றைப் பயணிக்க விட வேண்டும்.

கனவில் கண்டிராத இடங்களை அடையும் பொருட்டு. பிற மொழிகளில் மாற்றப்படும் பொருட்டு. அந்நிய ஆன்மாக்களைத் தொடும் பொருட்டு. இங்கே இப்போது இது நடந்திருக்கிறது என்பதைவிட வேறெதுவும் எனக்கு மகிழ்ச்சியானதாயில்லை. எத்தனை தூரம்

இச்சொற்கள் பயணித்திருக்கின்றன என்று பாருங்கள். 'மொன் கிமெர்' காஸி மொழியின் குறுகிய, சில நேரங்களில் எதிர்பாராமல் முடிந்து போகிற சப்தங்களிலிருந்து செதுக்கி எடுக்கப்பட்டு ஏதோ ஒரு வகை நவீன ஆங்கிலத்தில் சொல்லப்பட்டு, தமிழ் மொழியின் பழமையான ஒருங்கிசைக் குவியலில் நழுவி வந்துள்ளன. அவை இங்கே நிறுத்தப் படவேண்டிய தேவையில்லை. இந்தக் கதைகள் தெருக்களுள், சந்தை களுக்குள், மதுக்கூடங்களுக்குள் எடுத்துச் செல்லப்படும் என நான் நம்புகிறேன். அப்படியானால் அவை மேலும் தொலைதூரம் பயணிக் கும்; புகையைப்போல. கதைகள் எங்கே முடிகின்றன என நாம் நம்புகிறோமோ அந்தத் தொலைதூரத்தில் பரந்தபடியே உயர்ந்தெழும்.

ஜேனிஸ் பரியத்

புதிர்களாய்... விடுகதைகளாய்

நிலவியல் ரீதியாக இணைந்திருந்தபோதும் பண்பாட்டு அடிப்படையிலும் அரசியல் அடிப்படையிலும் சற்றே விலகி நிற்பவை இந்தியாவின் வடகிழக்கு மாநிலங்கள். எல்லையோரப் பகுதிகள் என்பதால் அங்கே நிலவும் பதட்டம் மிகுந்த சூழல் ஒரு புறம்; '60க்குப்பின் ஒருங்கிணைந்த அஸ்ஸாம் மாநிலத்திலிருந்து மிஸோரம், மேகாலயா, நாகாலாந்து, அருணாசலப்பிரதேசம் என்று படிப்படியாக செதுக்கி எடுக்கப்பட்ட பின், குறிப்பிட்ட மாநில மக்களுக்கு இடையே உள்ள வேற்றுமை உணர்வுகள் பெருகிக்கொண்டே செல்வது அதன் மற்றொரு பக்கம். வடகிழக்குக்கே உரித்தான சில தனிப்பட்ட உணர்வு நிலைகளும் வியப்பூட்டும் தகவல்களும் வட நாட்டை நன்கறிந்திருப் பவர்களும் கூட அறியாதவை. பழங்குடிகளைப் பெருவாரியாய்க் கொண்டிருக்கும் இந்தப் பகுதி வாழ்முறைகளில் நிலவும் கலாச்சாரங் களும், நம்பிக்கைகளும், சடங்குகளும், அவர்களிடையே வழங்கும் வாய்மொழிக் கதைகளும் வித்தியாசமும் விசித்திரமும் கொண்ட வையாய் சுவாரசியமூட்டுபவை.

தமிழ் வாசகர்களுக்கு அதிகம் பரிச்சயமில்லாத இந்தப் பின் புலத்தை, வடகிழக்கின் தனித்துவமான ஜீவனை, மிகத் துல்லியமாக உள்வாங்கியபடி உயிரோட்டமுள்ள புனைவுகளாக வாசகர் முன் நிறுத்தியிருக்கும் 'நிலத்தில் படகுகள்' என்னும் இச்சிறுகதைத் தொகுப்பு, நற்றிணை பதிப்பகத்தில் வெளிவரும் இந்தத் தருணம் மகிழ்வும் நிறைவும் அளிக்கிறது. 2013ஆம் ஆண்டில் சாகித்திய அகாதமியின் யுவபுரஸ்கார் விருதுக்குரியதாகவும் தேர்வு பெற்றிருக் கிறது ஜேனிஸ் பரியத்தின் இந்த மூலப்படைப்பு.

ஷில்லாங்கில் பிறந்து வளர்ந்த மண்ணின் மகளான ஜேனிஸ் பரியத்துக்கு அந்த மண்ணின் நாடித்துடிப்பு வசப்பட்டிருப்பதோடு அதன் மூலக்கூறுகளை நவீனக் கதைசொல்லலின் தரவுகளாக்கும் லாவகமும் மிக நேர்த்தியாகக் கை கூடியிருப்பதன் வெளிப்பாடே அவரது கதைகள். சமகாலச் சூழலில் ஏற்கவும் நம்பவும் தயங்கும் வாய்மொழிக் கதையாடல் தொன்மங்களையும், மாய மந்திர நம்பிக்கை ளையும் விடுவிக்க முடியாத மர்மமான புதிர்களாகவும் விடை தேடி

அலைய வைக்கும் விடுகதைகளாகவும் பின் நவீனத்துவப் பாணியில் கூடுவிட்டுக் கூடு பாய வைத்திருக்கும் வித்தையிலேதான் அவரது புனைவு மொழியின் வெற்றி அடங்கியிருக்கிறது. பரியத்தின் கதைகள் அஸ்ஸாமின் தேயிலைத் தோட்டங்களையும், மலை முகடுகளில் ஊர்ந்து செல்லும் மேக மூட்டங்களையும், வீட்டுக் கூரைகளில் படர்ந்திருக்கும் பனி மொட்டுகளையும்.. வீழ்த்தக் காத்திருக்கும் ஆழ்ந்த பள்ளத்தாக்குகளின் பசுமையையும் நமக்கு அணுக்கமாக்கு பவை. மலை நகரங்களின் சரிந்து செல்லும் பாதைகளில், கூட்ட நெரிசல் மிகுந்த சந்தைகளில், சாலையோர உணவுக் கடைகளில், நம் பக்கத்துப் பெட்டிக்கடைகள் போன்ற 'ஜோதா' கடைகளில் அவர் கதைகளின் சுவடு பற்றி நாமும் சஞ்சரிக்கிறோம். குளிருக்கு இதமான கணப்பு நெருப்பைச் சுற்றி அமர்ந்தபடி அம்மக்கள் பேசும் பேய்க் கதைகளிலும் ஆவிகள் குறித்த அரட்டைப் பேச்சுக்களிலும் நாமும் பங்கு கொள்கிறோம். கண்கட்டுப் போன்ற மாய மர்மங்கள் நம்மை அறிமுகமற்ற ஓர் உலகுக்குத் தூக்கிச்செல்லும் வேளையில் முகத்தில் அறையும் யதார்த்தம் ஒன்றை முத்தாய்ப்பாக வைத்தபடி மண்ணுக்கு இறக்கி விடுகிறார் பரியத். தொன்மமும் நடப்பியலும் ஒன்றாய்ப் பிணைந்து வாழ்க்கையின் நிலையான எளிய உண்மை ஒன்றை வாசக மனங்களுக்குள் செலுத்தி விடும் அற்புதம் நிகழும் அரிய கணம் அது.

தொகுப்பில் இடம் பெற்றிருக்கும் பதினைந்து ஆங்கிலச் சிறுகதை களையும் ஜேனிஸ் பரியத் உணர்த்த முற்படும் வடகிழக்கின் ஆன்மா வுக்கு சேதாரம் இல்லாமல் தமிழில் மொழிபெயர்த்துத் தந்திருக்கும் நண்பர்களுக்கு வாழ்த்துக்கள்.

புனைவுகள், கட்டுரை நூல்கள் இவற்றோடு அயலக, இந்திய இலக்கிய மொழிபெயர்ப்பு நூல்களையும் துணிவோடும், வற்றாத ஆர்வத்தோடும், உளமார்ந்த அர்ப்பணிப்போடும் நேர்த்தியாக வெளியிட்டு வரும் நண்பர் யுகன் 'நிலத்தில் படகு'களையும் நற்றிணை வெளியீடாகப் பதிப்பிக்க முன்வந்திருக்கிறார். அவருக்கும் அவர் சார்ந்த நற்றிணை பதிப்பகத்துக்கும் என் நன்றியும் பாராட்டுக்களும்.

எம்.ஏ. சுசீலா

பொருளடக்கம்

1.	குதிரைகள் அருவி	13
2.	குத்மதானில்	31
3.	எதிரொலிச் சொற்கள்	53
4.	தங்க மாஸீர் குறித்த கனவு	68
5.	இரகசியத் தாழ்வாரங்கள்	84
6.	*19/87*	100
7.	லயத்லும்	125
8.	ஆகாய சமாதிகள்	145
9.	யாத்திரை	165
10.	நிலத்தில் படகுகள்	180
11.	எம்பஸி	202
12.	பறத்தலைக் கண்டடைதல்	216
13.	ஹாங்காங்	231
14.	ஆன்மாக்களின் காவலாளி	247
15.	ஒரு பறவைப் பார்வையில்	265

மூலப்பிரதியுடன் ஒப்பிட்டு
இம்மொழிபெயர்ப்பை மேம்படுத்திய
எம்.ஏ.சுசீலா
அவர்களுக்கு
நற்றிணை தன் நன்றிகளை
உரித்தாக்குகின்றது.

குதிரைகள் அருவி

தமிழில்: விஜயராகவன்

அந்தச் சொல்லை எப்படி விவரிப்பேன்.

காக்டியன்.

சொல்லுங்கள். உரக்கச் சொல்லிப்பாருங்கள். கா க்டியன், முதல் பதத்தை உங்கள் தொண்டையின் உள்ளிலிருந்து காற்றை சற்று விரைவாக அழுத்தமாக வெளிப்படுத்துவதாலும், இரண்டாவது பதத்தை நாக்கை உயர்த்தியபடி அதன் நுனிப்பகுதி மென்மையாகப் பல்லில் படுமாறும் சொல்லவேண்டும். சரியாக ஒலிக்கும். நான் காகிதத்தில் எழுதுவதைச் சொல்லவில்லை. எழுதிவிட்டால் அச் சொல்லானது சோகையாகவும் வலுவற்றதாகவும் ஆகிறது. அது பக்கக் கோடுகளுடனும், அச்சு மையுடனும், அச்செழுத்துடனும் மல்லாடியபடி தன்னுடைய உண்மையான தன்மைக்காகப் போராட வேண்டியுள்ளது. ஆனால் வாய்மொழியாகப் பேசப்பட்டு எழுத்தில் பதிவு பெறாத பழமையான ஒன்றாக இருப்பதால் அது ஆதிநெருப்பு போன்றது என்றும் மலைத் தொடர் முழுதும் சுற்றவும், எரியும் கணப்பு அடுப்பை சூழ்ந்து சுற்றிக்கொள்ளவும், மழைத்துளி போலப் பொழியவும் அதனால் முடிகிறது என்றனர்.

எங்களது சரித்திரத்தைப் பதிய எங்களிடம் வரிவடிவ எழுத்துகள் கிடையாது. நாங்கள் எங்கள் வார்த்தைகளை இசைக்கும், மந்திர உச்சாடனங்களுக்கும் தத்தமளித்துள்ளோம். அவை பழமையாகி உதிர்ந்து மறையும் வரை அவற்றைத் திரும்ப திரும்ப உச்சரிப்போம். அவை மறக்கப்பட்டு மௌனம் நிலவும் வரை மீட்டுவோம்.

தேடிக் கண்டுபிடிக்கவே வழியில்லாத ஒன்றை எப்படி விவரிப்பேன்? குற்றம் நிகழ்த்தப் பொருத்தமான ஆயுதம். பைன் மரத் தூசியைப் போல் லேசானது. குழப்பமான தடயங்களை எதிரொலிப்பது. காற்றிலே மாயமாக மறைவது. கோரமானது. சௌந்தர்யமானது. பயங்கரமானது.

முடிவாக, எல்லாவற்றையும் போல அளக்க முடியாதது. அதை நான் எப்படித்தான் விளக்குவது?

அப்படியென்றால், பழங்காலத்தில் அவர்களெல்லாம் செய்தது போல, கதையால் சொல்வதுதான் பொருத்தமாக இருக்கும்.

அந்த வார்த்தையை வெகு காலம் முன்னர் நான் என் இளமையி லேயே அறிந்திருந்தேன். பதின்மூன்று குளிர்காலங்களை மட்டுமே அப்போது கடந்து வந்திருந்தேன். அந்தக் காலகட்டங்களில், இரவுகள் கடுங்குளிர் கொண்டவையாக இருந்ததால் எங்களின் தோட்டங் களிலும் கூரைமுகடுகளிலும் படிந்திருக்கும் உறைபனியைப் பார்த்தால் பனிப்பொழிவு போலத் தோன்றும். ஆம். பனிப்பொழிவு என்பது அப்படித்தான் இருக்கும் என்று அந்த வெள்ளைக்காரர்கள் சொல்வார்களே தவிர எங்கள் வாழ்நாளில் நாங்கள் பனிப்பொழிவைப் பார்த்ததே கிடையாது. ஜோன்ஸ் துரையின் மாளிகை வாசலருகே நெருக்கியடித்து உட்கார்ந்தபடி அங்கே நெருப்பு மூட்டிக் குளிர் காய்ந்து கொண்டே கடலுக்கப்பால் நெடும் தொலைவில் உள்ள அவர் களது இல்லங்களைப் பற்றிப் பேசிக் கொள்வார்கள். தழல் அணையா மலிருப்பதற்காக கரியையும் மரக் கட்டைகளையும் கொண்டுவந்து போடும்போதே அவர்கள் பேசும் கதைகளையும் காது கொடுத்துக் கேட்பேன் நான். கந்தலாய்க் கிழிந்து தொங்கும் உடைகளையும், கம்பளிப் போர்வையையும் அணிந்திருக்கும் பழுப்பு நிறமுள்ள, சப்பை மூக்குப் பையனான என்னை அவர்கள் பொருட்படுத்த மாட்டார்கள். நான் கேள்விப்பட்டிராத இடங்களைப் பற்றியெல்லாம் கதைப்பார் கள். அப்பெயர்களெல்லாம் நான் ஓடையில் பிடிக்க முயன்று நழுவிப் போன வெள்ளிநிற 'டோத்லி' மீன் குஞ்சுகளைப் போல நினைவி லிருந்து வழுக்கி மறந்து போயின. சில நேரங்களில் அதைப் பற்றிக் கனவு காண்பேன். இதமான மடிப்பு மடிப்பான மலைகள் சூழ்ந்த நிலம், கூரை வேய்ந்த வீடுகள், எங்கள் பாதையோரம் தானாக வளர்ந்துள்ள ட்யூக்ளா புல்லைப்போன்ற வெள்ளை நிறமான பெண் கள். இந்த பிலாட்டி (ஆங்கிலேயர்கள்) ஆட்கள் நாங்கள் எப்போதோ பார்த்திருக்கும் தேயிலைத் தோட்ட முதலாளியின் சொத்தான தேயிலைத் தோட்டத்தைப் பாதுகாப்பதற்காக வந்தவர்கள். இவர் களின் வரவு போம்ரெங் கிராமத்து மக்களின் வாழ்வை முழுதுமாகப் புரட்டிப் போட்டது.

1850களின் தொடக்கங்களில் போம்ரெங் ஒரு குக்கிராமமாக அந்தப் பகுதியின் எந்த வரைபடத்திலும் வராத அளவுக்கு சிறியதாக இருந்தது. கிராமம் மிகச்சிறிய ஒரு சமநிலப் புல்வெளியில் நெருக்கி யடித்துக் கட்டிய ஐம்பது குடிசைகளோடும், அதை ஒட்டியபடி ஆழமாகவும் அமைதியாகவும் செல்லும் ஒரு ஆற்றின் ஓரமாகவும் அமைந்திருந்தது. இந்த ஆறு உயர்ந்த மலைமுகட்டிலிருந்து கீழே

வீழ்ந்து ஓடியது. இந்தக் கிராமத்திலிருந்து ஒரு நாள் முழுவதும் கடின மான குதிரை வண்டிப் பிரயாணம் மேற்கொண்டால் மரங்களடர்ந்த மலைகளையும், ஆளரவமற்ற நாட்டுப்புறங்களையும் சுற்றி வளைத்துக் கொண்டு போகும் இந்தப் புழுதி படர்ந்த பாதை, லாபான் என்று அப்போது அழைக்கப்பட்ட தூரத்திலிருந்த ஷில்லாங் நகரத்தை அடையும்.

எங்கள் ஆட்கள் எப்போதாவது குடும்ப சுற்றுலாவுக்காகவோ அல்லது பெரிய சந்தைக்குப் போவதற்காகவோ மட்டுமே அந்தப் பாதையில் செல்லத் துணிவார்கள். போம்ரெங்கில் எப்போதும் எதுவும் நிகழ்ந்ததில்லை; அது அமைதியான ஒரு வாழ்க்கை முறை. அங்கே விதைப்பதும் அறுவடை செய்வதுமான வேலைகள் பருவகாலங்கள் மாறாமல் வருவதுபோல் போய்க் கொண்டிருந்தன. இதனாலேயே 'சில்ஹெட்' டிலிருந்து ஒரு நீதிபதி மிகப்பெரிய நிலப்பரப்பை எங்களது கிராமத்திற்கருகே வாங்கியிருக்கிறார் என்னும் செய்தி பெரும் பரபரப்பை ஏற்படுத்தியது. அவர் இந்நிலத்தில் தேயிலை பயிரிடப் போவதாகவும், ஆச்சரியப்படத்தக்க விஷயங்களைக் கொண்ட உல்லாச மாளிகை ஒன்றைத் தனக்காகக் கட்டவிருப்பதாக வும், இதன் விதானம் மரங்களைப் போல மிக உயரத்தில் அமைக்கப் படப் போவதாகவும் பேச்சு அடிபட்டது.

'தரைக்குப் போட 'மாஹ்சோஹ்ரா' பலகைகளை இழைத்து கொண்டு வருகிறார்களாம்'

'நூறு அறைகளும் நூற்றுக் கணக்கான வேலையாட்களுமாம்'

முடிவில் அந்த அரண்மனையானது ஒரு குன்றின் உச்சியில் கல்லால் கட்டப்பட்டு சுண்ணாம்பால் வெள்ளையடிக்கப்பட்ட, சுற்றுத் தாழ்வாரத்துடன் கூடிய ஓரடுக்கு மாடி வீடாக வந்து சேர்ந்தது. குன்றின் சரிவில் குதிரை லாயங்களும் மற்ற சிறிய கட்டிடங்களும் கட்டப்பட்டிருந்தன.

இந்த அளவு பெரிய கட்டுமானங்களைக்கூட நாங்கள் இதுவரை பார்த்திராததால் எங்களுக்கு அதிக ஏமாற்றமில்லை.

குறுகிய விடுமுறை ஒன்றில் பருவ மழைக் காலத்தின் கடைசியில் நீதிபதி தன் குடும்பத்தாருடன் வந்து இங்கே தங்கியிருந்துவிட்டுப் புறப்பட்டுப் போனார். ஆனால் இங்கேயே தங்கியிருக்குமாறு ஒரு தொகுதி படை வீரர்களையும் அவர்களது குதிரைகளையும் விட்டு விட்டுச் சென்றார் அவர்.

தாமஸ் ஜோன்ஸ் எனும் கிறிஸ்துவ சமயப் பணியாளரின் நிர்வாகத்தின் கீழ் இந்தத் தேயிலைத் தோட்டம் நிர்வகிக்கப்பட்டது. சோஹ்ராவில் வியாபாரம் செய்யும் ஒரு முரட்டு வெள்ளைக்கார வியாபாரியால் தூக்கில் போடப்பட இருந்த நிலையில் அதற்குப்

பயந்து இவர் இங்கே ஒளிந்து வாழ்வதாக ஒரு புரளி பேசப்பட்டு வந்தது. வெள்ளை வியாபாரியின் பொருட்களின் விலையைக் கேள்வி கேளுங்கள் என்று உள்ளூர்க்காரர்களை அவர் தூண்டிவிட்டதுதான் காரணமாம்.

இது உண்மையா என்று எங்களுக்குத் தெரியாது, ஆனால் ஜோன்ஸ் துரை எப்போதும் ஏதோ பயந்த மாதிரியே இருந்தார். சோர்வான அவரது முகம் வெளிறிப் போயிருக்கும் கசப்பு முள்ளங்கி பத்தையைப் போலிருந்தது. மிகப்பெரிய அந்தத் தோட்டத்தையும் அதிலிருந்த தேயிலைச் செடிகளையும், காவலாளிகளையும், அவர்களது குதிரைகளையும் அவ்வப்போது கடமையுணர்ச்சியோடு கண்காணித்துக் கொண்டே இருப்பார் அவர். இருந்த போதும் அவரிடம் ஏதோ ஒரு அமைதியின்மை கவிந்திருந்தது.

அவரது மனைவி கிரேட்டா துரைசாணியிடம் எனது இளம் தாய் வேலையாளாகப் பணிபுரிந்தாள். இதனால் நான் அந்த வீட்டிலும், தோட்டங்களிலும் வேலையாளாக முடிந்தது. அங்கே வெவ்வேறு வகையான வித்தியாசமான பல பணிவிடைகளையும் குற்றேவல்களையும் செய்வதை நான் அதிகமாய்ப் பொருட்படுத்தவில்லை. குடி போதையில் ஒருநாளிரவில் சண்டை போட்டுவிட்டுத் தனது மனைவியையும் ஐந்து குழந்தைகளையும் விட்டுவிட்டுப் போன எனது தந்தை திரும்பி வரவேயில்லை. அதனால் எங்களுக்கு சம்பாத்தியமாக எவ்வளவு சிறிய தொகை கிடைத்தாலும் அது தேவைப்பட்டது. என்றாவது ஒரு நாள் போம்ரெங்கிலிருந்து வெளியேறி ஷில்லாங்குக்குப் போய்விட வேண்டும் என்பதே என் மனதிலிருந்த ரகசியமான ஆசை. அதற்காகவும் அதிகப்படியாக உழைத்தேன். முடிந்தால் எனது தாயையும் எனது உடன்பிறப்புகளையும் உடன் அழைத்துச் சென்று விடவேண்டும். நான் சேமித்து வைத்திருந்த சிறிதளவு பணத்தைப் பழைய காலுறை ஒன்றில் போட்டு எனது படுக்கைக்கு அடியில் ஒளித்து வைத்திருந்தேன். தினமும் விடியற்காலையின் ஒளி மலை மீதும், மூடிய எங்கள் குடிசை சன்னல் மேலும் பால்போல் விழும் நேரத்தில் நான் ஜோன்ஸ் துரையின் சமையலறைக்குப் போவேன். இந்தக் கல்கட்டிடம் பெரிய வீட்டிலிருந்து தள்ளித் தனியாக இருந்தது. இங்கு என் தாய் சுவையான செந்தேநீரைப் பெரிய கெட்டிலில் தயாரிப்பாள். அதை நான் இங்கிருந்து தாம்பாளத்தட்டில் எடுத்துக் கொண்டு போய் வேலையாட்களுக்கும் காவலர்களுக்கும் கோப்பை களில் ஊற்றிக் குடிக்கக் கொடுப்பேன். முதலில் இரவுப் பணி செய்தவர்களுக்குக் கொடுத்துவிட்டுப் பின்பு மற்றவர்களுக்குக் கொடுப்பேன்.

கொஞ்ச நாளிலேயே அவர்கள் அனைவரையும் நன்கு தெரிந்து கொண்டு விட்டேன். கரடியளவிற்குப் பெருத்திருக்கும் பேட்,

செம்பட்டை முடி கொண்ட ரோஜர், சிவந்த முகத்தையும் பருத்த உடலையும், முகாமிலேயே உரத்த குரலையும் உடைய டிரோட்டர் எனும் ராணுவவீரன், அவர்களோடு கூடவே நான் தேநீர்க் கோப்பையைக் கொடுக்கும்போது எனக்கு நன்றி சொல்லும் ஒரே ஒரு ஆளான சாம் துரை. அவர்கள் தோலின் வித்தியாசமான நிறத்தைப் பார்க்கும்போது எனக்கு ஆச்சரியமாக இருக்கும். கலர்க் கண்ணாடிச் சில் போன்ற கண்கள், அவர்கள் மொழியின் வித்தியாச மான உச்சரிப்பு, அவர்களின் வாசனைகூட வேறு மாதிரிதான் என நினைத்தேன். அவர்கள் ஏன் தங்களது குடும்பத்தையும் வீடுகளையும் விட்டுவிட்டு இங்கே வந்து தாங்கள் சட்டைசெய்ய அவசியமற்ற இந்த சேறும் குளிரும் நிறைந்த இந்த நிலத்தைப் பாதுகாக்க வரவேண்டும் என யோசித்தேன். ஆனால் பிலாத்தி ஆட்கள்தான் அவர்களது துப்பாக்கியாலும் பீரங்கிகளாலும் நம்மை ஆள்கிறார்கள் என்றும் அதனால் இந்தப் பகுதியும் அவர்களது ஆட்சிக்கு உட்பட்டதுதான் என்றும் கிராமத் தலைவரான மாமா செய்ன் சொன்னார். மேலும் ஜோன்ஸ் துரையைப்போலவே இந்த ஆட்களும் கூட யாருக்காவது பயந்து ஒளிந்து வாழ சரியான தனிமையான இடமென்று போம்ரெங்கைத் தேர்ந்திருக்கலாம் என்றும் அவர் சொன்னார். டிரோட்டர், பேட் அவர்களோடு இன்னும் சிலரும்கூடக் குற்றவாளி களாக இருந்திருந்தால் நான் ஆச்சரியப்பட்டிருக்க மாட்டேன். கொச்சை மொழி பேசும் முரடர்களாக இருந்த அவர்களின் சண்டித் தனமும் ஆக்ரோஷமும் தினந்தோறும் கூடிக்கொண்டே போயிற்று. தேயிலைத் தோட்டத் தொழிலாளர்களை அவர்கள் சவுக்கால் அடிப்பதையும் குதிரையில் இருந்தபடியே அவர்களை உதைத்து நிலத்தில் சரித்து வீழ்த்துவதையும் நான் பார்த்திருக்கிறேன்.

“வேலையை சீக்கிரம் செய்யலேன்னா ஒங்க சதையை எலும்பி லிருந்து உரிச்செடுத்துடுவோம், ஓடுங்கடா வேசி மகனுங்களா” என்று கத்துவார்கள்.

அவர்களைப் பார்த்து பயந்த நான் முடிந்த அளவு அவர்களிட மிருந்து ஒதுங்கியே இருந்தேன். நான் சிறியவனாகவும் பொருட்படுத்தத் தகாதவனாகவும் இருந்ததால் இது எனக்கு சுலபமாக இருந்தது. எந்தப் பிரச்சனையும் இல்லாமலிருந்த நான், ஒரு நாள் காலை தேநீர் கொண்டு கொடுக்கும்போது காலிடறி சூடான தேநீரை டிரோட்ட ரின் மடியில் சிந்திவிட்டேன்.

“வேசி மகனே’” என்று கூக்குரலிட்டபடியே இருக்கையிலிருந்து எழுந்து என் காதோடு சேர்த்து அவன் முரட்டுத்தனமாக அறைந்ததில் நான் ரத்தம் சிந்தியபடி தரையில் விழுந்தேன். அவன் மறுபடியும் அடிக்க வந்த போது என் குறுக்கே சேறு படிந்த காலணிகளோடு இரு கால்கள் தோன்றின.

‘டிரோட்டர், பையனை விட்ரு, இது தற்செயலா நடந்ததுதான்’ என அங்கு வந்த சாம் துரை சொன்னார்.

‘என் வெதையப் பொசுக்கிட்டான் பொட்ட நாய்க்குப் பொறந்த பய’

‘அப்டியா, நல்ல செய்திதான் டிரோட்டர், நாங்க சில பேரு ஒனக்கு அது இல்லன்னு வருத்தப்பட்டுக்கிட்டிருந்தோம்’

தொடர்ந்து வந்த சிரிப்பொலியில் டிரோட்டரின் கத்தல் அடங்கிப்போயிற்று.

“பையா! ஒனக்கு ஒண்ணும் ஆகலே இல்லே?” பளீர் என ஒளிர்ந்த இரு நீல நிறக் கண்கள் என்னைப் பார்த்தன. சாம் துரை குனிந்து எனது தோளில் கை வைத்துக் கேட்டார். நான் பேசப் பயந்து தலையை மட்டும் ஆட்டினேன். கொஞ்சம் எழுந்து கொள்ள முடிந்தவுடன் ஏதோ காட்டு மிருகம் துரத்தியது போல ஓடிவிட்டேன்.

அந்த நாளிலிருந்து சாம் துரைக்குப் பெரிய கோப்பையில் தேநீரும், இரவு உணவிற்கு இருப்பதிலேயே நல்ல இறைச்சித் துண்டுகளையும், கிராமக் கடையில் வாங்கிய இனிப்பான புக்ளின் கேக்குகளையும் கொடுப்பேன். அவர் இரவுக் காவல் பணிக்குப் போகும்போது நன்கு காய்ந்த மரக் கட்டைகளைக் கணப்பு நெருப்புக்குப் பயன்படுத்துவேன். படைத்தொகுதியின் தலைவர் என்ற முறையில் அவர் டிரோட்டரை எச்சரித்திருக்க வேண்டும்; அதனால்தான் நான் அந்த செம்மூஞ்சிப் பன்றியைக் கடக்கும்போது என்னை வார்த்தையால் மட்டும் திட்டி விட்டு வேறொன்றும் செய்யாமல் விட்டுவிடுவான்.

சற்றேறக்குறைய ஒரு வருட காலம், கூடியவரை பிரச்சினைகள் ஏதுமில்லாமல் ஒத்துப்போனபடி நாங்கள் வாழ்க்கையை ஓட்டிக் கொண்டிருந்தோம் என்றால் இந்த பிலாட்டி ஆட்கள் எங்களை அதிகம் கண்டுகொள்ளாததுதான் காரணம். மேலும் எங்களைப் பொறுத்தவரை அவர்கள் மேல் ஒரு வகையான பயமும் பிரமிப்பும் எங்களுக்கு இருந்தது.

அவர்கள் தேயிலைத் தோட்டத்துக்குள்ளேயே காவல் பயிற்சி செய்து கொண்டும் தங்களது விலங்குகளைப் பராமரித்துக் கொண்டும் தங்கி இருந்தனர். நாங்கள் எங்கள் கிராமத்தில் இருந்தபடி கிராமத்துக்கு வெளியில் உள்ள வயல்களைக் கவனித்துக் கொண்டும் வாராந்திர சந்தைக்குத் தயார் செய்து கொண்டும் இருந்தோம். வில் வித்தைப் போட்டிகளில் கலந்து கொண்டும் நிலத்தை உழுது கொண்டும் போம்ரெங்கின் கடினமான செம்மண் பூமியில் வாழ்க்கை யில் அமைதியாக ஊன்றுகொண்டிருந்தோம். காவலர்கள் கிராமத்துக் குள் புகுந்ததிலிருந்து பிரச்சினை தொடங்கியது என்று நினைக்கிறேன். முகாமில் தாங்கள் பார்க்கும் சலிப்பூட்டும் வேலையைப் பற்றியும்

இந்த இடத்தைப் பற்றியும் தங்கள் வாழ்க்கையைப் பற்றியும் அவர்கள் பேசிக்கொள்வது என் காதில் விழுந்திருக்கிறது., 'செய்வதற்கு ஒன்றுமில்லை, எங்கேயும் போக இடமில்லை..' ஜோன்ஸ் துரை நேர்மையாளராகவும் நல்லவருமாக இருந்தாலும் இவர்களை ஷில்லாங்குக்கு விடுப்பு கொடுத்து அனுப்பி உல்லாசமாய் இருப்பதற்கு அனுமதிக்கவில்லை. ஆனால், இவர்கள் அவ்வளவு கஷ்டமான வாழ்க்கையை ஒன்றும் வாழவில்லை. இலகுவான வாழ்க்கைதான். எப்போதாவது மேய்ச்சல் கால்நடைகளைப் புலி பிடித்துப் போகும் என்பதைத் தவிர வேறு மிருகங்களால் பயம் கிடையாது. அதனால் இவர்கள் தங்கள் சலிப்பினால் மட்டுமே அமைதியிழந்தபடி இருந்தனர். சந்தை நாட்களில் அங்கு போக ஆரம்பித்தனர். வியாபாரிகளிடம் விலை பற்றித் தகராறு செய்வதும் சில சமயங்களில் பணம் கொடுக்காமலேயே அவற்றைத் தூக்கிக் கொண்டு போவதுமாக இருந்தனர். நான் பார்த்தவரையில் சாம் துரையும் அவரது நண்பர்களும் இப்படி நடந்துகொள்வதில்லை. ஆனால் காவலர்களுக் கிடையே வித்தியாசத்தை உணரமுடியாத கிராமத்தவர்கள் ஒட்டுமொத்தமாக எல்லோரையும் குறை கூறினர். 'எப்பத்தான் இவங்க நம்மை விட்டுப் போய்த் தொலைவாங்களோ?',

'நம்மகிட்டயிருந்து திருடறாங்களே நம்மளைப்பத்தி இவங்க என்னதான் நெனச்சுக்கிட்டிருக்காங்க'

கிராமத்தின் நடுவே செல்லும் சாலையில் ஊர்க்கோடியில் இருக்கும் பாஹ் லூமெனின் சாப்பாட்டுக் கடைதான் ஊராட்கள் சந்திக்கவும் சீட்டாடவும் இருக்கும் இடம். இங்கு தேநீர் மட்டுமன்றி அரிசியை ஊற வைத்து எடுக்கும் முரட்டு நாட்டுச் சாராயமும் கிடைக்கும். இந்தச் சரக்கை பிலாட்டி மனிதர்கள் மிகவும் விரும்பி அருந்துவார்கள். ஆரம்பத்தில் கடை முதலாளிக்கு சந்தோஷமாகத் தான் இருந்தது. 'இவனுங்க மீனுங்க மாதிரி குடிக்கிறானுங்க... நல்லா வியாபாரமாகும்' ஆனால் கடையிலேயே சச்சரவுகள் ஏற்பட ஆரம்பித்தன. அவர்கள் சாப்பாட்டுக்கும் குடிக்கும் கடன்சொல்லத் தொடங்கினார்கள். அப்புறம் (என் அம்மா சொல்வது மாதிரி) சந்தேகத்துக்கிடமான பெண்களும் இங்கு புழங்க ஆரம்பித்தார்கள். நான் பார்த்தவரையில் அந்தப் பெண்கள் குதூகலமானவர்களாகவும், நட்புள்ளம் கொண்டவர்களாகவும் மனம் விட்டு தாராளமாக சிரிக்கக் கூடியவர்களாகவுமே தெரிந்தனர். நான் இங்குள்ள 'ஜோதா' கடையில் கூடுதல் ஊதியத்துக்காக ஏதாவது எடுபிடி வேலை செய்யும்போது இந்த ஆட்கள் அந்தப் பெண்களிடம் பேரம் பேசுவதையும் பேரம் படிந்தவுடன் முகாமுக்கு அழைத்துச் செல்வதையும் பார்ப்பேன்.

'விபச்சார விடுதிங்கள்லாம் 'லாபன்' லல்ல இருக்கு, என் கடையில இல்லே' என்று பாஹ் லூமென் புலம்புவார்.

இள ரத்தமுடைய இளைஞர்கள் போய் வர நகரம் தொலைவாக உள்ளதால்தான் இப்படியெல்லாம் நடக்கிறது என்றும் அதனால் இந்த விலை மாதர்களிடம் கடைக்காரரர் தரகுத் தொகை வாங்கிக் கொண்டால் என்ன என்றும் மாமா செய்ன் அவருக்கு ஆலோசனை கூறினார்.

வயல் வேலையை முடித்து விட்டோ ஆற்றிலிருந்து நீர் எடுத்துக் கொண்டோ வரும் பெண்களை சில காவலர்கள் குதிரைகளில் தூக்கிச் செல்வதாக அரசல் புரசலான பேச்சு எழுந்தது. டிரோட்டரும் அவரது கோஷ்டியுமாக இருக்கும் என்று சந்தேகப்பட்டேன். சாம் துரை ஒரே ஒரு இளம் பெண்ணின்மீது மட்டுமே கவனம் செலுத்தியதைப் பார்த்த எனக்கு ஆறுதலாக இருந்தது. அவள் பாஹ் லூமெனின் மூத்த பெண் ஹாப்பிதா. பளிச்சிடும் கண்களும் மாசு மருவற்ற தேகமும் முட்டியின் பின்புறம் விழுமளவு நீளமான கூந்தலும் படைத்த அழகி அவள்.

அவருக்கான உணவையும் தேநீரையும் கூச்சத்தோடு கொண்டு வந்து பரிமாறும்போது, அவருக்குத் தெரிந்த சொற்ப காஸி மொழி வார்த்தைகளில் அவர் அவளுடன் உரையாட முற்படுவார். ஆனால் அன்பான பார்வைக்கோ மென் தொடுகையைப் புரிந்துகொள்ளவோ மொழி அவசியமில்லை என்பதை நான் பின்னர்தான் புரிந்து கொண்டேன்.

பானையிலிருக்கும் மஞ்சள் நிற அரிசிக் கஞ்சியைக் கிளறும் போதும் வெங்காயம் நறுக்கும் போதும் பாஹ் லூமென் தனக்குத் தானே சொல்லிக் கொண்டாலும் குறிப்பாக மாமா செயினிடம் முறையிட்டாலும் அவராலும் எதுவும் செய்ய முடிந்ததில்லை.

‘இந்த வந்தேறிகள் என்னதான் நெனச்சிக்கிட்டிருக்காங்க? இவன் எம்பொண்ணை கர்ப்பமாக்கிட்டான்னா, நம்ம கை அப்புறம் சும்மா இருக்குமா? ம்... அந்த மாதிரியெல்லாம் நடக்குதுன்னு கேள்விப் பட்டிருக்கேன். எங்கே பார்த்தாலும் வெள்ளைத் தோலோடயும் நீலக் கண்களோடயும் சுத்திக்கிட்டு இருக்கானுங்க வேசிப் பயபுள்ளைக’ என புலம்பினார்.

அவரும் கிராமத்தவர்களும் கொண்ட சீற்றம் மெல்ல மெல்ல அதிகரித்துக் கொண்டே போயிற்று. அதைப் பற்றியெல்லாம் கவலைப் படாமல் சாம் துரையும் ஹாப்பிதாவும் அவர்களுக்கான உலகத்தில் சஞ்சரித்துக் கொண்டிருந்தார்கள். மதிய தேநீர் வேளைக்கும் மாலைக் கொண்டாட்டத்துக்கும் இடைப்பட்ட நேரங்களில் தினமும் சந்தித்துக் கொண்டார்கள். அவர்களிருவரும் ஒன்றாக நடந்து செல்லும்போது பலசமயங்களில் நான் அவர்களைப் பின்தொடர்ந்திருக்கிறேன். ஆனால் அவர்கள் பேசிக் கொண்டதை என்னால் சரியாகக் கேட்க

முடிந்ததில்லை. அவர்கள் ஆற்றங்கரைமீது சாவதானமாக உலவும் போது மாலைக் கங்குல் ஒளி பள்ளத்தாக்கில் படரும், மலைமுகடுகள் இருண்மை கொள்ளும், அவர்கள் நடந்துவந்து அருவியைச் சேர்வார்கள். அங்கே உள்ள பெரிய பாறை ஏதாவதொன்றில் அமர்ந்து கொண்டு, தரை வரை தவழும் ஹாப்பிதாவின் கேசத்தை அவர் கவனமாய் எடுத்து அவளது மடியில் வைப்பார் அல்லது காட்டு ‘டியூக்ளா’ மலர்களைப் பறித்து அவளது பின்னலில் சூட்டுவார். ஒருமுறை அவர்கள் முத்தமிட்டுக் கொண்டார்கள். ஆரம்பத்தில் மென்மையாக பின்பு திடீரென்று பரபரப்பாக, என்னவோ உலகமும் காலமும் கடந்து போய்விடுமோ என்று அவசரப்படுவதைப்போல அவர்கள் முத்தமிட்டுக் கொண்டார்கள். குளித்துக் கொண்டிருந்த கிராமத்து சிறுவர்கள் அதைப் பார்த்து சீழ்க்கையிட்டு சிரித்தபடி கீழே இருந்து இவர்கள் மீது கவண் கற்களை வீசினார்கள்.

’ஓய் வெள்ளை துரை, கடிச்சுத் துப்புங்கோ’ என்று கூவினர். ஹாப்பிதா வெட்கிச் சிவந்து போனாள். பயல்கள் கத்தியது என்ன என்று அவள் சொல்லாவிட்டாலும் அவர் அதை ஊகிக்க முடிந்தபடி அவர்களின் தோலை சவுக்கால் உரித்து விடுவேன் என்று கத்தினார்.

ஆனால் கிராமத்தவர்களுக்கும் காவலர்களுக்கும் ஏற்பட்ட பிளவுக்கும் இந்தக் காதலர்களுக்கும் சம்பந்தமில்லை. ஒரு சந்தை நாளில் தான் எடுத்த சோளக்கருதுக் கட்டுக்குப் பணம் கொடுக்காமல் டிரோட்டர் வெளியேறியபோது அந்த விவசாயி அவன் காலணியில் காறித் துப்பினான்.

‘இப்போ நீ என்ன பண்ணினே?’ என்று அந்த செம் மூஞ்சிப் பன்றி கத்தினான்.

‘நீ ஒரு திருடன்’ என்று காஸி மொழியில் விவசாயி சொன்னான்

‘கொட்டைகளில்லாத திருட்டுப் பய’

அதையோ அதைப் போல ஏதோ ஒன்றையோதான் அவன் சொன்னான் என நினைக்கிறேன், அதைப் பற்றிப் பலரும் பல விதமாய்ச் சொல்கிறார்கள். ஆனால் அது; முக்கியமில்லை. அவன் சும்மா எதிர்த்துப் பேசியிருந்தாலே டிரோட்டர் அவனைப் பலி வாங்கியிருப்பான்.

தனது குதிரைக்குப் பின்னால் கயிற்றால் அந்த மனிதனைக் கட்டி நாள் முழுதும் இழுத்துக் கொண்டுபோய் இறுதியாகக் கழற்றி விட்ட போது அந்த மனிதனின் உடலில் தோல் முழுக்க உறிந்துபோய் ரத்தமும் தூசியும் கலந்து கூழ் போலக் காட்சியளித்தது. அவன் அந்த இரவுகூடத் தாங்கவில்லை.

அன்றிரவு மாமா செயினின் குடிசையின் கணப்பு அடுப்பைச் சுற்றி

கிராமசபைக் கூட்டம் கூடியது. மின்னும் கங்குகளுக்குப் பக்கத்தில் ஒரு மரக் குடுவை வைக்கப்பட்டிருந்தது அதில் எப்போதும் நீர் நிறைத்து வைக்கப்பட்டிருக்கும். அதில் நீர்மட்டம் உயர்ந்திருந்தால் அறுவடை செழிப்பாக இருக்கும் என்று மக்கள் நம்பினார்கள். தற்போது அதை யாரும் கண்டுகொள்ளவில்லை. அவர்களுக்கு வேறு அவசர காரியங்களைப் பற்றி பேச வேண்டியிருந்தது. நான் அங்கே நெருப்பைக் கிண்டிவிட்டுக்கொண்டும், வதங்கிய உள்ளங்களுக்கு உற்சாகமூட்டும் வகையில் தேநீரில் கியாட் சாராயத்தை கலந்து கொடுத்துக் கொண்டும் இருந்தேன். அறையில் மௌனம் நிறைந்த கொதிப்பான மனநிலை நிலவியது. 'ஏதாவது செய்தாக வேண்டும்' என்று ஒரு இளைஞன் தத்தளித்தான்.

கண்களில் ஜ்வாலை பளபளத்தபடி மாமா செயின் மௌனமாகத் தனது பானத்தை அருந்திக் கொண்டிருந்தார். வருத்தமும் கோபமும் கூடிய முணுமுணுப்புக் குரல்கள் அவரைச் சூழ்ந்தன. பிலாட்டி மனிதர்கள் செய்த காரியம் கொடுமையானது. (அவர்களில் சிலர் செய்தது என்று சொல்ல நினைத்தேன், ஆனால் சொல்லத் துணியவில்லை) அவர்கள் தண்டிக்கப்பட வேண்டும், இங்கிருந்து அவர்களை விரட்ட வேண்டும், இந்த வந்தேறிகள் செய்த தவறுகளுக்காக கிராமத்தார் அவர்களோடு போராடி பழிக்குப்பழி வாங்க வேண்டும்.

'எதை வைத்துக் கொண்டு அவர்களுடன் சண்டையிடுவது?' என்று மாமா செயின் கேட்டார்.

நெருப்பெரியும் சடசடப்பொலி தவிர அங்கு ஒரு மௌனம் சூழ்ந்தது. பிலாட்டி காவலர்கள் துப்பாக்கி வைத்திருக்க, நாங்களோ பழமையான கத்திகளையும், மர அம்புகளையும் மட்டுமே எய்ய முடியும்.

'அவர்களுக்கெதிராக நாம் போதுமான அளவு இருக்கிறோம்' என்று எவனோ கத்தினான்.

'அவங்க துப்பாக்கி கெடக்கட்டும். நம்ம கூட்டத்தோட எண்ணிக்கையாலேயும் வலிமையாலேயுமே அவங்களை ஒடுக்கிடலாம்'

அறை முழுவதும் அதை ஆமோதித்தது..

'நெறைய பேரை நாம் இழக்க வேண்டியிருக்கும், கோழிய சாகடிக்கிற மாதிரி நம்ம சொந்த சகோதரர்களையே வீணா பலி கொடுக்கலாமா?' என மாமா செயின் அதை மறுத்துத் தலை அசைத்தார்.

இப்படியே கிட்டத்தட்ட ஒரு மணி நேரம்வரை விவாதம்

தொடர்ந்து போயிற்று. கடைசியாக நோங் நியா என எல்லோராலும் அழைக்கப்படும் முதியவர் பேசினார். அவர் இதுவரை அறையின் மூலையில் அமர்ந்தபடி எல்லோரது பேச்சையும் அமைதியாக கவனித்துக் கொண்டிருந்தார்.

"ரங்பா" என்று அவர் மெதுவாகச் சொன்னார்.

'நாம் அவர்களுடன் வார்த்தைகளால் சமரிடலாம்'.

நம்பிக்கையற்ற பெருமூச்சுகளும் சிரிப்பொலியும் கூட்டத்தில் எழுந்தன. முதியவர் தன்னடக்கத்தோடும் அமைதியாகவும் அமர்ந்திருந்தார். அவரது வெள்ளி நிற தாடி நெருப்பொளியில் சுடர்ந்தது. அவரது முகம் வயதேறி சுருக்கங்கள் நிறைந்திருந்தாலும் அதில் ஒரு பெருமித உணர்வு படர்ந்திருந்தது.

மாமா செயினும் அதை ஆமோதித்துத் தலையசைத்தபடி சுற்றியுள்ள தன் மக்களைப் பார்த்து 'நம்மிடம் ஒரு ஆயுதம் உள்ளது, பார்க்க வலுவற்றது போலிருந்தாலும் அதன் சக்தி க்டியன் வார்த்தை.

'இதுவே நமது கடைசிப் போக்கிடம். ஏனெனில் தற்காத்துக் கொள்ளும் வாய்ப்பை எதிரிக்கு அளிக்காமல் தாக்குவது மரியாதைக் குரியதல்ல' என்றார்.

'அதை சரிப்படுத்திக்கொண்டு விடலாம்' என்றார் அந்த முதியவர்.

'நாம் மனிதர்களைத் தாக்கப் போவதில்லை'

'அப்புறம்?' என்று நெருப்பருகே உட்கார்ந்திருந்தவன் கேட்டான். அவன் இறந்து போன விவசாயியின் தம்பி என்று அடையாளம் கண்டு கொண்டேன்.

'ஜிமாங்கை அவங்க கொன்னுட்டாங்க, நாம அவங்களைக் கொன்னாகணும்'

முதியவர் அதை மறுத்துத் தலையசைத்தவாறே 'அவர்களை சக்தியற்றவர்களாக்க வேறு வழிகள் உள்ளன' என்றார்.

அன்று பின்னிரவில், என் உடன்பிறந்தவர்களைத் தூங்க வைத்து விட்டு, எனது அம்மாவும் நானும் சிறிய கரி அடுப்பில் கைகளை நீட்டிக் குளிர் காய்ந்து கொண்டிருந்தோம். யார் இந்த நோங் நியா எனவும் க்டியன் என்றால் என்ன எனவும் அப்போது கேட்டேன். களைத்துச் சோர்ந்திருந்த முகத்துடன் என்னைப் பார்த்துப் புன்னகைத்தவாறு என் தாய் இவ்வாறு சொன்னாள்.

'ஹ! அவர்தான் வார்த்தையை வைத்திருப்பவர். கடவுள்களோடு உரையாடுபவர்; நம் சடங்கு சம்பிரதாயங்களையும் செய்பவர். துரைசானியம்மாவின் கணவரான துரை நம் பாஷையில் எழுதப் படிக்க 'அரிச்சுவடி' ஒன்றைக் கண்டுபிடித்து உருவாக்கியுள்ளாராம்,

ஜேனிஸ் பரியத் ◆ 23

அதை வைத்து எனக்கு எழுதப் படிக்கக் கற்றுக் கொடுக்கிறேன் என்று துரைசானியம்மா சொன்னார். நான் அவரிடம்' அது எங்களுக்குத் தேவையற்றது, புத்தகங்களோ எழுத்துக்களோ எங்களுக்கு அவசிய மற்றவை. இந்த உலகத்தை நாங்கள் புரிந்து கொண்டிருப்பது எல்லாமே எங்களது வார்த்தைகளின் சத்தத்திலிருந்துதான்' என்றேன்.

"ஹகி க்டியன். அது நல்லது செய்யும் சக்தி வாய்ந்தது..." என்று சொல்லி முடித்த அம்மாவிடம் "அதெப்படி?" என்று உடனே கேட்டேன்.

என் அம்மா கடின உழைப்பால் சோர்வடைந்து விடுவாளாதலால் இம்மாதிரியான பேச்சு மிகவும் அரிது.

'உங்க தாத்தா போலத்தான்' என்று பதிலளித்தாள்.

'அவர் மந்திரத்தை உச்சரித்து ஒருவரை குணப்படுத்திவிட முடியும். எனக்கு ஞாபகமிருக்கிறது. ஒரு முறை நான் மூங்கில் வெட்டும் போது கையில் வெட்டிக் கொண்டேன்... அவர் கையைப் பிடித்து காயத்தை நோக்கி மந்திரத்தை உச்சரித்தார். ரத்தப் போக்கு நின்றுவிட்டது. மீன் முள் தொண்டையில் சிக்கியவர்கள் அவரிடம் வந்தால் மந்திர உச்சாடனம் செய்து சாம்பலையும் எண்ணெயையும் கலந்து கழுத்துப் பகுதியில் பூசுவார். முள் எலும்பு காணாமல் போய் விடும். பசியோடு வரும் பிரயாணிகள் புசிப்பதற்கான மிருகங்களைக் கொண்டு வரும் மந்திரங்கள் உள்ளன, ஆற்றிலிருந்து நன்னீர் கொணரவும், மரத்தி லிருந்து பழமெடுக்கவும் கூட முடியும்'

கரியடுப்பின் கங்குகள் அணையத் தொடங்கியிருந்தன; இதற்கு மேல் வெகுநேரம் இங்கு இருக்க முடியாது என்று தெரிந்து கொண்டேன்.

''ஆனால் இதைத் தவறாகவும் உபயோகிக்க முடியுமா?''

அம்மா தலையை அசைத்தாள்.

'இதைத்தான் நோங் நியாவும் மாமா செயினும் பிலாட்டிகள் மேல் பிரயோகிக்கப் போகிறார்களா? எல்லோர் மேலுமா?'

கரியடுப்பை விட்டு விலகியபடியே "நோங் நியாவிற்கு என்னென்ன மந்திரங்கள் தெரியும் என்று யாரால்தான் சொல்ல முடியும்" என்றாள் அம்மா.

அதன் பின் பல நாட்கள் நான் அமைதியிழந்தும் கவனமின்றியும் அலைந்தேன். பகலில் சூரிய வெளிச்சமும் திடீரென்று இலையுதிர் கால மழைத் தூறலும் மாறி மாறி வந்தபடி ஒழுங்கற்ற முறையில் காலம் போய்க் கொண்டிருந்தது. ஏதோ நடக்கப் போகிறது என்று பதட்டத்துடன் நினைத்துக்கொண்டே, அதை ஓயாமல் எதிர்பார்த்துக் கொண்டும் இருந்தேன். சந்தைக் கடையைத் திறக்கும்போதும் வயல்

வேலைக்குப் போகும்போதும் கிராமத்தவர்கள் இதையே நினைத்துக் கொண்டிருந்தார்கள்.

புகைக் குழாயைப் புகைக்கும் போதும் தேநீர் அருந்திக் கொண்டும் இதைப் பற்றியே முடிவில்லாமல் முனகிக் கொண்டார்கள். ஆனாலும் ஊர்ப் பெரியவர்கள் என்ன திட்டமிட்டிருக்கிறார்கள் என்று யாருக்கும் தெரியவில்லை. நான் காவலர்களையே – அதிலும் முக்கியமாக சாம் துரையையே பெரிதும் கவனித்துவந்தேன்; அவர்கள் கவனிக்காத தொலைவிலிருந்தபடி முடிந்தவரை அவர்களைச் சுற்றி சுற்றி நிழல் போல் தொடர்ந்தேன். ஒரு நாள் மதியம் குன்றின் அடிவாரத்தில் பிலாட்டிகள் அவர்களது குதிரைகளைப் பழக்கிக் கொண்டும் உடற்பயிற்சி செய்துகொண்டும் இருந்தார்கள். அதெல்லாம் முடிந்து, குதிரைகளை லாயத்தில் விட்டுவிட்டு மதிய உணவுக்கு அவர்கள் வரும் வேளையில், நான் என் அம்மாவிற்குத் துணி துவைத்துக் காய வைப்பதில் உதவிக் கொண்டிருந்தேன்.

அவர்கள் எப்போது செத்து விழுவார்கள் என்று திரும்பத் திரும்ப அவர்களைப் பார்த்துக்கொண்டே இருந்தேன், அல்லது ஏதேனும் நோயில் விழுந்து மெதுவாக அழிவார்களோ? என்ன ஆனாலும் நான் ஏதாவது செய்து சாம் துரையை எச்சரித்துவிட வேண்டும் என்று முடிவு செய்தேன். படுக்கைவிரிப்புகளை முறுக்கிப் பிழிந்து விட்டு மெதுவாகத் தோட்டத்துக்குச் செல்லும் வாசலை நோக்கிப் போனேன்; அவர் எங்கிருக்கிறார் என்று பார்க்க முற்பட்டேன். சிறிது நேரம் கழிந்த பிறகுதான் அவர் அங்கில்லை என்பது தெரிந்தது. அதற்குள் ஏதாவது ஆகியிருக்குமோ? என் நெஞ்சுக்கூட்டுக்குள் இதயம் கனத்துத் துடிப்பதை உணர முடிந்தது. ஒரு வேளை காலம் கடந்துவிட்டதோ? இந்த நேரத்தில் வழக்கமாக எப்போதும் அவர் ஜோன்ஸ் துரையை சந்தித்துவிட்டு மதிய உணவு உண்பதற்கு முன் முகாம் விடுதியில் ஓய்வெடுப்பது உண்டென்று பிறகுதான் என் நினைவுக்கு வந்தது. என் வழியில் எதிர்ப்பட்ட தாய்க் கோழியையும் அதன் குஞ்சுகளையும் அஞ்சி ஓடவைத்தபடி குன்றை நோக்கி விரைந்தோடினேன். காவலர் தங்கும் நீள் சதுரக் கல் கட்டிடத்தை நோக்கிப் போனேன். தாழ்வாரத்தில் அமர்ந்து புகைத்தபடியே புத்தகம் படித்துக் கொண்டிருந்த சாம் துரையைப் பார்த்தபின்பே நிம்மதியடைந்தேன். மெதுவாக அவர் முன் சென்று அவர் பேசுவதற்காகக் காத்துநின்றேன்.

'ஹலோ, பையா.' அவர் கண்கள் எங்கள் ஏப்ரல் மாத வானத்தின் நிறம் போலிருந்தன.

திடீரென்று எனக்கு எல்லாமே முட்டாள்தனமாகப் பட்டது. நான் அவரிடம் என்னவென்று சொல்வேன்? இரண்டு முதியவர்கள் ஒன்றுசேர்ந்து ஒட்டுமொத்த காவல் தொகுதியையே கொல்ல சதி செய்கிறார்கள் என்றா? அதுவும் எப்படி? மந்திரத்தின் மூலமாகவா?

அவர் நான் என்ன சொல்லப் போகிறேன் என்ற எதிர்பார்ப்போடு பார்த்துக்கொண்டிருந்தார். நான் ஏன் அங்கே வந்தேன் என்பதற்கு ஏதாவது ஒரு காரணம் சொல்லியாக வேண்டும்.

'எல்லாம் சரியாத்தானே இருக்கு, அப்படித்தானே?'

'கிராமத்து ஜனங்கள்...பா ஜிமாங் விஷயமாகக் கோபமாக இருக்கிறார்கள்' என்றேன். நான் சொல்வதைப் புரிந்துகொள்ளும் அளவிற்கு அவருக்கு காஸி மொழி புரியுமா என்று யோசித்தேன், அவர் சற்று முகத்தைச் சுருக்கியபடி யோசித்தார். விஷயத்தை விளங்கிக் கொண்ட பாவனையில் அவர் முகம் தெளிவடைந்தது,

'ஆமாம், நடந்ததை நானும் கேள்விப்பட்டேன். அது கொடுமைதான்..."

'உங்களுக்கு ஆபத்தை ஏற்படுத்தத் திட்டமிட்டிருக்கிறார்கள்' என்று இடையே குறுக்கிட்டேன்.

'ஜாக்கிரதையாக இருங்கள்.'

என்று சொல்லிவிட்டு ஓட்டமெடுத்தேன். புத்தகம் மடியில் விரிந்து கிடக்க, அவர் என்னை விழித்துப் பார்த்தபடியிருந்தார்.

எந்த விதமான எச்சரிக்கையும் சாம் துரையையும் மற்றவர்களையும் காப்பாற்றப் போதுமானதாக இல்லை. அது நடந்தபோது எல்லோரையும், கிராமத்தாரையும் சேர்த்து அது ஆச்சரியப்படுத்தி விட்டது. நோங் நியா உறுதியளித்ததைப் போல் அவரது மந்திரம் பிலாட்டி மனிதர்களைத் துன்புறுத்தவில்லை. அதற்கும் மேலாக அந்த எல்லையையும் கூட அது தாண்டிப் போய்விட்டது. கிராமசபைக் கூட்டம் நடந்து பதினைந்து நாட்களுக்குப் பிறகு அது நடந்தது.

தங்கள் கூட்டத்துப் பெரியவர்களின் பழிவாங்கல் நடவடிக்கைகளின் மேல் நம்பிக்கை இழந்த இளைஞர்கள் தாங்களே முகாமுக்குச் சென்று காவலர்கள் தூங்கும்போது கழுத்தை அறுத்துப் போடலாமா என்று யோசிப்பதாகப் பேச்சு அடிபட்டது.

அந்த மதியப்பொழுது, டிரோட்டரின் குதிரை கீழ்ப்படியாமல் சண்டித்தனம் செய்ததில் ஆரம்பித்தது. அது லாயத்துக்குள் செல்ல மறுத்ததால் அவன் அதை சவுக்கால் விளாசிப் பணியவைத்தான். லாயத்துக்குள் எல்லாக் குதிரைகளையும் வழக்கமான முறையில் வருடி விடும்போது அவை அசாதாரணமாக அமைதியிழந்து காணப் பட்டன. யாராலும் கேட்க இயலாத விநோதமான ஒரு சத்தத்தைக் கேட்பது போலக் காதுகளை ஆட்டிக்கொண்டும், நாசிகளை விடைத்துக்கொண்டும் வாலை வீசிக்கொண்டும் அவை இருந்தன. அதன்பின் தங்களின் லாயப் படப்பிலிருந்து பயத்தோடு துள்ளிக் கொண்டு வைக்கோல் போரை மிதிக்கவும் சுவரை உதைக்கவும்

தொடங்கின. பிலாட்டி மனிதர்கள் அவைகளை நோக்கி 'நில் பையா, நில்' என்று உரக்க ஆணையிட்டனர். தங்களுக்குள்ளும் சப்தமிட்டுக் கொண்டனர். சிறிது நேரத்தில் கட்டுப்படுத்த முடியாத அளவுக்கு குதித்தும் கனைத்தும், பற்களை வெளிக்காட்டியபடி தங்கள் எஜமானர்களைக் கீழே தள்ளவும், விழுந்தவர்களை மிதித்துத் துவைக்கவும் ஆரம்பித்தன. கொடும் பித்து பீடித்திருப்பது போல அவற்றின் கண்கள் வெண்மையாகவும் கொடூரமாகவும் மாற ஏதோ கண்ணுக்குப் புலப்படாத பீதியோடு ஓடியபடி வாசலைத் தாண்டின. அந்த மனிதர்கள் அவற்றைத் துரத்திக் கொண்டு அவற்றின் பின்னால் ஓடினர்; குன்றிலிருந்து இறங்கி பிடரிகள் பறக்க உடல்கள் தகதகப் போடு கொதித்தபடி, காட்டு மிராண்டித்தனத்தோடு அவை பாய்ந்து சென்றதைப் பார்த்தேன். மனிதர்கள் ஒதுங்க முயன்றனர். ஆனால் மெதுவாக நகர முடிந்த சிலர் அவற்றின் காலடிக் குளம்புகளில் சிக்கி நசுங்கினர். அவர்களுக்கு ஓலமிடுவதற்குக் கூட நேரமிருக்கவில்லை. கிராமத்தை விட்டு வெளியேறியதும் சாம் துரையும், ஹாப்பிதாவும் பல மாலை நேரங்களில் உலா சென்ற ஆற்றங்கரை சாலையில் பாய்ந் தோடி நீர்வீழ்ச்சிக்கு வந்து சேர்ந்த அந்தக் குதிரைகள் அங்கிருந்து அந்தரத்தில் தாவி நீர்த் துமியோடு துமியாய்க் கீழே விழுந்தன. அருவியின் கீழே இருந்த குளமானது வாரக்கணக்கில் ரத்த நிறமாகக் காணப்பட்டது.

'குதிரைகளுக்குப் பிசாசு பிடித்துவிட்டது போலிருந்தது' என்று அந்த நிகழ்ச்சிக்குப் பிறகு காவலர்கள் ஜோன்ஸ் துரையிடம் சொன்னார்கள். அவர்களது காயங்களுக்கு மருந்திட்டுக் கொண்டிருந் தார் அவர். நான் பஞ்சையும் மருந்துக் குப்பிகளையும் தட்டில் வைத்துக் கொண்டு அவரைத் தொடர்ந்து பின்னால் சென்று கொண்டிருந்தேன்.

'அவை கட்டுப்பாட்டை இழந்துவிட்டன'

வாழ்நாளில் பெரும்பகுதியைக் குதிரைகளுடன் கழித்த அவர்களில் பலரும் இதுபோல் நடந்து பார்த்ததே இல்லை என்று சொன்னார்கள்.

'இது நல்லதுக்கில்லே' என்று ஜோன்ஸ் துரை முனகியது போல் இருந்தது.

அன்றிரவு முகாமில் குளிர்காய்வதற்காக மூட்டிய நெருப்பு அதிக வெளிச்சத்துடனும் நீண்ட நேரமும் எரிந்து தீய இருட் சக்தியை விலக்கப் போராடியது போலிருந்தது. காற்றில் பயம் கலந்திருந்தது. யாருமே தூங்கவில்லை. காவலர்கள் அனைவரும் குளிருக்காக மட்டுமல்லாமல் சேர்ந்திருப்பதன் சுகத்திற்காகவும் நெருக்கியடித்து உட்கார்ந்து குடித்துக் கொண்டே இங்கிலாந்தைப் பற்றியும் கடல் கடந்துள்ள தங்கள் வீடுகளைப் பற்றியும் பேசிக்கொண்டிருந்தனர்.

நோங் நியா சொன்னது சரிதான். இவர்களை வலுவற்றவர்களாக்க வேறு வழிகள் உள்ளது உண்மைதான்.

அதன் பின்னர், முகாம் மெதுவாகக் கலையத் தொடங்கியது. இந்த இடம் சபிக்கப்பட்டிருக்கிறது, இங்கிருந்தால் தாங்களும் பித்துப்பிடித்து அருவியிலிருந்து குதிக்க வேண்டியதுதான் என்று சொல்லியபடி சிலர் முகாமிலிருந்து ஓடிவிட்டனர். சிலர் உள்ளூர் நாட்டுச்சரக்கான கியாட்டைக் குடித்து இறந்தனர். குதிரைகளுடன் சேர்த்து அவர்கள் பயிற்சி செய்த மைதானத்தின் ஓரத்திலேயே அவர்களையும் புதைத்த ஜோன்ஸ் துரை, அவர்களின் பெயரையும் மரச்சிலுவைகளில் எழுதி வைத்தார்.

சில மாதங்களுக்குப் பிறகு ஜோன்ஸ் துரையைத் தேடிக் கொண்டிருந்த சோஹ்ராவைச் சேர்ந்த அந்த ரௌடி வியாபாரி இவர் இருக்குமிடம் தெரிந்து இவரைப் பிடிக்க போம்ரெங்கிற்கு குண்டர்களை அனுப்பியதாகவும் விடிவதற்கு முன் ஓர் அதிகாலை நேரத்தில் அங்கிருந்து அவசரஅவசரமாக துரை கிளம்பி கௌஹாத்திக்குப் போய் விட்டதாகவும் செய்தி பரவியது. ஜோன்ஸ் துரை தப்பித்து விட்டதாக சிலரும், கல்கத்தா நோக்கிக் கப்பலில் சென்ற அவர் மலேரியா வந்து இறந்துவிட்டதாகப் பலரும் பேசிக்கொண்டனர். பதினைந்து தினங்கள் கழித்து அவரது மனைவி கிளம்பிச் செல்லும் போது என் அம்மாவையும் மற்ற ஆட்களையும் வேலையிலிருந்து விலக்கிவிட்டுச் சென்றார். அவர்கள் காவல் காக்க, பணிவிடை செய்ய அங்கு யாருமில்லை. காலம் தாழ்த்தியபடி தாமதித்துக் கொண்டிருக்க எந்த அவசியமும் இல்லை என்றாலும் சாம்துரைதான் கடைசியாகக் கிளம்பிச் சென்றார்.

குதிரைகளுக்குப் பித்துப் பிடித்த அந்த நாளில், சாலையில் நிகழ்ந்த களேபரத்துக்கு நடுவே ஹாப்பிதாவைக் கண்டெடுத்தோம். ஒருவேளை அந்த நேரத்தில் அவள் நீர் எடுக்க ஆற்றிற்குச் சென்றிருக்கலாம். அவளது முகம் அடையாளம் காணமுடியாத அளவுக்கு சிதைந்து போயிருந்தது, புழுதியில் புரண்டு கிடந்த அவளது கேசத்தை வைத்தே, அவள்தான் என்று கண்டுகொண்டோம்.

ஊரை விட்டுக் கிளம்பிப் போவதற்குமுன் அருவி அருகே வந்து வெகு நேரம் நின்றிருந்தார் சாம் துரை. நடக்கக்கூடாத ஏதாவது நடந்து விடுமோ என்று பயந்த நான் அவரைத் தொடர்ந்து சென்று புதரில் ஒளிந்துகொண்டு பதைபதைப்போடு காத்திருந்தேன். அவரது துக்கத்தில் தலையிட்டுத் தொந்தரவு செய்ய எனக்கென்ன உரிமை இருக்கிறது?

அவர் அருவி விளிம்பை நோக்கி ஓரடி எடுத்து வைத்ததைப் பார்த்து, மறைவிடத்தை விட்டு வெளியேறிப் பாதைக்கு வந்தேன்.

ஏதோ நானும் அப்போதுதான் அந்த இடத்திற்கு வந்தது போல் காட்டிக்கொண்டு பாதையில் கிடந்த சரளைக் கற்களில் கால்களால் சத்தமெழுப்பினேன்.

அவருக்கு அது கேட்டிருக்கும் ஆனாலும் அவர் திரும்பிப் பார்க்கவில்லை. நான் சற்று தள்ளி பத்திரமான இடத்தில் அவர் முன் பவ்யமாக நின்றிருந்தேன்.

அப்போதைய அந்தக் காட்சி எனது உள்ளத்தில் துல்லியமாக ஓவியம் போலப் பதிந்து போயிற்று. கண்களை மூடி அப்படியே அதை என் நினைவுக்குக் கொண்டுவர என்னால் முடியும். பாறை விளிம்பிலிருந்து பொழியும் அருவியின் ஓரப்பாறைகளில் ஈரமான பாசியும் இறகு போன்ற பெரணியும் அடர்ந்திருக்க, அருவி நீர் திரவப் பனி போல கீழே உள்ள குளத்தில் வீழ்ந்து கண்ணுக்குப் புலப்படாமல் காட்டிற்குள் வளைந்தோடிக் கொண்டிருந்தது. அதற்கப்பால் உள்ள பள்ளத்தாக்கிலும் மலைகளிலும் வளர்ந்துள்ள மரங்கள் தூரப் பார்வைக்குத் தனித் தனியாகத் தெரியாமல் மென்மையான பச்சைக் கம்பளத்தை மொத்தமாக விரித்து வைத்ததைப்போல தென்பட்டன.

'அன்று என்னதான் நடந்தது?' என்று சாம் துரை கேட்டார்.

அவர் குதிரைகளை பற்றிக் கேட்கிறாரா அல்லது அது ஹாப்பிதாவைப் பற்றியா என்று புரியாததால் அமைதியாக இருந்தேன்

அவரது கண்கள் பளபளத்துக் கொண்டிருந்தன. தலைமுடியும் மீசையும் சரியான பராமரிப்பு இன்றிக் கலைந்தும் ஒழுங்கற்றும் இருந்ததைக் கவனித்தேன்.

'அப்பிடியே போய் குதிச்சிருச்சுங்களே.... ஏன்?' என்று கூறியபடி சிரித்தார்.

'ஒருவேளை அது ஒரு வகையான விடுதலையாகக்கூட இருக்கலாம்'

முடிவில்லாத அதல பாதாளம் நோக்கி அப்படிக் கொடுமையாக வீழ்வது பற்றி அவர் சொன்னதை ஏற்க முடியாமல் மரியாதையுடன் மறுத்துப் பேச நான் முயற்சித்தேன்.

'ஏதோ ஒண்ணு இருக்கணும்...' என்று தலையாட்டிக் கொண்டே இடை மறித்தார் அவர்.

'உங்க பாஷையில இதுக்கு ஏதாச்சும் பேரு இருக்கா, பையா?

'என்னத்துக்கு தொரை?'

அவருக்கு க்டியன் பற்றியும் மந்திரங்கள் பற்றியும் தெரியுமோ? 'இது' என்று தனக்கு முன்னாலிருந்த இடத்தைச் சுட்டிக் காட்டினார் அவர். 'இதை விவரிப்பது கஷ்டம்... இதை சூன்யத்தின் அழைப்பு என்பார்கள், தெரியுமா... மிக உயரமான இடத்தில் நின்று கீழே பார்க்கும் போது இழுக்கும் ஒரு விசை, குதிக்கத் தூண்டும் விழைவு...'

'இல்லே... நான் அப்படி நெனைக்கலே, நீங்க அப்படி நெனைக்கிறீங் களா?'

அவர் தலையை ஆட்டிவிட்டு 'என்னவோ வினோதமாத்தான் இருக்கு... மொழியாலே விளக்கம் சொல்ல முடியாதவை இவை'

மேலும் சிறிது நேரம் அங்கே நின்றுவிட்டுப் பின் திரும்பி நடந்து போனார் அவர்.

போம்ரெங்கில் யாரும் இப்போது வசிக்கவில்லை. கிராமத்தை விட்டு ஒவ்வொருவராக மூட்டை முடிச்சுகளை கட்டிக்கொண்டு வெளியேறினர். தீமை செய்யும் 'இருள் மந்திரம்' எப்போதும் ஏதாவது ஒரு சுவடை விட்டுவிட்டுச் செல்லும் என்று சொல்வார்கள். மேலும் மேலும் பருவகாலங்கள் வழக்கம்போல் வந்தாலும் எங்கள் அறுவடை கள் பொய்த்துப் போயின. மரக் குடுவையில் நீரின் அளவு பாதிக்கு மேல் ஏறவேயில்லை.

மகள் ஹாப்பிதா இறந்த துக்கம் தாளாத பாஹ் லூமென் முதல் ஆளாக கிராமத்தை விட்டு வெளியேறினார். அவருடன் அன்று விபத்தில் இறந்தவர்களின் குடும்பங்களும் இணைந்து கொண்டன. தன் மகளின் இழப்பிற்கு எதுவும் ஈடாகாது, மேலும் ஊர்ப் பெரியவர்கள் செய்த இந்தக் காரியத்தை மன்னிக்கவே முடியாது என்றார் அவர். என் அம்மாவும் நானும் சேர்த்து வைத்த பணத்தை யும் பொருட்களையும் எடுத்துக்கொண்டு ஷில்லாங்குக்குப் புறப் பட்டோம். நான் லாபன் கடைவீதியில் ஒரு 'ஜோதா' கடையிலும் என் அம்மா ஒரு துரைசானியிடமும் வேலைக்கு சேர்ந்தோம்.

ஹசோஹ்ராவில் ஒரு உறவினர் வீட்டில் மாமா செய்ன் காலமான தாகக் கேள்விப்பட்டேன். நோங் நியாவுக்கு என்ன ஆயிற்று என்று எனக்குத் தெரியவில்லை; உலகம் மாறும் போது, அதன் மர்மங்கள் மங்கும்போது இம் மாதிரி ஆட்களைக் காண்பதும் அரிதாகி விடும்.

போம்ரெங் இப்போது பழைய அடையாளங்களைக் காண முடியாத, கைவிடப்பட்ட கிராமமாக உள்ளது. வறண்ட குன்றின் மேல் சில கற்கள் மட்டும் நிற்கின்றன. தேயிலைச் செடிகள் புதர் மண்டிப்போயிருந்தன; மரத்தாலான காவலர் வளாகமும் குதிரை லாயங்களும் நொறுங்கி மண்ணோடு மண்ணாகியிருந்தன. தோட்டங் களையும் பாதைகளையும் வயல்வெளிகளையும் பிரிக்கமுடியாதபடி ஒன்றிணைந்து கிடந்த காற்றும் வெறுமையும் நிரப்பிக் கொண்டிருந் தன.

இன்னதென்று பிடிபடாத ஓயாத சத்தத்தைத் தொடர்ந்து எழுப்பியபடியே மாறாமல் இருந்த ஒன்றே ஒன்று அந்த அருவி மட்டும்தான்.

■

குத்மதானில்

தமிழில்: வேணு தயாநிதி

பேய் பிடித்த யாரும் இன்று டாக்டரிடம் வந்திருக்கவில்லை. உள்ளூர் பாஷையில் 'கெம்குசுத்' என்றால் பேய்பிடித்தல். துரதிருஷ்ட வசமான ஆத்மாக்கள் துஷ்ட ஆவியால் பீடிக்கப்பட்டு ஆரோக்கியம் குன்றுதல், இதற்கு துஷ்ட ஆவியின் இரக்கமற்ற கெட்ட பார்வைதான் காரணமே தவிர யார் மீதும் எந்தப் பழியும் இல்லை.

டாக்டராக இருப்பதை விடவும் பல நேரங்களில் அவர் பேயோட்டியாகத்தான் இருந்தார். என்றாலும் இன்றென்னவோ ஒரு நோஞ்சான் குழந்தையின் தொடர்ச்சியான கக்குவான் இருமல், கர்ப்பிணி ஒருத்தியின் தாறுமாறான இரத்தப் போக்கு, விவசாயி ஒருவரின் கணுக்காலில் மண்வெட்டி வெட்டு, வயசான பெண் ஒருத்தியின் கை விரலில் கீல் வாதம் என்பது போலக் கொஞ்சம் இலகுவான வியாதிகள்தான்.

முன்வாசலின் முற்றத்துக்கு வந்து ஒரு சிகரெட்டைப் பற்ற வைத்தார் டாக்டர் வாலங். அவர் அறைக்கு வெளியே கிடந்த நீண்ட மரப் பெஞ்சு காலியாய்க் கிடந்தது. தன் பத்து வருட மருத்துவ சேவையில் எவ்வளவு நேரமானாலும் அந்த பெஞ்சில் அமர்ந்த எவரையும் அவர் பார்க்காமல் அனுப்பியதில்லை.

நோயாளிகளுள் சிலர் தத்தம் கிராமத்திலிருந்து கிளம்பி சோஹ்ரா பள்ளத்தாக்கின் ஆழமான மடிப்புகளில் பல நாட்கள் பயணித்து வருவதுண்டு. வெல்ஷ் மத போதகர்கள் தானமாகக் கொடுத்த மருந்து களையும் துணிகளையும் அவர் அவர்களுக்கு விநியோகித்துக் கொண்டு வந்தார்; அதற்காகவும் அவர்கள் வருவார்கள் என்பதை அவர் மறந்த தில்லை. சில நாட்களாக அவரால் அந்த விநியோகத்துக்கு செல்ல முடியவில்லை. போர் ஆரம்பித்த கடந்த நான்காண்டுகளாக அவை அரிதாகத்தான் கிடைக்கின்றன என்றாலும் 'கடவுளுக்கும் அவரின் குழந்தைகளுக்குமாக' என்று சொல்லி தேவாலயத்தின் மூத்தவரான பாதிரியார் பெவன் அதற்காகப் பெருமுயற்சி எடுத்துக் கொண்டார்.

நோயாளிகள் இல்லாத வேளையில் கதவை உட்புறமாகத் திறந்து கொண்டு தன் படிப்பறைக்கு சென்று விடுவது டாக்டர் வாலங்கின் வழக்கம். முடிவுக்கு வரப்போகும் கார்கால மாலைப் பொழுதின் இதத்தில் இன்று தோட்டப் பாதையின் வழியாகப் பிரதான சாலைக்கு செல்ல எண்ணியவராய்த் தன் மனைவி வளர்த்திருந்த காய்கறிப் பாத்திகளைத் தாண்டிச் சென்றார். தேவதையின் காலணி போன்ற அழகிய மலர்களைக் கொண்ட நப்மாவியாங் புற்களைப் பூந்தொட்டி களில் ஏந்தியவாறு இடப் புறக் கற்சுவர் நின்றிருந்து. மழைக் காலம் ஆரம்பிக்கும் போது மலர்ந்து மழைக்காலம் முடியும் வரையும் நீடித்து நிற்கும் வெளிர் மஞ்சள் நிறப் பூக்களும் வரியோடிய தட்டையான பெரிய இலைகளும் கொண்ட பூச்செடிகளை அவர் விரும்பி வளர்த்திருந்தார்.

அக்டோபர் மாதமாகிவிட்டது. இனிவரும் மாதங்களின் கடும் குளிரைத் தாங்கி நின்று சமாளிக்க முடிகிற பூச்செடி இது மட்டும் தான். தோட்டக் கதவில் சாய்ந்தவாறு சுற்றிலும் நோட்டமிட்டார். குன்றி வரும் மாலை ஒளியின் கிரணத்தில் சுண்ணமடித்த மிஷனரி கட்டிடம் வெள்ளி நிறத்தில் ஒளிர்ந்தது. அருகிலிருந்த மலையின் கல் வீடுகளிலிருந்து எழுந்த புகை காற்றில் சுழன்று உயர, மரக் கட்டைகள் பற்றி எரியும் மணம் பரவியது. தொன்மையான அந்த ஆதி அமைதியை உடைத்தவாறு இரைச்சலை எழுப்பிக் கொண்டு பள்ளத் தாக்கின் மேல் பறந்து சென்றது ஒரு விமானம். போர் இந்த ஊரையும் கூட முக்கியமான ஒன்றாக்கிவிட்டது. டாக்காவிலிருக்கும் அமெரிக்க முகாமிலிருந்து பயணிகளையும் உணவுப் பொருட்களையும் ஷில்லாங்கிற்குக் கொண்டு செல்லும் விமானம்.

அருகிலிருக்கும் தேயிலைத் தோட்டத்தின் மேலாளர் ஃபிளின் தன் நாயுடன் சாலையில் கீழிறங்கிச் சென்றுகொண்டிருந்தார். ஒழுங்கற்ற ரோமங்கள் அடர்ந்த பெரியதொரு சிக்கிம் பூட்டியா இன நாய்.

‘குட்ஈவினிங், சாஹிப் ஃபிளின்’ என்றார் டாக்டர்.

‘நல்லதுன்னு சொல்ற மாதிரி இந்த சாயங்காலத்திலே அப்படி எந்த விஷயமும் இல்லையே, டாக்டர்’ என்றார் ஃபிளின்.

அவர் குரலிலிருந்த கேலியின் கசப்புக்குக் காரணம் அவரது முரட்டுத்தனம் அல்ல, அவரது வருத்தம். இத்தனைக்கும் உள்ளூர் வாசிகள் அவரிடம் ‘ஃபிளின் சாகிப், கொஞ்சம் பாருங்க. நிலத்தோட மேல் மண் எல்லாத்தையும் மழை அடிச்சிட்டு போயிடுச்சு. தேயிலைப் புதர்கள் எவ்வளவுதான் நிமிர்ந்து நின்னாலும் ரொம்ப நாள் தாக்குப் பிடிக்காது’ என்று எச்சரிக்காமல் இல்லை.. முதல் சோஹ்ரா பருவ மழையின் போது ஒரு மர்ம நிழலைப் போல எப்படியோ அவருக்குள் புகுந்துவிட்ட கசப்புத் தண்டுகளாக வளர்ந்து அவரின் பெருவட்டான

முரட்டுத்தனமான ஐரிஷ் உடலுக்குப் பொருத்தமாக வடிவம் கொண்டு விட்டது. கோடையின் மழைநீர் தன் வாழ்நாள் சேமிப்பு முழுதையும் சகதியைப் போல அடித்துக் கரைத்துச் செல்வதைக் கண்டு அவர் குரலில் வருத்தம் சமீப ஆண்டுகளாக இன்னும் முற்றியிருந்து. எனவே அவரின் தேயிலைத் தோட்ட நிலவரத்தைப் பற்றிப் பேசாமல் அதைத் தொடாமல் வேறு எதைப் பற்றி எப்படி விசாரிக்க வேண்டுமென்பது டாக்டருக்குத் தெரியும். கிராமத்தின் தேவாலயத்துக்கு பிஷப் வரவிருப்பது, வரப்போகும் குளிர் காலம், நிலக்கரியின் விலை விவரம் போன்ற வேறு சில்லறை விஷயங்களைப் பற்றிப் பேச்சுக் கொடுத்தார். மாவ்லு கிராமத்துக்கு அருகில் தொழிற்சாலை கட்டப்பட இருப்பது பற்றிய வதந்தியைக் குறித்து வருத்தத்தோடு பேசிக் கொண்டிருக்கும் போது சாஹிப் ஃபிளினின் காலுக்குக் கீழே இருந்த நாய் தலையை உயர்த்தி உறுமியது.

சாஹிப் ஃபிளின் நாயின் கழுத்துப் பட்டையில் கையை வைத்தபடி 'என்னடா சோனி?' என்றார். இருபுறமும் மூடுபனியுள் சென்று மறையும் சாலையில் அவர்களைத் தவிர யாருமில்லை. அநேகமாக பாதிரியார் பெவனும் இதர பாதிரியார்களும் பிரார்த்தனையில் இருந்திருக்க வேண்டும். மிஷனரி கட்டித்துக்கு முன்புறமிருந்த தோட்டமும் அரவமின்றி வெறிச்சோடிக் கிடந்தது. சாஹிப்பின் நாய் மீண்டும் உறுமி, குரைக்கத் தொடங்கும்போது தூரத்தில் குளம்படியின் எதிரொலி கேட்டது.

சாஹிப் ஃபிளின் எரிச்சலில் தாழ்ந்த குரலில் சொல்லிக் கொண்டார். 'ஏன்னு தெரியல. இந்த நாய்க்குக் குதிரைகளை மட்டும் பிடிக்கவே மாட்டேங்குது'

பக்கத்தில் வந்ததும் குதிரையில் வருவது யாரென்று அடையாளம் தெரிந்துவிட்டது. ஜோனா... குத்மதானின் ஒரு பங்களாவில் வசிக்கும் ஸ்மித்ஸன் தம்பதியின் மகன். உடல் நலமில்லாத யாரையோ பார்க்கவே ஜோனா வந்திருக்கிறான் என்றும் தன் மருத்துவமனையின் கதவை நோக்கியே அவன் வரக்கூடும் என்றும் தான் டாக்டர் வாலங் எதிர்பார்த்தார். ஆனால் ஜோனா குதிரையிலிருந்து இறங்கி, குதிரையை இரும்புக் கதவின் சட்டத்தில் கட்டிவிட்டு குழந்தைப் பிராயத்தில் தனக்கு ஏற்பட்ட நோயின் அடையாளத்தை வெளிப் படுத்தும்படி நொண்டி நொண்டி நடந்தபடி மிஷனரி கட்டிடத்தை நோக்கிச் சென்றான்.

கையை இன்னமும் நாயின் கழுத்துப் பட்டையில் வைத்திருந்த ஃபிளின் 'துக்கம் விசாரிக்கவோ?' என்றார்.

புகைத்து முடித்திருந்த சிகரெட்டின் அடிப் பகுதியை சுண்டி எறிந்தபடி. 'இருக்கலாம்' என்றார் டாக்டர் வாலங்,

வழக்கம்போல அன்று இரவு வாலங்கின் குடும்பம் இரவு உணவுக் காக சமையல் அறையில் அமர்ந்திருந்தது. கிழிந்த பழந்துணிகளைப் போல ஒரு மூலையில் தொங்கிக் கொண்டிருந்த மீன் மற்றும் இறைச்சியின் கீழே தீ வெடித்து எரிந்து கொண்டிருந்தது. மேஜைக்கு அருகே குழந்தைகள் விளையாடிக் கொண்டிருக்க, அவர்களின் அன்னையர்கள் பன்றி இறைச்சி சூப்பும் அரிசி சாதமும் சமைத்துக் கொண்டிருந்தார்கள். உணவுக்கு முன் பிரார்த்தனை சொல்ல ஆரம்பித்தபோது அவர்களின் அப்பா பயிற்றுவித்திருக்கும் ஒழுங்கு காரணமாக குழந்தைகள் அனைவரும் அமைதியாகினர்.

'உங்களின் கருணையால் நீங்கள் இட்ட பிச்சையை நாங்கள் பெற இருக்கும் இந்த வேளையில் நீங்கள் எங்களை ஆசிர்வதியும் பிதாவே. எங்களுக்குக் கிடைத்த நன்மைகளை எண்ணி நன்றியோடு இருக்கவும் இல்லாதவர்களின் தேவைகளைப் பூர்த்தி செய்யவும் எங்களை நீங்கள் ஆசிர்வதிப்பீராக' வாலங்கின் குரல் அறைக்குள் உரத்து எதிரொலித்து.

வாலங் முடித்ததும் அனைவரும் தாழ்ந்த குரலில் ஒட்டு மொத்தமாக 'ஆமென்' என்றனர்.

மேசையில் விளையாட்டும் பேச்சும் திரும்பியது. சாப்பாடு பாதியில் இருக்கும் வேளையில் யாரோ கதவை அவசரமாகத் தட்டும் சத்தம் கேட்டது. குத்மதானில் வசிக்கும் மிஸ்டர். ஸ்மித்ஸன் வீட்டு வேலையாள்.

'தயவு பண்ணி' என்று சொல்லிக் கொண்டிருக்கும் போதே அவனுக்கு மூச்சு இரைத்தது. 'உடனடியாக குத்மதானுக்கு வர முடியுமா டாக்டர்?'

டாக்டர் வாலங் கையைக் கழுவி முடிக்கும்போது அவரது பையை எடுத்துத் தந்த டாக்டர் வாலங்கின் மனைவி 'அங்கே உங்களுக்கு எவ்வளவு நேரம் வேலை இருக்கும்னு யாருக்குத் தெரியும்' என்றவாறு ஒரு சால்வையை அவரிடம் கொடுத்தாள். இது போன்ற சமயங்களில் எப்போதும் உண்டாகும் வழக்கமான பீதியுடன் டாக்டர் வாலங் கிளம்பினார். எத்தனை வருடங்களாக மருத்துவம் பார்த்தாலும் வியாதியோ, சாவோ எதுவாகிலும் அதன் எதிர்பாராத அழைப்பு அவரை இன்றளவும் பதட்டம் கொள்ள வைத்தது. டாக்டரின் கையிலிருந்த டார்ச் விளக்கு சகதியின் மீதும் பாறைகளின் மேலும் காமாலை பிடித்தது போன்ற சோகையான மஞ்சள் நிற வெளிச்சத்தை உமிழ்ந்து கொண்டிருந்தது. என்ன நடந்தது என்று வேலையாளிடம் விசாரித்தபடியே அவனுடன் சாலையில் கீழே இறங்கிச் சென்றார், அவர்களைச் சுற்றியிருந்த செடிகொடிகளற்ற மொட்டைப் பாறை களின்மீது நிம்மதியற்று அலையும் ஆவியைப் போல காற்று வீசிக் கொண்டிருந்தது.

'எஜமானி அம்மாவுக்கு உடம்பு சரியில்லாம போச்சுங்க..சின்ன எஜமானி அம்மாவுக்கு.'

ஒல்லியாக உயரமாக துடுக்கான பேச்சுடன் திடகாத்திரமாக இருக்கும் ஸ்மித்ஸனின் மனைவிக்கு ஏதாவது ஆகும் என்பதை நினைத்துப் பார்ப்பதே கடினம். சின்ன எஜமானி அம்மா என்றால் அநேகமாக அது மிஸ். லூசியாகத்தான் இருக்கும் என்று நினைத்துக் கொண்டார். திருமதி ஸ்மித்ஸனின் தங்கை மகள், அப்பா அம்மா இல்லாதவள். போன பருவமழைக் காலத்தின்போதுதான் இங்கிலாந்தி லிருந்து வந்திருந்தாள். அவள் தனியாகக் குதிரையில் சவாரி செய் வதைப் பார்த்திருக்கிறார், சில சமயங்களில் ஜோனாவுடன் சேர்ந்தும்.

குத்மதானில் இருந்த அந்த பங்களா, அடர்ந்த பைன் மரங்களின் பின்னால், இருளில் ஒரு துக்கத்தை அடைகாப்பதைப் போல சிதிலமடைந்து நின்றிருந்தது. அதன் பின்னால் அங்கொன்றும் இங்கொன்றுமாக இருந்த மரங்களோடு சட்டென்று சரிந்து முடியும் குன்று. அதனாலேயே 'முடிந்த நிலம்' என்பது அந்த இடத்தின் பெயராக ஆகியிருந்தது. ஜன்னலில் லாந்தர் விளக்குகள் மினுக்கின.

வீடே டாக்டரின் வருகைக்காகக் காத்திருந்தது. ஜோனா கதவைத் திறந்தான்.

இருபத்திரண்டு வயதே ஆகியிருந்தாலும் ஒரு முதிர்ந்த மனிதனுக் குரிய சாயலுடன் இருந்தான் ஜோனா. 'வந்ததற்கு நன்றி டாக்டர்' என்றான். உள்ளே நுழையும்போது ஜோனா அதிகமாக நொண்டுவதை டாக்டர் கவனித்தார். குதிரையில் சவாரி செய்வதைக் குறைத்துக் கொள் என்று அவர் அவனிடம் அடிக்கடி சொல்லி இருந்தார், ஆனால் அவன் அதை சுத்தமாய்க் கேட்பதாயில்லை.

வரவேற்பறையில் நெருப்புக்குப் பக்கத்தில் ஸ்மித்ஸனின் பிரம் மாண்டமான உருவம் தெரிந்தது. திருமதி ஸ்மித்ஸன் ஜன்னலின் அருகே அசைவின்றி அமர்ந்திருந்தாள்.

'உங்களை சிரமப்படுத்துவதற்காக எங்களை மன்னிக்கணும் டாக்டர். அஞ்சு மணிக்கு நீங்க ஆஸ்பத்திரியை மூடிடுவீங்கன்னு தெரியும்'. சுவாசத்தில் விஸ்கியின் மணம் இருந்தாலும் ஸ்மித்ஸனின் குரல் வழக்கத்தை விட சற்று அடங்கியே ஒலித்தது.

'ஒரு பிரச்சினையும் இல்லை ஸ்மித் ஸாகிப்., என்ன உதவி வேணும்?'

'இந்த லூசி இருக்காளே...' ஆரம்பித்துவிட்டு அதை முடிக்காமல் தடுமாறினார்.

'ஆமாம்..?'

"அது வந்து.."

"லூசிக்கு என்னதான் பிரச்சினை?"

ஸ்மித்ஸன் அவர் மகனைப் பார்த்தார்.

'எங்களுக்கும் என்ன பிரச்சினைன்னு தெரியல. அதுதான் பிரச்சினை'

'டாக்டர். அவளுக்கு ... ' என்று இழுத்தான் ஜோனா.

ஜோனாவை மறித்த அவள் அம்மா, 'ஒரே தலைவலி மயக்கமா இருக்குன்னு சொல்லிக்கிட்டு இருக்கா'

அவளை நோக்கித் திரும்பி 'எவ்வளவு நாளா?' என்றார்.

'ஒரு வாரமா'

இதற்கு முன்னால் ஏன் தன்னை அழைக்கவில்லை என்று டாக்டர் கேட்கவில்லை. டாக்டராகவே இருந்தாலும் ஒரு வெள்ளைக்காரரின் வீட்டில் அதைப் போலக் கேட்க முடியும் என்று அவருக்குத் தோன்றவில்லை.

மொத்தக் குடும்பமும் அமைதியாக இருக்க, ஜோனா மட்டும் 'நீங்களே வந்து பாருங்களேன்' என்றான்.

அவள் எப்படியிருக்கிறாள் என்று முதலில் பார்ப்பதாகச் சொல்லிவிட்டு திருமதி ஸ்மித்ஸன் அறையை விட்டு வெளியேறிச் சென்றாள். புகைபோக்கிக்குக் கீழே எரிந்து கொண்டிருந்த மரத் துண்டு ஒன்று ஓசையுடன் வெடித்துப் பிளந்தது. ஜோனாவும் அவன் அப்பாவும் அமைதியாக ஆவிகளைப் போல நின்று கொண்டிருந்தார்கள்.

'ஸ்மித் ஸாகிப், இன்னைக்கு என்னைக் கூப்பிடற அளவுக்கு என்ன நடந்துச்சு?'

ஸ்மித்ஸன் மேஜையருகே சென்று இன்னொரு கோப்பை மதுவை ஊற்றிக் கொண்டார்.

'லூசி கொஞ்ச நாளாவே உடம்பு சரியில்லாமதான் இருக்கா...' நானும் அப்படி இப்படி கொஞ்சம் பாத்துக்கிட்டுத்தான் இருக்கேன், இந்தக் காலத்துப் பசங்களப் பத்தித்தான் உங்களுக்குத் தெரியுமே. இந்தக் குதிரை லாயத்துல வேலை பாக்கிற பையன் சம்பந்தமா ஒரு சின்னபிரச்சினை... '

'அப்பா, அது எதுக்கு இப்ப... இங்கே அதை இழுக்க வேண்டாமே' என்றான் ஜோனா உறுதியான குரலில். அவன் முகம் மாறி சிவந்திருந்ததை டாக்டர் கவனித்தார்.

ஆனால் வயது கூடியவரான ஸ்மித்ஸன் சற்று அதிகமாகவே குடித்திருக்க வேண்டும். ஜோனா சொன்னதைக் கண்டுகொள்ளாதவராகத் தொடர்ந்து பேசினார்.

‘என்ன நடந்ததுன்னு தெரியல… அநேகமா ரெண்டு பேரும் ரொம்பதூரம் நடந்து போனதைத் தவிர வேற ஒண்ணும் இல்லைன்னு தான் நினைக்கிறேன், ஆனா அதுக்கப்புறம் அவ ரொம்பவே உற்சாகமில்லாம மாறிட்டா. சொல்லப் போனா, அவ பெரியம்மா அதைப் பத்தி அவகிட்ட கேட்டதுக்கு அப்புறம்’

அவர்கள் யாரைப் பற்றிப் பேசுகிறார்கள் என்று டாக்டர் வாலங்குக்குத் தெரிந்துவிட்டது. உடம்பு சரியில்லாத தன் அப்பாவை அழைத்துக் கொண்டு ஒரு மாதத்துக்கு முன்னால் ஆஸ்பத்திரிக்கு வந்திருக்கிறான் கின்டாங். மெலிதாக குதிரையின் வாசனை அவன்மீது வீசினாலும் பார்க்க சாந்தமாகவும் நல்ல களையாகவும்தான் இருந்தான்.

களைப்பாகத் தெரிந்த ஸ்மித்ஸன் தன் முழு எடையையும் நாற்காலிக்குக் கொடுத்து சரிந்து உட்கார்ந்திருந்தார்.

‘இன்னிக்கு காலைல அவ அவளாவே இல்ல… பைத்தியம் மாதிரி உளறினா. என்னமோ தங்கம்… தங்கம்னு… .ம்..என்ன அது? எப்படியோ, அதைப் பாத்து எங்களுக்கு ரொம்ப கவலையா ஆயிருச்சு. ஒருவேள பொதுவா ஊர்ல எல்லாம் சொல்லுவாங்களே.. அதுமாதிரி ஏதாவது இருக்குமோன்னு..’ அதன்பின் சொற்களுக்குத் தடுமாறினார்.

‘பேய் பிடித்திருக்கிறதா…..’

ஸ்மித்ஸன் தலையசைத்தார்.

‘என் வீட்டுக்காரிதான் பாதிரியார் பெவனைக் கூப்பிடலாம்னு சொன்னா….’

‘அவர்தான் உங்களை உடனே கூப்பிடச் சொன்னார்.’

ஜோனா மீதியைச் சொன்னான். ‘ஏன்னா இதுமாதிரி விஷயங் களிலே உங்களுக்கு அனுபவம் இருக்குன்னார்’

வெளியேற முடியாமல் வழிதவறிப் போன குருட்டு மிருகத்தைப் போல அந்த அறைக்குள் அடைந்திருந்த தர்மசங்கடமான மௌனத்தைக் கலைப்பது போல ஸ்மித்ஸனின் மனைவி கதவுக்கு வெளியே நடந்து வருவது கொஞ்ச நேரம் கழித்து கேட்டது.

அவள் கையில் இருந்த லாந்தர் விளக்கின் ஒளி, படுக்கை அறைக்குச் செல்லும் குறுகிய தாழ்வாரத்தின் பக்கவாட்டில் நீண்டு நிழலாடி நெளிந்தது.

‘லூசிக்கு இப்ப என்ன வயசு?’ என்றார் டாக்டர்.

‘பத்தொன்பது. ரொம்ப கஷ்டமான வயசு, ஒரு பொண்ணோட மனசில பல விதமான கற்பனைகளும் வர்ற வயசு. அதையெல்லாம் அப்படியே எடுத்துக்கக் கூடாது டாக்டர்’

அவர் சொன்ன விதம் ஒரு வேண்டுதல் என்பதைவிட ஆணையைப் போல ஒலித்தது.

'அவளோட அப்பா அம்மா?'

'ரெண்டு பேரும் குண்டு வீச்சுல இறந்துட்டாங்க, இவ தப்பிப் பிழைச்சதே பெரிய அதிசயம்.'

திருமதி ஸ்மித்ஸன் கதவைத் திறந்து விட்டுவிட்டு. 'நான் வெளியே இருக்கேன் டாக்டர்' என்றாள்.

டாக்டர் ஒரு நிமிடம் தயங்கி நின்றார். இது போன்ற சமயங்களில் தான் ஒரு பேயோட்டியாக இருக்க வேண்டுமா, அல்லது வைத்தியராக இருக்க வேண்டுமா என்பதை அவரால் தீர்மானிக்க முடிவதில்லை. சில சமயம் இரண்டுக்கும் பெரிய வித்தியாசம் இருப்பது போலவும் தெரியவில்லை.

அவர் நுழைந்தது கனத்த மரத்தாலான அலமாரியும் அதன் பக்கவாட்டில் கட்டிலும் கொண்ட பெரிய விசாலமான அறை. கட்டிலுக்கு எதிரே ஜன்னல். அதற்கு அருகில் சிறிய மேஜையும் நாற்காலியும் இருந்தன. எரிந்து கொண்டிருந்த கணப்பு அடுப்பின் மேடையில் இருந்த லாந்தர் விளக்கின் ஒளியில் வெண்ணிறப் போர்வையும் அதன்கீழ் அதே நிறத்தில் படுத்திருந்தவளின் முகமும் தெரிந்தது. தலையணையின் மீது தீ ஜுவாலையைப் போல அவளது பழுப்பு நிற கேசம் விரிந்து பரவிக் கிடக்க, அவர் வெகு அருகில் சென்ற பிறகும் கூட அசையாமல் படுத்திருந்தாள்.

'மிஸ் லூசி, எப்படி இருக்கீங்க"

என்ற கேள்விக்கு அமைதியே பதிலாகக் கிடைத்தது.

'உங்களோட பெரியம்மாவும் பெரியப்பாவும் உங்களைப் பத்திக் கவலையா இருக்காங்க.'

மூச்சு இரைக்கும் ஓசை கேட்டது.

'நீங்க தூங்கணும்னா நான் அப்புறமா வர்றேன்'

இம்முறை அவள் வெறுமையாகச் சிரித்தாள். 'நானும் தனியா இருக்கணும்ங்கிறதப் பத்தி வேற யாருமே யோசிக்கிறதில்லையே. நீங்க மட்டும் ஏன் அப்படி நினைக்கணும்?'

'அவங்க எல்லாரும் நீங்க நல்லா இருக்கணும்னு மட்டும்தான் நினைக்கிறாங்க. நீங்களும் அப்படித்தானே நினைக்கிறீங்க, மிஸ் லூசி"

நாற்காலிக்கு அருகே வந்து 'நான் உட்காரலாமா' என்றார்.

பிரச்சினை இல்லை என்பது போலத் தோள்பட்டையைக் குலுக்கினாள்.

‘என்ன பிரச்சினைன்னு நீங்க சொல்லலாமே?’

எதிரே ஜன்னலுக்கு அப்பால் இருந்த இருளையே வெறித்துக் கொண்டிருந்தாள் லூசி.

உங்களுக்குத் தலைவலின்னு உங்க பெரியம்மா சொன்னாங்களே?’

மெதுவாகத் தலையசைத்தாள்.

‘தலைவலிக்கு மருந்து தர்றேன். அதுக்கு முன்னால உங்களைப் பரிசோதிக்கலாமா?’

அவள் எழுந்து அமர்ந்து ‘மூச்சை இழு, வாயைத் திற, நாக்கை நீட்டு’ என்பது போன்ற மருத்துவ ரீதியான கட்டளைகளுக்கு மட்டும் ஒரு இயந்திரத்தைப் போலப் பணிந்தாள். சற்று அதிகமான நாடித் துடிப்பைத் தவிர வேறெந்த உடல் நலக் குறைவும் இருக்கவில்லை. ஒருவேளை திருமதி ஸ்மித்ஸன் சொன்னதைப் போல மற்றவர்களின் கவனத்தை ஈர்க்க நினைக்கிறாளோ என்று எண்ணிக் கொண்டார்.

‘உங்களின் தலைவலிக்கு மருந்து தருகிறேன்’.

அவர் மருந்துப் பையை எடுக்கும்போது, அவரை நோக்கித் திரும்பி, ‘உங்கள ஒண்ணு கேக்கலாமா டாக்டர்?’ என்றாள்.

‘நிச்சயமாக’

‘எனக்குப் பைத்தியம்னு நினைக்கிறீங்களா?’

முதல் முறையாக அவளை அருகில் பார்த்த போது நூற்றாண்டு களாகத் தீண்டப்படாத லெக்கின்ஸ் யூ ஏரி நீர்த் தேக்கத்தைப் போலப் பச்சை நிறத்தில் அவள் கண்கள் ஒளிர்ந்தன.

“நான் ஏன் அப்படி நினைக்கணும்?’ தேர்ந்த மருத்துவராகக் கேள்வியை அவளை நோக்கி திருப்பினார்.

லூசி தலையணையில் சாய்ந்து கண்களை மூடிக் கொண்டாள்.

“அவங்க எல்லாரும் அப்படித்தான் நினைக்கிறாங்க. ஆனா எனக்குத் தெரியும்... அவங்க சொல்றதில்லையே தவிர அவங்க முகத்திலயே தெரியும். கிசுகிசுன்னு பேச்சு.. ஈ மாதிரி என்னையே சுத்திசுத்தி வர்றது. குதிரை சவாரி செய்யும்போது மட்டுந்தான் அவங்க என்னோட இல்லை. அப்ப எதுவுமே இல்லை. எல்லாமே மறைஞ் சிடுது”.

சோஹ்ராவின் விரிந்து பரந்த வானமும் மலைகளும், அவற்றுக்கு எதிராகத் தனிமையில் அவள் மட்டும் ஒற்றை ஆளாக நின்று கொண்டிருப்பதைப் போலவும் ஒரு சித்திரம் டாக்டரின் மனதில் தோன்றியது. ஒருக்கால் இந்த மாதிரியான ஒரு இடம் அநேகமாக இவளைப் போன்ற ஒரு பெண்ணுக்குப் பொருந்தாததாக இருக்கலாம்.

‘இன்னிக்கு மத்தியானம் நீங்க வேற ஒரு ஆள் மாதிரி இருந்தீங்கனு உங்க பெரியப்பா சொன்னார்’

‘காரணம் என்னோட ஒற்றைத் தலைவலி, தலையே வெடித்து விடுவது போலக் கடுமையான வலி.’ அவள் அமைதியாக பதில் சொன்னாள்,

‘எந்தப் பக்கம் வலி?’

‘எல்லாப் பக்கமும், பிரகாசமான கண்ணையே குருடாக்கும் ஒளியைப் போல, இன்னொரு உலகத்தை நான் காண்பது போல, அல்லது உலகமே இருண்டு விட்டது போல..’

இப்படியெல்லாம் பேசுவதற்கு அவளுக்கு அப்படி ஒன்றும் வயதாகவில்லை என்று நினைத்துக் கொண்டார் டாக்டர், ஆனால் எதுவும் சொல்லவில்லை.

‘இதுக்கு முன்னால் இது போல வந்தது உண்டா?’

‘சில சமயம். லண்டனில் இருக்கும் போது.’

‘நல்லாத் தூங்கறீங்களா?’

இல்லை என்று மறுத்துத் தலையசைத்து விட்டுப் படுக்கைக்கு அருகில் குவளையில் இருந்த தண்ணீரை எடுத்துக் கொண்டாள்.

‘ஏன் தூக்கம் வரலை?’

‘கெட்ட கனவுகள்.’ சொல்லிவிட்டுச் சிரித்தாள்.

‘அல்லது சின்னப் பொண்ணோட உளறல்’ என்னோட பெரியம்மா அப்படித்தான் சொல்லுவாள்..’

அவள் சொன்னதை நம்புவதில் டாக்டருக்கு சிரமம் எதுவும் இருக்கவில்லை.

லூசி டாக்டரை நோக்கித் திரும்பி கண்ணில் பிரகாசத்துடன் கவனமாக நேருக்கு நேராகப் பார்த்தாள். ‘கனவை நம்புவது முட்டாள் தனமானது என்று பெரியம்மா சொல்லுவாள். ஆனால் நீங்கள் அப்படி நினைக்க மாட்டீர்களென்று நம்புகிறேன் டாக்டர். நிஜத்தில் நடப்பவை போலவே கனவில் நடப்பவையும் முக்கியமானவை என்று கியன்டாங் சொன்னான். நீங்களும் அதை நம்புறீங்களா?’

இருப்புக் கொள்ளாத அவளது திடீர் உணர்ச்சிப் பெருக்கை சமாதானப்படுத்தும் விதமாக டாக்டர் மென்மையாகப் பேசினார். ‘காஸி மக்கள் நிறைய விஷயங்களை நம்புறாங்க. அவற்றில் பலவும் பல நூற்றாண்டுகளாகப் பேசப்படும் கதைகள், பல மூடநம்பிக்கைகள்.’

அவள் கன்னங்கள் சிவந்திருந்தன. அவள் இலேசாக அசைந்த போது லாந்தர் விளக்கின் ஒளி அவளது கூந்தலில் பளீரிட்டு மறைந்தது. ‘ஆனால் மனிதர்களுக்குப் பேய் பிடிக்கும் என்பது

உண்மையா? நீங்க அந்த மாதிரி ஆள்களப் பார்த்திருக்கீங்களா... அது நிஜம் தானா?'

டாக்டர் ஸ்டெதஸ்கோப்பை எடுத்துப் பையில் வைத்துக் கொண்டார். 'கொஞ்சம்கூட மகிழ்ச்சியே இல்லாத ஆள்களைப் பார்த்திருக்கிறேன். அதைப் போன்றதொரு காலியிடத்தில் பல பேய்கள் இருக்க முடியும். மரப் பொந்தில் ஜந்துக்கள் இருப்பதைப் போல. பேய்கள் வெளியிலிருந்து வருதா உள்ளே இருந்து வருதாங்கிறது மட்டும் எனக்கு தெரியல.' ஆனா நமக்குப் பிரியமானவங்க செத்துப் போன பிறகு அவங்கள நினைச்சுகிட்டிருந்தா நம்மளப் பார்க்க அவங்க திரும்ப வருவாங்க அப்படின்னு காஸி மக்கள் நம்பறாங்க... .' டாக்டர் மென்மையான குரலில் சொன்னார்.

அவள் குறுக்கிட்டு 'தங்க முட்டைகள் என் கனவுல வருது. சீற்றத்தோட மேல இருந்து மழை மாதிரி ஏராளமா கீழ விழுந்து தரையத் தொட்ட உடனே வெடிக்கிற முட்டைகள். இப்ப தீப் பறவை.' அவரை நோக்கித் திரும்பினாள். ஒரு தீப் பறவைக்குள்ள இருக்கிற மாதிரி கனவு வந்துச்சுன்னா அதுக்கு என்ன அர்த்தம்? போர்வையை விலக்கிவிட்டு திடீரென்று கட்டிலை விட்டு கீழே இறங்கினாள்.

பெவன் பாதிரியாரின் அலுவலகத்தில் தொங்கும் ஓவியத்தில் அவர் பார்த்திருந்த அந்த தேவதையே இறங்கி வந்தது போல் வெண்ணிற ஆடையில் காலணியும் இல்லாமல் ஒரு தேவதையைப் போல இருந்தாள் லூசி. கட்டிலுக்கு எதிரே அறையின் அடுத்த பக்கமாக இருந்த ஜன்னலை நெருங்கி ஜன்னல் கதவுகளை அகலமாகத் திறந்து விட்டாள். ஜன்னல் திரைகளையும் அவள் ஆடையையும் அழுத்திக் கொண்டு காற்று திடீரென்று உட்புகுந்தது.

வானத்தை நோக்கிக் கையைக் காட்டிக் கொண்டு இவ்வாறு சொன்னாள். 'நான் அங்கே பறந்து செல்வது பற்றிக் கனவு காண்றேன். ஆகாயத்துல இருந்து கோடிக் கணக்கான ஜ்வாலைகளை சிதற விட்டபடி ஒரு நட்சத்திரம் வெடித்து வீழ்வது போல அதிலிருந்து பிரகாசமான ஒரு தீப் பறவை தரையை நோக்கி வருது, கீழகீழ வந்து தரையில பயங்கர சத்தத்தோட வெடிச்சு விழுது... ' சொல்லி விட்டு உள்ளங்கையால் காதுகளை அடைத்துக் கொண்டு குளிரில் நடுங்கினாள், 'தல சுத்துது தல சுத்துது,' முணுமுணுத்தபடியே மேஜையையும் நாற்காலியையும் இடித்துத் தள்ளியபடி தரையில் சுருண்டு விழுந்தாள்.

டாக்டர் வாலங் சிகரெட்டைப் பற்ற வைத்துக் கொண்டு பங்களாவை விட்டு வெளியே வந்தார். தெளிவான இரவு வானத்தில் தூரத்தில் தெரிந்த மலைகளுக்கு மேலே பிறை நிலா நின்றிருந்தது. தோட்ட நடைபாதையின் கடைசி வரை வந்து வெளியே வந்து விட்டோமா இல்லையா என்று தெரியாமல் குழம்பியபடி

நின்றிருந்தார். இதற்குமேல் ஏதும் செய்ய முடியும் என்று தோன்ற வில்லை. லூசி மயக்கமடைந்த பிறகு திருமதி ஸ்மித்ஸன் ஜோனாவின் உதவியுடன் அறைக்குள் பாய்ந்தோடி வந்து பழக்கமான வேகத்துடன் ஒரு காகிதப் பொட்டலத்தைத் திறந்து அதிலிருந்த நுகரும் உப்பை லூசியின் நாசிக்கு முன் வைத்தாள். லூசி கண் விழித்த பிறகு டாக்டர் அவளை சுமந்து சென்று படுக்கையில் படுக்க வைத்தார். அவள் எடையற்றிருந்தாள். போர்வையை நன்கு இழுத்து மூடிவிட்டார். பேசவே சிரமப்படும் அளவுக்குக் களைத்திருந்த லூசி உடனே உறங்கிவிட்டாள்.

‘ஜன்னலில் இருந்து வந்த குளிர் காற்றாக இருக்கும், நாம் அவளுக்கு ஓய்வு கொடுப்போம்’ அவள் நன்றாகத் தான் இருக்கிறாள்’ என்று வீட்டாரிடம் உறுதியளித்தார் டாக்டர். எல்லோரும் அறையை விட்டு வெளியேறிய பின் ஜோனா படுக்கைக்கு முன் சில நொடிகள் தயங்கி நின்றதை டாக்டர் கவனித்தார். அவன் முகத்தில் தவழ்ந்த வழக்கத் துக்கு மாறான வித்தியாசமான மென்மையையும், புன்னகையையும் அதற்குமுன் அவர் கண்டதில்லை.

அவர்கள் செய்ய வேண்டுவது என்ன என்று அறிவுறுத்தும்படி வரவேற்பறையில் இருந்த ஸ்மித்ஸன் துரை டாக்டரைக் கேட்டுக் கொண்டார். லூசி நன்றாக சாப்பிட வேண்டும், இன்னும் கொஞ்சம் சத்து பிடிக்க வேண்டும், அவள் வயது ஒத்த பிற ஆங்கிலப் பெண்களுடன் பழக வேண்டும் என்பதைத் தவிர வேறு எதையும் டாக்டர் வாலங்கினால் குறிப்பிட்டுச் சொல்ல முடியவில்லை.

‘சில சமயம் ஞாயிற்றுக் கிழமைப் பள்ளிக் கூடத்தில் அவள் உதவி செய்வதைப் பார்த்திருக்கிறேன், அவள் இன்னும் நிறைய நண்பர் களுடன் எப்போதும் கலகலப்பாக இருப்பது நல்லது’.

‘அவள் தேறியதும் அவளை ஷில்லாங்குக்குக் கூட்டிப் போகிறேன்’ என்றான் ஜோனா.

கடிகாரத்தில் மணியடித்த போது, இவ்வளவு நேரமாகிவிட்டதா என்று வியந்தபடி டாக்டரை வீட்டுக்குத் திரும்பும்படி கேட்டுக் கொண்டார் ஸ்மித்ஸன்.

சிகரெட் துண்டை வீசி எறிந்து விட்டு இருள் போர்த்தியிருந்த பங்களாவைத் திரும்பி பார்த்தார் டாக்டர் வாலங். அனைவரும் படுக்கைக்குச் சென்றுவிட்டதால் லாந்தர் விளக்குகள் அணைக்கப் பட்டிருந்தன. இரவின் குளிர் காற்றுக்கு இதமாக இருந்த சால்வையின் வெம்மையை விரும்பியவராக அதை இன்னும் இறுக்கமாக சுற்றிப் போர்த்திக் கொண்டார். பைன் காடுகளின் வழியாக வந்த நியாங்காங்வியங் கூவலையும் குளிர்காற்று சுமந்து வந்த பலவகையான ஒலிகளையும் கேட்டார்.

எல்லா நாட்களையும் விடவும் இன்று நிறைய நோயாளிகளைப் பார்த்திருந்த டாக்டர் களைப்பாக இருந்தார். ஈரமான கோடுகளோடு இருந்த மண்ணைத் தாண்டி காய்கறித் தோட்டத்திற்கு நீர் ஊற்றிக் கொண்டிருக்கும் தன் மனைவியை ஜன்னலின் வழியாகப் பார்த்தார். இன்றைய வேலை முடிவதற்கு முன் இன்னும் எத்தனை நோயாளி களைப் பார்க்க வேண்டுமோ என்று நினைத்துக் கொண்டே 'நெக்ஸ்ட்' என்று வரிசையில் காத்திருந்த அடுத்த நபரை அழைத்தார்.

சாஹிப் ஃபிளின் தன் கையில் ஏற்பட்ட வெட்டுப் புண்ணுக்குத் தடவ மருந்து வேண்டும் என்று கேட்டு அனுப்பிய துண்டுக் கடிதம் டாக்டரின் மேசையில் இருந்தது. கதவுக்கு முதுகைக் காட்டிக் கொண்டு அவர் கல்வத்தில் மருந்தைக் கலந்து கொண்டிருந்த போது ஒரு உருவம் அறைக்குள் நுழைந்தது.

திரும்பிப் பார்க்காமலேயே 'உங்களுக்கு என்ன வேணும்?' என்றார்.

'டாக்டர், அவளுக்கு சரியாகிவிடுமா?'

உயரமாக, மெலிந்த கைகளுடன், கலைந்த கேசத்துடன் இருந்த அந்த இளைஞன் அறைக்குள் அசௌகரியமாக நின்றிருந்தான். வீட்டில் இருப்பதை விட குதிரை லாயத்திலோ மலையிலோ இருப் பதையே வசதியாக உணரக் கூடியவனாக அவன் இருக்க வேண்டும்,

நிலையாக நிற்கக்கூட முடியாமல் நெளிந்துகொண்டே பதட்டத் தோடு பேசினான். 'இப்போதெல்லாம் வீட்டைவிட்டு வெளியே வர அவளுக்கு அனுமதி இல்லை என்று கேள்விப்பட்டேன். அவளுக்கு உடம்பு சரியில்லை, ஏதோ பேய் பிடித்திருக்கிறது என்று சொல்லிக் கொண்டார்கள்''..

டாக்டர் வாலங் குத்மதானுக்கு சென்றுவந்து ஒருவாரம் ஆகியிருக்கும். லூசியை மீண்டும் ஒரு முறை சென்று பார்க்க வேண்டு மென்றே நினைத்தார். ஆனால் அவருக்கு அழைப்பு ஏதும் வந்திருக்க வில்லை என்பதால் எவரும் அழைக்காமல் அந்தப் பங்களாவுக்குச் செல்ல அவர் துணியவில்லை.

'அவளைப் பற்றி நீ ஏன் கவலைப்படுகிறாய்?'

அந்த இளைஞன் வெட்கப்பட்டு வழிந்தான்.

'நான்தான் கியன்டாங்... '

'நீ யாருன்னு எனக்கு தெரியும். அதனால்தான் கேக்கறேன்' என்றார் டாக்டர்.

இளமை வேகத்தின் உறுதியோடு ஒரு வீரத்தியாகி போல இப்படிச் சொன்னான், 'உங்களுக்கு அதெல்லாம் புரியாது, எல்லாரும் எனக்குக் கிறுக்கு, இது நடக்கவே நடக்காது, அவளை மறந்துடுன்னு சொல்றாங்க''

‘ஆமாம்.. நிச்சயமா நடக்காது, அது உனக்கே தெரியும்’ என்றார் டாக்டர்.

விடாப்பிடியான உறுதியுடன் அவன் பேசினான். ‘இந்த ஊர்ல அவள் பேசக்கூடிய ஒரே ஒரு ஆள் நான் மட்டுந்தான்’

டாக்டர் இதை, இந்த உறுதியை நப்மாவியாங் மலர்களில், கிராமத்து மக்களின் உறுதியில் என்று சோஹ்ராவில் நிறைய இடங்களில் கண்டிருக்கிறார். பள்ளத்தாக்கினால் தனிமைப்படுத்தப் பட்ட அவர்களைக் கடும் மழையிலும் நெடும் குளிர்காலத்தையும் தாண்டி என்றென்றைக்குமாக வாழச் செய்வது இந்த உறுதிதான்.

‘ஒருநாள் அழுதுகிட்டே வந்தாள்,’ என்றபடி பேச்சைத் தொடர்ந்தான்.

‘ஜோனாவுடன் குதிரை சவாரி முடித்தபின் சோகமாக இருந்ததால் என்ன ஆச்சுன்னு கேட்டேன். நான் அவங்களோட மொழியில பேசினத அவளால நம்பவே முடியல. வெள்ளைக்காரங்களோட ரொம்ப வருசமா வேல பார்த்திருக்கேன்,’

‘ஆனா அதை வச்சு நீ அவங்கள்ல ஒருத்தனா ஆயிட முடியாது’.

அவர் சொன்னதை எதிர்த்து வீராப்புடன் இப்படிச் சொன்னான்.

‘நான் ஒண்ணும் அவங்கள்ல ஒருத்தனா ஆக விரும்பல. அவளுக்கு நல்லாயிடுமான்னு மட்டும் தான் கேக்கறேன்’

‘அவ இளமையா உறுதியா உடல்நலத்தோட இருக்கா... அதுக்கு மேலே அதைத் தவிர வேற எதையும் என்னால சொல்ல முடியாது. யார் எந்தப் பேயோட போராடறாங்கனு யாருக்குத் தெரியும்.’

டாக்டர் புண்ணுக்கான மருந்தை கவனமாக பாட்டிலில் ஊற்றினார். ‘அவளோட கனவைப் பத்தி உங்கிட்ட எப்பவாவது சொல்லிருக்காளா?’

‘எனக்கு ஞாபகமில்லை. ஆனா அடுத்த தடவை...’ என்று தயங்கியபடி சொன்னான் அந்த இளைஞன்.

‘நீ அவளை இனிமேல் பார்க்க முடியாது கியன்டாங். அவளுக்கு அதான் நல்லது. உனக்கும் அதுதான் நல்லது.. உனக்கு அது தெரியலைன்னா இப்ப நான் சொல்றேன் கேட்டுக்க’ என்று முடிவாக சொல்லிவிட்டுக் கதவைக் காட்டினார் டாக்டர்.

இரண்டு வாரம் ஆகியிருக்கும். வந்து பார்த்துச் செல்லும்படி குத்மதானில் இருந்து அழைப்பு வந்து டாக்டர் சென்றபோது திருமதி ஸ்மித்ஸன் முன்வாசலில் காத்திருந்தாள். ஒரு காலத்தில் அவள் அழகியாக இருந்திருப்பதற்கான அடையாளம் இருந்தாலும், அவளின் கன்ன எலும்புகள் மேடிட்டுப் போய் முகம் ஒடுக்கு விழுந்திருந்தது.

அழகிய நீல நிறக் கண்கள் உறைந்து போனபடி திகைப்போடு தூரத்தில் எங்கோ பார்த்துக் கொண்டிருந்தன.

அமைதியற்ற சம்பிரதாயமான அந்தச் சூழலை மாற்ற ஸ்மித்ஸன் இருந்தால் நன்றாக இருக்கும்போல இருந்தது. 'லூசி எப்படி இருக்கா?' என்றார் டாக்டர்.

'முட்டாள் பொண்ணு சாப்பிடறதையே நிறுத்திட்டா'

'எத்தன நாளா?'

'நாலு நாளா... ரொட்டியும் தண்ணியும் மட்டுந்தான்... கொஞ்ச மாம்பழம். அதுவும் நாங்களா கட்டாயப்படுத்தி ஊட்டி விட்டாத் தான்'.

சற்று இடைவெளி விட்டு பேசினாள்.

அவள் குரலில் கடுமையான எரிச்சல் தெரிந்தது. தன் சொல்லுக்குக் கட்டுப்பட்டவர்களாகவே எல்லாரையும் ஆக்கி வைத்திருப்பவர் என்று திருமதி சிம்ஸனைப் பற்றி டாக்டருக்கு உள்ளூர ஒரு எண்ணம் இருந்தது, அதனாலேயே லூசியை எப்படிக் கையாள்வது என்று அவருக்கு ஒருவேளை தெரிந்திருக்கவில்லையோ என்றும் அவர் நினைத்தார்..

திடீரென்று வேறேதோ கவனத்தோடு சட்டென்று இப்படிச் சொன்னாள் அவள்.

'ரொம்ப உறுதியா இருக்கா. என் தங்கை ஈவா மாதிரியேதான். லண்டன்ல இருக்க வேண்டாம், அங்க குண்டு போடறாங்க, வேற ஊருக்குப் போயிடுன்னு அவ கிட்டே சொன்னேன், அவ கேக்கவே இல்ல... காயம் பட்டவங்களுக்கு சேவை செய்யறேன்னு அங்கேயே இருந்தாள். இப்ப இங்கேயும் நிலைமை எல்லை மீறிப் போயிடுச்சு'

'லூசிக்கும் இது ரொம்ப சிரமம்' என்று சொல்ல விரும்பினார் டாக்டர் வாலங்.

'நான் அவளைப் பார்க்கலாமா?'

பின்தொடர்ந்து வரும்படி சைகை செய்துவிட்டு திருமதி. ஸ்மித்ஸன் நடந்தாள். இருவரும் குறுகலான காற்றோட்டமில்லாத தாழ்வாரத்தைத் தாண்டி லூசியின் படுக்கை அறைக்குச் சென்றனர். லாந்தர் விளக்கு இல்லாததால் இரவை விடவும் அந்தப் பகலில் இருட்டாக இருந்தது. 'அவளுக்கு எதாவது புத்திமதி சொல்ல முடியுதான்னு பாருங்க, டாக்டர்.' என்றாள் வாசலில் நின்றபடி.

லூசி ஜன்னலுக்குப் பக்கத்தில் உட்கார்ந்திருந்தாள். காலில் ஒரு சால்வை சுற்றியிருக்க, பின்னி முடிக்காத எம்ப்ராய்டரி சித்திர வேலைப்பாடு ஒன்று அவள் மடியில் கிடந்தது. மேசையில் ஒரு

தட்டில் குளிர்காலத்தில் கிடைக்கும் சிறிய சோஹம் பழங்களும், சதைப்பற்று மிகுந்த தடிமனான சோமான் பழங்களும் உரிக்கப் படாமல் இருந்தன. அவள் நல்ல ஆரோக்கியத்துடன் இருப்பாள் என்று அவர் எதிர்பார்க்கவில்லை தான். ஆனாலும் இவ்வளவு விரைவில் அவள் உடல்நிலை மோசமாகும் என்றும் அவர் எதிர்பார்த்திருக்கவில்லை.

கருவளையங்கள் கொண்ட அவளது கண்களை நேரடியாகப் பார்ப்பதைத் தவிர்த்தபடி 'இப்ப எப்படி இருக்கு?' என்றார்.

அவளின் தோல் ஒளி கசியும் வண்ணம் வெளுத்துப் போய் இருந்தது.

'நான் குதிரையில் சவாரி போகலாமா டாக்டர்?' என்றாள் லூசி.

வெளியே குளிர் மிக அதிகமாக இருந்தது. அவளும் மிகவும் பலவீனமாய்த் தெரிந்தாள்.

'நீ இப்போ சக்தியே இல்லாம இருக்க. உனக்கு சரியான பிறகு நிச்சயமா போகலாம்.'

அவள் ஜன்னலுக்கு வெளியே பார்வையைத் திருப்பினாள். இரவின் கடும்குளிர், பனி காரணமாக வெளியே புல்வெளி ஆங்காங்கே கருகியும் வாடியும் இருந்தது.

'எனக்கு சரியாகாது'

'இதே மாதிரி இருந்தேன்னா சரியாகாது. உங்க அத்தை நீ சாப்பிடறதில்லைங்கிறாங்க'

அவளுக்குப் பக்கத்தில் இருந்த நாற்காலியில் அமர்ந்தார்.

'உன்னோட தலைவலி இப்ப எப்படி இருக்கு?'

'அது வரும், போகும்'

வெளியே மலையின் மீது வளைத்திருக்கும் மேகங்களை விடவும் அடர்த்தியான பனிமூட்டம் அடுக்கடுக்காய் அவளைச் சுற்றிப் படிந்திருந்தது.

'நல்லாத் தூங்கறயா?'

'ம்...'

'அப்புறம் உன்னோட கனவுகள்..?'

அவள் முகத்தில் புன்னகை ஒன்று தோன்றி மறைந்தது. 'பழைய நண்பர்களைப் போல அது வந்துக்கிட்டுத் தான் இருக்கு'

இருவரும் மௌனமாக அமர்ந்திருந்தனர். தகரக் கூரையில் மெலிதாக ஒலியெழுப்பியபடி மழை தூற ஆரம்பித்திருந்தது.

ஒரு வேலைக்காரி உள்ளே நுழைந்து நிலக்கரி கொண்ட தணல் அடுப்பை அவர்கள் முன் வைத்தாள்.

லூசி கைகளை சால்வையிலிருந்து வெளியே எடுத்துக் கணப்பின் மேலே வைத்துக் கொண்டாள். அவள் கைகள் மெலிதாக நடுங்கிக் கொண்டிருந்தன.

'எனக்கு எவ்வளவு ஆசை இருந்தாலும் வெளியில் போக எனக்கு அனுமதி இல்லை டாக்டர். ஆனா.. சூரியன், காற்று, அப்புறம் அந்த மழையைக்கூட ஆமாம்.. அது எல்லாத்தையுமே எனக்கு வீட்டுக்குள்ள கொண்டு வரணும்.

'நீ சொல்வது புரியவில்லை' என்றார் டாக்டர்.

'எனக்கு கியன்டாங்கைப் பார்க்கணும்.'

அது நடக்காது என்று சொல்ல ஆரம்பித்தார் டாக்டர்.

'அவனைக் குதிரை லாய வேலையில் இருந்து வெளியே அனுப்பிட்டாங்க... குதிரைங்களை நல்லா பாத்துக்குவான்னு வேலைக்காரங்க பேசும்போது கேட்டேன்'

எங்கோ தூரத்தில் தெரிந்த மலைகளின் மீது மனதை லயிக்க விட்டபடி அங்கிருந்து பேசுவதைப் போல லூசி பேசினாள்.

'என்னோட பெரியப்பாவுக்கும் பெரியம்மாவுக்கும் இது தெரியாது, புரியவும் செய்யாது, ஜோனாவுக்கும் கூட. நான் பாதுகாப்பா இருக்கறதுக்காக இங்கே வந்திருக்கேன்... '

அவளின் குரல் ஏதோ ஒரு ரகசியத்தை சொல்வது போல ஒலித்தது. 'ஆனா அது என்னைத் தொடர்ந்து வந்துகிட்டே இருக்கு'

'எது அப்படி தொடர்ந்து வந்துகிட்டே இருக்கு?'

'தப்பிக்க வழியே இல்லை. நான்தான் சொன்னேனே... சிலசமயம் அவன்கூட இருக்கும்போது..' கடும் மழைக்குப் பிறகு காட்சி தரும் மலையைப் போன்ற நிறத்தில் அவள் கண்கள் இருந்தன.

'அது மாதிரி ஒரு விஷயத்தை எப்படி ஏற்பாடு செய்யறதுன்னு எனக்குத் தெரியல'

அவளின் தோள் தொய்ந்து சரிந்தது. சால்வைக்கு உள்ளே இருந்த அவளைப் பார்த்த போது சிறைப் படுத்தப்பட்டுப் படபடக்கும் ஒரு பட்சியைப் போல தெரிந்தாள். வெளியே சூரிய ஒளி குறைவான நேரம் மட்டுமே இருக்கும் இரக்கமற்ற நவம்பர் மாதத்தின் பகல் இருட்டிக் கொண்டு வந்தது.

கணப்பில், ஆரஞ்சு மஞ்சள் நிறத்தில் திரவ ஒளியாகவும் திட நிழலாகவும் கனன்று கொண்டிருந்த கரித் தணலை உற்றுப் பார்த்தபடி

இருந்தார் டாக்டர். மெலிதான சுவாசத்துடன் லூசி கண்களை மூடிப் படுத்திருந்தாள்.

'நான் சொன்னதையாவது அவன் கிட்ட சொல்வீங்களா டாக்டர்?

டாக்டர் வாலங் தயங்கினார்.

'ப்ளீஸ்'

'அவனைப் பார்த்தால்.'

வெள்ளை அல்லி மலர்க் கொத்துகள் கொண்ட பூவளையம் போல அவள் செய்து கொண்டிருந்த முடிவடையாத எம்ப்ராய்டரி சித்திர வேலைப்பாடு. கீழே விழுந்து கிடந்தது. டாக்டர் நூற்கண்டைப் பொறுக்கி மேஜைமேல் வைத்தார்.

'இதுதான் உனக்குப் பிடித்தமான பூவா?'

'இல்லை.' அமைதியாகச் சொன்னாள். 'வேறொருவருடையது. அவர்களின் கல்லறையில் இட வேறெதுவும் எனக்குக் கிடைக்கவில்லை.'

டிசம்பர் மாதத்தின் மாலை ஒன்றில் கியன்டாங் வசிக்கும் இடத்திற்குப் பக்கத்தில் இருக்கும் ஒரு வீட்டில் உள்ள பேயை விரட்டுவதற்காக டாக்டர் அழைக்கப்பட்டிருந்தார். இறந்து பிறந்த அவளது குழந்தை அதன் பிறகும் அவளை விட்டுச் செல்ல மறுக்கிறது என்றனர் கிராம மக்கள். மூன்று நாட்கள் முன்பு குழந்தை பிறந்து இறந்ததிலிருந்து அவள் சம்பந்தமில்லாமல் உளறிக் கொண்டும் அழுது கொண்டும் இருக்கிறாள்.

'அதிர்ச்சியில் இருப்பாள். வருத்தத்தோடயும்' என்றார் டாக்டர்.

'ஆனா டாக்டர், ராத்திரியில் குழந்தை பசியில் பாலுக்கு அழுவதை நாங்க கேட்டிருக்கோம்'

டாக்டர் அறை முழுக்க புனித நீரைத் தெளித்து, ஒரு மந்திரத்தை ஜெபித்து, காற்றில் பேசி அதன் தாயை விட்டு விலகிச் செல்லுமாறு குழந்தையின் ஆவியிடம் ஆணையிட்டார். இறுதியில் எல்லோரையும் போகச் சொல்லிவிட்டு 'இன்னும் வயது இருக்கிறது. இன்னும் நிறைய குழந்தைகள் ஆரோக்கியத்துடன் பிறக்கும்' என்று மென்மையான குரலில் அவளிடம் சொன்னார். பிறகு தூங்குவதற்காகக் கொஞ்சம் மருந்து கொடுத்துவிட்டு அவளை ஓய்வெடுக்க விடும்படி வீட்டார்களிடம் சொல்லிவிட்டுக் கிளம்பினார். கடைசிப் பேருந்து போயிருக்கக் கூடாதே என்று வருத்தப்பட்டுக் கொண்டே களைப்புடன் நடந்து திரும்பிக் கொண்டிருந்தார் டாக்டர். வரும் வழியில் சோஹ்ரா சந்தையிலிருந்து சிறியதும் பெரியதுமான முக்கோண மூங்கில் கூடைகளில் மக்கள் காய்கறி, தானியங்கள், பழங்கள் ஆகியவற்றை

வாங்கிக் கொண்டு சென்றார்கள். அவர்களுக்குப் பின்னால் கோணிப்பை ஒன்றை முதுகு வளைய சுமந்தவாறு கியன்டாங் வந்து கொண்டிருந்தான்.

டாக்டரை அவன் பார்க்கவில்லை. களைப்பாகத் தோன்றிய அவன் முகம் வழக்கத்தைவிட இன்னும் கொஞ்சம் மெலிந்தாற் போல இருந்தது.

'கியன்டாங்.....'

குரல் கேட்டு அப்படியே நின்றுவிட்ட அவன் கோணிப்பையைத் தரையில் இறக்கி வைத்தான்.

தன் வீட்டிலிருந்து ஒரு மணி நேரப் பயணத்தில் இருக்கும் மாஸ்மாய் குகைகளைக் காண்பதற்காக ஒரு முறை தன் குழந்தை களைக் கூட்டிச் சென்றிருக்கிறார் டாக்டர் வாலங். பூமிக்குள் மைல் கணக்காக நீண்டுசென்ற அவை குளுமையாகவும் வெற்றுக் குழிவுகளாகவும் இருந்தன. அப்போது தான் உணர்ந்த வெறுமையை இப்போது தன்முன் நின்றிருக்கும் கியன்டாங்கிடமும் உணர்ந்தார் அவர்.

'உன்னோட அப்பாவுக்கு இப்ப எப்படி இருக்கு?'

'குளிரில கொஞ்சம் மோசமாத்தான் இருக்கு'

'நீ எப்படி இருக்கே? எங்க வேல பாக்கறே?

'மாவ்முல் பக்கத்துல ஒரு வெள்ளைக்காரர் வீடு கட்டிக்கிட்டிருக் கார். அவரோட குதிரைகளைப் பார்த்துக்கறேன்.'

டாக்டர் தயங்கினார். 'மிஸ். லூசியைப் போன மாசம் பார்த்தேன்... அவ...'

'நிச்சயம் நல்லா இருப்பா, அப்படித்தானே.'

நன்றாக இருட்டி விட்டிருந்ததால் கியன்டாங்கின் முகக்குறிப்பு எதை உணர்த்துகிறது என்று கண்டுபிடிக்க டாக்டர் சிரமப்பட்டார்.

'அவ உங்கிட்ட சொல்லச் சொன்னா... '

பையனின் கண்கள் பிரகாசமடைந்தன.

'குதிரையை நீ நல்லா பாத்துக்குவியாம். நீ வேலய விட்டுப் போனதுல அவளுக்கு ரொம்ப வருத்தமாம்'

அதைக் கேட்டு விட்டு மலைகளில் எதிரொலிக்கும் படி பலமாக சிரித்தான் கியன்டாங். பிறகு டாக்டருக்கு நல்லிரவு சொல்லிவிட்டுக் கோணிப்பையைத் தூக்கிக் கொண்டு நடந்து சென்றான்.

சாட்டையால் அடிக்கப் பட்டவரைப் போல டாக்டர் கொஞ்ச

நேரம் சாலையில் நின்று கொண்டிருந்தார். கருமையாக சூழ்ந்து வரும் மேகங்களுக்கு இடையே வெள்ளி நிறத்தில் ஒரு கீறல் போல சூரியன் மேற்கில் மெள்ள மறைந்து கொண்டிருந்தது.

அதற்குப் பிறகு ஆறு மாதங்கள் கழித்து பருவமழை மேகங்கள் கடுமையான கொலை வெறியோடு சோஹ்ராவை சூழ்ந்து கொண்ட போதுதான் டாக்டருக்கு லூரசியின் ஞாபகம் வந்தது. அவள் எப்படி இருக்கிறாளோ என்று நினைத்துக் கொண்டார்.

பிறகு தான் சாஹிப் ஃபிளின் வழியாக அவருக்கு செய்தி வந்து சேர்ந்தது. இளவேனில் காலத்தின் தொடக்கத்தில் சோஹ்ராவை விட்டு ஷில்லாங்கிற்குப் போன அவள், பிறகு கல்கத்தா வழி இங்கிலாந்துக்கு சென்று விட்டதாகவும் அங்கு ஸ்மித்ஸனின் நண்பர் ஒருவரின் குடும்பத்தோடு தங்கியிருந்து தன் அம்மாவைப் போலவே மருத்துவத் தாதியாவதற்குப் படிக்கப் போவதாகவும் அந்தச் செய்தி இருந்தது. பொய்த்துப் போன தேயிலைத் தோட்டத்தை விட்டுவிட்டுத் தேயிலை வளர்க்க ஏதுவான தட்பவெப்பம் உள்ள சமவெளிப் பகுதியை நோக்கி சாஹிப் ஃபிளினும் அந்தக் கோடையில் கிளம்பிக் கொண்டுதான் இருந்தார். ஆனால் பள்ளத்தாக்கை நோக்கி வந்து கொண்டிருந்த பலத்த இடியோடு கூடிய மழையால் அவர் பயணம் சற்று தாமதமாகியது.

நல்ல கடுமையான மழை பெய்து கொண்டிருக்கும் ஒரு இரவில் விமானத்தின் இரைச்சல் போன்ற பலத்த ஒலி ஒன்று கேட்டதாக டாக்டர் வாலங் உணர்ந்தார்.

'இந்த மழையிலயா... என்று முணுமுணுத்தவாறே புத்தகத்துக்குள் ஆழ்ந்து விட்டார் டாக்டர். வாலங்.

அடுத்த நாள் காலையில் ஒரு வேலையாள் வழியாக ஸ்மித்ஸனின் வீட்டிலிருந்து மருத்துவமனைக்கு அழைப்பு வந்தது.

'தயவு செய்து உடனே வர முடியுமா டாக்டர்.'

அவனுக்கு மூச்சு இரைத்தது.

'பங்களாவுக்குப் பின்னால் ஒரு விபத்து.'

சாலையில் வேகமாக இறங்கிச் சென்று கொண்டிருக்கையில் 'என்ன ஆச்சு?' என்று கேட்டார் டாக்டர்.

'நேற்று இரவு வானத்திலிருந்து ஏதோ விழுந்தது'

டாக்டர் சென்று சேர்ந்த போது ஏற்கனவே கூட்டம் கூடியிருந்தது. கிராமத்து ஆள்கள், மரபான கறுப்பு அங்கியணிந்த பாதிரியார்கள் கூட்டம், பிறகு சற்றுத் தொலைவில் ஜோனாவும் அவன் அம்மாவும். எல்லாரும் காட்டின் விளிம்பில் நின்று கொண்டு சரிவில் உள்ள

குன்றைப் பார்த்தபடி கையை நீட்டி எதையோ சுட்டிக் காட்டிப் பேசிக் கொண்டிருந்தார்கள். டாக்டர் வாலங் கூட்டத்தை விலக்கிக் கொண்டு சென்று முன்னால் சென்று சாஹிப் ஃபிளினை நெருங்கினார்.

ஏற்கனவே ஊகித்திருந்தாலும். 'என்ன ஆச்சு? என்றார்,

குன்றின் முகம் முழுக்க புதர்களை நோக்கிச் செல்லும் தீற்றல் களுடன் எரிந்து சாம்பலான அடையாளங்கள்.

'ஒரு டக்கோட்டா விமானம், பயணிகளை ஏற்றிக் கொண்டு சென்றது. அவர்களின் ஆத்மாக்கள் சாந்தியடையட்டும்.' என்றார் ஃபிளின்,

கட்டுப்பாட்டை இழந்து விழுந்து நொறுங்கியதில் விமானத்தின் அடையாளமே தெரியவில்லை. பாறைகளின் மீது உலோகத் துண்டு கள் மழைபெய்தது போல பளபளப்பாக ஆங்காங்கே தெரிந்தன. சில தைரியசாலிகள் பள்ளத்தாக்குக்குள் லாவகமாகப் போய்த் தேடிப் பார்க்கும் அந்தப் பகுதி வாசிகள் பலரும் வேகமாகச் சென்று தேடிப் பார்த்தும் எரிந்து உருக்குலைந்து போன கைகளும் கால்களும் தவிர மீட்டு வரும்படி எவரும் உயிருடன் இருக்கவில்லை. பிறகு அவர்கள் உடைந்த உலோகப் பகுதிகளை விற்பதற்காக சேகரிக்கத் தொடங்கினர்.

'பெரும் சோகம்' என்றார் டாக்டர். 'ஆனால் இந்த மாதிரி மழையில் பயணம்செய்வது என்பது...'

ஃபிளின் தலையசைத்தார். 'பைத்தியக்காரத்தனம். ஆனா, போர் மக்களை முட்டாள்தனமான காரியங்களை செய்ய வைக்கிறது.'

'எத்தனை ஆட்கள் இருந்தாங்களாம்?

'மூணு... ரெண்டு ஆண் ஒரு பொண்ணுன்னு நினைக்கிறேன்.'

டாக்டர் தோள் பட்டையைக் குலுக்கிக் கொண்டார். அவர் எத்தனையோ விதமான சாவுகளைப் பல வடிவங்களில் பார்த்திருக் கிறார். ஆனால் இது கொடூரமானதாக... வித்தியாசமானதாக ஊரின் காற்றையே நெடுங் காலத்துக்கு அசுத்தப் படுத்துவதாக இருந்தது. குத்மதானை விட்டு உடனே செல்ல நினைத்தார். ஃபிளினும் அப்படியே தான் நினைத்தார், 'அப்பிடியே போக வேண்டியது தான், நாயை அதோட போக்குல விட்டுட்டு' என்றார்.

காற்று வெளியில் அப்படி அநாதரவாக விழும்போது எப்படி இருந்திருக்கும் என்ற சிந்தனையை மனதிலிருந்து அகற்றிக் கொள்ளத் தொடர்ந்து முயற்சித்தபடியே இருந்தார் டாக்டர்.

திடீரென்று பழக்கப்பட்ட ஒரு குரல் கேட்டது.

"அவர்கள் யாராக இருக்கும்"

எங்கிருந்தோ முளைத்து வருவது போல திடீரென்று கியன்டாங் அங்கே வந்திருந்தான்.

'நமக்கு அது தெரியப் போவதில்லை' என்றார் டாக்டர்.

பக்கத்திலிருந்தவர்களும் அதே போல பேசிக் கொண்டார்கள். 'நடு ராத்திரிலயா நடந்திச்சு,' 'இது என்ன விலைக்கு விற்கும்?'

'யாருங்கிறதுக்கு ஏதாவது அடையாளம் இருக்கா?',

'அவங்க எல்லாம் வெள்ளைக்காரங்களா?' 'இந்த மழையில பறக்கணும்னா கிறுக்குப் பசங்கதான்', 'யாராச்சும் பார்த்தீங்களா?' என்பது போன்ற உரையாடல்களும், வியப்புக் கலந்த ஒலிகளும் கேட்ட வண்ணம் இருந்தன.

'நான் பார்த்தேன், நான் பார்த்தேன்,' பத்து வயசுக்கும் மிகாத ஒரு சிறுவன் கத்தினான். 'மேலே இருந்து பறந்து வந்திச்சு', 'அது வந்து... வந்து... '

'தீப் பறவை மாதிரி'

கியன்டாங் அப்படி சொன்னதாய் நினைத்துக் கொண்டு டாக்டர் திரும்பிப் பார்க்கும்போது அவன் போய் விட்டிருந்தான். அவருக்குப் பின்னால் அடையாளம் தெரியாத பல முகங்கள். அவருக்கு முன்னால் நிம்மதியற்று அலையும் காற்றைத் தாலாட்டியபடி ஒரு பசுமையான ஆழமான சவப் பெட்டியைப் போலத் திறந்து கிடந்தது. பள்ளத்தாக்கு.

பூமியின் பெருமூச்சிலிருந்து அவ்வப்போது எழுந்து கொண்டிருக்கும் மூடுபனி விரைவில் சோஹ்ராவை மூடி உலகத்திலிருந்தே மறைத்துவிடும்.

டாக்டர் வீட்டை நோக்கி மெதுவாக நடக்க ஆரம்பித்து வீட்டுக்கு வந்ததும் நின்று நுப்மவியாங்கின் பூக்களைப் பார்வையிட்டார். மஞ்சள் நிறத்தில் அவை மெதுவாக மலர ஆரம்பித்திருந்தன.

∎

எதிரொலிச் சொற்கள்

தமிழில்: விஜயகிருஷ்ணன்

பயணிகளை இறக்கிவிட்டுச் செல்லும் பேருந்துகளை என் மளிகைக்கடை வாசலில் நின்றபடி பார்க்கும்போதெல்லாம் எப்போதும் போன்ற வழக்கமான ஒரு மதியவேளையில் எங்கிருந்தோ வந்து ஷில்லாங்கில் இறங்கிய அந்த பிரெஞ்சுப் பெண்ணின் நினைவு எனக்கு அடிக்கடி வரும். இடுப்புக்கு மேலிருந்து இறங்கிய நீலநிறப் பாவாடை. அதே வண்ணத்தில் குளிர்தாங்கும் கச்சிதமான மேலாடை, அதற்குள் பளீரிடும் வெள்ளைச் சட்டை. கேசத்தை சுற்றிக் கட்டியிருந்த பூப்போட்ட கழுத்துக்குட்டை.

பேருந்தை விட்டு இறங்கியவுடன் இளவெயிலில் சற்று நின்றபடி 'கெல்வின்' சினிமா கொட்டகை, அரசாங்க செயலகக் கட்டிடம் மற்றும் அதை ஒட்டிய சரிவு, அதில் அழகாகக் கத்திரிக்கப்பட்ட புல்வெளி, 'பிஸ்வாஸ் டைம்ஹவுஸ்' என்ற கடிகாரக்கடை என்று அங்கே சுற்றியிருந்த இடங்களை அவள் எப்படி உள்வாங்கிக் கொண்டாளென்பதும் எனக்கு ஞாபகமிருக்கிறது. இந்த இடம் அவளைப் பரவசப்படுத்திக் கிளர்ச்சி ஊட்டியிருக்கிறது என்பதை நானிருந்த தூரத்திலிருந்தே என்னால் தெரிந்து கொள்ள முடிந்தது.

அவள் அங்கே வந்தது ஏன் என்பது விளங்காமல். அதைப்பற்றிப் புரிந்து கொள்ள முடியாமல் நான் வியந்ததும் எனக்கு நினைவிருக்கிறது. உள்ளூரில் நடந்து வரும் கலவர நாடகங்களைத் தவிர தூங்கிவழியும் இந்தச் சிறிய நகரத்தில் உற்சாகம் கொள்ள ஒன்றுமில்லை. ஆங்கிலேயர்கள் இங்கேயிருந்து போய் ஐந்து வருடங்கள் ஆகியிருக்கும். ஆனால் இன்னும் கூட இன்றைய ஷில்லாங் பின் காலனீய மந்த நிலையிலும் சோர்விலும்தான் தள்ளாடிக் கொண்டிருந்தது. அவர்கள் இல்லாத வெறுமையை உணர்ந்தோம்; மீண்டும் அவர்களே வந்தாலும் கூடப் பரவாயில்லை என்பது சிலரது அபிப்பிராயமாக இருந்தது. மாமா ஜோஸ் கூடப் புகையிலை வாங்க வரும்

போது சொல்லுவார், 'இந்த தகார்களை விட அந்த வெள்ளையர்களே தேவலை.'

'யாரைச் சொல்கிறீர்கள்?' நான் கேட்டேன்.

'அவர்களையெல்லாம்தான்'

'தகார்' என்பது எங்கள் வட்டாரச் சொல். மலைகளுக்கு அப்பாலிருந்து யார் வந்தாலும் அவர்களை அந்தச் சொல் குறிக்கும்.

அவள் என் கடையை நோக்கி வேகமாக நடந்து வந்ததைப் பலரும் ஆர்வக் குறுகுறுப்போடு பார்த்தார்கள். பிஸ்வாஸ், அந்தந்தப் பருவத்துக்கேற்ற காய்கனிகளை விற்கும் கடைக் காரப் பெண்கள், பீடா சிகரெட் விற்கும் பெட்டிக் கடைக்கார காங் லீ, பக்கத்து ஜோதா கடையிலிருக்கும் பாஹ் லிங்தோ என்று எல்லோருமேதான்.

இதை ஒட்டி சாமர்த்தியமான பல கேள்விகள் பிற்பாடு என்னிடம் வரும் என்று எனக்குத் தெரியும்.

அவள் உள்ளே வரும்போது வாசலில் கட்டியிருந்த மணிகள் ஒலித்தன. இளமையின் இறுதிக் கட்டத்தில் இருந்த அவளுக்கு முப்பத்தைந்து வயதுக்குள் இருக்கும். வெளிர் நிறம், எலும்பு துருத்திக் கொண்டிருந்த கன்னத்தில் வேனல்புள்ளிகள், எங்கள் ஊரின் குளிர் கால மரங்களை ஒத்த பழுப்புநிறக் கண்கள், அதன் மேல் மெல்லிய கண்ணாடி. கழுத்தில் அணிந்திருந்த கைக்குட்டையின் பின்புறம் கூந்தலை சுருட்டி வைத்துக் கொண்டை போட்டிருந்தாள். தேவாலய வேலை நிமித்தமாக வந்திருப்பாள் என்று மனதுக்குள் நினைத்துக் கொண்டேன். பெரும்பாலும் அதுதான் பொருத்தமான காரணமாக இருக்கக்கூடும். ஒருக்கால் அப்படி இருந்தால் கருணை ததும்பும் கன்னியாஸ்த்ரீகளில் நாங்கள் இதுவரை பார்த்திராத அதிவசீகர முடையவளாக அவள் இருக்க வேண்டும். எனக்கு வணக்கம் சொன்ன பிறகு, கொஞ்சம் மெழுகுவர்த்திகள், தீப்பெட்டிகள், பார்லி நீர் மற்றும் ஒரு புட்டி மை என்று சில பொருட்களை வாங்குவதற்கு வந்திருப்பதாகச் சொன்னாள். அவள் உச்சரிப்பு மென்மையாகவும் சற்று இலேசான மூக்கொலியோடும், மூச்சடைத்து வருவது போலவும் இருந்தது. நீண்ட காலமாக இங்கேயே இருந்த அசலான பல ஆங்கிலேயர்கள் டான் பாஸ்கோவில் இருந்த இத்தாலிய சலேஷிய குருமார்கள், எங்கள் நகரின் பள்ளிகளை நடத்தும் அயர்லாந்தை சேர்ந்த மதபோதக கன்னியாஸ்த்ரீகள் மற்றும் துறவிகள், ஏன் முதல் உலகப்பெரும் போர் எங்களுக்கு எதிரிகளாக்குவதற்கு முன்னால் இருந்த சேல்வடோரிய ஜெர்மானியர்கள் என்று பலதரப்பட்ட வெள்ளைக்காரர்களின் வகை வகையான வட்டார ஆங்கில உச்சரிப்பு களுக்குப் பழகியிருந்தாலும் அவளுடைய உச்சரிப்பை என்னால் இன்னதென இனம் காண முடியவில்லை.

அவள் எங்கே செல்லவிருக்கிறாள் என்று அறியும் ஆவலில். 'டாக்சிக்கு சொல்லவா மேடம்' என்றேன்.

'நன்றி. ஏற்கனவே எனக்காக ஒரு வண்டி காத்திருக்கிறது,' என்று வாசலில் இருந்த ஊதா வண்ண செவர்லேட் காரைக் காண்பித்தாள்.

அவள் கிளம்பியபின் அந்த வாகனம் வார்ட் ஏரி வழியாக செல்வதைப் பார்த்து அவள் ஷில்லாங்கின் ஆடம்பரமான பெரிய விடுதியான 'பைன் வுட்டில்' தங்கியிருக்கக்கூடும் என்று நினைத்துக் கொண்டேன்.

பிறகு அடிக்கடி அந்த பிரெஞ்சுப் பெண் எங்கள் வீதிகளில் காகிதக் கட்டுடனும் குறிப்பேட்டுடனும் காணப்படுவாள். அந்த 'மேம் சாஹிப்' பற்றியே ஊர்மக்கள் எல்லோரும் பல்லவி பாடிக் கொண்டிருந்தனர்; தொலைவிலுள்ள இப்படி ஒரு அந்நியப் பகுதிக்குத் தன்னந்தனியாக இப்படி ஒரு பெண் வருவதென்றால் அவளுக்குக் கிறுக்குதான் பிடித்திருக்கிறது என்று பலர் நினைத்தனர். அவள் ஒரு மருத்துவச் செவிலி என்றும் கன்னியாஸ்த்ரீ என்றும் ஏதோ அயல்நாட்டு அரசாங்க அதிகாரியாக இருக்கலாம் என்றும் பலவாறாக வேறு சிலர் ஊகித்தனர். தன் அளவற்ற அறிவுத் திறனையும், ஊரில் பேசும் வம்புக் கதைகளை ஒன்றாய்த் திரட்டிப் பார்க்கும் தனது சாமர்த்தியத்தையும் வைத்து அவள் ஒரு மானுடவியலாளர் என்று மாமா ஜோஸ்தான் கடைசியாகச் சொன்னார்.

அதைக் கேட்டு என் கடையில் கூடியவர்கள் எல்லோரும் மௌன மாகி விட்டார்கள். புருவத்தை உயர்த்தி வெறுமையாக வெறித்துப் பார்த்தார்கள்; ஒன்றும் புரியாமல் விழித்தார்கள். அந்த வார்த்தையை அதுவரை அவர்கள் கேட்டதில்லை. நான் பழப்பெட்டி வைத்திருந்த அலமாரிகளை சுத்தம் செய்வதில் ஈடுபட்டிருந்தேன்.

'கடவுளே...என்ன பேரு அது' என்றார் காங் லீ.

'அது ஏதோ நோயோட பேரு மாதிரில்ல இருக்கு,' என்றார் வாசலில் பீடி குடித்துக் கொண்டிருந்த பாஹ் லிங்தோ.

'சே, நீங்க எல்லாம் சரியான நாட்டுப்புறத்தானுங்கப்பா,' என்று தான் ஏற்படுத்திய குழப்பத்தைத் தானே ரசித்தபடி சொன்னார் மாமா ஜோஸ்.

'ஆமாமாம், நாம எல்லாருமே 'ஜோவாய்'க்காரங்கதான்' அதுதான் மாமா ஜோஸுடைய சொந்த ஊர்.

பிறகு அவரைத் தன் பேச்சைத் தொடர வைக்க அவர்கள் மிகவும் கெஞ்ச வேண்டியிருந்தது.

"சரி கேளுங்கள்" என்று இறுதியில் இப்படிச் சொன்னார்.

“அந்த மேம் சாஹிப் ‘காஸி’களைப் பற்றி ஒரு புத்தகம் எழுத வந்திருக்கிறார் என்று காங் சாயி சொன்னார்.”

காங் சாயி என்பவர், அந்த ‘பைன்வுட்’ விடுதியில் வேலை செய்யும் ஒரு பணிப் பெண்ணின் உறவினருக்கு நண்பர்.

‘ஏன் அப்படி?’ என்று உடனே பாஹ் லிங்தோ கேட்டார். ‘அப்படி நாம் என்ன விநோதமான காணக் கிடைக்காத ஜந்துகளா?’’

ஒருவேளை அவர் வேண்டுமானால் அப்படி இருக்கக்கூடும் என்றும் மற்றவர்களெல்லாம் மிக மிக இயல்பானவர்கள்தான் என்றும் பேச்சின் இடையே குறுக்கிட்டுச் சொன்னாள் காங் லீ.

தோளைக் குலுக்கியபடி இப்படிக் கூறினார் மாமா ஜோஸ்.

“அந்தப் பெண்மணி எதுக்கு இப்படி செய்யறாங்கன்னு எனக்குத் தெரியலை. இந்த சாஹிப்களுக்கெல்லாம் விசித்திரமான யோசனைகள் இருக்கும்... ஆனா இதனால ஒரு நன்மையையும் வரப்போறதில்லை. அதை மட்டும் என் உள் மனசு சொல்லுது.”

நடக்கவிருக்கும் நாடகத்தில் என்னை அறியாமல் நானும் பங்குகொண்டேன் என்றே சொல்லவேண்டும். என் கடைக்கு மை வாங்குவதற்காக ஒரு நாள் அந்த பிரெஞ்சுப் பெண் வந்திருந்தபோது தனக்கு ஆங்கிலமும் ‘காஸி’யும் தெரிந்த ஒரு மொழிபெயர்ப்பாளர் தேவை என்று சொன்னாள். நானும் அங்கிருந்த கான்வென்ட் பள்ளியில் வகுப்பெடுத்த மால்கமை சந்திக்குமாறு பரிந்துரைத்தேன். க்யுண்டான் சாலையில் நான் வசித்த இடத்திலிருந்து சில வீடுகள் தள்ளிக் குடியிருந்தான் அவன். சிறு பையனாக இருந்ததிலிருந்தே எனக்கு அவனைத் தெரியும். நல்ல இயல்பு கொண்டவன்; சற்றே திறமைக் குறைவானவன். ஆங்கிலோ இந்தியப் பரம்பரையில் வந்திருக்கும் சாயல் அவனிடம் இலேசாக இருந்தது. நான் வேண்டு மானால் அன்று மாலை அவனை வீட்டில் சந்தித்து அவனுக்கு ஆர்வமிருந்தால் அவளை விடுதியில் சந்திக்க ஏற்பாடு செய்வதாகவும் சொன்னேன்.

நான் எதிர்பார்த்ததற்கு முன்பாகவே எல்லாம் முடிந்தது. அந்த பிரெஞ்சுப் பெண்ணும் மால்கமும் ஒரு அழகான இளவரசியும், அவளது ஜோடி இளவரசனும் போல பலரைச் சந்தித்தும், பேட்டிகள் எடுத்துக்கொண்டும் ஒன்றாக ஊரைச் சுற்றிக்கொண்டிருந்தனர்.

நாங்கள் எவ்வளவு முயன்றாலும் அவளைப் பற்றி வேறு செய்திகளைச் சேகரிக்க முடியவில்லை. அவள் முன்னர் கம்போடியக் காடுகளில் நடைப்பயணம் செய்து தொலைதூரத்து உட்கிராமங்களில் தங்கியிருந்தாள் என்று சிலர் கூறினர். வேறு சிலரோ அவளது கணவர் போரில் கொல்லப்பட்ட பிறகு அவள் மனம்பிறழ்ந்து போனாள்

என்று உறுதியாகக் கூறினர். அதனால்தான் ஏதோ ஒரு 'சூடைன் ஜாங்'கால் இழுத்துச் செல்லப்பட்டபடி அவள் இந்த உலகத்தில் அலைந்து கொண்டிருக்கிறாள் என்றனர் சிலர். பயணிகளைத் தடுமாறியபடி அலைய வைக்கும் விஷமத்தனமான ஆவிகள் அவை. நான் பார்த்தவரையில் அவள் தெளிவானவளாகவும் தன் பணியில் ஈடுபாட்டுடனும் இருந்தாள். ஒரு சமயம் அந்த பிரெஞ்சுப் பெண் தன் பீடா கடைக்கு வந்தாள் என்றும் நெல் வயல்களில் வேலை செய்யும் தன் ஐந்து குழந்தைகளைப் பற்றியும் அருவருப்பான தன் குடிகாரக் கணவன் பற்றியும் தனது வாழ்க்கையைப் பற்றியும் கேட்டாளென்றும் ஒரு நாள் மாலையில் காங் லீ சொன்னாள்.

'எல்லாவற்றையும் அவள் தன் குறிப்பேடுகளில் எழுதிக் கொண்டாள்' என்றும் அதில் வெளிப்படையாக ஆர்வம் காட்டாமல் மறைத்துக்கொள்ள முயன்றபோதும் அதில் அந்தப்பெண்ணால் வெற்றியடைய முடியவில்லை என்றும் அவள் சொன்னாள். பாஹ் லிங்தோவின் உணவகத்திற்குச் சென்று, அத்தனை பெரிய விறகு அடுப்புகளில் எப்படிச் சமைக்கிறீர்கள் என்றும் அந்தப் பெண்மணி கேட்டிருக்கிறாள்.

"எந்த மாதிரியான பொருள்களைச் சேர்த்து இதைச் செய்கிறீர்கள்? என்று அவர் கேட்டார்" என்று கர்வம் கலந்த பெருமிதத்தோடு முதலாளி சொன்னார்.

'டோஜெம்' செய்வதற்கு என்ன தேவை? அதை எப்படிச் சொல்வீர்கள்? 'டோ சியாங்', 'டோ க்லேஹ்' இவை எல்லாம் எப்படி செய்வீர்கள்... என்று கேட்டார். சிலவற்றை சுவைத்துக்கூடப் பார்த்தார்.'

'அவளுக்குப் பிடித்திருந்ததா?' என்று நான் கேட்டேன்.

'அப்படித்தான் நினைக்கிறேன். தட்டில் மீதி வைக்காம சாப்பிட்டுட்டாரே.'

பலநேரங்களில் வீதிகளில் வெறுமனே சுற்றிக் கொண்டிருக்கும் எங்கள் ஊர்க்கார இளைஞர்களின் கவனத்தைக்கூடத் தேவையின்றி ஈர்த்தாள் அவள்.

'எங்கூட வா, எழுதறதுக்கு நான் நெறைய விஷயம் தரேன்', 'நீ ஏன் 'காஸி' குருவிகள் பற்றி புத்தகம் எழுதக்கூடாது, நான் வேண்டுமானால் என் குருவியைக் காட்டவா' என்று சொல்லியபடி தங்கள் கவட்டைக் கருவியை அவர்கள் அவளிடம் காட்டினார்கள்.

அப்போது மால்கம் அங்கே இருந்தால், தேர்ந்தெடுத்த 'காஸி' வார்த்தைகளால் அவர்களின் அம்மாக்களின் ஒழுக்கத்தை வசை பாடியும், அவர்களின் எந்தெந்த அங்கங்கள் இற்று விழ வேண்டுமென்று

குறிப்பிட்டும் விரட்டுவான். ஆனால், அந்த பிரெஞ்சுப் பெண்ணோ அவர்களை சற்றும் பொருட்படுத்தாமல் தன் பாவாடை சலசலக்க அங்கிருந்து சென்றுவிடுவாள்.

இரண்டு வாரங்களுக்குப் பிறகு மூன்று மாத விடுமுறைக்காகப் பள்ளிகள் மூடப்பட்ட பின் அந்த பிரெஞ்சுப் பெண்ணையும் மால்கமையும் இணைத்துப் பேசும் பல கதைகள் அடிபடத் தொடங்கின. அப்போது மக்கள் தங்கள் நாட்களின் பெரும் பகுதியைக் குறுகிய குளிர்கால வெயிலில் சூடேற்றிக்கொண்டபடி கழித்துக் கொண்டிருந்தார்கள்.

'அவ, 'காஸி'களைப் பத்தி எழுதுறாளா இல்ல மால்கம பத்தியா?' என்று கிண்டலாக பாஹ் லிந்தோ கேட்டார்.

'அவனோட அம்மா 'காஸி'! அது ஒருவேளை அதுவே போதுமாயிருக்கும்' என்று பதிலளித்தாள் காங் லீ.

இன்னும் அதிகமான ஊர்க் கதைகளைத் தன் நண்பரும் அடுத்த வீட்டுக்காரருமான காங் சாயிடமிருந்து அள்ளிக் கொண்டு வந்தார் மாமா ஜோஸ். வெளியில் சொல்ல முடியாத விஷயங்களை அந்த மதிய வேளையில் அவர்கள் செய்வதை விடுதியின் துப்புரவுப் பணியாளர்கள் கேட்டதாக அவர் சொன்னார். உடல்கள் உரசும் சத்தம், முணுமுணுப்புகள், முக்கல் முனகல்கள்... அதில் எந்தவித சந்தேகமுமில்லை. அதன் பின்னர் விடுதியின் தாழ்வாரத்தில் நல்ல பகல் வெளிச்சத்தில், எல்லோருக்கும் முன்பாக சிகரெட்டும் டீயுமாய் எதையும் இலட்சியம் செய்யாமல் அவர்கள் இருவரும் அமர்ந்திருப்பார்கள். மால்கமின் மனைவியைக் கூடப் பொருட்படுத்தாத அவர்களது அந்தச் செயலின் வெளிப்படைத் தன்மைதான் வியப்பூட்டுவதாக இருக்கிறது.

'அவளை அவன் பணத்துக்காகத்தானே கட்டிக்கிட்டான்' என்ற ஊகத்தை சிலர் வெளியிட்டனர்.

'பின்ன வேறென்ன? அவ முகத்த பாத்திருக்கியா?'

கடையில் இருந்த மனிதர்கள் ஏளனச் சிரிப்பில் கரைந்தனர்.

எங்கள் ஊரிலேயே அழகி என்று காங் பன்ரியை சொல்ல முடியாது என்பது உண்மைதான். பார்வைக்கு இனிமையான அம்சங்கள் அவளிடம் இருந்தாலும் கூட சுண்டியிழுக்கும் கவர்ச்சி மிகுந்த அந்த பிரெஞ்சுப் பெண்ணின் அருகில் கூட அவளால் வர முடியாது. ஒரு வருடம் முன்னர் அவளும் மால்கமும் மணந்தபோது கிட்டத்தட்ட பாதி சாஹிப் போல இருக்கும் வாட்டசாட்டமான ஒருவனைப் பிடித்துவிட்ட அவள் அதிர்ஷ்டக்காரிதான் என்றுதான் எல்லோரும் சொல்லிக் கொண்டனர்.

நாட்கள் செல்லச் செல்ல, கதைகள் கட்டற்று எல்லைகளை மீறிப் பெருகிக் கொண்டே சென்றன. அவன் அவளுடன் இரவு முழுதும் கழித்துவிட்டு அதிகாலையில் களைப்பாக கசங்கிய ஆடைகளோடு வீடு செல்வான் என்றும் நாய்களைப் போல் காலக் கணக்கில்லாமல் அவர்களின் கலவி இருந்தது என்றும் அவர்களின் சத்தம் தாளாமல் பக்கத்து அறைகளில் இருந்தவர்கள் வரவேற்பாளரிடம் புகார் அளித்தனர் என்றும், சகிக்க முடியாத ஒழுக்கக்கேட்டு உல்லாசங்கள் நடப்பதாகக் கிசுகிசுக்கப்படும் ரீசா காலனி காட்டுப் பகுதியிலுள்ள அந்த மேல்நிலைத் தண்ணீர்த் தொட்டியின் அருகில் இளசுகள் போல் யாருமறியாமல் அவர்கள் சென்றனர் என்றும் சிலர் கூறினர். மால்கம் தன் மனைவியை விட்டுவிடக்கூடும் என்றும் தொடர்ந்து பேச்சு அடிபட்டது..

ஆனால் இதெல்லாம் நடந்து கொண்டிருந்த அந்தச் சமயங்களில் காங் பன்ரி எந்த உணர்ச்சியையுமே வெளிக்காட்டிக் கொள்ளவில்லை; அவள் வீதிகளில் இயல்பாகக் காய், பழம் வாங்குவதும், போலோ விளையாட்டுத் திடல் அருகே இருக்கும் தன் பெற்றோர் வீட்டிற்குச் செல்வதும் ரூப்கலாவிலிருந்து தன் தையல் துணிகளைப் பெற்றுக் கொள்வதுமாக இருந்தாள். பொதுவாகக் கடைக்கு வந்தால் சிக்கனமாகவே சிரிக்கும் அவள் தற்போது வழக்கத்துக்கு மாறாக செயற்கையாக வலிந்து புன்முறுவல் செய்ததாக எல்லோரும் கூறினர்.

ஒரு நாள் மதிய நேரத்தில் நான் தனியாக இருக்கும்போது என் கடைக்கு மாவு வாங்க அவள் வந்திருந்தாள். நான் அவளை நோக்கிப் பதட்டத்தோடு சென்றேன்; ஆனால் அவளோ சாளரத்தின் வழியே தூரத்தில் தெரியும் பைன் மரங்கள் அடர்ந்த மலைகளை நோக்கியபடி அமைதியாகக் காத்திருந்தாள். எனக்கு அவளைப் பார்க்கும்போது வருத்தமாக இருந்தது. ஆனால், வானிலை பற்றியோ தக்காளியின் விலை பற்றியோ 'நான்ஷோனாஹ்'களைக் கண்டதாக ஊரில் சொல்லப்படும் வதந்திகளைப் பற்றியோ சின்னச்சின்னதாகப் பேச்சுக் கொடுப்பதைத் தவிர, பெரிதாக செய்வதற்கு என்னிடம் ஒன்றுமில்லை.

"அவர்கள் இருப்பது பெரும்பாலும் லியூ டா வை சுற்றிதான்' என்று நான் சொன்னேன், 'ஆனால் இங்கிருந்து அது ஒன்றும் அவ்வளவு தூரமில்லை.'

'நான்ஷோனாஹ்' அல்லது வாடகைக் கடத்தல்காரர்கள் பற்றிய கதைகள் அவ்வப்போது முளைக்கும். யாராவது தொலைந்து போகும் போதோ, இருள் படர்ந்த இடங்களில் தெளிவற்ற உருவங்களை யாரேனும் பார்க்கும்போதோ, அல்லது இன்னும் மோசமாக ஒரு உடல் கொள்ளும் அளவுக்கு இருக்கும் சாக்கு மூட்டையை யாராவது இழுத்துச் செல்லும்போதோ அவை எழும்.

‘காதில் விழும் சில செய்திகளைக் கேட்டால் கொடுமையாய்த் தான் இருக்கு.’ என்று போகிற போக்கில் மேலோட்டமாக எதையோ முணுமுணுத்துக் கொண்டே கிளம்பிச் சென்றாள் காங் பன்ரி.

இப்படிப்பட்ட சிறிய ஊரில் ‘நான்ஷோனாஹ்’ பற்றிய பேச்சுக்கள் பிரெஞ்சுப் பெண்ணின் காதுகளையும் எட்டின. ஒரு காலைப் பொழுதில் பிரகாசமான புதுப் பொலிவுடனும், ஆழ்ந்த பழுப்பு நிற கண்களோடும், நீளமாய்த் தளர விடப்பட்ட முடிக்கு நடுவே தெரியும் முகத்தோடும் அவள் வந்தாள். அவள் உடுத்தியிருந்த வெளிர் நிறமான செம்பழுப்பு நிற அவளது ஒல்லியான உடலுக்கும், தோலின் நிறத்துக்கும் மிகவும் பொருத்தமாயிருந்தது. ‘அடிக்கடி நன்றாக அனுபவித்த’ பெண்ணைப் போல அவள் இருந்தாள் என்று பிறகு காங் லீ அவளைப்பற்றி சொன்னாள்.

‘தெலன்’ மற்றும் ‘நான்ஷோனாஹ்’ என்றால் என்ன என்று என்னிடம் அவள் விசாரித்தாள். நானும் என்னால் முடிந்தவரையில் அதை விளக்கினேன்.

‘தெலன் வைத்திருக்கிறவங்க நான்ஷோனாஹ்களுக்குக் கூலி கொடுத்து மனிதர்களை இரத்தத்திற்காகக் கொலை செய்ய வைப்பாங்க, அல்லது யாரை இலக்காக வைத்திருக்கிறார்களோ அவர்கள் மீது குறிகளிட்டு அவர்களின் முடியிலோ ஆடையிலோ ஒரு சிறு பகுதியைத் துண்டித்து வரச் செய்வாங்க.’

‘இரத்தத்தைக் குடிப்பாங்களா அவங்க?’

‘இல்ல. அது தெலனுக்கானது. குறிகளிடப்பட்டவர்கள் கொஞ்ச காலத்தில நோய்வாய்ப்பட்டு மெதுவா இறந்துபோவாங்க.’

‘ஓ! அப்போ அத வைத்திருக்கிறவுங்க பெரும் செல்வந்தராக இருப்பாங்க. ஏன்னா தெலன் பிரதிபலனா அவங்களுக்குக் கனவிலும் எண்ணாத செல்வத்தை வாரி வழங்கியிருக்குமே?’

நான் அதை ஆமோதித்துத் தலையசைத்தேன்.

என் வாடிக்கையாளர்களுக்கு பீடா வைத்துக் கொடுக்கும் பிளாஸ்டிக் தட்டின் மேல் தன் விரல்களால் தட்டி விளையாடிக் கொண்டிருந்தாள் அவள். ‘நண்டு வைத்திருக்கும் கூடைய மூட வேண்டியதில்லைன்னு சொல்லுவாங்க கேட்டிருக்கீங்களா’

‘அது ஏன் அப்படி?’ நான் குழப்பமடைந்திருந்தேன்..

‘ஏன்னா ஒண்ணு மேலே எழுந்திருக்க முயற்சிக்கும்போது வேறவொண்ணு அதக் கீழ இழுத்துவிடும்.’

அதை எப்படி எடுத்துக்கொள்வதென்று எனக்குப் புரியவில்லை. அவள் என்னை கேலி செய்வது போல் எனக்குத் தோன்றியதால்

அதற்கு மேல் அவள் கேட்கும் கேள்விகளுக்கு பதில் சொல்ல எனக்கு சட்டென்று மனமில்லாமல் போயிற்று.

'அவ்வளவுதானா? போதுமா?' என்று அவள் வாங்க வந்த சாமான்களை சுட்டிக்காட்டிக் கேட்டேன். என்னை நிமிர்ந்து பார்த்தபோது அவள் முகம் வித்தியாசமான தீவிரத்தோடு இருந்தது. "அந்த தெலன் எதைப்போல இருக்கும்" என்றாள்.

"ஒரு பாம்பு மாதிரி... ஒரு குட்டிப் பாம்பு போல இருக்கலாம்"

அதற்குமேல் அவள் எதுவும் கேட்கக்கூடாதே என்று நினைத்துக் கொண்டேன். அதே போல அவளும் வேறெதுவும் கேட்காமல் வாங்கிய பொருட்களுக்குப் பணத்தைக் கொடுத்துவிட்டு சூரிய ஒளியில் தன் கூந்தல் மின்ன வெளியில் சென்றுவிட்டாள்.

அன்று மாலை வழக்கத்திற்கு முன்னரே கடையை மூடிவிட்டேன். ஏதோ காரணத்தால் களைப்பாக உணர்ந்தேன். பெருந்தீங்கு ஒன்று நிகழப் போகிறது என்ற இனம்புரியாத கவலை, உள்ளுணர்வின் எச்சரிக்கை.

தொலைவில் இருந்த மலைகள் கரும்பச்சை நிறத்தில் ஜொலித்துக் கொண்டிருந்தன. பிரகாசமான முழு நிலவின் ஒளி இருந்தபோதும் கண்ணுக்குப் புலப்படாத ஏதோ சில சக்திகள் உலகம் முழுவதையுமே நிழல் இருட்டில் மூழ்க வைத்ததைப் போலிருந்தது. அமைதியற்ற உறக்கத்திலும், கனவுகளிலும் சற்று தூரத்திலிருக்கும் மொட்டை மாடி களில் முழங்கும் மெலிதான முரசு சத்தம் சீரான இதயத் துடிப்பைப் போல எனக்குக் கேட்டுக்கொண்டே இருந்ததென்றே நினைக்கிறேன்.

அடுத்த நாள் காதலர்களைக் காணவில்லை.

அவர்களை ஒன்றாகக் கடை வீதிகளில் காண முடியவில்லை என்பதையே அப்படிச் சொன்னேன். அவன் பந்தயம் கட்ட 'தௌதீம்' கடைக்குக் காலையில் வரவில்லை. தனக்குப் பிடித்த துரித உணவை சாப்பிட பாஹ் லிங்தோ உணவகத்திற்கும் வரவில்லை. நீண்ட நடைக்கு வழக்கம்போல் விருப்பமாகச் செல்லும் வார்ட் ஏரி அருகில் அவள் போகவில்லை; நெடுநேரம் படித்துக் கொண்டும் எழுதிக் கொண்டும் இருக்கும் தன் அறைக்குப் பக்கத்தில் இருக்கும் தாழ்வாரத் திலும் அவளைக் காணவில்லை. அவர்கள் இருவரும் ஒன்றாய்ச் சேர்ந்து ஓடிப்போய் விட்டார்கள் என்றுதான் முதலில் நாங்கள் உறுதியாக நினைத்ததோம்.

'அவள் தன் புத்தகத்திற்கான விஷயங்களைத் தேவைக்கு அதிகமாகவே தேற்றிவிட்டாள்,' என்று பாக்குக் கொட்டைகளை உள்ளங்கையில் வைத்து நசுக்கிக் கொண்டே நமட்டுச் சிரிப்போடு சொன்னாள் காங் லீ.

இந்தக் கதைக்கு சுவையான பரபரப்பான ஒரு திருப்பம் இருக்கிறது. ஒருவேளை அவர்கள் கௌஹாத்தி சென்றிருக்கலாம். அல்லது நிறைய கட்டுப்பாடுகளுடன் ஒதுக்குப்புறமாக விலகிப்போய் இருக்கும் ஷில்லாங்கிலிருந்து தள்ளி நெடுந்தூரமிருக்கும் பெருநகரான கல்கத்தாவில் வசிக்க வேண்டுமென்றும் போயிருக்கலாம். அந்தப் பெருநகரில் யாருமறியாத ரகசியமான ஜோடியாக வாழலாம். அந்த ஜோடியின் தைரியத்தையும் காதல் மீது அவர்கள் கொண்டிருந்த கட்டற்ற உறுதியையும் சிலர் பாராட்டுவதாகவும் கூறினர்.

ஒரு வாரம் கடந்ததும் அவர்களுக்கு ஏதாவது மோசமானது நடந்திருக்குமா என்று மாமா ஜோஸ் வெளிப்படையாகவே வேதனைப்பட்டார்.

'மோசமா? மோசம்ன்னு என்ன சொல்ல வர்றீங்க?' என்று வழக்கம்போல வாசலில் பீடி குடித்தவாறு பாஹ் லிங்தோ கேட்டார்.

மாமா ஜோஸ் தன் குழாயிலிருந்த புகையிலையை வெளியில் தட்டினார்.

'அந்த விடுதியின் அறையிலிருந்து அவள் தன்னுடைய எந்தச் சாமான்களையும் எதையுமே எடுத்துப்போகவில்லை' என்று காங் சாய் சொன்னார். "விந்தையாக இல்ல இது?" அந்த வார்த்தை கடும் கரும்புகை மண்டலமாக அந்தக் காற்றில் படர்ந்து கலந்தது.

என்ன செய்ய வேண்டுமென்பது, நம் ஊரின் தலைவர் ராங்பாஹ் ஷ்னாங்குக்குத் தெரியும்; எனவே அவரிடமோ அல்லது காவல் துறையிடமோ புகார் அளிக்க வேண்டும் என்று யாரோ சொன்னார் கள். காங் பன்ரி மீதும் ஒரு கண் இருக்க வேண்டும் என்று மாமா ஜோஸ் எச்சரித்தார்.

பைத்தியக்காரத்தனமான இந்தப் பேச்சுகளை நிறுத்த எண்ணிய நான், அவள் அப்படிப்பட்ட பெண் இல்லை என்றும் எளிமையான வலுவற்ற அவளால் தன் கணவனையும் அவன் காதலியையும் மீறிக்கொண்டு எதுவும் செய்து விட முடியாது என்றும் கூறினேன்.

'கேடு விளைவிக்க வேறு வழிகள் இருக்கின்றன...' என்றாள் காங் லீ அறையின் மூலையிலிருந்து. அவள் மந்திர ஏவல்களைப் பற்றித் தான் சொல்கிறாள் என்று எல்லோருக்கும் புரிந்தது. காங் பன்ரி கிறித்துவ மதத்தின் வெளிச்சம் இன்னும் படாத ஒரு பழைய 'காஸி' குடும்பமான ரிங்ஜாவிலிருந்து வந்தவள்.

'அவ அம்மா அப்படித்தான் நிறைய சொத்து சேர்த்தாள்னு நானும் கேள்விப்பட்டேன். எல்லாம் தெலன் அளித்த பணம்,' என்று தெருவோரத்தில் காய்கள் விற்கும் ஒரு பெண் கூறினாள்.

நாங்கள் பேசிக்கொண்டிருக்கும்போதே காங் பன்ரி கடைக்குள்

நுழைந்தாள். அவளது கண்கள் எல்லோரையும் ஊடுருவிப் பார்த்தன. பிறகு அவள் கன்னங்கள் துடித்தன. நாங்கள் சட்டென்று அமைதி யானதிலிருந்தும், எங்கள் தர்மசங்கடமான பார்வைகளிலிருந்தும் நாங்கள் அவளைப் பற்றித்தான் பேசிக் கொண்டிருந்தோம் என்று அவள் உணர்ந்திருப்பாள். இருந்தாலும் வலிய வரவழைத்துக் கொண்ட புன்னகையோடு சில மளிகைச் சாமான்கள் வேண்டு மென்று கேட்டாள்.

மாமா ஜோஸ் அவளை 'கம்னோ' என வரவேற்று அழைத்தார். அவருக்கு மட்டுமே அவளை அழைக்கத் துணிவிருந்தது.

அழைப்பை ஏற்கும் பாவனையில் அவளும் தலை அசைத்தாள். மாமா ஜோஸ் அவளின் உடல் நலத்தை முதலில் விசாரித்துவிட்டுப் பின்னர் மால்கம் பற்றி வினவினார்.

'அவர் காரோ மலைகளுக்குச் சென்றிருக்கிறார். அங்கு மேம் சாஹிப்பின் வேலைக்கு மொழிபெயர்ப்பாளர் உதவி தேவைப் படுகிறது' என்று அமைதியாகப் பதிலளித்தாள் அவள்.

அவள் சென்றவுடன் அறையிலிருந்த எல்லோரும் ஏமாற்றத்துடன் தலையைத் தொங்கவிட்டுக் கொண்டனர். நம்ப முடியாத இந்தக் கதையை மட்டும் காங் பன்ரி உண்மையாகவே நம்புவாளென்றால் தன் கணவனால் ஏமாற்றப்பட எல்லா வகையிலும் லாயக்கானவள் தான் அவள் என்று உடனே உறுதிபடச் சொன்னாள் காங் லீ. 'என்ன ஒரு மதிகெட்ட மனைவி இவள்?'

தொன்மைக்காலம் தொட்டு இருந்து வரும் மந்திரங்கள் தொலை தூரத்திலிருந்தும் கூடத் தங்கள் வேலையைக் காட்ட முடியும் என்று காய்கறிக்காரர் மெதுவாகச் சொன்னார். 'காங் பன்ரியிடம் காதலர் களின் ஏதாவது ஒரு பொருள் இருந்தால்கூடப் போதும், அதை வைத்து அவர்களுக்குக் கேடு செய்து விட முடியும்'

'என்ன சொல்ல வர்றீங்க?' இப்போது புகையிலையைக் கையில் கசக்கிக்கொண்டே பாஹ் லிங்தோ கேட்டார்.

சோராவைப் பூர்வீகமாகக் கொண்டவர்களும் ஷில்லாங்கில் தங்களுக்கு அருகில் வசித்து வந்தவர்களுமான ஒரு லபான் குடும்பத்தைப் பற்றி அந்தப் பெண் சொல்லத் தொடங்கினாள். அவர்கள் பெரும் செல்வந்தர்கள். பெரும் கௌரவம் கொண்டவர்கள். அவர்கள் தெலன் வைத்திருப்பார்களா என்பது தெரியாது; ஆனால் பிறருக்குக் கேடுவிளைவிக்கும் மந்திரங்கள் அவர்களிடத்தில் இருந்ததென்னவோ உறுதி.

'அது மெதுவாக அழிக்கும் நோயாக இருக்கலாம்,' என்று விவரிக்கத் தொடங்கினாள் அவள். 'மருத்துவர்களால் இன்னதென்று கண்டு

பிடிக்க முடியாத நோயாக..' பிறகு அப்படிப்பட்ட ஒன்றைத் தன் கண்களால் உறுதியாகக் கண்டதாக இப்படிச் சொன்னாள்... 'அந்தப் பாவப்பட்ட பாஹ் பாஸாஹ்விற்கு நடந்தது போலும் நடக்கலாம்.'

'பாஹ் பாஸாஹ்விற்கு என்ன நடந்தது?' நாங்கள் கேட்டோம்.

அவள் தன் 'ஜெய்ன்கிர்ஷா'வை கட்டம் போட்ட பருத்தியிலான மேல் துணியை நெருக்கமாக மேலே இழுத்துவிட்டுக் கொண்டாள். 'எங்கேயோ இருக்கும் ஏதோ ஒரு சொத்தைப் பற்றி அவர் அந்தக் குடும்பத் தலைவரிடம் வாதாடியிருக்கிறார். பிறகு ஒரு நாள் தன் வீட்டிலிருந்து வெளியில் வரும்போது வீதியில் விழுந்து இறந்து போனார். ஆனால் அவர் ஆரோக்கியமாக இருந்த ஐம்பது வயது மனிதர்.'

'இது கிறுக்குத்தனமா இல்ல இருக்கு,' என்றார் பாஹ் லிங்தோ.

பாஹ் ஜோஸ் கவலையுடன் அதை ஆமோதித்தபடி தலையசைத்தார். 'நான் இதக் கேள்விப்பட்டிருக்கேன்'

'காத்திருந்துதான் பார்ப்போமே,' என்று நான் பலவீனமான குரலில் சொன்னேன். 'அவுங்க நிச்சயம் திரும்பி வருவாங்க.'

ஆனால் அங்கிருந்த எவருமே நான் உட்பட, அதை நம்பவில்லை என்பதை ஒத்துக்கொண்டுதான் ஆக வேண்டும்.

இரண்டு வாரங்கள் சென்றன. பிறகு ஒரு மாதம் முழுவதும் கழிந்தது. அந்த பிரெஞ்சுப் பெண்ணையும் அவள் காதலனையும் பற்றிய எந்தச் செய்தியும் வரவில்லை. பிற விருந்தாளிகளுக்கு வாடகைக்கு விடுவதற்காக விடுதி நிர்வாகத்தினர் அவள் அறையிலிருந்த உடைமைகளைக் கிடங்கிற்கு மாற்றிவிட்டனர். எங்கள் சிறு ஊரில் இந்தக் கதைகள் பற்றி எரிந்து கொண்டிருந்தன. காங் பன்ரியும் அவள் குடும்பமும்தான் அந்தக் காதல் ஜோடி காணாமல் போனதற்குக் காரணம் என்று சொல்லும் ஒரு அணியும், அவர்கள் இருவரும் இன்னும் 'காரோ' மலைகளுக்குள் சுற்றிக் கொண்டிருக்கிறது என்று சொல்லும் மற்றொரு அணியுமாக உள்நாட்டுப் போர் அளவிற்கு மக்கள் இரு அணிகளாகப் பிரிந்தனர். நாளுக்குநாள் இரண்டாவது கதையை நம்புபவர்கள் குறைந்து கொண்டே வந்தனர்.

ரிங்ஜா குடும்பம் தெலனைத் தன் வசம் வைத்திருப்பது குறித்த கிசுகிசுப் பேச்சுகள் எல்லா இடங்களிலும் ஊடுருவத் தொடங்கின. கடந்த காலத்தில் அவர்களின் வணிகப் போட்டியாளர்களின் பிரம்புக் கூடைகள் எப்படி முதுகோடு ஒட்டிக்கொண்டன என்றும் அவர்களின் பெரும் எதிரிகள் திடீரென எப்படி வீதிகளில் மாண்டு விழுந்தனர் என்றும் பழங் கதைகள் பலவும் தோண்டி எடுக்கப்பட்டன.

'அது லபான் குடும்பம் என்றல்லவா நினைத்தேன்' என்று நான் கூறினேன்.

நான் குறுக்கிட்டதால் கோபம் கொண்டு 'ரிங்ஜாக்களும் தான்' என்று இடைமறித்துச் சொன்னாள் காங் லீ.

வினோதமான பரபரப்புடன் கூடிய முரசு முழக்கங்கள், ரிங்ஜாவின் மொட்டை மாடிகளிலிருந்து இரவுமுதல் விடியும்வரை கேட்பதாக அந்தக் காய்கறி வியாபாரி எங்களிடம் சொல்லிக் கொண்டிருந்தார். ரேஸ் கோர்ஸுக்கும் எந்நேரமும் சுறுசுறுப்புடன் இயங்கும் போலோ சந்தைக்கும் அருகில் இரண்டு மாடி சொகுசு வீட்டில் அவர்கள் குடும்பம் இருந்தது.

'அங்கே யாரிடம் வேண்டுமானாலும் பேசிப் பாருங்க. அவுங்க சொல்லுவாங்க,' என்று அவள் சொல்லி முடித்தாள்.

இப்போதும் காங் பன்ரியிடம் அவள் கணவர் பற்றிக் கேட்டால், அவர் மொழிபெயர்ப்பு வேலையாக அந்த பிரெஞ்சுப் பெண்ணுடன் சென்றுள்ளதாகத்தான் சொல்கிறாள். அவள் வார்த்தைகளுக்கு எந்த அர்த்தமும் இல்லை என்று சொல்வதில் தவறில்லை. மக்கள் அவளிடமிருந்தும், அவள் குடும்பத்திடமிருந்தும் விலகலாயினர். அவளும் பின்னர் குவிண்டன் சாலையிலிருந்த அவர்கள் வீட்டிலிருந்து போலோ மைதானத்திலுள்ள அவளின் பெற்றோர் வீட்டிற்கு சென்றுவிட்டாள்.

'குற்ற உணர்ச்சிதான் காரணம்,' என்று காங் லீ சொன்னாள்.

'அவளை அதுதான் பைத்தியமாக்குது.'

'ஏதாவது செய்திருப்பாள் என்றே வைத்துக் கொண்டாலும் அவள் அந்த உடல்களை என்ன செய்திருக்கமுடியும்?' என்று நான் குறுக்கிட்டுக் கேட்டேன்.

எதிர்பாராதவிதமாக அது பல நூறு புதிய ஊகங்களைக் கட்டற்றுப் பரப்பியது. ஒரு வேளை அவர்களை வார்ட்ஸ் ஏரியிலோ அல்லது ஷில்லாங்கிற்கு வெளியே சற்றுத் தள்ளியிருக்கும் வேறொரு ஆற்றிலோ வீசியிருக்கலாம். ஏன், வஹிங்தோவிலுள்ள 'காஸி' சுடுகாட்டில் தீயிட்டுப் பொசுக்கியிருக்கலாம். அங்குதான் இறந்தவர்களின் எலும்புகளைக் கல் தாழிகளில் இட்டு மலைகளைச் சுற்றி அடையாளப் புள்ளியிட்டு வைப்பார்கள். போலோ மைதானத்திலிருந்த ரிங்ஜா வீட்டின் பின்புறமுள்ள விரிந்த வறண்ட நிலத்தில் கூட அவர்களைப் புதைத்திருக்கலாம். கடைசி சாத்தியத்தை அனைவரும் முழுமையாக நிராகரித்து ஒதுக்கினர். ஆனால் ஒரு நாள் மாலை வீட்டுக்குச் செல்லும் வழியில் அந்தப் பகுதியிலிருந்து மனிதத்

தொடை எலும்பு போல ஒன்றை ஒரு நாய் எடுத்துச் செல்வதை காங் லீ பார்த்தபின் அவர்களால் அப்படி எண்ண முடியவில்லை.

அடுத்த நாள் காலை அங்கு காவலர்கள் குவிக்கப்பட்டனர். பார்வையாளர்களும் குவிந்தனர். உடல் வலிவு கொண்டவர்களுக்கும் விருப்பப்பட்டவர்களுக்கும் மண்வெட்டி தரப்பட்டது. எனக்குக் கொடுக்கப்பட்ட மண்வெட்டியை இறுக்கமாகப் பிடித்துக் கொண்டேன். என்னால் அந்தச் சதுப்பு நிலத்தில் குழிபறிக்க முடிய வில்லை. ஒருவித குமட்டல் என்னுள் அலைபோலப் பரவியது. என் கால்களுக்குக் கீழே நிலம் நழுவுவதாக உணர்ந்தேன். காட்டு நாய்க் கூட்டமொன்று எங்களைச் சுற்றி மூக்கை உறிஞ்சிக்கொண்டு, மோப்பம் பிடித்துக்கொண்டு சென்றது. ஒருக்கால் அதிகம் கறி கிடைக்கும் என்று தேடியிருக்கலாம். சிலர் மண்வெட்டியால் அவற்றை விரட்டி அடித்தபோது அவை குரைக்கத் தொடங்கின. இதுவரை இந்த ஊரில் எதுவுமே நடக்காததால் நாங்கள் எதை வேண்டுமானாலும் நம்பத் தயாராக இருக்கிறோம் என்றும், இது சாத்தியமில்லாதது என்றும் நான் நினைத்துக் கொண்டேன். உறுதியான ஏதோ ஒன்றை வதந்திகளே உருவாக்கிவிட்டிருக்கின்றன. காற்று இந்த மலைகளுக்குள் சிக்கிக்கொண்டது; எங்கள் வார்த்தைகளை வீசிக் கலைக்க அதனால் முடியவில்லை. அதனால் அவை எங்களின் குரூர பிம்பங்களாக மீண்டும் எங்களிடமே விசித்திரமான விகாரமான எதிரொலிகளாகத் திரும்பி வந்தன.

அந்தச் சுருக்கமான பிப்ரவரி நாளில் குளிர் எங்கள் விரல்களைக் கிழித்துக் கொண்டிருந்தாலும் நாங்கள் பலத்த உற்சாகத்துடன் குழி பறித்தோம். சிலர் அதுவரை அவர்கள் வாழ்வில் இந்தளவு கடினமாக உழைத்திருக்கமாட்டார்கள். மழைக் காலத்தில் அடர்த்தியான சேற்றுப்பகுதியாக மாறிவிடும் அளவுக்கு மண்ணை வெட்டியெடுத்த படி நாங்கள் கற்களையும் வேர்களையும் தோண்டியெடுத்து வெளிக்கொணர்ந்தோம். அந்த இடுகாடு—வேறு பொருத்தமான பெயர் கிடைக்காததால் அப்படித்தான் சொல்ல வேண்டும்—அது, இன்னும் அரை மைல் தொலைவில் இருக்கும்போது இங்கே என்ன கிடைக்கப் போகிறது என்று நாங்கள் நினைத்துக்கொண்டிருக்கும் வேளையில் ஒரு இளம் காவலரின் மண்வெட்டி ஏதோவொன்றின் மீது மோதியது. புதிய மேய்ச்சல் நிலத்தைக் கண்டால் விரையும் ஆட்டு மந்தையைப் போலக் கூட்டம் அப்படியே ஓட்டு மொத்தமாய் அங்கே நகர்ந்தது. விரைவில் கூச்சல்களும் உலோகத்தின் மீது மண்வெட்டிகள் மோதும் ரீங்காரமும் காற்றை நிறைத்தன. மெதுவாக எலும்புக் கூடுகளைத் தோண்டி எடுத்தோம். அவை மனிதர்களுடையவை அல்ல, குதிரை களுடையவை. துருப்பிடித்துப் போயிருந்த முழு வாகனங்களின் கூடுகளையும் உள்ளிருந்து எடுத்தோம்.

அமெரிக்கர்களும், பிரிட்டிஷாரும் அவர்களின் கால்நடைகளையும், படைத்தளவாடங்களையும், வாகனங்களையும் புதைத்துச் சென்றிருந்த போரின் சுவடு பதிந்த இடுகாடு அது. அவர்களின் உபகரணங் களையும், போர்க்கருவிகளையும் உள்ளூர்வாசிகளிடம் கொடுக்காமல் அப்படிப் புதைத்துவிட அவர்களுக்கு உத்தரவு இருந்தது. இராணுவம் மறந்துவிட்டும் துறந்துவிட்டும் சென்றிருந்த பலவிதமான அபத்தமான சாமான்கள் எங்கள் கண் முன்னர் காட்சியாக விரிந்தன. வளைந்தும் நெளிந்தும் கிடந்த உலோகத்திலிருந்து அது உருகும் நெடியும், அழுகிய குப்பை கூளங்களின் அருவெறுப்பான துர்நாற்றமும் அந்த இடம் முழுவதும் வீசியது. எங்கள் வார்த்தைகள் இறந்து மக்கிப்போன இடம் இதுவாகத்தான் இருக்க வேண்டும் என்று மின்னலடிக்கும் நொடியில் ஓர் எண்ணம் தோன்றியது. உடனேயே நாய்கள் குரைத்துக்கொண்டும் சண்டையிட்டுக்கொண்டும் அங்கிருந்த எலும்புகள் மீது பாய்ந்தன. சிலர் கம்புகளாலும் கற்களாலும் அவற்றை அடித்து உதைத்து விரட்டினர். தெருப் பெருக்குவோர் உலோகத் துண்டுகளை சேகரிக்கலாயினர். எங்கள் கடந்த காலத்தை உயிர்த்தெழச் செய்து முடித்தபின் பிறகு அன்று மாலை மங்கிய பிறகுதான் நாங்கள் எல்லோரும் அந்த இடத்தை விட்டு விலகிச் சென்றோம்.

சில வாரங்களுக்குப் பின்னர் பள்ளிகள் தொடங்கும் முன்னர் மால்கம் திரும்பி வந்தான். பன்ரியும் குவிண்டன் சாலையிலிருந்த அவர்கள் வீட்டிற்குத் திரும்பினாள். நாங்கள் மீண்டும் அந்த பிரெஞ்சுப் பெண்ணைப் பார்க்கவில்லை. ஒருமுறை மால்கமிடம் அவளைப் பற்றிக் கேட்டேன். அவனும் தெளிவில்லாத பதிலை அளித்தான். பயணத்தின் போது மர்மக் காய்ச்சலால் பீடிக்கப்பட்டு அது அவளின் பலத்தையும் நிறத்தையும் மெதுவாக உறிஞ்சிக் கொண்டது; அதனால் ஷில்லாங்கிற்குத் திரும்பி வராமல் கௌஹாத்தி சென்று அங்கிருந்து அவள் தன் தாய்நாட்டுக்குச் சென்றதாகவும் அங்கு உடல் நலம் பெறுவாள் என்று தான் நம்புவதாகவும் சொன்னான்.

மால்கம் திரும்பி வந்ததும் அந்த முரசு முழக்கங்கள் நின்றுவிட்டன என்று மக்கள் கூறினர். ஆனால் எனக்கோ இன்றும் சில நேரங்களில் இருட்டு நேரத்தை அதிரச் செய்தபடி சீரான இருதயத் துடிப்பு போல, காலத்தைப் போலப் பழமையாக, அது இன்னும் கூடக் கேட்டுக் கொண்டுதான் இருக்கிறது.

■

தங்க மாஸீர் குறித்த கனவு

தமிழில்: சுசித்ரா

அண்ணன் குடியால் கொண்டு செல்லப்பட்டார். தம்பி, தேவதைகளால்.

அவர் மறைந்து போனதற்குத் தர்க்க ரீதியான காரணம் என்ன என்று கேட்டால், சர்க்கரை நோய் உருவாக்கும் மருட்சிகளால் ஆட்கொள்ளப்பட்டு அவர் செங்கோடு பாய்ந்தோ, காட்டினுள் நடந்தோ, திரும்பாத வகையில் சென்று விட்டார் என்பதே. ஆனால் எனக்கு அது அபத்தமாகப் படுகிறது. மாமா கின்னை விட திடமான ஒரு மனிதரை எனக்குத் தெரியாது. இரண்டாம் உலகப்போரில் ஆப்பிரிக்க முனையில் போரிட்டு உயிருடன் திரும்பியவர். அதெல்லாம் எல்லோருக்கும் இயல்வதல்ல.

மாமா கின்னும் அவருடைய அண்ணனும் உயிருடன் இருந்த அந்நாட்களில், நாங்கள் ஊரின் மேற்குக் கோடியில், மோட் பிரான் போர் நினைவுச் சின்னத்தைத் தாண்டி, பழம்பெரும் வியூகம் போன்று விரிந்த லியூ ட சந்தை அருகில், பரவிக் கிடந்த ஒரு பெரிய வீட்டில் வாழ்ந்தோம். என்னுடைய கொள்ளுப்பாட்டன்கள் கட்டிய ஒற்றை அறையாகப் பிறந்தது அந்த வீடு. 1897இல் நிகழ்ந்த பூகம்பத்திலும் தப்பிப் பிழைத்த வீடு அது. அந்த பூகம்பம் எங்கள் நிலப்பகுதியை வெண்ணெயைப் போல சமன் செய்து பள்ளத்தாக்குகளை பூமியின் மையப் பகுதிக்கு கொண்டு சென்றதென்று பெரியவர்கள் சொல்வதுண்டு. அந்த அறை அதன் பிறகு எப்போதும் விரிசல்களும், கோணலான தரைப் பலகைகளும் கொண்டிருந்தாலும், உறுதியாக, திடமாக, வீட்டின் இதயத்தைப் போல நின்றது. குடும்பம் வளர வளர அந்தக் கட்டிடமும் வளர்ந்தது. குறிக்கோளில்லாமல் திரிந்து செல்லும் எண்ணங்களைப் போல சில பகுதிகள் விரிவாக்கம் செய்யப்பட்டுத் தாழ்வாரங்களும் சேர்க்கப்பட்டன. அதனால் கரடுமுரடான தரைகளும் கோணலான கதவுகளும் சாளரங்களும் கொண்டிருந்தது வீடு. சாளரங்களின் மரக்கதவுகள் சரியாக மூடிய நாளே இல்லை,

ஆனால் அந்நாட்களில் திருட்டு பயம் அரிதாகவே இருந்தது. பக்கத்து வீட்டுக்காரர்கள் தங்கள் வீட்டைப் போலவே அதை எண்ணி வந்து போய்க்கொண்டு இருந்தார்கள். கண்ட நேரத்திலும் நண்பர்கள் வருவார்கள்; அவர்கள் உணவு உண்ணாமல் சென்றதேயில்லை. மழைக்காக ஒதுங்கிய தெருப்பூனைகளும் தெரு நாய்களும் மழை ஓய்ந்தும் வெகுநாட்களுக்கு எங்கள் வீட்டிலேயே தங்கின.

வீட்டைச் சுற்றி, அதன் பரந்த, பண்படுத்தப்படாத தோட்டத்தின் எல்லைகளில், தகரத்தாலும் மரத்தாலும் கட்டப்பட்ட சாய்வான வரிசையில் குடில்கள் நின்றன. அவற்றில் விதவிதமான மக்கள் வாழ்ந்தனர். சமையலும் வீட்டு வேலையும் செய்யும் மேனா என்ற கிழவி; குட்டையான வேலைக்காரன் பே லாம்; வரிசையின் கோடியில் தனித்தனியான, ஆனால் ஒரே மாதிரியான இரண்டு குடிசைகளில், சகோதரர்களான மாமா ஹே மற்றும் மாமா கின். மையமாக இருந்த வீட்டினுள் இருந்தவர்கள் என் தாத்தா, பாட்டி, அவர்களுடைய மகள் ரூத், மற்றும் இளைய மாமா கோர்டன். கண்மண் தெரியாமல் குடித்துவிட்டு வரும் பின்னிரவுகளில் தொலைதூரம் தள்ளாடிச் செல்ல வேண்டிய அவசியமில்லாத வகையில், கோர்டனின் அறை வாசற்கதவுக்கு அருகேயே இருந்தது. என்னுடைய பெற்றோர் வீட்டின் பின் பகுதியில் ஓர் அறையில் படுப்பது வழக்கம். அதற்குப் பக்கத்து அறையில் நான், என் அண்ணன் கீத் மற்றும் அக்கா ஸ்டெபனி ஆகியோர் உறங்குவோம். எனக்கு அப்போது பதினோரு வயது; நான் சிறிய உடல்வாகு கொண்டவன். எல்லோராலும் வம்புக்கிழுக்கப்பட்டு கேலி செய்யப்படுவேன். காற்றடிக்கும் இரவுகளில் ‘செஸ்ட்நட்’ கொட்டைகள் மரத்திலிருந்து எங்கள் தகரக்கூரை மேல் படபடவென சத்தமிட்டபடி விழும். அப்போது கீத் என்னைக் காலால் உதைப்பான். “ஏய், போ, போய் அதப் பொறுக்கிட்டு வா.” நான் தூங்குவதைப் போல் நடித்தால் ஸ்டெப் அறையின் மற்றொரு மூலையிலிருந்து சேர்ந்து கொள்வாள். “ஆரோன், இப்ப நீ போகலைன்னா நீ படுக்கையிலே ஒண்ணுக்கடிச்சிட்டதா எல்லார்கிட்டேயும் சொல்லிரு வேன்.”

“நான் ஒண்ணும் அப்படியெல்லாம் செய்யல” என்று நான் ஆட்சேபம் தெரிவிப்பேன்.

“உன்ன யாரு நம்பப் போறா?”

இருளில் தெரியும் பற்களின் வெண்மையிலிருந்து அவள் இளிக்கிறாள் என்பது தெரியும். என்னுடைய அக்கா வலிமையான வள், கட்டுக்கோப்பான உடல் கொண்டவள். அக்கம்பக்கத்துப் பையன்கள் பலருக்கும் அவளைக் கண்டால் பயம். நான் படுக்கையி லிருந்து இறங்கிக் கழிவறை வழியாக சத்தம் போடாமல் வெளியே நடந்து செல்வேன். குளிரடிக்கும் அவ்விரவுகளில் ‘செஸ்ட்நட்’

கொட்டைகளைப் பொறுக்கும்போது அடிக்கடி மாமா ஹேயை சந்திப்பேன். நான் வெளியே இருப்பது அவருக்கு என்றுமே வியப்புக் குரிய விஷயமாக இருந்ததில்லை என்று நினைக்கிறேன். அந்நேரத்தில் அவர் போர்ப்பாடல் ஒன்றைப் பாடிக்கொண்டோ, தோட்டச்சுவர் மீது வெகுநேரம் வலுவாக சிறுநீர் கழித்தபடியோ, தன்னுடைய குடிசையின் திசையை நோக்கித் தள்ளாடி நடந்து கொண்டிருப்பார். அல்லது இரண்டுமே.

"அம்மா..மாமா ஹே ஏன் இவ்வளவு குடிக்கிறார்?" என்று ஒருமுறை அம்மாவிடம் கேட்டேன்.

"அவர் இரண்டு போர்களைக் கண்டிருக்கார்."

முதல் போரில் ஆப்பிரிக்கா, இரண்டாம் போரில் பர்மா என்று பிறகு தெரிந்து கொண்டேன்.

"அதனால்?" என்று நான் அடுத்த கேள்வியை அடுக்கினேன். அவள் வெங்காயம் நறுக்குவதை நிறுத்தினாள்.

"அவருக்கு மறக்க வேண்டிய நினைவுகள் நிறைய இருக்கு."

"அப்ப மாமா கின்? அவர் ஏன் குடிக்கறது இல்ல? அவரும் ஒரு போருக்குப் போனாரே?"

"அதைப்பத்தி நீயே அவரக் கேளு," என்று சொல்லிவிட்டுத் தொணதொணவென்று கேள்வி கேட்டுத் தன்னைத் தொந்தரவு செய்ய வேண்டாம் என்றாள்.

விழித்துக் கொண்டிருந்த ஒரு சில மணி நேரங்களும் கிடாரை மீட்டியபடியே செலவிடும் கோர்டன் மாமா ஒருமுறை என்னிடம் மாமா ஹேயின் துயரத்துக்கு வேறு பல காரணங்கள் இருப்பதாகச் சொன்னார்.

"அவர் போர்ச் சிறைக்குச் சென்று மீண்டு வந்தார். அவருடைய ஒரே மகன் திரும்ப வரவில்லை."

"அவருக்கு மனைவி இருந்தார்களா?" என்று நான் கேட்டேன்.

"இருந்தாள், ஆனால் அவள் ஒரு ஸ்காட் சிப்பாயுடன் ஓடி விட்டாள் என்று நினைக்கிறேன். அது மாதிரி ஏதோதான் நடந்தது. அவன் இங்கு ஷில்லாங்கில் ராணுவ மருத்துவமனையில் இருந்தான், இவள் அங்கு மருத்துவச் செவிலி."

"மாமா கின்? அவர் மணம் செய்துகொண்டாரா?"

"இல்லை. அவருடைய வாழ்வில் ஒரே காதல் கா பா தான்." அந்த வட்டாரத்தின் மீன் வகை அது.

மாமா கின் மீன் பிடிப்பதில் வல்லவர்.

வினோதமாகப் பின்னப்பட்ட எங்கள் வாழ்நாட்கள் அமைதியாக

ஓடின. ஒவ்வொரு நாளும் காலை பதினோரு மணிக்கு தாத்தா தன்னுடைய கார் பணிமனைக்குச் செல்வார். தான் மருத்துவ அதிகாரியாகப் பணிபுரிந்த அரசு சுகாதாரத் துறைக்கு அப்பா செல்வார். கல்லூரியில் விலங்கியல் படிப்பதாகச் சொல்லிக்கொண்ட கோர்டன் மாமா எப்போதாவது அந்தப் பக்கம் செல்ல மேம்போக்காக முயற்சி செய்தபடி இருப்பார். ரூத் பெரியம்மா மாண்டிசோரி பள்ளியில் ஆங்கில ஆசிரியையாகத் தன் பணியை சிரத்தையுடன் செய்து வந்தார். என் பாட்டி தீவிரமாகத் தோட்டப்பணியில் ஈடுபட்டார்; வெம்மையான செம்மண் புலத்திலிருந்து காய்களையும் கனிகளையும் பொறுமையாக விளைய வைப்பதிலேயே அவள் நேரம் செலவானது. அம்மா, என்னை, கீத்தை, ஸ்டெப்பை பள்ளிக் கூடத்துக்கு அனுப்பி வைத்து விட்டு, சமையலறைக்கு ஒதுங்குவாள். அல்லது பின்னல்வேலையைக் கையில் எடுத்துக் கொள்வாள். அல்லது அன்றைய சமையலுக்குத் தேவையானவற்றை பேரம் பேசி வாங்குவதற்காக லியூ டவுக்கு செல்வாள். நிலையாகவும் ஒழுங்காகவும் சென்றுகொண்டிருந்த எங்கள் வாழ்க்கையில் அவ்வப்போது சில குறுக்கீடுகள் வரும். குழந்தைகளுக்கு நோய்களின் வடிவத்தில், அல்லது அக்கம்பக்கத்தில் திருமணம், சாவு என ஊரின் நிகழ்வுகளாக அல்லது மாமா ஹே குடித்துவிட்டு அடிக்கும் கும்மாளமாக.

ஒரு முறை, என்னுடைய தாத்தா பாட்டி, கோர்டன் மாமாவின் பிறந்தநாள் கொண்டாட்டத்திற்கு விருந்தினர்களை அழைத்திருந்தார்கள். எல்லோரும் பியானோவைச் சுற்றி நின்றபடி காதல் பாடல்கள் பாடிக்கொண்டிருக்கும் போது மாமா ஹேயின் குரல் மட்டும் அறையிலிருந்த சத்தத்தையும் மீறி மேல் எழுந்தது துடுக்காக, குழறலாக, கோபமாக "உனக்குப் போரென்றால் என்னவென்றே தெரியாது" என்று தன் அருகே சற்று தர்மசங்கடத்தோடு நின்று கொண்டிருந்த இளைஞனைப் பார்த்துக் கத்திக் கொண்டிருந்தார் மாமா ஹே.

அவன் அண்டைவீட்டுக்காரர் மகனின் நண்பன். கோர்டன் மாமாவின் வயதுக்காரன். இசை அப்படியே நிறுத்தப்பட்டது.

"இல்லை, நான்..." என்று அவன் வரிசையாக விளக்கம் தரத் தொடங்க, அவனையும் அவன் குடும்பத்தையும் பற்றித் தான் நினைப்பதை எல்லாம் ஒளிவு மறைவின்றி மாமா ஹே வசையாக உதிர்க்க ஆரம்பித்தபோது அவன் நிறுத்திக்கொண்டான். "உங்களுக்கெல்லாம் போர் என்றால் என்னவென்றே தெரியாமல் இருக்கட்டும்!" என்றார்; அவருடைய சொல் கூடத்தினூடாக அதிர்ந்து ஒலித்தது; சிகரெட் புகையுடன் இணைந்து சுழன்றது; பியானோ கட்டைகளுக்கு இடையில் குடியேறியது; அனைவர் வாயிலும் மதுவைக் கொஞ்சம் காரக்குறைவாக, புளிப்பாக மாற்றியது. மாமா ஹேயின் கரங்களில்

இருந்த கோப்பை நழுவி கீழே விழுந்து சுக்குநூறாக நொறுங்கியபோது, அவர் அந்த இடத்திலேயே கதறி அழத் தொடங்கிவிட்டார். பாட்டியும் ரூத் பெரியம்மாவும் அவரை அங்கிருந்து அழைத்துச் செல்ல வேண்டியிருந்தது.

"நீ என்ன சொல்ல வந்தே?" என்று கோர்டன் மாமா பிறகு அவனிடம் கேட்டார்.

அந்த இளைஞனின் காதுகள் சிவந்தன. அவருக்குப் போர்க் காயங்கள் ஏதும் உள்ளதா என்று மாமா ஹேயிடம் தான் கேட்டதாக அவன் சொன்னான்.

ஆனால் எப்போதாவது, மாமா ஹே போதையில்லாமல், தன்னுணர்வோடு இருக்கும்போது, எங்களுடைய கால்பந்து விளையாட்டுகளில் சேர்ந்துகொள்வார். நாங்களும் பக்கத்து வீட்டுப் பையன்களும் விளையாடுவோம்; சந்தர்ப்பம் கிடைக்கும் போதெல் லாம் அவர்கள் சுவரேறிக் குதித்து இங்கு வந்துவிடுவார்கள். இரு உயரமான மூங்கில் கம்புகள் தடதடவென ஆடியபடி 'கோல்' அடிக்கும் எல்லையாகச் செயல்பட்டன. ஆர்வமிகுதியால் முன்னணி வீரர் உதைத்துத் தட்டையாக்கிவிட்ட பந்து, கிழிசல் துணிகளால் சுற்றப்பட்டிருக்கும். மாமா கின் அதிகாலையில் எழுந்து மீன் பிடிக்க 'உம் ஈய'முக்கு சென்றுவிடுவார்; அவர் வீட்டில் இருப்பதே இல்லை. இதுவரை, அந்த இரண்டு பேருக்குள் மாமா ஹேதான் எனக்குப் பிடித்தமானவராக இருந்தார்; அவர் எங்கள் அணியில் இருந்த போதெல்லாம் நாங்கள் ஆட்டத்தை வெல்வோம்.

எங்களுக்குப் போர் என்றால் என்னவென்றே தெரியக் கூடாது என்ற மாமா ஹேயின் ஆசை நிறைவேறவில்லை. ஆனால் போருட னான எங்கள் தொடர்பு மாலைச் செய்திகளைக் கேட்பதற்காக ரேடியோ பெட்டிக்கு ஒருவரோடொருவர் மல்லுக்கட்டுவதுடன் நின்றுபோனது. 1965இல் நடைபெற்ற இந்திய–பாகிஸ்தான் போரைப் பற்றிய மங்கலான நினைவுகளே என்னிடம் எஞ்சுகின்றன. ஜன்னல் கண்ணாடி மீது செய்தித் தாள்களை ஒட்டுவது, எங்கள் 'ஹில்மேன்' வண்டியின் முன்பக்கத்து விளக்குகளைக் கருப்படிப்பது, தோட்டத்தில் பதுங்கு குழிகள் தோண்டுவது என்று பலமணி நேரங்கள் வேலை பார்த்தோம். எல்லாம் செய்தாலும், கிழக்குப் பாகிஸ்தானின் வெடிகுண்டு விமானங்கள் ஊரின் அபாயச் சங்குகளின் ஓலத்துக்கு மேல் கர்ஜித்துக் கொண்டு எங்கள் வானத்தைக் கடக்கும்போது, நாங்கள் என்னவோ அதைப் பார்க்க வெளியே ஓடத்தான் செய்தோம். ஆனால் அதைவிட, அந்த வருடம்தான் மாமா ஹே இறந்தார் என்ற நினைவு என் மனதில் தெளிவாக உள்ளது. போர் முடிந்த சில நாட்களிலேயே அவர் படுத்த படுக்கையானார்; அறையை விட்டு வெளியேவர மறுத்துவிட்டார். அந்தத் தலையணை போர்வைகளின்

புதைகுழிக்குள் இருந்தபோது மாமா ஹே கடந்த ஐம்பது வருடங்களை விடவும் விரைவாகக் கிழடு தட்டிப் போனார்; உயிரின் எடை அவர் மீது திடீரென்று விழுந்துவிட்டது போல் இருந்தது. அவர் பிதற்ற ஆரம்பித்தார். நினைவுகள் குழம்பிப்போன நிலையில் இருந்த அவர் ஓடிப்போன மனைவியையும் வெகுநாட்களுக்கு முன் இறந்துபோன மகனையும் வாய் விட்டு அழைத்துக் கொண்டே இருந்தார்.

"நாங்கள் இருவரும் நானும் ஜேக்கப்பும் ஒன்றாகச் சேர்ந்து போர் முகாமிலிருந்து ஓடிவந்தோம் . பர்மாவில் நசநசவென மழை பெய்தபடி இருந்தது, பயங்கரமாகக் குளிரடித்தது. நாங்கள் நாட்கணக்காக நடந்து கொண்டே இருந்தோம். பாவம் என் மகன், மிகவும் களைத்து விட்டான்" என்பார்.

காயமடைந்திருந்த ஜேக்கப் சிறையில் அடைக்கப்பட்டு ஒரே நாளில் மாண்டுவிட்டான் என்று அவருக்கு நினைவுபடுத்த யாருக்கும் மனம் வரவில்லை. மாமா ஹே இறப்பதற்கு முன்னால், அதிகாலை நான்கு மணி அளவில், சேவல் கூவியபோது, அவர் புன்னகைத்தார். அவர் அருகே காவல் இருந்த ரூத் பெரியம்மா, "இதோ அவன் வந்துவிட்டான்" என்று அவர் அப்போது சொன்னதாகக் கூறினாள்.

பள்ளியில் நான் கிட்டத்தட்ட எல்லா வகுப்புகளிலும் தோல்வி அடைந்து கொண்டிருந்ததை அம்மா கண்டுபிடித்தபோது அந்த ஆண்டின் பிற்பகுதியில்தான் மாமா கின்னுடன் நான் அதிக நேரம் செலவிடத் தொடங்கினேன். தோல்வியடைந்தது நான் மூடன் என்பதனால் அல்ல என்று என் ஆசிரியை சொன்னார்; படிக்க நான் முயற்சியே செய்யவில்லை என்றார். மூக்குக் கண்ணாடி மேலிருந்து எங்களைப் பார்த்தபடி "ஆரோனுக்கு கவனச் சிதறல்தான் பிரச்சினை" என்றாள் திருமதி நொங்க்ரும். "அவன் வகுப்பிலேயே தூங்கி வழிகிறான். உங்கள் மகன் இரவில் சீக்கிரமே உறங்கச் செல்வது நல்லது, கோங் ஜாஸ்மின்" என்னுடைய பல இரவுகள் 'செஸ்ட்நட்' கொட்டைகளைப் பொறுக்குவதிலேயே கழிகின்றன என்று அவர்களிடம் விளக்குவதில் எந்தப் பயனும் இருப்பதாக அப்போது எனக்குத் தெரியவில்லை.

வீடு திரும்பும்போது எங்கள் வீட்டில் கவனச்சிதறலுக்கான காரணிகள் நிறைய உள்ளதென்றும், யாராவது வந்தபடியும் போனபடியும் இருக்கிறார்கள் என்றும், கோர்டன் மாமாவோ என்னுடைய அண்ணனோ அக்காவோ எனக்கு நல்ல முன்னுதாரணம் அல்ல என்றும் அம்மா முடிவு செய்தாள். "கீத்துக்கு கெல்வின் சினிமாவுக்கு போனால் போதும், ஸ்டெப் அக்கம்பக்கத்தில் இருக்கும் ஆண் பிள்ளைகளை மிஞ்சும் அளவுக்கு கால்பந்து விளையாடுகிறாள்.. கொஞ்சம் மூளையுள்ள நீ மட்டும்தான் படிக்க லாயக்கு." அம்மா என்னிடம் இவ்வளவு எதிர்பார்க்கிறாள் என்பதும், என்னுடைய

படிப்புத்திறன் மீது இவ்வளவு நம்பிக்கை கொண்டிருந்தாள் என்பதும் எனக்கு அச்சமும் அதிர்ச்சியும் தருவதாக இருந்தது. அவள் என்னிடம் எதுவும் எதிர்பார்க்காமல் இருந்திருந்தால் நன்றாக இருந்திருக்கும். அப்போது நான் பாடங்களோடு இந்த அளவுக்கு மல்லாட வேண்டிய அவசியமில்லாமல் இலேசாகப் படித்திருந்தால் போதும். "நீ மாமா கின்னின் அறையில் போய்ப் படி," என்று நாங்கள் வீட்டு வாசலை நெருங்கும் போது அவள் சொல்ல, என் இதயம் ஸ்டெப் மிதித்த கால்பந்தாக சுருங்கியது.

ஒவ்வொரு மாலை நேரமும் இரண்டு மணி நேரம் பாடப் புத்தகமும் பென்சிலும் கையுமாக நான் படிப்பதற்குப் போனேன். ஷில்லாங்கின் காற்று லேசாக, மென்மையாக இருந்தது. வெளியே விளையாட தோதான காலம். ஏழு கல் விளையாட்டு, டாட்ஜ்பால், கண்ணாமூச்சி, அல்லது கொஞ்சம் கற்பனை இருந்ததென்றால், கடற் கொள்ளைக்காரன் விளையாட்டு. ஒரு பழைய தலையணை உறையைக் குச்சியில் கட்டி ஹில்மன் கார் மீது அமர்ந்து, அதைக் காற்றில் ஆட விடுவோம். நாங்கள் கடல் நடுவே கப்பலில் சென்று கொண்டிருப்பதாக எங்களுக்கு எண்ணம். கொஞ்ச நேரம்கூட கப்பலில் சென்றிருக்க மாட்டோம், யார் கப்பலின் தலைவன் ஆக வேண்டும் என்று ஸ்டெப்புக்கும் கீத்துக்கும் வாக்குவாதம் தொடங்கி விடும். ஆனால் நாங்கள் ஓடும் வரை விளையாட்டு அவ்வளவு சுவாரஸ்யமாக இருக்கும். அந்த மாலை வேளைகளில், நான் அவர் களை ஏக்கத்துடன் பார்ப்பேன். அம்மாவின் கோபம் கவனத்திற்கு வந்து என்னை இருக்கையிலிருந்து விலகாமல் உட்காரச் செய்யும். அவளுடைய நா கூரியது, பொறுமையற்றது. இது எல்லோருக்கும் தெரிந்ததுதான், நாங்களும் பழகிவிட்டோம். ஆனால் கோபம் வந்தால் அவள் தாத்தாவையே தடுமாறச் செய்யும் சின்னஞ்சிறு மிளகாயான சோமின்கென் க்னாயைப் போல எரிந்து விழக்கூடியவள்.

கூட இருந்தவர் இன்னும் கொஞ்சம் கலகலவென்று இருந்திருந் தால் இவ்வளவு கடினமாக இருந்திருக்காது. மாமா கின் அதிகம் பேச மாட்டார்; கணிதமும் இலக்கணமும் செய்யும் தொல்லை சகிக்கவே முடியாமல் போகும்போது நானேதான் பேச்சைத் தொடங்க வேண்டும். அது அவ்வளவு எளிமையானது அல்ல. மாமா ஹே எப்போதும் குடியும் கும்மாளமுமாகப் பேசிக்கொண்டே இருப்பார்; அவர் தம்பியோ மௌனமாகத் தன்னுடைய மீன்பிடிக் கருவிகளைத் துடைத்துக் கொண்டிருந்தார். அவருடைய கண்கள் தூண்டில் இழையையோ, இரையைக் கவ்விவரும் நுட்பமான கூளத்தையோ விட்டு விலகவில்லை. எனக்கு மீன் பிடிப்பதில் சிறிதும் ஆர்வமில்லாத போதும், கடைசியில் நான் ஒரு கேள்வி கேட்கத் துணிந்தேன்.

"மாமா, நீங்கள் பிடித்ததிலேயே மிகப்பெரிய மீன் எது?"

அவர் கோலைத் துடைப்பதை நிறுத்தவில்லை. நான் சொன்னதை அவர் கேட்கவில்லை என்று எண்ணி என்னுடைய புத்தகங்களுக்கே நான் திரும்ப நினைத்தபோது அவர் பதிலுரைத்தார். “பொரோலி, 23ஆம் தேதி, திசம்பர் 1958.”

“பொரோலி எங்கிருக்கிறது, மாமா?”

“அது அஸ்ஸாம், பலுக்ப்பூங் மாவட்டத்தில் ஒரு நதி.”

“வா டியெங் டோவைவிட பெரிய நதியா?” அது எங்கள் வட்டாரத்தைச் சுற்றி வளைத்திருக்கும் ஒரு நதி. இளவேனில் காலத்தில் கீத், ஸ்டெப், நான் எல்லோரும் அவ்வப்போது அதில் நீச்சலடிக்கச் செல்வோம்.

மாமா கின் தன் பைப்பைப் புகைத்தபடி உறுமினார். “பெரியதா? மழைக் காலத்தில் அக்கரையைப் பார்க்கவே முடியாது. கடல் அளவு பெரியது.”

அதன் பிறகு, எங்களுடைய மாலைகள் எதுவுமே அமைதியாகக் கழியவில்லை.

சமநிலம், மலைகள் என்று எந்த இடமானாலும் அவருக்கு அந்தப் பகுதியின் ஆறுகள் அனைத்துமே நன்றாகத் தெரிந்திருந்தன. அவற்றின் பண்புகளைப் பழைய காதலிகளைப்போல் அடுக்குவார். லாய் லாட் கணிக்க இயலாதவள்; கொடூரமான வெள்ளம் எப்போது திடீரென்று ஊறி வரும் என்று சொல்லவே முடியாது. சுபன்சிரி அமைதியானவள். கரையில் ஆற அமர உலாவ வேண்டும் என்றால் அங்கு செல்லலாம். ராணிக்கோர் கட்டற்றவள்; அவளைத் தாண்டிச் செல்வதோ அடக்க நினைப்பதோ மிகக்கடினம்; ஆனால் அவளுடைய நீர்தான் தங்க மாஸீர் என்னும் மீனின் புகலிடம். அவை சூரிய ஒளியின் திண்ணிய துளிகளைப் போல் அரிதானவை. பிரம்மபுத்ரா நதி மீது வலிமையான, பிரம்மாண்டமான பிரம்மபுத்ரா நதி மீது, அடர்காட்டில் இருள் நிறைந்த இரவு வேளையில் கொள்ளைக்காரப் படகோட்டிகளுடன் சேர்ந்து மூங்கில் ‘மௌங்’ படகுகளில் அவர் பயணித்திருந்தார், வேட்டையாடியிருந்தார். அவர்கள் அப்போது நாட்டுப்புறப் பாடல்கள் பாடுவார்கள். அரிசியில் வடிக்கப்பட்ட சாராயத்தைப் பருகுவார்கள்.

“அரிசிச் சாராயம் எப்படி இருக்கும், மாமா கின்?”

என்னுடைய அம்மாவின் மாமா தலையசைத்தார். “தெரியாது. நான் ஒரு துளி கூடத் தொட்டதில்லை.”

இப்போது துணிவு வந்ததனால், “ஏன்?” என்றேன்.

அவர் தன்னுடைய பைப்பில் இன்னும் கொஞ்சம் புகையிலையை அடைத்தார். புகையிலைத் துண்டுகள் கரிய பனித் துளிகளைப் போல தரையில் விழுந்தன.

"அப்போது ஆப்பிரிக்காவில் பதுங்கு குழியில் இருந்தேன். நாங்கள் ட்ரிபோலியில் இருந்தோம், மூன்று நாட்களாக ஓய்வில்லாத குண்டு வெடிப்பை எதிர்கொண்டோம். தேவடியாப் பயல்கள், அவர்கள் கண்கள் எப்போதுமே பதுங்கு குழிகளையே குறி வைத்தன. என் நண்பன் போலெனும் நானும் வெறுமே சற்று நடந்து வரலாமென்று வெளியே சென்றோம். அப்போது ஆகஸ்ட் மாதம். வறட்சி, வெப்பம், எங்கே பார்த்தாலும் மண் உணவில், எங்கள் கண்களில், எங்கள் காலுறைகளுக்குள். இரண்டாவது தோலைப் போல் அது எங்களைப் போர்த்தியது. அவ்வளவு மண். ஆனால் எங்களுக்கு பதுங்குகுழிகளில் குந்தியிருந்து அலுத்துவிட்டது. நாங்கள் வெளியே நடந்தோம். ஹிப்ஸ்டர்... ஒரு ஆங்கிலேயப்பயல்... அவனும் அவனுடைய சகாக்களும் ஒரு பீரங்கி மீது அமர்ந்தபடி குடித்துக் கொண்டிருந்தனர். "டேய் போபோ... அவர்கள் போலெனை அப்படித்தான் அழைப்பார் கள்... வா, எங்களுடன் சேர்ந்துகொள்," என்றார்கள். நாங்கள் அவர்களுடன் சேர்ந்து கொள்ளத்தான் நினைத்தோம். வேறெந்த நாள் என்றாலும் சென்றிருப்போம். ஆனால் அந்த மதியவேளையில் நான் மறுத்துவிட்டேன். ஏன் என்று கேட்டால் தெரியாது. எங்களை எப்போதும்போல் வம்புக்கிழுத்தார்கள். பெட்டை என்றார்கள். பல பெயர்களை இட்டு எங்களைச் சீண்டினார்கள். ஆனால் நாங்கள் ஒரு நூறு மீட்டர் கூடத் தாண்டியிருக்க மாட்டோம், தனியாக ஒரு விமானம் எங்களைத்தாண்டிப் பறந்து சென்றபடியே நிறைய வெடி குண்டுகளைப் போட்டது. ஒரு குண்டு பீரங்கி மீது விழுந்தது. தூசுப்படலம் மறைவதற்குள் அவர்கள் மறைந்துவிட்டார்கள்."

அவருடைய பைப் அணைந்து போயிருந்தது, ஆனால் மாமா கின் அதை கவனித்தாற்போல் தெரியவில்லை. அவருடைய கண்களில் ஒரு வினோதமான பார்வை இருந்தது. அதன் பிறகு அவர் ஒருபோதும் என்னிடம் போரைப் பற்றிப் பேசவே இல்லை.

பனிக்கால விடுமுறை தொடங்கியபின் நான் மாமா கின்னோடு செலவழிக்கும் நேரம் குறையத்தொடங்கியது. கிறிஸ்துமஸ், அதை யொட்டி வரும் வருடாந்திர விழா என்று மும்முரமாக எல்லோரும் சுற்றிக்கொண்டிருந்தார்கள் என்பதால் மாமா கின் வழக்கத்தை விட நீண்ட நேரம் வீட்டிலிருந்து காணாமற் போனதை யாருமே கண்டு கொண்டதாகத் தெரியவில்லை. கால்பந்தும் 'காலி ஹெட்'டும் விளையாடுவதற்கு இடையில் அவருடைய அறையினுள் நான் எட்டிப் பார்த்த போதெல்லாம் அது காலியாகவே இருந்தது. அவருடைய துணிமணிகள் சீராக மடிக்கப்பட்டுப் படுக்கைக்குக் கீழே வைக்கப் பட்டிருந்தன. அவருடைய மீன்பிடி கருவிகளெல்லாம் எப்பொழுதும் இருக்கும் இடத்தில் அந்த மூலையில், சிறிய தகரப் பெட்டியினருகில் சீராக இருந்ததைப் பிறகுதான் நான் உணர்ந்தேன்.

"அம்மா! மாமா கின் எங்கே?"

அம்மா கோழியின் இறகுகளை உரித்துக் கொண்டிருந்தாள். அந்தக் காட்சி மிகச் சிறிய வெண்புயலைப்போல் இருந்தது.

"அவர் எப்போதும் எங்கு இருப்பாரோ அங்கு தான்... 'வா டியெங் டோ' அல்லது 'உம் ஈயம்' சென்றிருப்பார்"

"ஆனால் அவருடைய மீன்பிடிக்கும் கருவிகள் இங்கேயேதான் இருக்கின்றன."

"ஒருவேளை வலைகளைக் கொண்டு மீன் பிடிக்கிறாரோ என்னவோ." கோழியின் கதிக்கு ஆளாகவேண்டாமென்றால் இங்கிருந்து விலகிப்போ என்று எனக்கு உணர்த்துவதைப்போல அவளது தொனி இருந்தது.

நான் எல்லா இடங்களிலும் தேடினேன் பெரிய வீட்டில், அவர் புத்தகம் படிக்கும், காரம் விளையாடும் அறைகளில், அவர் அடிக்கடி அமர்ந்து மீன்பிடிக் கருவிகளைத் துடைக்கும் தோட்டப்பகுதியில். பாட்டி பெரிய பெரிய காலிபிளவர்களை வளர்த்தெடுக்கும் காய்கறித் தோட்டத்திலும் கூடக் காரணமே இல்லாமல் அவரைத் தேடினேன். நீண்டநேர யோசனைக்குப்பிறகு, மாமா ஹேயின் அறையிலும் பார்த் தேன். அவர் இறந்ததிலிருந்து அந்த அறை காலியாகவே இருந்தது; எல்லாமே மெல்லிய தூசுப்படலத்தால் போர்த்தப்பட்டிருந்தது. அதைத் தொடுவது தெய்வக்குற்றம் போல எனக்குப் பட்டது. மதியம் நான் வெளியே சென்று இன்னும்கூடத் தேடிப்பார்க்கவும் துணிந் தேன். தாத்தாவின் கார் பணிமனைக்குப் போனேன். அங்கு ஒரு மெக்கானிக் ஸ்பார்க் பிளக்குகளைப் பழுது பார்ப்பது எப்படி என்று காண்பித்தார். ஆனால் மாமா கின் அங்கும் மாதக் கணக்காக வரவில்லை என்று சொன்னார். அதன்பின் நான் 'வா டியெங் டோ'வுக்கு நடந்தேன்; ஒரு வேளை அம்மா சொன்னது பலித்து, அவர் வேறு மாதிரி மீன் பிடித்துக் கொண்டிருந்தால்? ஆனால் நதிக் கரையில் யாருமே இல்லை; நதிநீர் மட்டும், சில்லிப்பாக, அமைதியாக, வழிந்தோடியது. அன்றிரவு தூக்கம் வராமல் மாமா கின் திரும்பி வந்துவிட்டாரா என்று பார்க்க குளிர்ந்த இருட்டில் வெளியே நடந்தேன்.

அவர் அறையின் ஜன்னலில் ஒரு ஒளி தெரிந்தது; கதவு சற்றே திறந்திருந்தது. அவருடைய அறையிலிருந்து மெல்லிய பேச்சுக்குரல்கள் ஒலித்தன. ஆனால் வாசல் படிகளுக்கு அருகே ஒரு ஜோடி செருப்பு தான் இருந்தது. அது அவருடையது. எல்லாமே விசித்திரமாக இருந்தது. எனக்குத் தெரிந்தவரை, என்னைத் தவிர, மாமா கின்னை அவர் அறையில் யாருமே பார்க்க வருவதில்லை. குளிரில் நடுங்கியபடி நின்றுகொண்டு அந்த முணுமுணுப்புகளைக் கேட்க முயற்சி

செய்தேன். அவர்கள் காஸி மொழியில்தான் பேசுகிறார்களா? ஆனால் தெரிந்த சொற்கள் எதுவுமே காதில் விழவில்லை. அவர்கள் உண்மையிலேயே பேசுகிறார்களா இல்லையா. அது பேச்சுதானா? சில வேளைகளில் மெல்லிய முனகல் ஓசைகள் போன்ற சிலவும் காதில் விழுந்தன. நான் கதவருகே நகர்ந்து கொண்டபோது தலை கீழாக வைக்கப் பட்டிருந்த பூந்தொட்டி மீது கால் தடுக்கியது. குரல்கள் அடங்கின. கதவு தடாலென்று திறந்தது. மாமா கின் வெளியே வந்தார். "நீயா!" என்று அதிர்ந்தார். நாங்கள் மௌனமாக ஒருவரை ஒருவர் பார்த்தபடி நின்றோம்; பிறகு அவர் திரும்பிக்கொண்டார்.

"மாமா கின்" நான் அழைத்தேன். "மாமா கின்." ஆனால் அவர் திரும்பவே இல்லை.

குழம்பிப்போய் நான் படுக்கையறைக்குத் திரும்பினேன்; அமைதி யற்ற உறக்கத்தில் மூழ்கினேன். கனவில் நான் மாமா கின்னின் குடிசைக்கு வெளியே நின்று கொண்டிருந்தேன்; கதவைத் திறந்ததும், அவருடைய வீட்டுத் தரை சுழல்நீர் ததும்பும் ஆழ்குளமாக மாறியிருந்ததைப் பார்த்தேன்.

அடுத்தநாள் காலை, நான் அவர் குடிலுக்கு ஓடிச் சென்றேன். இடம் பழையபடியே இருந்தது நிம்மதி அளித்தது. ஆனால், மறுபடியும், மாமா கின்னைக் காணவில்லை.

அவர் தொடர்ச்சியாக இரண்டு நாட்களுக்கு வீட்டுக்குச் சாப்பிட வராதபோதுதான் நான் சொன்னதைக் கவனித்தார்கள்.

இரவுணவின்போது "அவர் எங்கே போயிருக்கக் கூடும்?" என்றாள் அம்மா. அது ஓர் உபத்திரவம் என்பது போல் அவள் எரிச்சலுடன் பேசினாள்.

"இவ்வளவு பெரிய வளர்ந்த ஆள் எப்படி காணாமல் போக முடியும்?"

இந்த மாதிரி நேரங்களில், ஒரு பிர்தா ஷ்நோங் – [எங்கள் வட்டாரத்தில் செய்திகளை கூவிப் பரப்புபவர்] – அழைக்கப்படுவார். மாயமாய் மறைந்து போன என் தாத்தாவின் மைத்துனரைத் தேடிக் கண்டுபிடிக்க உதவி தேவை என்று அவர் அறிவித்தார். அந்நாட் களில், எங்கள் ஊரே இப்படிப்பட்ட விவகாரங்களுக்கு உதவி செய்ய வரும். அவரவர்களின் வேலைகளை, உணவு நேரத்தை விட்டு விட்டு வெளியே வந்து குறும்படையைப் போல் தெருவில் திரிந்து துருவித்துருவித் தேடுவார்கள்.

அதற்கடுத்த நாள், 'வா டியெங் டோ' நீர்வீழ்ச்சிக்கு அருகே, தொட்டால் விழுந்துவிடும் என்பதுபோல அமைந்திருந்த ஒரு பாறை மீது அமர்ந்தபடி இருந்த மாமா கின்னைக் கண்டுபிடித்தோம். நாங்கள் அழைப்பதை அவர் கவனித்தாற்போலவே தெரியவில்லை; கால்களை

மடித்துக் கொண்டு, கைகளால் முழங்காலை சுற்றிப் பிடித்துக் கொண்டு, வெறுமையான பார்வையுடன் அமர்ந்திருந்தார்.

"லா கெம் புரி" என்று என்னைச் சுற்றி இருந்தவர்கள் அவர்களுக்குள் பேசிக்கொண்டதைக் கேட்டேன். ஆனால் அப்படியென்றால் என்னவென்று எனக்குத் தெரியவில்லை. "இனிமேல் ஒன்றுமே செய்ய முடியாது. இதை இப்போதைக்கு நிறுத்த முடியாது" என்று யாரோ சொல்ல, எல்லோரும் வருத்தத்துடன் தலையசைத்தார்கள்.

இறுதியில், அப்பா, 'பா லாம்' மற்றும் ஊரிலிருந்து சிலர் அந்தப் பாறை மீது எப்படியோ ஏறி மாமா கின்னைக் கீழே அழைத்து வந்தார்கள். அவர் வாடிவதங்கிப் போயிருந்தார். அவர்களை அவர் தடுக்கவில்லை. வீட்டுக்கு வந்ததும் அயர்ந்த உறக்கத்தில் மூழ்கினார்.

அன்று மாலை, எல்லாம் அடங்கிய பிறகு, நான் கோர்டன் மாமாவின் அறையில், அவர் கஞ்சா பிடிப்பதைப் பார்த்தபடி அமர்ந்திருந்தேன்.

"புரி என்றால் என்ன?"

"ம்ம்? ஏதோ நீர் தேவதை என்று சொல்வார்கள்."

"மாமா கின்னுக்கு அதுதான் நடந்ததா? நீர் தேவதை அவரை ஆட்கொண்டு விட்டதா?"

என் முகத்தில் அவர் ஆழமாய் இழுத்து விட்ட புகை நாற்றம் சூழ்ந்தது.

"யார் சொன்னா?"

"வெளியே பேசிக் கொண்டிருந்தார்கள் கேட்டேன்..."

"புரிகள் மனிதர்களை மயக்கி நீருக்கடியில் கொண்டு செல்லும்... வயதானவர்கள் இதையெல்லாம் நம்புகிறார்கள்..." தன்னுடைய கஞ்சா பீடியை சுட்டிக்காட்டிப் பல் இளித்தான், "இதை வேண்டிய அளவு புகைத்தால் நீயும் கூட அதை நம்பத் தொடங்கிவிடுவாய்."

சமையலறையில் ஒட்டுக்கேட்டதில் விஷயத்தை இன்னும் அதிகமாய் அறிந்துகொண்டேன். "நதியிலிருந்து அவள் அவரைப் பின்தொடர்ந்து வந்திருக்க வேண்டும். ஒருமுறை அப்படி வந்து விட்டால் போதும், இனி எப்போதுமே அவர் அவளுடைய பிடியில்தான் இருப்பார்" என்றாள் மேனா. பெரிய சட்டி ஒன்றில் அவள் 'கா பா' வை வறுத்துக் கொண்டிருந்தாள்; கடுகெண்ணையில் மீன் துண்டுகள் தெறித்தன. தலைத்துண்டில் ஒரு கரிய, பார்வையற்ற கண். "இந்தப் புரிகள் அழகானவர்கள். இடை வரை தொங்கும் நீளமான கூந்தலும் பால் நிலா போன்ற நிறத்தில் தோலும் உள்ளவர்கள்."

அம்மா உச்சுக்கொட்டினாள்; கதைகளில் அவளுக்கு எப்போதுமே ஆர்வம் இருந்ததில்லை, அதுவும் நளினமான தேவதைகளைப் பற்றிய

கதைகள் என்றால் கேட்கவே வேண்டாம். ஆனால் கிழவியோ அதைக் கண்டுகொள்ளாதவள்போல் தொடர்ந்தாள்.

“இந்தக் குறும்புக்கார தேவதைகள்கூட பரவாயில்லை, வேறு ஒன்றும் செய்யாது. ஆண் பிள்ளைகளை சீண்டும், மயக்கும், இரவுகளில் அவர்களிடம் சென்று...”

“தெரியும், தெரியும்” என்று அம்மா குறுக்கிட்டாள்.

“ஆனால் பொல்லாத தேவதைகளும் உண்டு, அவை மிகவும் ஆபத்தானவை” என்று மேனா தொடர்ந்தாள். “அவை ஆண் பிள்ளைகளை ஆபத்தான இடங்களுக்கு இட்டுச்செல்லும். செங்கோடு களுக்கு, நீர்வீழ்ச்சிகளுக்கு, நீர்ச் சுழிகளுக்கு, ஆழமான ஏரிகளுக்கு. அவை பிடிவாதக்காரிகள் என்று கேள்விப்பட்டிருக்கிறேன். தான் பீடித்திருப்பவர்களை நீருக்குள் கொண்டு செல்லாமல் விடாது.”

அவள் மீன்துண்டுகளைத் திருப்பிப் போட்டாள்; ஒரு பக்கம் வறுவலாக சுருங்கியிருந்தது. முன்பு பார்த்த அந்தக் கண் இப்போது வெள்ளையாக மாறியிருந்ததை நான் கண்டேன்.

“புரியைத் தடுக்க ஒரே ஒரு வழிதான்,” என்று அவள் தொடர்ந் தாள். “ஒரு துடைப்பத்தைத் தலைகீழாகக் கதவுக்கு வெளியே வைக்க வேண்டும். அப்போது தான் அவள் அவனை விட்டு விலகுவாள்.”

“மேனா, என்ன அபத்தமா பேசற!” என்றாள் அம்மா. “வேலையைப் பார்.”

அவர் நான்காவது முறையாகக் காணாமல் போனபிறகு அவருடைய கதவருகே ஒரு துடைப்பம் வைக்கப்பட்டது. அந்த முறை அவர் கிட்டத்தட்ட ஒரு வாரம் திரும்பவில்லை. வீட்டில் நிலவிய வினோதமான அமைதி எனக்கு இன்னமும் நினைவிலிருக்கிறது. காத்திருப்பும், எதுவுமே நடக்கவில்லை என்பது போன்ற இயல்பான பாவனையும் தொடர்ந்தன. இறப்பு என்றால் கூடவே துக்கமும் வலியும் எல்லாம் முடிந்துவிட்டதுபோன்ற உணர்ச்சியும் வரும். காணாமல் போகும்போது ஆழமான அறிதலின்மையே மிஞ்சுகிறது. ஸ்டெப், கீத் மற்றும் நான் அதை வைத்து ஒரு விளையாட்டை உருவாக்கினோம். “மாமா கின் கண்ணாமூச்சி விளையாடுகிறார்” என்று சொல்லி, எங்களுக்கு விருப்பமான ரகசியமான இடங்களில் எல்லாம் அக்கம்பக்கங்களில் எல்லாம் தேடினோம். தாழ்கூரை வீடு களும் குறுகலான, சரிவான சந்துகளும் கொண்ட எங்கள் வட்டாரமே எங்கள் விளையாட்டின் களம். ஆனால் நாட்கள் செல்லச்செல்ல அவர் ஊரிலேயே எங்கும் இல்லை என்று தெளிவானது.

இறுதியில் எங்கள் பகுதியிலிருந்து பத்து மைல் தூரத்தில் பிஷப் அருவியினருகே பறவைகளை வேட்டையாடச்சென்ற சிறுவன் ஒருவன் அவரைக் கண்டடைந்தான். மாமா கின் பலவீனமடைந்து

எழுந்திருக்கக்கூட முடியாமல் நீரோடையை நோக்கியபடி தரையில் படுத்துக் கொண்டிருந்தார். மருத்துவமனையிலிருந்து என் தந்தை கொண்டு வந்த ஸ்ட்ரெச்சரில் கிடத்தி அவரை வீட்டுக்குக் கொண்டு வர வேண்டியிருந்தது. வீடு திரும்பியதும், ஜுரம் பிடித்து, ஏதேதோ வித்தியாசமான பெயர்களை முனகத் தொடங்கினார். பல முறை போலென், ஹிப்ஸ்டர் என்று பெயர் சொல்லி அழைத்தார்.

"யார் இவர்கள்?" என்றார் ரூத் பெரியம்மா.

நான் அமைதியாக இருந்துவிட்டேன்.

சற்று உடல் தேறிக்கொண்டிருந்தபோது, மாமா கின் அடிக்கடி அவருடைய குடிசைக்கு வெளியே அமர்ந்து தேநீர் அருந்திக் கொண்டிருப்பார். நான் அவர் அருகே பேச்சுத்துணைக்கு இருப்பேன். காவல் காக்கும் சிப்பாய் போல அந்தத் துடைப்பம் அவருடைய கதவருகே எப்போதும் நிற்கும். எப்போதும் போல நாங்கள் அதிகம் பேசிக்கொள்ளவில்லை, மீன்பிடிப்பதைப் பற்றிக்கூட. ஆனால் அவருடன் நான் இருந்தால், அவர் சட்டென்று அப்படி அடிக்கடி காணாமல் போக மாட்டார் என்று நினைத்துக் கொண்டேன். இளவேனில் காலத்தின் தொடக்கத்தில், ஒரு தெளிவான மதிய வேளையில், நாங்கள் புழக்கடையில் தனித்திருந்தோம்; அன்று யாரும் கால்பந்து விளையாடவில்லை; காற்றில் இனிய பட்டாணிப் பூக்களின் வாசத்தைத் தவிர வேறொன்றும் இல்லை.

"மாமா, நீங்கள் போகும்போது.., வெளியே போகும் போது உங்களுக்கு எதுவும் நினைவிருக்குமா?" என்றேன்.

அவருடைய முகத்தில் சிறிய புன்னகை படர்ந்தது. "நான் தங்க மாஸீர் மீன்களைப் பிடித்துக் கொண்டிருக்கிறேன். அவை என்னைச் சுற்றி எல்லா திசையிலும் இருக்கின்றன, காற்றில் பறக்கின்றன, நீருள் குதிக்கின்றன. நான் கையை நீட்டுகிறேன், ஒவ்வொன்றாக... என் கையில் வந்து சூரியத் துண்டுகளைப்போல் விழுகின்றன."

மாமா கின் கடைசி முறையாகக் காணாமல் போனபோது வீட்டு மனிதர்கள் அனைவரும், துடைப்பத்தை அவர் வீட்டு வாசலிலிருந்து நகர்த்தியது யார் என்று பலநாட்களுக்கு ஒருவரை ஒருவர் குற்றம் சாட்டிக்கொண்டிருந்தார்கள். "கோர்டனாகத்தான் இருக்க வேண்டும். இரவு நேரம் பிந்தி வரும்போது அவனுக்கு வேடிக்கையாகத் தோன்றியிருக்கும்." ரூத் பெரியம்மாவுக்கு தன்னுடைய தம்பியின் போக்குகள் பிடிக்காது. "பா லாமாக இருக்குமோ?" என்றாள் அம்மா. "இப்போதெல்லாம் அவருக்கு மறதி அதிகமாகிவிட்டது." "எல்லாம் இந்த பக்கத்து வீட்டுப் பயல்களின் குறும்புத்தனமாகத்தான் இருக்கும்" என்றாள் பாட்டி. "தோட்டத்துக்குள் உலாவிக் கொண்டே இருக்கிறார்கள்." எங்கள் மீதும் சந்தேகக் கண் விழுந்தது. ஆனால்

கீத், ஸ்டெப், மற்றும் நான் எல்லோருமாய்ச் சேர்ந்து நாங்கள் இல்லவே இல்லை என்று சாதித்தோம். பல நாட்களுக்கு விஷ அம்புகளைப் போல் குற்றச்சாட்டுகள் வீட்டைச்சுற்றிப் பறந்தன. அவரே அதை ஏன் செய்திருக்கக்கூடாது என்று யாருமே நினைத்துப் பார்க்கவில்லை. அந்தத் துடைப்பம் எதையும் தடுக்கவும் இல்லை என்பதையும் யாரும் கவனிக்கவில்லை.

பல ஆண்டுகள் கடந்துவிட்டன; பழைய பெரிய வீட்டின் அறைகள் ஒவ்வொன்றாகப் படிப்படியாகக் காலியாகிக் கொண்டே வந்தன. ஒவ்வொரு தலைமுறையும் கடந்து சென்றது. மேனா, என்னுடைய தாத்தா பாட்டி, பா லாம், என்னுடைய அம்மா அப்பா, எல்லோரும், மெல்ல நெரிக்கும் காலச் சுழற்சியில் சிக்கி மறைந்தனர். என்னையும் கீத்தையும் போன்றவர்கள் ஊரின் பிற பகுதிகளுக்கு எங்கள் மனைவிகளின் வீடுகளுக்குச் சென்றுவிட்டோம். ஸ்டெப்பும் அவளுடைய குடும்பமும்தான் இப்போது இங்கு வசிக்கிறார்கள். எப்போதாவது வீட்டுக்கு வரும்போது இங்கு நடந்திருக்கும் மாற்றங் களை எல்லாம் பார்ப்பேன். எங்கள் தோட்டத்தின் எல்லையில் இருந்த குடில்களெல்லாம் இப்போது அந்நியர்கள் வாடகைக்கு வசிக்கும் புத்தம்புதிய சிமெண்ட் வீடுகளாகி இருந்தன. சமையலறை யில் விறகடுப்பும் கரை படிந்த சுவர்களும் போய் கேஸ் அடுப்பும் பிளாஸ்டிக் சாதனங்களும் சுவர்களில் பருவகாலத்தைத் தாக்குப் பிடிக்கும் வண்ணங்களும் வந்திருந்தன. 'காம்ரா ரிம்; என்னும் பழைய மூல அறை புதிய மரக்கட்டைகளைக்கொண்டு புதுப்பிக்கப் பட்டிருந்தது. ஆனால் வெளியே மட்டும், சில விஷயங்கள் மாறாமல் இருந்தன. புழக்கடையில் புதிய சாதனங்களுடன் என்றாலும் கால்பந்து விளையாட்டுகள் அப்படியே இருந்தன; பாட்டியின் காய்கறித் தோட்டத்தை இப்போதும் அக்கறையான, அன்பான கைகள் பேணி வளர்த்தன. ஒரு நாள் மதியம், நான் வீட்டுக்கு வந்தபோது, சரக்குகள் சேமித்து வைக்கும் அறையிலிருந்து பல பொருட்கள் வெளியே எடுத்துப் போடப்பட்டிருப்பதைப் பார்த்தேன். பாடப் புத்தகங்கள், நோட்டுப் புத்தகங்கள், துருப்பிடித்த டைப்ரைட்டர், ஒரு சிறிய தகர டப்பா. இழை உடைந்த மீன்பிடிக் கோலை என் கையில் எடுத்தேன். குளிர்ச்சியாக, கனமாக, அது என் கையில் கிடந்தது.

"அது உங்களுடையதா?" ஸ்டெப்பின் இளைய மகன் கேட்டான். அவன் என்னையே ஆர்வத்துடன் கவனமாய்ப் பார்த்துக் கொண்டிருந்தான்.

"இல்லை, என்னுடையதல்ல." நான் அவனிடம் மாமா கின்னைப் பற்றிச் சொன்னேன்.

"அவர் எங்கே போனார்?" என்றான். நீர் தேவதைகளைப் பற்றி அவனிடம் விளக்க முயற்சி செய்தேன்.

"நம்மை வீடுவரை பின் தொடர்ந்து வரும் நீர் தேவதைகள், நம்மை அழைப்பவர்கள், நம்மைக் காதலில் விழ வைப்பவர்கள்".

பத்து வயது சிறுவன் வாய்மூடாமல்அதை நம்பாமல் என்னைப் பார்த்தான். "வயதானவர்கள்தான் இதையெல்லாம் நம்புவார்கள்."

எப்போதாவது நான் மீன்பிடிக்கப் போகும்போது, கரையில் அமர்வேன், நீருக்குள் இறங்குவேன் – அற்புதமான ஏதோ ஒன்று கண்ணில் தென்படும் என்ற நம்பிக்கையோடு.

நடைமுறைக்கு மீறியவற்றின் மேல் நம்பிக்கை கொள்ள மனிதனுக்கு என்ன வேண்டும் என எண்ணிப்பார்ப்பேன். வயதா? குழந்தைத் தனமான வியப்புணர்ச்சியா? இந்த உலகத்தை இவ்வளவு விடாப்பிடியாகப் பிடித்துக்கொண்டிருப்பது சரியா? தூரதூர மலை களின் மௌனமும், கலைந்து செல்லும் முகில்களின் புறக்கணிப்பும் என் ஏகாந்தத்தை உள்ளிழுத்துக் கொள்ளும்போது நான் காணாமல் போனவர்களைப் பற்றி நினைத்துப் பார்க்கிறேன். சில மறைவுகள் நம்மை வியப்பில் ஆழ்த்தும், சில மறைவுகள் வியப்பே அளிக்காதவை. முதலில், நான் துயரத்தில் மூழ்குகிறேன். பிறகு, நான் கவனிக்கத் தொடங்குகிறேன் எப்படி காற்று சில்வண்டுகளால் நிறைகிறது என்று; எப்படி மரங்கள் தங்கள் நடுங்கும் நிழல்களை நீர்மீது படர விடுகின்றன என்று; எப்படி நாணல்கள் நிலையான பணிவுடன் தலை குனிந்து நிற்கின்றன என்று. யாரும் இங்கிருந்து உண்மையிலேயே எங்கேயும் போவதில்லை என்று புரிந்து கொள்கிறேன். நதியின் மெல்லொலியில் எல்லாக் குரல்களும் ஒலிப்பதைக் கேட்க முடிகிறது.

எனக்கு அதிர்ஷ்டம் இருந்தால், நான் ஒரு 'கா பா'வைப் பிடித்துக் கையில் வைத்துக் கொள்வேன். என் கையில் அதன் செதிள்கள் வழவழப்பாக, நொய்மையானதாக இருக்கும்; உடைந்த வானவில் துண்டுகளைப்போல் அவை சூரியஒளியில் மின்னும். நான் இதுவரை தங்க மாஸீரைப் பிடித்ததே இல்லை. பிடித்தால், அதை மறுபடியும் நீரில் சேர்த்து விடுவேன் மாமா கின் அதைக் கண்டெடுக்கக்கூடும் என்ற நம்பிக்கையில்.

∎

இரகசியத் தாழ்வாரங்கள்

தமிழில்: கார்த்திக் வேலு

அந்தக் காலை நேரத்தில் உலகமே ஒரு மச்சம் அளவிற்கு சுருங்கி விட்டிருந்தது. ரோமாபுரியின் காதல்கடவுள் 'க்யூ'பிடின் வில்லைப் போல மையத்தில் செழித்து இருபுறமும் நேர்த்தியாக வழிந்திறங்கிய மென்மையான மேல் உதட்டின் இடப்புறம் அமைந்த 'செஸ்ட்நட்' நிறத்திலான சிறிய புள்ளி. நடந்து உலவ அனுமதிக்கப்படாத அவளது வீட்டின் பின்புறக் காடு, சுவைக்கவே கூடாது என்று திட்டவட்டமாக மறுக்கப்பட்டிருந்த சாலையோரத்து இளஞ்சிவப்பு நிற ஐஸ் குச்சிகள் என்று விலக்கப்பட்டவற்றையெல்லாம் நினைவூட்டும் இபாவின் இதழ்கள். அன்று காலையில் இபாவின் அந்த இதழ்களைப்போல வேதியியல் பாடத்தின் சிக்கல்களும் கூட நேட்டலிக்கு ஆர்வமூட்டி யிருக்கவில்லை, விடலைப்பையனைப் போன்ற முகம் என்று சிலர் சொன்னாலும், அவ்விதழ்களைச் சூடிய இபாவின் முகமும் நேடலியை அதேயளவுக்கு ஈர்த்திருந்தது. நேர்கோட்டில் அல்லாமல் சற்றே சரிவாக அமைந்திருந்த இபாவின் கண்களும், வழுவழுப்பான கன்னக் கதுப்புகளும் அவளுக்கு மிகவும் பிடித்திருந்தது.

"இந்த இயந்திரம் மிக வேகமாகச் சுழலும். அதன் பிறகு என்ன ஆகும்? பாலும், ஏடும் பிரியும். ஏன் அவ்வாறு நடக்க வேண்டும்?" என்றெல்லாம் திருமதி சாட்டர்ஜி மையவிலகலைப் பற்றி எடுக்கும் பாடத்தை விடப் பன்மடங்கு வசீகரமானதாக இருந்தது அம்முகம்.

அது அந்த நாளின் முதல் வகுப்பு. நாற்பத்தைந்து பெண்களைக் கொண்ட அந்த அறை படபடப்போடு பரபரத்துக் கொண்டிருந்தது. அன்று காலைப் பிரார்த்தனையின் போதுதான் பள்ளியின் 'ஃபீட்' எனப்படும் விருந்துடன் கூடிய திறந்த வெளி விழா அடுத்த மாதம் நடைபெறும் என்று தலைமையாசிரியை சகோதரி ஜோசஃபீன் அறிவித்திருந்தார். அவ்வறிவிப்பால் கவனம் சிதறியிருந்த அப்பெண் கள் ஒவ்வொருவரும் எதை அணியலாம், எந்தெந்தக் கடைகளுக்குப்

போகலாம் என்று தம்முள் திட்டமிட்டுக் கொண்டிருந்தனர். இபா அவளது பாடப்புத்தகத்தின்மீது கவிழ்ந்திருந்த போது, நேட்டலி சாளரத்துக்கு வெளியே தெரிந்த காட்சியில் தன் கவனத்தைத் திருப்பி இருந்தாள். மலைச்சரிவில் இருந்த ஒரு பகுதியில் படிக்கட்டுகளுடன் கட்டப்பட்டிருந்த பள்ளி அது. விளையாட்டு மைதானத்தைக் காணும் வகையில் அவர்களது வகுப்பறை அமைந்திருந்தது; அதையும் தாண்டி மலைகளினூடே ஆங்காங்கே குறுக்கும் நெடுக்குமாய் ஒழுங்கற்ற முறையில் சிதறிப் பரவிக் கொண்டிருக்கும் நகரத்தின் பரந்த காட்சியும் அவள் முன் விரிந்தது. கீழே மைதானத்தில் மேகச் சாம்பல் நிறத்தில் சீருடை அணிந்த எட்டு வயதுக் குழந்தைகளின் வரிசைகள் விளையாட்டு ஆசிரியரின் தாளத்திற்கேற்ப உடற்பயிற்சி செய்தபடி அசைந்து கொண்டிருந்தன. அருகிலிருந்த கூடைப்பந்து அரங்கு, நேட்டலியை விட இரண்டு வயது கூடுதலான பத்தாம் வகுப்பு மாணவிகளால் நிரம்பி வழிந்தது. குட்டை முடியுடைய, உயரமான அமெண்டா ஓடிச் சென்று, எம்பி, ஒற்றைக் கையால் பந்தைக் கூடைக்குள் கச்சிதமாக விழ வைத்துக் கொண்டிருந்தாள். ஒன்று, இரண்டு, மூன்று.. ஹாய்... பந்து கூடைக்குள் நயமாக நழுவியது. அமெண்டா சிரித்துக் கொண்டே தோழிகளை நோக்கி ஓடினாள்.

அவளைவிட வயதில் குறைந்த மாணவிகள் அவளைக் கண்டாலே நாணுவது, அவள் கடைக்கண் பார்வைக்காகவோ, ஒரே ஒரு புன்னகைக்காகவோ ஏங்குவது, ‘அன்பைச்’ சொல்லும் குறிப்புகளை அவளது மதிய உணவுப் பையில் வைப்பது அல்லது அந்தக் கடிதக் குறிப்புக்களை நமட்டுச் சிரிப்புடன் வாங்கிச் செல்வோர் மூலம் தூதனுப்புவது என்று பள்ளியிலேயே அதிக ரசிகைகள் அவளுக்குத் தான். கூடைப்பந்து அரங்கத்தின் பின்னால் வரிசையாக நின்ற ஜாகரண்டா மரங்கள் கத்தரிப்பூ நிறத்தில் வெடித்துப் பூக்கத் தயாராக இருந்தன. அவர்களின் பாவாடையைக் குடை போல வேகமாக விரித்துப்பரப்பி விடும் வேகத்துடன் சீறிய மார்ச் மாதக் காற்றுடன் எங்கும் வசந்தம் வீசிக் கொண்டிருந்தது. ஷில்லாங்கின் எல் கான்வென்ட்டில் படிக்கும் மாணவிகளுக்கு, மூன்று மாதக் குளிர்கால விடுப்பு முடிவுக்கு வந்ததன் அடையாளம் இது. நேட்டலியின் பகற்கனவுகளை அவள் விலாவில் முழங்கையொன்று சின்னதாய் இடித்ததால் கலைந்தது. அவளருகில் அமர்ந்திருந்த இருக்கைத் தோழியான மனிஷா, அவளிடத்தில் வினாவொன்றைக் கேட்டிருந்த திருமதி சாட்டர்ஜியிடம் தன் கவனத்தைப் பதித்திருந்தாள். வகுப்பு மென்சிரிப்புகளில் மூழ்கியது. நேட்டலி வெட்கத்தால் முகம் சிவந்தாள்.

‘ஸாரி மிஸ்.’

'வா, இங்கே உட்கார்' ஆசிரியை அவர் முன்னால் இருந்த மேசையைத் தட்டிக்காட்டிச்சொன்னார். அந்த இடத்தில் இருந்து இபாவைப் பார்க்க முடியாது. அதை விடக் கடினம், அவள் கார்மெலின் அருகே இருந்தாக வேண்டும் என்பது.

'இல்லை மிஸ், நான்...'

'வாயை மூடு. சிஸ்டர் ஜோசஃபீனிடம் போகணுமா?'

நேட்டலி தன்னைத்தானே இழுத்துக்கொண்டு போவது போலச் சென்றாள். அவளைச் சூழ்ந்திருந்த சில முகங்களில் பரிதாபப் புன்னகைகள் இருந்தன. கார்மெல் நடப்பவை எதையுமே சட்டை செய்யாதவளாக, பேனாவில் மையை நிரப்பினாள். தேவாலயம் அல்லது கோவிலில் இருப்பதைப் போன்ற திட்டவட்டமான, தாண்டக் கூடாத.. கண்ணுக்குப் புலப்படாத எல்லைக்கோடுகள் பிற எல்லா இடங்களையும் போலவே இந்த வகுப்பறையிலும் இருந்தன. யார் யாருடனெல்லாம் மதிய உணவு உண்ணலாம், கலை மற்றும் கைத்தொழில் வகுப்புகளில் யாருடன் எல்லாம் இணைந்து கொள்ளலாம், யாரையெல்லாம் 'டேனிஷ் ரெளண்டர்ஸ்' விளை யாட்டில் தனது குழுவில் அனுமதிக்கலாம், அனைத்துக்கும் மேலாக வகுப்பறையில் யாருக்குப் பக்கத்தில் அமரலாம் என்று அனைத்தும் வகுக்கப்பட்டிருந்தன. உதாரணத்திற்கு உடல் நாற்றம் கொண்ட மிசோவான ரினி அருகிலோ, விசித்திரமான வாசனை கொண்ட தைலத்தைத் தலையில் தேய்த்து வரும் பெங்காலியான பரோமிதாவின் அருகிலோ அல்லது ஒவ்வொரு நாளும் தன் மேஜை மீதே வாந்தி எடுக்கும் ஜைன்ஷியப் பெண்ணான எரிகாவின் அருகிலோ அவர்களாக விரும்பிச் சென்று யாரும் அமரமாட்டார்கள். இவர்கள் அனைவரைவிடவும் ஒதுக்கப்பட்டவள் என்றால் அது கார்மெல்தான். எதிர்பாராது பெய்யும் ஏப்ரல் மழையைப் போலக் கடந்த வருடம் எங்கிருந்தோ வந்து சேர்ந்திருந்த அவளால் அவர்களோடு சரிவர இணைந்துகொள்ள இயலவில்லை. ஒரு வேளை அவளைத் தொடர்ந்து வந்த வதந்திகள் இதற்குக் காரணமாக இருந்திருக்கலாம். ஒவ்வொருவர் வாயிலும் அவை மாறிக் கொண்டே இருந்தன. கார்மெலின் தாயைப் பற்றிப் பல வதந்திகள். 'பம்பாயில் சில கடற் படை அலுவலர்களுடன் அவளுக்கிருந்த தொடர்புகள்..., இல்லை, அவன் ஓர் இஸ்ரேலி, இப்போது ஜெருசலேம் திரும்பி விட்டான், எனவே தான் இப்போது இவள் ஷில்லாங்கிற்குத் திரும்பி வந்திருக் கிறாள்' என்று பள்ளிக் கதவுகளுக்கு வெளியே காத்திருந்த பெற்றோர்கள் பேசிக் கொண்டனர். கார்மெலுக்கும், அவளது உடன் பிறந்தவர்கள் ஒவ்வொருவருக்கும் ஒவ்வொரு தந்தை இருந்திருக்கக் கூடிய சாத்தியங்களை நூறாண்டு பழமையான அந்தப் பள்ளியின் சுவர்களுக்குள் ஆசிரியர்கள் தங்களது ஓய்வறையில் விவாதித்துக்

கொண்டனர். கார்மெலைப் பற்றியும்தான். ‘அவள் பள்ளி முடிந்த பிறகு பையன்களை சந்திக்கிறாளாம்... அவர்களை வீட்டிற்குக் கூட்டிச் செல்கிறாளாம்... ரிசா காலனி வனத்துக்கு அவர்களுடன் சென்று மது அருந்துகிறாளாம்... அங்கு வேறு என்னவெல்லாம் செய் கிறார்களோ, யாருக்குத் தெரியும்’ என்றெல்லாம் விபரீதமாக.. பலவாறு திரித்துப் பேசியபடி பள்ளி மாணவியர் பலர் தூற்றிக் கொண்டனர். நம்பமுடியாத வேகத்தில் எங்கும் ஊடுருவிப்பரவும் தேவதாரு மரத் தூசியைப் போல இந்த அவதூறுப்பேச்சுகள் பள்ளி மாணவியரி டையே கசிந்து பரவியிருந்தன. தங்களுக்கான குடும்பப் பெயரைத் தாயிடமிருந்து பெற்றுக் கொள்ளும் வழக்கமுடைய இந்தப் பகுதியில், அவர்களின் தாய் கொண்ட பலவீனங்களின் பாரத்தையும் சேர்த்தே குழந்தைகள் சுமக்க வேண்டியிருந்தது. மோகம், நாணமின்மை போன்றவற்றோடு இணைந்த கட்டுப்பாடற்ற தன்மையான ‘தான் தோன்றித்தனம்’ என்னும் குணம் கார்மெலுக்கு அடையாளமாகி விட்டது. ‘அவள் நிச்சயம் அவள் அம்மாவைப் போலத்தான் ஆவாள்’ என்று பள்ளியின் மூத்த பெண்கள் கிசுகிசுத்தனர். தன்னைச் சுற்றி மகிழ்ச்சியோடு கூடியிருந்த பெண்களின் மத்தியில் இருந்த அமெண்டா, ‘கிந்தை தகைத்’ என்று கார்மெலை அறிவித்தாள். மோசமான பெண்.... அவ்வளவுதான்..! அத்தனை எளிதாக...!

மறுப்பைத் தெரிவிக்கும் பாவனையில் எப்போதும் அழுத்தமாக மூடி இருக்கும் சகோதரி ஜோசஃபீனின் உதடுகள் போல கார்மெலின் விதியும் அதோடு இறுக மூடி சீல் வைக்கப்பட்டு விட்டது.

இவை தவிர இப்பெண்கள் கார்மலை வெறுக்க அவர்கள் வெளியில் சொல்லாத மற்றொரு காரணமும் இருந்தது. அவள் பேரழகி. அவளுடைய பெற்றோர் யாராக இருந்திருந்தாலும், அதை மட்டும் எவராலும் மறுக்க முடியாது. அதற்காகவே அவர்கள் அவளைத் தண்டிக்க விரும்பினர். நேட்டலியின் பாட்டி தளராத ஊக்கத்தோடு பழைய புத்தகக் கடைகளில் இருந்து சேகரித்து வைத்திருக்கும் பிரிட்டிஷ் மகளிர் இதழ்களில் உள்ள பெண்களைப் போலவும், கிட்கேட் சாக்லேட்கள் மற்றும் யார்க்ஷயர் விளம்பரங்களில் வருவது போலவும் அயல்தன்மை கூடிய கவர்ச்சிநிறைந்த பெண்ணாக அவள் இருந்ததற்காகவும் அவர்கள் அவளை விலக்கினர்.

நேட்டலி தனது புதிய பக்கத்து இருக்கைத் தோழியிடம் இருந்து எவ்வளவு தொலைவில் இருக்க இயலுமோ அவ்வளவு தொலைவில் விலகிக்கொண்டபடி இருக்கையின் நுனியில் அமர்ந்தாள்.

‘வடித்தல் செயல்முறை பற்றி யாரால் சொல்ல இயலும், யாராவது... ஸ்வப்னாவைத் தவிர’, என்றார் திருமதி சாட்டர்ஜி, தனக்குப் பிடித்தமான மாணவியான சிவப்புத் தலைக்கச்சு அணிந்த,

அழுத்தமாக மை தீட்டிய அகல விழிகள் கொண்ட மார்வாரிப் பெண்ணைப் பெருமிதத்துடன் பார்த்தபடி. நேட்டலி பெருமூச்சு விட்டாள். இன்று இந்தக் காலை இப்படித்தான் நீண்டுகொண்டு போகும் போலும்.

மதிய உணவு இடைவேளையில், விளையாட்டுத் திடலில் இருந்த கோடைகால அறையில் வெயில் விழுந்திருந்த ஒரே ஒரு மூலையை ஒரு பெண்கள் குழு ஆக்கிரமித்துக் கொண்டிருந்தது. குளிரான பிரதேசங்களில் எப்போதாவது வரும் சூரியனின் வெம்மையை அனுபவிப்பதற்காகக் கட்டப்பட்ட அந்த அறை இன்ன வடிவம் என்று வரையறுத்துக் கூற இயலாத ஒழுங்கற்ற வடிவில், மரத்தால் ஆன கட்டமைப்புடன், மிக அடர்த்தியாகப் பூசப்பட்டதால் விளைந்த வண்ணக் குமிழிகள் நிறைந்த நீலச் சாம்பல் வண்ணப் பூச்சுடன் இருந்தது. நெற்றிப் பகுதியில் விரிந்து கூரான நாடியில் முடியும் இதய வடிவம் கொண்ட வெளிறிய முகத்துடன் சிறிய தேவதை போல இருந்த அமேஷா, ஒவ்வொரு உணர்வுக் கொந்தளிப்பிற்கும் உடல் சிவக்கும் மாநிறம் கொண்ட டோரீன், அடர்த்தியான, இடையளவு நீளும் கூந்தல் உடைய இபாவின் உறவினளான ஈவ், காஸி இனத்தின் இயல்புக்கு மீறிய உயரமுடைய, ஒல்லியான பதின்ம வயதினளான மிராண்டா என்று ஜன்னல் திட்டில் அமர்ந்திருந்த இபாவைச் சுற்றிப் பல பெண்களும் கூட்டமாய் உட்கார்ந்திருந்தனர். அந்தப் புனித வட்டத்துக்கு சற்று வெளியே, அந்தக் கும்பலில் முழுமையாக இணைந்திருக்கிறோமா இல்லையா என்ற குழப்பத்துடன் நேட்டலியும் அமர்ந்திருந்தாள். அவர்களின் அரட்டையில் பங்குபெற முயன்ற நேட்டலிக்கு, அந்த உரையாடல் டோரீன், மிராண்டா இருவரின் ஆதிக்கத்தில் இருந்தது என்பதும், அவர்களிருவரும் இபாவின் கவனத்தை ஈர்க்கும் வகையில் ஒண்டிக்கு ஒண்டியாக ஒரு துவந்த யுத்தத்தில் ஈடுபட்டிருந்தனர் என்பதும் புலப்பட்டது. அவ்வறையின் எதிர்முனையில் மேகாலயாவின் பூர்வ குடிகளான காஸி இனத்தவர் அல்லாத தகார் பெண்கள் குழுவொன்று எப்போதாவது வெடித்துக் கிளம்பும் சிரிப்புடன், ஹிந்தியில் கிளர்ச்சியுடன் உரையாடிக் கொண்டிருந்தது.

‘மார்வாரிகள்’ என்று முணுமுணுத்தாள் டோரீன். ‘அவர்கள் அனைவரையும் நம் மாநிலத்தை விட்டே துரத்தியடிக்க வேண்டும் என்று என் அப்பா சொல்கிறார்’.

நேட்டலி சங்கடத்தில் நெளிந்தாள். அவள் அதைக் குறித்து பதில் எதுவும் கூறத் துணியவில்லை என்றாலும் பிறரைப் பற்றி இவ்வித மாகப் பேசுவதை அவள் விரும்பவில்லை. அவள் வசிக்கும் அக்கம் பக்கத்தில் அவளுடன் மாலைநேரங்களில் விளையாடும் நண்பர்கள் அஸ்ஸாமிகள். அவளைப் போலவே அவர்களும் அங்கேயே பிறந்து,

வளர்ந்தவர்கள். ஷில்லாங்கைத் தங்கள் தாய் வீடாக உணர்பவர்கள். டோரீன் இதை அறிந்தால் நேட்டலியை 'இயேத் தகார்', 'தகார் விரும்பி' எனக் கூவுவாள். அந்த எண்ணமே அவளைப் பதட்டப் படுத்தியது. 'பயத்தை உணர்ந்துகொள்ளும் நாய் போல இவர்களும் இந்த எண்ணத்தை மோப்பம் பிடித்து விடுவார்களோ? அது அப்படி வெளிப்படுகிறதா என்ன? அவர்களால் அதைச் சொல்ல முடியுமா?'.

'ம்ம்..நேட்', இபாவின் அழைப்பைக் கேட்டு எச்சரிக்கையுடன் தலையைத் தூக்கிப்பார்த்தாள் நேட்டலி. 'கார்மெலின் பக்கத்தில் உட்கார்ந்திருந்தது எப்படி இருந்தது?'

சடாரென்று அனைவரின் கவனமும் அவள் மீது குவிந்தது. இது அவளது தருணம். ஏதாவது வேடிக்கையாக, புத்திசாலித்தனமாக, எல்லோரையும் கவரும்படியாக சொல்ல வேண்டும்.

'அவளிடம் நாற்றம் அடிக்கிறது' நேட்டலி ஏதோ உளறினாள்.

இபா வெடித்துச் சிரித்தாள். ஒரு கணம் சென்றபின் பிறரும் அவளுடன் இணைந்து கொண்டனர்.

'சொல், அவள் எப்படி நாறுகிறாள்?' குளத்து நீரில் அலை ததும்பிப் பரவுவதைப்போல அனைத்துக் குரல்களும் ஒன்றாகி அவளை உரத்துக் கேட்டன.

'பழைய காலுறையும், புளித்துப்போன பாலும் போல'

'ரொம்ப கிஞ்சிங்' என்றாள் டோரீன் அருவருப்புடன்.

'சீ... சீ....' என்றாள் அமேஷா மூக்கைப் பொத்தியவாறே.

'புத்தாண்டுக்கு...' என்று ரகசியம் சொல்பவளைப் போல அடிக் குரலில் துவங்கினாள் இபா. உடனடியாக அனைவரும் அவளிடம் நெருக்கமாய் வந்தனர். 'கார்மெல் பிரீஸ் டேலுக்கு போனதாக நான் கேள்விப்பட்டேன்.'

அந்தப்பெண்கள் அதைக்கேட்டுச் சிலிர்த்துக்கொண்டார்கள். நகரிலிருந்து அரை மணி நேரத் தொலைவில் இருந்த அந்த விடுதி ஒழுக்கமற்ற காரியங்களுக்கான இடம் என்று பெயர் வாங்கியிருந்தது.

'அதுமட்டுமல்ல', இபா கண்கள் விரிய, 'அவள் அங்கே ஒரே ஒரு பையனோடு மட்டும் போகவில்லையாம்...' எனத் தொடர்ந்தாள். அதன் பின் அது மிகவும் ருசிகரமான ஒரு வம்பாயிற்று.

'எந்தெந்தப் பையன்கள்? எத்தனை பையன்கள்? அவள் அவர்களை முத்தமிட்டாளா? அதற்கு மேலும் ஏதாவது செய்தாளா?' அந்த பகுதியின் காற்று கிளர்ச்சியும், கிசுகிசுப்புமான குரல்களால் நிரம்பியபடி மேகம் போலத் திரியும் கோடைகாலத் தேனீக்களென ரீங்கரித்தது. அது தவறுதான்...ஆனாலும் அவர்களுக்கு அது

பரவசமூட்டிய ஒன்றாகவும் இருந்தது. ஒரு கால் மணி நேரம் போது மான அளவுக்கு இதைப் பற்றிப் பேசிய பிறகு, கார்மெலைப் பற்றிய செய்திகள் சுவாரசியம் இழந்து விட்டன என்றும் குறிப்பிட்ட அந்தக் கல்லூரிக் காலத்தைக் கடக்க அவர்கள் வேறு ஏதாவது புதிதாக, ஆர்வமூட்டுவதாக செய்தாக வேண்டுமென்றும் இபா அறிவித்தாள்.

'அடுத்த மாதம்தான் 'ஃபீட்' வருகிறதே' என்று எடுத்துக் கொடுத்தாள் நேட்டலி.

'அதைப்பத்தி யார் கவலைப்படப் போறாங்க?' என்று ஜன்னல் திட்டில் அமர்ந்து, அதன்மீது சாய்ந்து கொண்டு தன் நீண்ட கால்களை ராணி போல ஆட்டிக் கொண்டிருந்த மிராண்டா கேட்டாள்.

பள்ளியின் அந்த விழா நிகழ்ச்சியை அந்தப் பெண்கள் வெறுப்போடு நிராகரித்தனர். அது ஒரு அலுப்பூட்டும் நிகழ்வாகவும், அவர்கள் வயதுக்கு ஒவ்வாததாகவும் தோன்றியது. நேட்டலி அமைதியானாள். டோரீன் எழுந்து சிஸ்டர் ஜோசஃபீனைப் போல நடிக்கத் துவங்கினாள். 'மாணவிகளே, மாணவிகளே, தாழ்வாரங்களில் ஓடாதீர்கள். இளம் பெண்கள் எப்போதும் இப்படி ஓடக் கூடாது; நடக்கத்தான் வேண்டும். இபா, உனது கீழாடை முட்டிக்கு இரண்டு விரல்கள் மேலே இருக்கலாம், ஒரு முழுக்கையளவு அல்ல. இல்லாவிட்டால் நீ செயின்ட் எட்மண்ட் பசங்களைப் பித்தாக்கி விடுவாய்'. தலைமையாசிரியையின் சிறிய நொண்டல் நடையையும் மூக்கிலிருந்து பேசுவது போன்ற அவரது குரலையும் சற்றே மிகைப்படுத்தி நடித்துக் கொண்டிருந்தாள் அவள்.

இபாவுடன் பார்வைப் பரிமாற்றம் செய்தபடியே 'அவள் ஏற்கனவே அதைத்தானே செய்கிறாள்' என்றாள் மிராண்டா,

நேட்டலி பிரமிப்புடன் பார்த்துக் கொண்டிருந்தாள். பளீர் வெள்ளையில் இருக்கும் படுக்கைவிரிப்புக்கள் போல அவள் முன் பிரபஞ்சங்கள் விரிந்து கொண்டிருந்தன. தன்னை மையப் புள்ளியாக்கிப் பிறர் கவனத்தை மீண்டும் ஈர்க்க எண்ணிய டோரீன் 'ஆம், ஆனால் அந்த டேனியல் ரொம்பவே குள்ளம்... ரூபன் தான் வசீகரமானவன்' என்றாள்.

'அவர்களையும் 'ஃபீட்'டுக்கு அழைக்க முடிந்தால் நன்றாக இருக்கும்' என்றாள் அமேஷா. அவள் ஈவின் தலையை ஒரு நீண்ட சிவப்பு வண்ண பட்டு முடிப் பட்டையால் பின்னிக் கொண்டிருந்தாள்.

'அவர்களை எப்படியாவது ரகசியமாக அழைத்துக்கொண்டு வந்து விடலாம்' மிராண்டா கிளுகிளுத்துச் சிரித்தாள்.

'எப்படியாவது பதுக்கிக் கொண்டு வந்து'.

அப்பெண்கள் அக்கூற்றுகளின் சாத்தியமின்மை குறித்து சிரித்துக் கொண்டிருந்தனர். கன்னியாஸ்த்ரீகள் ஒவ்வொரு வாயிலையும் கழுகு போலக் கண்காணித்துக்கொண்டிருப்பார்கள்.

'கடந்த வருடம் லேங்குபாரை சிஸ்டர் மேரி எப்படிப் பிடித்தார்கள் என்று நினைவிருக்கிறதா?' என்றாள் டோரீன். அவனும், அவன் நண்பர் களும் ' ஃபீட்' டின் இறுதியில் நடைபெறும் பெண்கள் மட்டும் கலந்து கொள்ளும் ஆடலை ரகசியமாக எட்டிப் பார்க்க முயன்றிருந்தனர்.

'சிஸ்டர் தன் கைத்தடியால் அவனை ஏறக்குறைய நையப் புடைத்து விட்டார்' என்று தலையசைத்தாள் மிராண்டா.

புகைத்ததற்காக, மதுவைக் கடத்திக் கொண்டு வந்ததற்காக, இவற்றையெல்லாம் விட தீவிரமான குற்றமாக.. பெண்களுடன் பேச முயன்றதற்காக பையன்கள் பள்ளி மைதானத்தை விட்டுத் துரத்தப் பட்ட புதுப்புதுக் கதைகளை ஒவ்வொரு வருடம் நிகழ்ந்த 'ஃபீட்'டும் உற்பத்தி செய்து கொடுத்தது.

ஒரு காலை ஊன்றி எம்பி, மறு காலால் ஊன்றியிருந்த காலின் முட்டியைத் தொட்டு ஒரு பாலே நடனக்காரியைப் போல் சுழன்று கொண்டே, 'பேசாமல் நாமே ஒருவரோடு ஒருவர் நடனம் ஆட வேண்டியது தான்' என்றாள் டோரீன்.

'அந்த ரகசிய வழியை மட்டும் கண்டுபிடிக்க முடிந்தால்...' என்றாள் நேட்டலி.

'எந்த ரகசிய வழி?' என்று கேட்டாள் மிராண்டா.

நேட்டலியின் முகம் சிவந்தது. சட்டென்று தான் அப்படிக் கூறியது அபத்தமென்று தோன்றியது. 'முன்புறமிருக்கும் புல்வெளியில் உள்ள கோடைகால அறையில் இருந்து செயின்ட் எட்மண்ட்டுக்கு நேரடியாக ஒரு ரகசியப் பாதை செல்வதாகச் சொல்கிறார்கள்'.

'மடத்தனம்'. வார்த்தைகளை சில சமயங்களில் கூர்மையான இரும்புக் கத்திகளைப் போல வீசுபவள் டோரீன்.

'என் அம்மாதான் சொன்னார்கள்... அவர்களும் இங்கே தானே படித்தார்கள்... அவர்கள்...', சுவரோடு சேர்த்து ஆணி அடிக்கப்பட்டு விட்டதைப் போல மேலே வார்த்தை வராமல் திணறினாள் நேட்டலி.

'இத்தனை வருடங்களில் யாரும் அதைக் கண்டுபிடிக்கவில்லை, இல்லையா? என்ன ஒரு பைத்தியக்காரத்தனம் ' டோரீனின் குரல் இகழ்ச்சியுடன் சீறியது.

'நானும் கேள்விப்பட்டிருக்கிறேன்', ஆழமான நிதானமான குரலில் கூறினாள் ஈவ். 'என் அம்மா இங்குதான் படித்தார்கள். அவர்களும் இதைப்பற்றிச் சொல்லியிருக்கிறார்கள்.'

அந்தப் பேச்சு கொஞ்சம் மனதில் உறைத்தது. இபாவின் உறவுக்காரப் பெண்ணை அலட்சியப்படுத்த டோரீன் துணியவில்லை. நேட்டலியும் அதற்கு மேல் எதையும் சொல்ல முற்படவில்லை. இபா, ஈவை விட்டுத்தரமாட்டாள் என்பதை அறிந்திருந்த அப்பெண்கள் இபாவே ஏதாவது சொல்லட்டுமென காத்திருந்தனர்.

'அப்படியென்றால் அதை நாம் கண்டுபிடிப்போம்', என்றாள் இபா முடிவாக.

மதிய உணவுப் பைகளைச் சுழற்றியபடி அவர்கள் கும்பலாக கோடைகால அறையிலிருந்து வெளிவந்த போது, பள்ளிக் கட்டிடத்திலிருந்த இடைவெளிகளின் ஊடாக மணி ஒலித்தது. மதிய வகுப்புகளுக்கான நேரம், எனவே அவர்கள் வகுப்பறைகளை நோக்கித் திரும்பினர். இபா நேட்டலிக்குப் பக்கத்தில் நடக்கலாம் என்று தீர்மானித்தாள். சிலர் அதைப் புகைச்சலோடு பார்த்தனர்.

டீனா ஜான் மிஸ்ஸின் பார்வை, தெளிவான இரண்டு பிரிவு களாய்ப் பகுக்கப்பட்டிருந்த, தலைகளின் வரிசையால் நிரம்பிய வகுப் பறையைக் கடந்து சென்றது. இங்கிருப்பதை விட வேறெங்காவது இருந்திருக்கலாம் என்று எண்ணினார் அவர். அவர் பணிக்கு சேர்ந்து இது இரண்டாவது வாரம், அவரது முதல் அனுபவம் வேறு. அவருக்கு அந்தப் பதட்டம் இருந்தது. மாணவிகளுக்கும் இது தெரியும், அவர்கள் அதற்காக ஒன்றும் அவரிடம் கருணை காட்டி விட்டு வைப்பதாய் இல்லை.

'மிஸ், மிஸ்', கதவோரம் இருந்த உயரமானவள் ஆரம்பித்து வைத்தாள். '"கே" (gay) என்றால் என்ன?'

அவர்கள் மாப்பசானின் 'நெக்லஸ்' என்ற கதையைப் படித்துக் கொண்டிருந்தனர். ஜான் மிஸ்ஸிற்கு அப்படி ஒரு வார்த்தை அக்கதை யில் வந்ததாக நினைவில்லை.

'அப்படியென்றால் ஆனந்தம்', என்றார் ஜான் மிஸ், ஆசிரியை களுக்கேயுரிய தனிப்பட்ட குரலில்.

அந்தப் பெண் விடுவதாயில்லை. 'அது ஒன்று மட்டும்தான் அதற்குப் பொருளா மிஸ்?'

அறையெங்கும் இலேசாக எழுந்த சிரிப்பொலிகளைக் கவனித்த ஜான் மிஸ் அவரவர் புத்தகங்களில் கவனம் செலுத்துங்கள் என்றார். சிக்கலான வயதில் இருக்கும் பெண்கள் நிறைந்த கடினமான வகுப்புத் தான் அது என்றாலும், ஜான் மிஸ்ஸால் சமாளிக்க இயலுமென்று தான் நம்புவதாக சிஸ்டர் ஜோசஃபீன் அவரிடம் நம்பிக்கை தெரிவித் திருந்தார். தன் முன்னிருந்த பாடப் புத்தகத்தைப் பார்த்தபடி இருந்த ஜான் மிஸ்ஸிற்கு அது தன்னால் இயலுமா என்பது சந்தேகமாக

இருந்தது. ஒரு சில மாணவிகள் மட்டுமே துடுக்குத்தனமாக இருந்தாலும், அவர்கள் ஏற்படுத்திய சலசலப்புகள் பிறரையும் பாதித்துக்கொண்டிருந்தன. அந்தப் பெண்களிடம் வாங்கிக் கட்டிக்கொள்வது, தான் மட்டுமல்ல என்பதையும் ஜான் மிஸ் அறிந்திருந்தார். குதிரைவால் கொண்டையிட்ட, பழுப்புப் புள்ளிகள் கொண்ட வெளிர் நிறத் தோலுடைய அந்தப் பெண்ணும் கூட மிகவும் கேவலமான, வார்த்தைகளில் சொல்லமுடியாத பல வகையான தொல்லைகளுக்கு ஆட்படுத்தப்பட்டாள். ஜான் மிஸ் வகுப்புக்குள் நுழைகையில் அந்தப்பெண் தனது ஸ்வெட்டரில் எவரோ குத்தி விட்டிருந்த தாளை எடுத்துக் கழற்றிக் கொண்டிருந்தாள். அவளது மேஜையிலிருந்த மைக்குப்பி கவிழ்ந்து பாடப்புத்தகங்களைக் கறையாக்கியிருந்தது. ஜான் மிஸ் அவளை நோக்கினாள். அவளது தலை மிகவும் குனிந்து இருந்ததால், அவரால் அவள் முகத்தைப் பார்க்க இயலவில்லை. அவளுக்கு அருகில் இருந்தவள் பின்னால் திரும்பி வேறு யாருக்கோ சாடை காட்டிப் பேசிக் கொண்டிருந்தாள்.

'நான் இப்போது உங்கள் எல்லோரையும் அமைதியாக அந்தப் பாடப் பகுதியைப் படிக்கும்படி சொன்னேன்', என்றார் ஜான் மிஸ். அப்போது தன் குரலின் தொனியை தானே வியந்து கொண்டார் அவர். 'உங்கள் தோழிகளிடம் நீங்கள் பிறகு விவாதித்துக் கொள்ள லாம். யாராவது பேசினீர்கள் என்று நான் கண்டுபிடிக்க நேர்ந்தால் அப்புறம் தலைமை ஆசிரியையிடம் அனுப்ப வேண்டியதுதான்'

'ஸாரி மிஸ்...', அந்தப்பெண் முணுமுணுத்தாள். நிசப்தத்தின் அலையொன்று அறையைத் தழுவிச் சென்றது. ஜான் மிஸ்ஸின் முகத்தில் கண நேரம் வந்து சென்ற புன்சிரிப்பை யாரும் கவனிக்க வில்லை. இவர்களைச் சமாளிப்பது ஒன்றும் அவ்வளவு கடினமான காரியமாக இருக்காதுதான்.

'நாம் இன்று டென்னிஸ் அரங்கில் சாப்பிடலாம்' மதிய உணவு இடைவேளையில் வகுப்பிலிருந்து முண்டியடித்துக் கொண்டு வெளியேறுகையில் அறிவித்தாள் இபா. யாரும் அவளுடன் முரண்படவில்லை. கீழே செல்லும் வழியில் தாழ்வாரத்தைக்கடந்து, பல அடுக்குகளிலான கரும்பச்சை நிற மாடிப்படிகளில் இறங்கிய அவர்கள் அன்று காலையில் இருந்து செய்த குறும்புகளைப் பற்றி வம்பளந்து கொண்டிருந்தனர்.

'நீ அவள் முகத்தைப் பார்த்தாயா?'
'ஜன்னலிலிருந்து குதித்துவிடுபவளைப் போல இருந்தாள்.'
'பேசாமல் அப்படி குதித்திருக்கலாம்.'
அவர்கள் குறிப்பிட்டது கார்மெலைப் பற்றியா அல்லது புதிய

ஆங்கில ஆசிரியை குறித்தா என்ற குழப்பத்தோடு நேட்டலி அவர்களோடு நடந்தாள். அவள் மனது அங்கிருக்கவில்லை. விரைவாக உண்டுவிட்டு வேறொரு தேடலில் ஈடுபடும் முனைப்பில் இருந்தது. பள்ளியின் முன்புறத்தில், மாணவியருக்குத் திட்டவட்டமாக அனுமதி மறுக்கப்பட்ட சாய்ந்திறங்கிய ஒரு புல்வெளி; அங்கே வாகான ஓர் இடத்தில் சற்றே உயரமான செங்கல் பீடத்தில் அமைந்திருந்த எண்கோணக் கோடைகால அறை; அங்கே அடுத்த ஒரு மணி நேரத்திற்கு வேறு யாரும் அறியாமல் அவர்கள் மேற்கொள்ளவிருந்த ரகசியத் தேடலில் அவள் மனம் இருந்தது. ஓங்கி உயர்ந்த தேவதாரு மரங்களாலும், கொத்துக் கொத்தான ரோடோடெண்ட்ரான் மலர்ப் புதர்களாலும் சூழப்பட்டிருந்தது அந்தக் கட்டிடம். ட்யூடர் பாணியில் அமைந்த, கறுத்த மர உத்தரங்களும் டயமண்ட் வடிவ ஜன்னல் சாளரப் பலகைகளும் கொண்ட அந்தக் கோடைகால அறை மைதானத்தில் ஏற்கனவே இருப்பதை விடப் பழமையானது.

'எங்கள் பாட்டு வகுப்புகள் அங்கேதான் நடக்கும்.. எக்காளம் போல ஒலிக்கும் குரல் கொண்ட ஆஜானுபாகுவான ஐரிஷ் கன்னியாஸ்த்ரீ கேதரின்தான் இசை வகுப்பெடுப்பாள்' என்று காலையில் அவர்கள் பள்ளிக்கு வரும் வழியில் நேட்டலியின் அம்மா அவளிடம் சொல்லியிருந்தாள்.

'எப்போதாவது அந்த ரகசிய வழியைத் தேடியிருக்கிறீர்களா?'

'பல தடவை. நாங்கள் அனைவருமே யாரோ ஒரு செயின்ட் எட்மண்ட் பையனை விரும்பியிருந்தோமே' என்று சிரித்தார் அவள் அம்மா.

'கண்டுபிடித்தீர்களா?'

'கண்டுபிடிப்பதா? நேட், அப்படி ஒன்று இருக்கிறதா என்று கூடத் தெரியவில்லை'

அந்தக்கூற்று நேட்டலியைப் பதைபதைக்கச் செய்தது. டோரீன் நிச்சயம் இதை மறக்கவிட மாட்டாள். அமேஷாவுடன் முன்னால் நடந்துகொண்டிருந்தவளை நோட்டமிட்டாள் அவள். நேற்றைய சம்பவம் இன்னும் டோரீனைக் கடுப்பேற்றிக் கொண்டிருந்ததாக அவளுக்குத் தோன்றியது. அவள் அவ்வளவு எளிதாக மறக்கவோ, மன்னிக்கவோ கூடியவள் அல்ல. இபா வேறு நேட்டலியோடு தோளோடு தோள் சேர்த்துக்கொண்டது நிலைமையை இன்னும் மோசமாக்கியது.

'இது ரொம்பவே உற்சாகமாக இருக்கிறது' ராகம் பாடினாள் இபா. இன்று அவள் கூந்தலை சிவப்பு வண்ண முடிச்சு வடிவ கிளிப்புகள் கவ்வியிருந்தன. வெளிறிய சாம்பல் நிற மடிப்புகள் கொண்ட கீழாடையும், வெள்ளை மேலாடையும் கொண்ட பள்ளிச் சீருடையில் கூட

அவள் பிறரை விடத் தனித்துத் தெரிந்தாள். கார்மெல் கூடத்தான் என்று நேட்டலி எண்ணிக் கொண்டாள். இபாவின் தொடுகையில் அவள் உணர்ந்த உடல் வெம்மையைப் போல் அனைவரின் பார்வைகளிலிருந்த புகைச்சலையும் அவளால் உணர முடிந்தது.

மதிய உணவுக்குப் பின் மிராண்டாவைக் காவலுக்கு இருத்திவிட்டு மற்றவர்கள் கலை அரங்கத்தின் ஊடாக ஊர்ந்து சென்று தோட்டத்தில் நுழைந்தார்கள். ஆங்காங்கே விழுந்திருந்த சூரிய ஒளி காய்ந்து கிடந்த குட்டையான புல்வெளியை ஒட்டுப் போட்ட துணியைப் போல் காட்டியது. மெல்லிய தென்றலில் சுற்றியிருந்த இலைகள் சலசலத்துக்கொண்டிருந்தன. யாரும் பார்க்க முடியாத வகையில் அவர்கள் அந்தக் கோடைகால அறைக்குப்போய்ச் சேர்ந்தனர். தரையில் அமர்ந்து அந்தச் செங்கல் மேடையில் முதுகைச் சாய்த்துக் கொண்டு மேல்மூச்சு வாங்கினர். யாரும் எதுவும் பேசாமல் மூச்சை இழுத்துப்பிடித்துக்கொண்டு அமைதி காத்தனர்.

'அது திறந்திருக்கிறதா?', நேட்டலியிடம் கிசுகிசுத்தாள் இபா.

'எது?'

'கதவு தான், பெயித்'

முட்டாள் என்றழைக்கப்பட்டதால் கூனிக் குறுகிப்போன நேட்டலி பதற்றத்தோடு வாயிலை நோக்கி சிற்றடி வைத்துத் தாவினாள். பயன் படுத்தப்படாத, துருவேறிய தாழ்ப்பாள் அவள் கையோடு உடைந்தது. உள்ளே விழுந்த சூரிய ஒளி சாளரப் பலகைகளின் வடிவில் கோலமிட்டிருந்தது. அங்கே படிந்திருந்த பொன்னிற தூசுத் துகள்கள் அவர்கள் நுழைந்ததும் மெல்லச் சுழன்று மேலேறின.

'சரி.. இப்போது அது எங்கேதான் இருக்கிறது' என்று கேட்டாள் டோரீன்.

நேட்டலிக்கு அந்தக் கேள்வி அபத்தமாகப் பட்டாலும் அவள் அதைச் சொல்லவில்லை. மாறாக அவ்வறையின் நீளத்துக்கு ஓடிய இருக்கையின் கீழ் முழங்காலிட்டுக் குனிந்து கர்ம சிரத்தையாகத் தேடத் துவங்கினாள். மற்றவர்களும் அவளோடு இணைந்து கொண்டனர். தரையின் மரப்பலகைகளை அழுத்திப் பார்த்தனர். சுவர்களை மெதுவாகத் தட்டினர். மூலைகளில் துழாவினர். விரைவிலேயே... நமட்டுச் சிரிப்புகளாலும், நேரத்தைப் போக்கும் ஒரு வீண் வேலைதான் அது என்பது போன்ற பிரகடனங்களாலும் அவர்களிடமிருந்த அமைதி உடைந்தது. டோரீன் அதைச் சற்று உரக்கவே முறையிட்டாள். அமேஷாவும், ஈவும், மிராண்டாவும் அதை ஒரு வேடிக்கையாக மட்டுமே எடுத்துக்கொண்டதாகத் தோன்றியது.. நேட்டலி ஒரு மூலையில் அமர்ந்தவாறு மற்றவர்களைப் பார்த்துக் கொண்டிருந்தாள். இபாவின் கன்னத்திலிருந்த தூசுகளின் வரிகளைத்

துடைக்கவும், தொங்கிக் கொண்டிருந்த முடிச் சுருளை அவள் காதின் பின்புறம் செருகிவிடவும் ஏங்கினாள். பின்னப்படாத கலைந்த கூந்தலோடும், உவகையில் மின்னிய கண்களோடும் இபா உற்சாகத்தின் உச்சியில் இருந்தாள்.

'என்னைப் பாருங்க...நானொரு நாய்க் குட்டியாக்கும்' என்று கீச்சுக் குரலில் கத்தியவாறு நாலாபுறமும் உற்சாகத்தில் தாவினாள். மிராண்டாவின் கையைக் கடிப்பது போல பாவனை செய்த அவள், நேட்டலியின் முன் நின்று தனது நாவின் நுனியால் நேட்டலியின் கன்னத்தை உரசினாள். மின்னதிர்வால் தாக்கப்பட்டது போலிருந்தது அது. நேட்டலியின் வயிற்றில் சில பட்டாம்பூச்சிகள் சிறகடித்தன. அவளுள் ஏதோ ஒன்று இரையை இறுக்கும் பாம்பைப் போல் சுருண்டது. பிறகு ஒரு நீள நிழல் தரையில் விழுந்தது. கதவருகில் யாரோ நின்றிருந்தார்கள்.

அது யாரென்று தெரிந்ததும் 'மதிய வணக்கம், சிஸ்டர்' என்று அனைவரும் முணுமுணுத்தனர்.

சிஸ்டர் ஜோசஃபீன் அமைதியாக இருந்தார். அது ஒரு நல்ல அறிகுறி அல்ல. அவசரக் கோலத்தில் எழுந்து கொண்ட அந்தப் பெண்கள், தங்கள் கைகளிலும், கீழாடையிலும் இருந்த தூசியைப் பதற்றத்துடன் தட்டிக் கொண்டனர்.

'உங்களுடைய பெற்றோர்களுக்கு இது பற்றி முறைப்படி தெரிவிப்போம்' என்ற தலைமையாசிரியை, அவர்கள் ஒருவர் பின் ஒருவராக சத்தம் போடாமல் வெளியேற வேண்டும் என்பதைச் சுட்டிக்காட்டும் வகையில் வாசலில் இருந்து சற்று நகர்ந்து நின்றார்.

சிஸ்டர் ஜோஸஃபீனின் காதுக்கு எட்டாத தொலைவில் நகர்ந்து போய்ப் பள்ளிக்குள் வந்த பின்னர் நேட்டலி மன்னிப்பு கேட்க ஆரம்பித்தாள். 'என்னை மன்னித்து விடுங்கள். என்னுடைய தோழிகளை இப்படிப் பிரச்சனையில் மாட்டிவிடுவேன் என்று நான் நினைக்கவே இல்லை'

'தோழிகளா?' கொதித்தாள் இபா. 'எங்களைப் பார்த்து அந்த வார்த்தையைச் சொல்லாதே'. அவளது இருபுறமும் மிராண்டாவும், டோரீனும் தேவ தண்டனையை நிறைவேற்றும் காவல் தேவதைகளைப் போல் நின்று முறைத்துப் பார்த்துக் கொண்டிருந்தனர்.

'தள்ளிப் போ, பெயித்'

நீள நீளமாய்க் காலடி வைத்து விலகிச் செல்லும் அவர்களைக் கண்ட நேட்டலியின் வார்த்தைகள் தான் நினைத்ததைச் சொல்லும் முன் வாயிலேயே மடிந்தன. அவர்கள் சென்றவுடன் அருகிலிருந்த வாயிலுக்குள் தன்னைத் திணித்துக் கொண்டாள் அவள். தான்

அழுவதை யாரும் காண்பதை அவள் விரும்பவில்லை. சுவரோடு சுவராகச் சாய்ந்துகொண்டு தன் துயரை நீண்ட கேவல்களாக அடக்கி உள்ளே விழுங்கிக் கொண்டிருந்தாள் அவள். தன்னிலை உணர்ந்து மீண்டபிறகே தான் எங்கிருக்கிறோம் என்பது அவளுக்குப் புலப் பட்டது, நூலகத்திற்கு அருகில் இருக்கும் எவரும் பயன்படுத்தாத குளியலறையில். அவள் முன் கீறல் விழுந்த, அழுக்கேறிய கண்ணாடி யொன்று தொங்கிக் கொண்டிருந்தது. எதிர்ச் சுவரில் ஈரப்பசையற்றுக் காய்ந்து போய் உடைந்து போன கை கழுவும் தொட்டிகளின் வரிசை இருந்தது. அங்கிருந்த கழிவறைகளின் கதவுகள் அவற்றின் கீல்களில் அலங்கோலமாகத் தொங்கிக் கொண்டிருந்தன. நேட்டலியின் மனம் அவளது உருச் சிதைந்த பிம்பத்திலேயே நிலைகுத்தியிருந்தது. 'பெயித், பெயித், பெயித்" – என்று அவள் மனம் ஓலமிட்டுக் கொண்டிருந்தது.

எங்கோ தொலைவில் இருந்து மணியின் தொடர் ஓசைகள் கேட்டன. அது மதிய வகுப்புகளுக்கான நேரம். அவள் போகா விட்டால் பிரச்சினை இன்னும் பெரிதாகத் தான் ஆகும். இருப்பினும் அவளால் அவர்களை எப்படி எதிர்கொள்ள இயலும்? என்ன செய்வது என்று குழம்பியவாறு நின்றிருந்த அவள், வெளியிலிருந்த தாழ்வாரத்தில் ஒலித்த தடதடவென்ற காலடிகளின் ஓசைகள் தேய்ந்த தருணத்தில், ஏதோ ஒரு சத்தத்தைக் கேட்டதாக நினைத்தாள். உள்ளடங்கிய ஒரு மெல்லிய விசும்பல். அப்படியிருக்க வாய்ப்பில்லை. யாரும் அருகில் இல்லையே. திடீரென்று மாடிப்படிகளில் தோன்றும் ஆங்கில மாது, தேவாலயத்தின் அருகில் தோன்றும் பழைய கன்னியாஸ்திரீ, உறைவிடப்பள்ளியாக இருந்த காலத்தில் மரித்துப் போன இங்கே தங்கியிருந்த ஒருவர் என்று எல் கான்வென்ட்டை உலுக்கிய, அவள் கேள்விப்பட்டிருந்த பல பேய்க் கதைகள் நினைவுக்கு வந்தன. அவ்விசும்பல்கள் வெறுமையாக... அடுத்தடுத்துத் தொடர்ந்தன. அந்தச் சத்தம் கழிவறைகளின் அருகிலிருந்து வருவது போல் தோன்றியது. கழிவறைகளின் பின்னால் சுவரின் அழுக்கு நிறத்தோடு ஒன்றிப் போயிருந்த ஒரு மரக் கதவு தெரிந்தது. அதை அவள் முன்பு கவனித்திருக்கவில்லை. அது லேசாகத் திறந்திருந்தது.

பேய்கள் கதவுகளைத் திறந்து போட்டுவிட்டுச் செல்வதில்லை என்று நேட்டலி தனக்குத்தானே சொல்லிக் கொண்டாள். ஒருபுறம் சீரான இடைவெளிகளில் இரும்புக் கட்டில்கள் போடப்பட்டிருந்த ஒரு செவ்வக வடிவஅறைக்குள் அவள் காலடி எடுத்து வைத்தாள். படுத்த படுக்கையாக இருக்கும் நோயாளிகளின் வெண்மை நிற கழிகலங்களும், தாலங்களும் அறையின் ஒரு மூலையில் அடுக்கி வைக்கப்பட்டிருந்தன. ஜன்னலுக்கு அருகில் குவித்து வைக்கப் பட்டிருந்த மெல்லிய மெத்தைகள் ஒளியைத் தடுத்துக் கொண்டிருந் தன. குதிரைவால் கொண்டையிட்ட, பழுப்புப் புள்ளிகள் கொண்ட

வெளிர் நிறத் தோலுடைய பெண்ணொருத்தி தரையில் அமர்ந்து, அங்கிருந்த உயரமான அலமாரியில் சாய்ந்திருந்தாள். கைகளில் முகம் புதைத்து அவள் அழுது கொண்டிருந்தாள். சாட்டையால் சொடுக்கியது போல ஒரு வலி நேட்டலியைப் பிளந்து கொண்டு சென்றது.

'கார்மெல்', மென்மையாக அழைத்தாள் அவள். சிவந்து போய்க் கிடந்த விழிகளால் திடுக்கிட்டு நோக்கினாள் அப்பெண். பிறகு தன் முகத்தை மீண்டும் பொத்திக் கொண்டு ஓசையின்றி வேகமாக அழத்துவங்கினாள். நேட்டலி அவளை நோக்கிச் சென்றாள். மெல்லிருட்டில் முழங்காலை ஒரு கட்டிலில் இடித்துக் கொண்டாள். அவளருகே சென்று அமர்ந்தாள். அவளுக்கு என்ன பேசுவது எனத் தெரியவில்லை. எனவே கார்மெலின் விசும்பல்கள் தணியும் வரை காத்திருந்தாள். அவளது புதிய பக்கத்து இருக்கைத் தோழி ஒன்றும் பழைய காலுறையும், புளித்த பாலையும் போல் நாறவில்லை. அவள் அன்று பொய்தான் சொல்லியிருந்தாள். உண்மையாகச் சொன்னால் புதிய லினன் துணியைப் போலவும், வாசனையுள்ள முகப்பவுடர் போலவும் மிக நல்ல நறுமணத்தோடுதான் அவள் இருந்தாள். நேட்டலி தன் சட்டைப் பையிலிருந்து கைக்குட்டையைத் துழாவி எடுத்தாள். கார்மெல் 'நன்றி' என்று மெலிதாக முனகியபடி அதை வாங்கிக் கொண்டாள்.

'இது என்ன இடம்?', வினவினாள் நேட்டலி.

'உனக்குத் தெரியாதா?', முகத்தை ஒற்றிக் கொண்டே கார்மெல் கேட்டாள். வலியில் சிவந்த மூக்குடன் கூட அவள் சஞ்சிகைகளில் இருந்து இறங்கிய அழகானதொரு பெண்ணைப் போலவே தோன்றினாள். நேட்டலி தலையைக் குலுக்கிக் கொண்டாள்.

'பழைய விடுதியின் தூங்குமிடம் இது'.

'இவையெல்லாம் இங்கே ஏன் இருக்கின்றன?', கழிகலங்களைச் சுட்டிக்காட்டி நேட்டலி கேட்டாள்.

'இரண்டாம் உலகப் போரின் போது ராணுவ மருத்துவமனையாக இதைப் பயன்படுத்தியிருக்கிறார்கள்'.

நேட்டலியின் தாய் இதைப் பற்றி ஒருமுறை கூறியிருந்தாள். அவள் அதை முழுமையாக நம்பவில்லை. வேறு எந்த நாளாயிருந்தாலும் நேட்டலி அவ்வறையை ஆராய்ந்திருப்பாள். அதன் இழுப்பறைகளை, கொள்கலன்களை எல்லாம் நோண்டியிருப்பாள். ஆனால் இந்தப் பின்மதியத்தில் அவள் அந்த அறையைவிட்டு வெளியேறவே விரும்பினாள். அது நோயின், வலியின், இறப்பின் இடம்.

'என் பாட்டி என் தாத்தாவை இங்குதான் சந்தித்தார்கள். அவர் ஒரு மருத்துவத் தாதி' , கார்மெல் தொடர்ந்தாள். 'என் தாத்தா ஒரு

பிரிட்டிஷ் ராணுவ வீரர். ஒரு மேஜர்ஜெனரல்'. அவள் குரலில் ஒரு கணம் பெருமிதம் ஒன்று மின்னிச் சென்றது. சில கண நேர அமைதிக்குப் பிறகு கார்மெல் கைக்குட்டையைத் திருப்பியளித்தாள். அவர்கள் விரல்கள் உரசிக்கொண்டன. கண்கள் சந்தித்துக் கொண்டன. கார்மெலின் கண்ணிமைகள் ஈரமாகவும், கருமையாகவும் இருந்தன. 'நீ அன்பானவள்' என்றாள் அவள்.

நேட்டலிக்கு என்ன சொல்வது எனத் தெரியவில்லை. அவளால் நாணத்தை மட்டுமே பதிலாய்த் தர முடிந்தது.

'நீ மற்றவர்களைப் போல இல்லை'

கார்மெல் நேட்டலியின் முழங்காலைத் தொட்டாள். அவளது விரல்களின் வெம்மையைத் தன்னுடலில் உணர்ந்தாள் நேட்டலி. அவள் சற்று நெருங்கினாள். கலைந்திருந்த அவள் குழல் அவள் முகத்துக்கு கரையிட்டது போலிருந்தது. அவர்களின் இதழ்கள் இணையும் முன் நேட்டலி கண்களை மூடிக் கொண்டாள். அவள் இதற்கு முன் உணர்ந்த எதுவும் இதற்கு ஈடாக இருந்திருக்கவில்லை. சங்கில் காது வைத்தால் கேட்கும் கடலின் ஓசையைப் போன்றதொரு மெல்லிய கார்வை அவள் செவிகளை நிறைத்தது. அவளுள் ஏதோ ஒன்று கட்டவிழ்ந்து, தரையில் சுருள் அவிழ்ந்து அறையெங்கும், அதன் தூசுபடிந்த ஒவ்வொரு மூலைக்கும் பரவி நிறைந்தது. இவ்வுலகம் அதன் இகழ்ச்சிகள், ஏளனங்களுடன் பின்வாங்க, கார்மெலின் மென்மையான, இதமான, கண்ணீர்ச் சுவை கொண்ட இதழ்கள் மட்டுமே அவளுக்குள் எஞ்சியிருந்தன. ஒரு கணம், அவர்களைச் சுற்றியும், அவர்களுக்குள்ளும் இருந்த பேய்கள் அமைதியில் உறைந்தன. ∎

19/87

தமிழில்: சுநீல் கிருஷ்ணன்

பட்டம் விடும் வீரர்கள் ஒரு முகமற்ற போர் தொடுப்பவர்கள். எதிரியோ இழையின் மறு நுனியைப் பற்றியபடி பதுங்கி மறைந்து மெல்லிய, வளைந்து குழையும் ஆயுதத்தைக் கொண்டு நகரத்தில், மொட்டை மாடிகளில், மேற்தளத்தில், வண்டி நிறுத்தும் சிறிய திறந்த வெளி இடங்களில் என, வானவெளியைத் துளைத்துக் கொண்டிருப் பான். ஷில்லாங்கின் தெருக்களில் வைத்து அவர்களை அடையாளம் காணமுடியாது என்றாலும் கூட அவர்களது விளையாட்டு மற்றும் உத்தியின் பாணியைக் கொண்டு சுலைமான் போன்ற பழக்கப்பட்ட போட்டியாளர்களுக்குத் தங்களது எதிரிகளை சரியாகவே இனங்காண முடியும். வழக்கமாகப் பள்ளி முடிந்து திரும்பும் பிள்ளைகளே இப்பருவத்தில் பெரும்பாலும் காற்றில் பட்டம் ஏவுபவர்கள். தள்ளாடி சிறகடிக்கும் அந்தப் பட்டங்களின் ஊடே, சில பட்டங்கள் கவனத்துக் குரியவை, சுற்றிச் சுழல்பவை. எஞ்சி இருப்பவை, வஜ்ஜிரம் பாய்ந்த மாஞ்சாக் கயிறுகள் கொண்டவை. பெரும்பாலான நிபுணர்கள், உம்சோஹ்சனிலிருந்து கீழிறங்கி, மாகார்குன்றின் மேலேறி, சிறிய, தந்திரம் மிகுந்த ஒற்றை இழைப் பட்டங்களைச் செலுத்தினர்.

ஒரு பட்டம் பிற பட்டங்களை விட வேகமாக முன்னேறிச் சென்றால் வழியில் தென்படும் அதன் கயிற்றை அறுப்பதில் அவர்கள் திறன் வாய்ந்தவர்களாக இருந்தார்கள்.. மெல்லிய வர்ணத் தாள்களை கவனமாக ஒட்டித் தானே உருவாக்கும் பெரிய பட்டங்களை விடவே சுலைமான் விரும்பினான். சிறுவனாக இருந்தபோது தந்தைக்காக நூற்கண்டைப் பிடித்துக் கொள்வான், உரிய நேரத்தில் சரியான அளவுக்கு நூல் விடப் பழகிக்கொண்டான். பிற்காலத்தில் இருவரும் தங்கள் பொறுப்புகளை இடம் மாற்றிக் கொண்டார்கள். ஆனால் இப்போது அவனுடைய தந்தை மூன்றாண்டுகளுக்கு முன் இறந்தது முதல் அவன் அதிகமாகப் பட்டங்கள் விடுவதில்லை. பெரும்பாலான சமயங்களில் பட்டம் விடும் ஆசை அவனிடம் இருப்பதில்லை. அது

நினைவுகளை அதிகமாக மீட்டுவந்தது. கடந்த சில நாட்களாக மாலை வேளைகளில் அக்கம்பக்கத்தில் ஒரு புதிய போட்டியாளன் தோன்றி யிருப்பதை அவன் கவனித்திருந்தான். அவனுடைய பட்டத்தைப் போலவே பெரிய பட்டத்தை விடுபவன், அவன் அளவுக்கே நன்றாகவும் விடுகிறான் என்று எரிச்சலுடன் ஒப்புக்கொள்ளவும் செய்தான். ஆனாலும் அது உண்மைதானா என்று கண்டறியத் துடித்துக் கொண்டிருந்தான்.

இந்த மதியப் பொழுதில், ஜன்னலுக்கு வெளியே, கொய்யா மரத்தைத் தாண்டி, தகரக் கூரை வரிசைக்கும் அப்பால் விரியும் வானத்தையே திரும்பத் திரும்ப நோக்கிக்கொண்டிருந்தான் அவன். எப்போதையும் விட அதிகமான பட்டங்கள் இந்த ஆகஸ்டில் பறந்தன. ஒருவேளை நகரத்தில் நிலவும் சிக்கல்கள் கூட இதற்குக் காரணமாக இருக்கலாம். வாரக் கணக்கில் நீடித்த ஊரடங்கு உத்தரவு எல்லோரை யும் வீட்டுக்குளே முடக்கியது, மேலும் இந்த இலையுதிர் காலத்து மாலைப் பொழுதில் பெரிதாக செய்வதற்கும் வேறொன்றுமில்லை.

மின்சார ஒயர்கள், தொலைபேசி கேபிள்கள், மர உச்சிகள் என்று எல்லாவற்றையும் கடந்து சுதந்திரமாகப் பயணிக்க ஒரு பட்டத்தினால் மட்டுமே முடியும். அந்தப் பெரிய பட்டம் பிறவற்றைக் காட்டிலும் உயரமாக மிதந்தபடி பிறவற்றுக்கு அறைகூவல் விடுத்தது. இதுவரை தன்னிடம் சவால் விட்ட அனைத்துப் பட்டங்களையும் அது வென்றிருந்தது. 'அத்தனை திமிரா...சாலா' என்று கெட்ட வார்த்தை யில் எரிச்சலோடு முனகினான் சுலைமான். ஒருவேளை அன்று மாலை அவன் ஒரு பட்டத்தைத் தயார் செய்தால் கூட நூல்கண்டைப் பிடித்துக்கொள்ள வேறு யாருமில்லை. சில நேரங்களில் அவனுடைய சகடைசுற்றியாக முற்றத்து சுவரின் மறுபுறத்திலிருந்து உஸ்மான் என்னும் சிறுவனை அழைத்திருக்கிறான். அவன் வேகமாக நூலை விட்டுவிட்டாலோ அல்லது கவனக்குறைவால் நூல் விடாமல் இருந்து அது நொடித்தாலோ பொறுமை இழக்காமல் இருக்க முயல்வான். சுலைமானின் பட்டம் கயிறறுந்து மெல்லக் கீழிறங்கி கண்ணிலிருந்து மறைவதைப் பார்த்தபடி அவர்கள் இருவரும் நிற்கும்போது 'மன்னித்துக் கொள்ளுங்கள்' என்று சுலைமானிடம் பாவமாகச் சொல்லும் அந்தப் பையன் 'அடுத்தமுறை நன்றாகச் செய்கிறேன்' என்பான். ஆனால் இனி அடுத்த முறை என்பதற்கே வாய்ப்பில்லை. உஸ்மானின் குடும்பம் மூட்டை முடிச்சுகளுடன் சென்ற வாரமே காலி செய்து சென்றுவிட்டது. அந்தச் சமயத்தில் அவன் சுவரேறிக் குதித்துப் பிரியாவிடையளிக்க வந்தான். 'ஷில்லாங்கில் வாழ்வது ஆபத்தாக மாறிவருகிறது என்கிறார் என் அப்பா' என்று விளக்கம் சொன்னான். இது அங்கே பொதுவாக நிலவி வரும் வழக்கமான உணர்வுதான். விரிவுபடுத்தப்பட்ட அஸ்ஸாமிலிருந்து 72இல்

மேகாலயா பிரிக்கப்பட்டு வெட்டி எடுக்கப்பட்டதிலிருந்தே இப்படி எல்லோரும் பேசிக் கேட்டிருக்கிறேன் என்று சுலைமானின் தந்தை அவனிடம் கூறியிருக்கிறார். அந்நியர்கள் மாநிலத்தை வழி நடத்து கிறார்கள், வங்கிகளையும் தொழில்களையும் அவர்களே கட்டுப்படுத்து கிறார்கள் என்பதனால் நொந்து போன உள்ளூர்க்காரர்கள் காஸி மாணவர் சங்கம், ஹைனிவ்ட்ரப் தேசிய விடுதலை மன்றம் என்று சிறு சிறு போராட்டக் குழுக்களாகத் தங்களை ஒருங்கிணைத்துக் கொண்டனர் – அரசுக்கு எதிராகவும், அவர்களுடைய வேலையை, வளங்களை, பெண்களைக் கவர்ந்து சென்றவர்கள், அதீத ஆபத்தான வர்கள் என்று அவர்கள் கருதும் வேறு இனக் குழுவினருக்கு எதிராகவும் உள்நாட்டுப் போரில் ஈடுபட்டனர். இப்போது சுலை மான் தன்னைச் சுற்றி இப்படி இன்னுமொரு பேச்சையும் கேட்டான்.

“79 இல் நேபாளிகள், ‘81 இல் வங்காளிகள், பின்னர் மார்வாரிகள்... எப்போது நமது முறையாக இருக்கும் என்று எவரறிவார். ‘தகார்’ என்று அவர்கள் அழைப்பவர்களில் நாமும் ஒருவர்தானே.” இப்பகுதி யில் வாழ்ந்து வந்த இஸ்லாமியக் குடும்பங்களின் எண்ணிக்கை வேகமாக அருகியது.

பெரிய பட்டம் போட்டியே இன்றிப் பறந்ததை சுலைமான் கண்டான். இதெல்லாம் அற்பமான நேர விரயம் என்னும் முடிவுக்கு வந்தான். அவன் பணிக்குத் திரும்பியாக வேண்டும். விரைவிலேயே, அறை முழுவதும் தையல் இயந்திரத்தின் டக் டக் ஒலியும் ரீங்காரமும் நிறைந்தது. துணியை நோக்கிக் குனிந்து கோட்டுக்கும் நூலுக்குமான நுண்ணிய விளையாட்டில் ஆழ்ந்திருந்தான் அவன். அவனுக்குக் கிடைத்த நல்வாய்ப்பாக சுற்று வட்டாரத்தில் திறமை வாய்ந்த அதேசமயம் நியாயமாக வசூலிக்கும் தையல்காரன் என்று பெயர் வாங்கியிருந்தான். அந்த அமைதியற்ற சூழலிலும் உடைகளிலிருந்து பித்தான்கள் கழன்று வீழ்ந்ததும், கால்சராய் ஜேபிகள் எப்படியோ கிழிந்து போனதும் சட்டைகளைத் துவைக்கும் போது மர்மமான முறையில் இற்றுப் போனதும் அவனுக்குக் கிடைத்த அதிருஷ்டம் தான். அவன் வாழ்ந்த சிறு நகரம் தன்னையே கிழித்துக் கூறு போட்டுக் கொண்டாலும் அந்நியர்களோ, இல்லையோ, உள்ளூர்க் காரர்கள் அவனைத் தேடி வந்து தங்கள் உடைக் கிழிசல்களைத் தைத்துக் கொண்டேதான் இருந்தார்கள்.. அவர்கள் செய்ததே அது ஒன்றுதான்... அதிலும்; குறிப்பாக காஸிகள்.

தட்பவெப்பநிலை, அக்கம்பக்கத்து வம்புக்கதைகள், ‘தௌ தீம்’ சூதாட்டத்தில் எத்தனை சரியாக கிட்டத்தட்ட நெருக்கமாக எண் களை ஊகித்தார்கள் என்று பலவற்றையும் நிதானமாக ஒருகாலத்தில் அரட்டை அடித்துக் கொண்டிருந்தவர்கள் இப்போது அவனுக்கு ‘ப்ளேக்’ நோய் இருப்பது போலவோ அல்லது அவனது உடலிலிருந்து

பொறுக்க முடியாத துர்நாற்றம் வீசுவது போலவோ கருதி, இப்போது அவனிடமிருந்து வேகவேகமாக விலகிச் செல்கிறார்கள். அதைவிட அவன் ஒரு 'தகாராக' இருப்பதை ஏதோ ஒருவகையில் தொற்று நோயைப் போல எண்ணியபடி விலகினார்கள் என்றே சொல்லலாம்.. சகிப்புத் தன்மை அற்றவர்களும் தகார்களை அத்தனை எளிதில் ஏற்காதவர்களும் தாங்கள் அவனை சந்தித்து வந்ததை அறிந்து கொள்ளக் கூடுமோ என்ற காரணத்தாலும் அவனிடமிருந்து பலரும் அஞ்சி ஒதுங்கினார்கள்.

'நன்றி தையல்காரரே' சன்னமாக நன்றி கூறிவிட்டு சடாரென்று வெளியேறி விடுவார்கள்.

அவனது சமூகத்தை சேர்ந்தவர்கள் அங்கேயே தொடர்ந்து வசிப்பதற்குத் தயங்கினர். அவர்கள் அவ்வப்போது விட்டுச்செல்லும் செய்தித் தாள்களில் இருந்து ஏன் இந்தத் தயக்கம் என்பதை அவன் உய்த்து உணர்ந்து கொண்டான். போலீஸ் பஜாரிலும் லியூ டுவிலும் துப்பாக்கிச் சூடு, வன்முறை என கொந்தளிப்பான சூழல் நிலவுவதைப் பற்றிய செய்திகள் நாளிதழின் பக்கங்களை நிரப்பியிருந்தன. சில மாதங்களுக்கு முன் டெல்லியிலிருக்கும் மத்திய அரசு சி.ஆர்.பி. எப் படையை ஷில்லாங்கின் சட்டம் ஒழுங்கைப் பராமரிக்க அனுப்பி யுள்ளதாக வாசித்திருந்தான். ஆனால் சி.ஆர்.பி.எப்பின் இருப்பு ஒன்றும் பெரிதாக உதவவில்லை என்றே சுலைமான் கருதினான். இன்னும் சொல்வதானால் நகரம் முன்னைவிடவும் அதிகமான வன்மத்தோடு கோபமாகக் கொந்தளித்துக் கொண்டிருந்தது. முடிந்தவரை அவை அவனை பாதிக்காமல் பார்த்துக் கொண்டான். நடந்து வரும் நாடகங்களில் பங்கெடுக்காமல் தற்காத்துக் கொள்ளத் தன் கூட்டுக்குள் பாதுகாப்பாக சுருண்டு கொண்டான். அவனுடைய வாழ்க்கை முறையைக்கூட அது நுட்பமாகப் பல வழிகளில் மாற்றி யிருந்தது. இப்போதெல்லாம் வாடிக்கையாளர்களின் தைத்த, செப்பனிட்ட ஆடைகளைத் தனது சைக்கிளை அழுத்திக் கொண்டு அவன் நேரடியாகக் கொண்டு போய்ச் சேர்ப்பதில்லை. அவர்கள்தான் வந்து அவற்றைப் பெற்றுச் செல்ல வேண்டும். வழக்கமாக அவன் அணிந்திருக்கும் குல்லாய், வாரக் கணக்காகத் தீண்டப்படாமல் தலையணைக்கடியில் கிடந்தது.

ஆனால் இன்று சுலைமானுக்கு அச்சத்தைக் காட்டிலும் ஆழமான எரிச்சல்தான் அதிகமாக இருந்தது. 'நான் ஷில்லாங்கில் வெகு காலமாகவே வசிக்கிறேன். எனக்கு இப்போது முப்பத்து நான்கு வயதாகிறது, உங்களில் பலர் பிறப்பதற்கு முன்பே நான் இங்கு வந்து விட்டேன்' என்று நேராகச் சென்று கே.எஸ்.யூ உறுப்பினர் எவரிட மாவது கூறவேண்டும் என்று தோன்றியது. பற்களுக்கிடையே நூலை இறுகக் கவ்வினான். இப்போது ஒரு பட்டம் விட வேண்டும்

என்பதைத் தவிர அவனுக்கு வேறொன்றும் வேண்டியதாய் இல்லை. சாளரத்தின் வழியே முற்றத்துச் சுவருக்கு அப்பால் வரிசையாக உள்ள வீடுகளை நோக்கினான். அவனுடைய சில அண்டை வீட்டார்களை இருபதாண்டுகளுக்கு மேலாக அறிந்திருந்தான். முதியவரான பாஹ் ஸ்வர் வாசலில் அமர்ந்து வழக்கம் போல் தூங்கி வழிந்து கொண்டிருந்தார், பிறகு காங் பெலிண்டாவும் அங்கே இருக்கிறார், அவருடைய 'ஜைன்செம்'மைத் தான் அவன் அப்போது செப்பனிட்டுக் கொண்டிருந்தான். பெண்கள் தங்கள் தோள்களில் போட்டுக் கொள்ளும் அந்தப் பக்கத்து மரபான இந்த இரட்டைத் துண்டு ஆடைகள் அடிக்கடி அவனிடம் ஓரம் தைப்பதற்காக வருவதுண்டு. காங் பெலிண்டாவிற்குப் பிடித்த நிறம் பச்சை என்றறிவான். பொதுவாக அவருடைய ஜைன்செம் அந்த நிறத்தில்தான் இருக்கும். இப்போது அவர் துவைத்த துணிகளை உலர்த்திக் கொண்டிருந்தார். அவருடைய மகள் கிறிஸ்டைன் அக்கம்பக்கத்தில் அப்போது தென்படாதது அவனது கெடுவாய்ப்பே... அவள் நல்ல அழகி என்றெண்ணிக் கொண்டான். மென்மையான நிலவு போன்ற முகம், இடைவரை வழுக்கிச் செல்லும் கார்கூந்தல். தன் அம்மாவோ சகோதரர்களோ இல்லாத வேளையில், அவள் எப்போது கதவைத் திறந்து அவனுடன் பேச்சுக் கொடுத்தாலும் இளஞ்சிவப்பு வண்ணத் தில் வைரக்கல் பதித்த அவளுடைய தங்கத் தோடுகள் மினுங்கும்.

'என்னுடைய ஆடைகளை எடுத்து வந்தாயா?' என்று சிரித்துக் கொண்டே கேட்பாள். 'உன் அறையில் விட்டு வந்தேனே.'

சுலைமான் ஜைன்செம்மைத் தையலூசிக்குக் கீழே சரியாகப் பொருத்தினான். ஆனால் பயனில்லை. கிறிஸ்டைனை மனதிலிருந்து அகற்றியாக வேண்டும். காஸி பெண்களை அவர்கள் இனத்து ஆண் களிடமிருந்து திருடிக் கைப்பற்றி விட்டதாக அவன் மீது பழி விழும். அப்போது என்ன நிகழும் என்று எவரறிவார். இப்போதைக்கு சூழலை சமாளித்துவிடலாம். அத்தியாவசியம் என்றால் மட்டும் வீட்டை விட்டு வெளியேறினால் போதும். அதுவும் பெரும்பாலும் இரவுகளில் தான். வாரக் கணக்கிற்குத் தாங்கும் வண்ணம் தேவையான உணவை சேமித்து வைத்து விட்டுத்தான்!

அவன் வீட்டுக் கூரையின் மீது அவ்வப்போது கல்லெறிந்தார்கள், 'வந்தேறி அவிசாரி மகனே, ஷில்லாங்கை விட்டு வெளியேறு' என்று தெருவில் கத்துவதைக் கேட்க முடியும். இதெல்லாம் செய்தித் தாள்களில் வெளிவராத நிகழ்வுகள் என்று சுலைமான் எண்ணிக் கொண்டான்.

முற்றத்தைச் சுற்றி வளைந்த பாதை செல்வதை ஜன்னல் வழியாக அவன் பார்த்தான். அதன் ஒரு முனை பிரதான சாலையை நோக்கிச் சென்றது, மறுமுனைக்கு செல்ல வேண்டுமென்றால் செங்குத்தான

கற்படிகள் வழியே மட்டுமே கடந்து செல்ல இயலும். அவனுடைய வீட்டிற்குப் பின்னால் இருக்கும் நெருக்கமான வீடுகளை நோக்கி அது சென்றது.. வெளிர்நீல டெனிம் ஜீன்சும், சிவப்புக் கட்டம் போட்ட சட்டையும் அணிந்து கொஞ்சம் வீராப்போடு வந்து கொண்டிருந்த ஓர் இளைஞன் அங்குதான் செல்கிறான் என எண்ணிக் கொண்டான். ஆனால் வாசல் கதவில் யாரோ விடாமல் ஓங்கித் தட்டுவது கேட்டது. சுலைமான் தையல் இயந்திரத்தில் இருந்து தலை உயர்த்தினான்.

'யாரது?'

பதிலேதும் இல்லை. தட்டுவதும் ஓயவில்லை.

தையல் இயந்திரத்தை விட்டு எழுந்தான். கதவைத் திறப்பதுதான் நல்லது.

தாழ் திறந்தவுடன், அந்த இளைஞன் அழைக்காமலேயே உள்ளே நுழைந்தான்.

'தையல்காரரே, இதைக் கொஞ்சம் சரிசெய்து கொடுங்கள்'

ஒரு கறுப்பு நிற தோல் ஜாக்கெட்டை சுலைமானின் கரங்களில் திணித்தான். அதன் முழங்கைப் பகுதிக்கு அருகே ஒரு கிழிசல் தென்பட்டது.

'சீக்கிரம் சரி செய்து தர முடியுமா?'

அந்த இளைஞன் சுவரில் மாட்டப்பட்டிருந்த கண்ணாடியைப் பார்த்தான். பிறகு அறையைச் சுற்றி ஒரு நோட்டமிட்டான். அறையின் மூலையில் பானைகள், சட்டிகள், மற்றும் தடிமனான சமையலடுப்பு ஆகியவை உள்ள சமைக்கும் இடத்தை அவன் நோட்டமிடுவதை சுலைமான் கவனித்தான். தைத்து முடிக்கப்பட்ட ஆடைகள் கொக்கி களில் தொங்கிக் கொண்டிருந்தன. இஸ்திரி போடும் பெரிய மேசை, தரையில் இரைந்து கிடக்கும் துணிகள், இறுதியாக புனித நூலைத் தாங்கியிருக்கும் சிக்குப்பலகை மற்றும் சுருட்டி வைக்கப்பட்டிருந்த தொழுகைப் பாய் என்று எல்லாவற்றையும் அவன் கவனித்தான்.

தையல்காரன் தான் வேலை பார்த்துக் கொண்டிருந்த இடத்திற்குப் பின்வாங்கிச் சென்றபடி, ஊசி நூலுடன் தடுமாற ஆரம்பித்தான். அந்த இளைஞன் வாசலை மறித்து நின்று சிகரெட் பற்ற வைத்தான். தரமற்ற புகையிலைவாடை அறையை உடனே நிறைத்தது.

'எவ்வளவு நேரமாகும்? நான் வேலைக்குச் செல்லவேண்டும்'

'ஐந்து நிமிடங்கள்'

'சரி'

அந்த இளைஞனுக்கு ஓரிடத்தில் நிலையாக நின்று பழக்கமில்லை போலும். அசைந்து கொண்டே இருந்தான், பின்னர் இஸ்திரி

மேஜையைக் கடந்தான். துணிக்குவியலில் துழாவி ஒரு பெரிய கத்திரிக் கோலை எடுத்தான். அதைப் பிரித்து அவன் காற்றைக் கிழித்த போது கூர்மையான கிரீச்சொலி எழும்பியது. சுலைமான் அவனை ஓரப் பார்வை பார்த்துக் கொண்டிருந்தான். அவனுக்கு இருபத்தைந்து வயதிருக்கலாம், சிறியவன், பறவையைப் போல அவன் தெரிந்தாலும் அதனிடம் உள்ள நளினத்தைக் காட்டிலும் பதட்டமான அமைதியின் மையே அவனிடம் வெளிப்பட்டது. அவன் கண்கள் கரிய நிறத்தில் பிரகாசமாக மின்னின. ஆனால் தூக்கமற்றவனைப் போல் இமைகள் கனத்திருந்தன அல்லது நெடுநேரம் உறங்கி எழுந்தவனைப் போல்.

கத்திரியை வளைத்துப் பிடித்திருந்த அவனுடைய விரல்கள் சிறியதாக, கரடுமுரடாக இருந்தன. நகக் கண்களில் கரிய படலம் ஒன்று மெல்லிய கோடாக ஓடியது. சிகரெட்டைத் தரையில் போட்டு விட்டு, பாலிஷ் செய்யப்படாத கரிய காலணிகளால் அதைத் தேய்த்து அணைத்தான்.

சுலைமான் கவனமாகவும் வேகமாகவும் தைத்து முடித்தான். அவன் கையிலிருந்த ஆடையிலிருந்து முன்பு அதில் தங்கியிருந்த வியர்வை நாற்றமும், புகையிலையின் சன்னமான நெடியும் வெளிப் பட்டன. தோலாடை வெளிறிப் போயிருந்தாலும் கூட உறுதியாக கடினமாக இருந்தது. தைத்து முடித்தபின் சரியாக முடிச்சுப் போட்டுவிட்டு நூலை அறுத்தான்.

“எவ்வளவு?’ என்று கேட்டான் அந்த இளைஞன்.

‘ஐந்து ரூபாய்’

‘நான் மூன்று ரூபாய் தருகிறேன், சரியா...’ மேசையின் மீது நாணயங்களை வைத்துவிட்டு மேற்சட்டையைப் பிடுங்கிக் கொண் டான் அவன். கண்ணாடிக்கு முன் நின்றபடி அவன் தொடர்ந்து பேசினான். ‘நான் இப்போதுதான் ‘தௌ தீ’மின் முதல் சுற்றில் தோல்வியடைந்துவிட்டு வந்தேன்... ஆகவே இதற்கு மேல் என்னால் உங்களுக்கு பணம் கொடுக்க முடியாது’ என்றான். சூதாட்ட விடுதிகள் காலையில் வெளியிட்ட எண்களைப் பற்றித்தான் அவன் சொல்லிக் கொண்டிருந்தான். ஒருவகையில் அது லாட்டரியைப் போல் போலோ திடலின் திறந்த வெளியில் நிகழும் வில் விளையாட்டைக் கொண்டு முடிவு செய்யப்படுவது. மாலைக்கான இரண்டாம் சுற்று எண்களை நிர்ணயிக்கும் மற்றொரு நிகழ்வும் மதியம் உண்டு. அந்த இளைஞன் தலையைப் படிய வாரிவிட்டுக் கொண்டு முழங்கையைத் தூக்கிப் பார்த்தான். தையல் போட்டிருப்பது வெளியே தெரியவில்லை. அவனுடைய குரல் நட்புணர்வோடு தழைந்து குழைந்தது

‘நீங்கள் சூதாடுவீர்களா தையல்காரரே?’

‘அவ்வப்போது’

'நானும்தான்..., கடந்த வாரத்தில் இரண்டாம் சுற்றில் கிட்டத்தட்ட வென்றுவிட்டேன்...நான் மூன்றின் மீது பணம் கட்டியிருந்தேன். நான்கு வந்தது. வெகு அருகில் வந்து தவறவிடுகிறேன்...' அவனுடைய வெவ்வேறு சூதாட்டத் தோல்விகளைப் பட்டியலிட்டான். அதிர்ஷ்டம் அவன் பக்கம் இல்லையென்றாலும் கூட அவனுக்கு இது பிடித்தமான தாய் இருக்கிறது என்பது தெளிவாய்ப் புலப்பட்டது.

'சில வருடங்களுக்குமுன் நான் இரண்டு சுற்றுக்களிலும் வென்றேன். முழு வெற்றி' என்றான் சுலைமான்.

வியப்பில் விழிவிரிய நோக்கினான்.'உங்களுக்கு அது எப்படி சாத்தியமானது?'

தையல்காரன் புன்னகைத்தான். 'என் கனவில் அது வந்தது'

'ஓ... நான் அதைப்பற்றிக் கேள்விப்பட்டிருக்கிறேன்... கனவுகளில் இருந்து எண்களைக் கணக்கிடுவது. என் பாட்டிகூட அப்படி செய்வார்... அவளிடம் கேட்டிருக்க வேண்டும். இப்போது அவள் உயிருடனில்லை. அது எப்படி நிகழ்கிறது என்பதை ஒருபோதும் நான் புரிந்துகொண்டதில்லை.' சுலைமானை நோக்கி 'நீங்கள் அதைப்பற்றி அறிவீர்களா?' என்றான்.

'இன்று காலையில் எந்த எண் வந்தது?" என்றான் சுலைமான்.

'இரண்டு'

'இரண்டாம் சுற்றுக்கு எட்டாம் எண்ணை முயலலாம்.'

அந்த இளைஞன் சிரித்தான். 'உங்களுக்கு எப்படித் தெரியும்? நீங்கள் ஒரு தையல்காரர் தானே.'

அத்துடன் பேச்சை முடித்துக்கொண்டபடி, கதவை ஓங்கி சாத்திவிட்டு அறையை விட்டு வெளியேறினான் அவன். சுலைமான் கத்திரிக்கோலை எடுத்து வைத்தான். அது அந்த மாதிரி அருகில் பிளந்து கிடப்பதை அவன் விரும்பவில்லை.

ஊரடங்கின் காரணமாகக் கடைகள் அடைக்கப்பட்டு, தெருக்கள் காலியாகி நகரம் மாலைப்பொழுதின் அமைதியில் முடங்கியது. ஜன்னல் வழியே வெளியே பார்ப்பவர்கள் "ஒரு உயிர் கூட வெளியே நடமாடவில்லை, ஏன், ஒரு நாய் கூட இல்லை" என்பார்கள். ஆறு மணிக்கு இருட்டடிப்பு செய்யப்பட்டபோது இயல்புக்கு மாறான இந்த அமைதி மேலும் ஆழமடைந்தது. கே.எஸ்.யூ வேன் ஒன்று ஷில்லாங் முழுக்கப் பயணித்து ஒலிபெருக்கியின் மூலம் கட்டாயம் விளக் கணைக்க வேண்டும் என்று அறிவுறுத்தியது. மெழுகுவர்த்தி ஒளி கூட வெளியே தெரியக்கூடாது என்பதற்காக ஜன்னல்களில் செய்தித் தாள்களை ஒட்டி வைக்க வேண்டும் என்றார்கள். இது ஒருவகையான போராட்டம் என்றது கே.எஸ்.யூ. ஆனால் கலகக்காரர்களும் காவலர்

களும் இருளின் அரவணைப்பில் ஒடுங்கிக் கொண்டு அக்கம்பக்கம் முழுவதையும் போர்க்களமாக மாற்றவும் இது உதவுகிறது என்பதை எவரும் சொல்வதில்லை. வீட்டுக்குள் முடங்கி இருப்பவர்களுக்குக் கணப்படுப்பை சுற்றி நெருக்கியடித்து உட்காரவும், சீட்டு விளையாட வும் கேரம் போர்ட் ஆடவும் உகந்த நேரம் இது. காலத்தைக் கடத்த, பொழுது போக்க இதைத்தவிர பெரிதாக வேறெதையும் செய்ய முடியாது. பொதுவாக பொழுதோடு இரவுணவு உண்டுவிட்டு தூக்கம் வரும்வரை வெறுமே படுக்கையில் கிடப்பான் சுலைமான். ஆனால் இந்த மாலையில் அவன் பட்டம் செய்து கொண்டிருந்தான்.

மூலையிலிருந்து வானொலிப் பெட்டி சன்னமாகக் கொர கொரத்தது. அதில் ஒலிபரப்பாகிக் கொண்டிருந்த 'இந்தியாவின் பாடல்கள்' என்னும் நிகழ்ச்சியின் மூலம் தேர்ந்தெடுத்த நாட்டுப்புறப் பாடல்களை இசைத்துக் கேட்பவர்களிடம் தேசப் பற்று நிறைந்த நட்புறவை வளர்த்தெடுக்க முனைந்தது. அங்கே நிலவிய இறுக்கமான அமைதியைப் போக்குவதற்காகவே அவன் அதை எப்போதும் ஒலிக்கச் செய்தான். இல்லையென்றால் மலையைக் கடந்து வரும் காற்றின் ஓலத்தை மட்டுமே அவனால் கேட்க முடியும். ஜன்னலருகே இருக்கும் கொய்யா மரம் மேற்கூரையில் படபடத்தது. தொலைவில் எவரோ சண்டை போடுவது போலவோ அல்லது இரவுணவுக்காக அழைப்பது போலவோ இன்னதென்று பிரித்தறிய முடியாத கூச்சல் எழுந்தது. பகல் வெளிச்சம் மறைவதற்கு முன்னரே பட்டத்துக்கான டிஷ்யூ தாளை அவன் வெட்டி வைத்திருந்தான். இப்போது சோற்றுக் கூழை வைத்து அவற்றை ஒட்டிக் கொண்டிருந்தான். சிறிய தாள்களைப் பயன்படுத்துவதே நல்லது. பட்டம் அத்தனை எளிதில் கிழியாது. கிழிந்தால் செப்பனிடுவதும் சுலபம். இது ஒரு பெரிய பட்டமாக வரப்போகிறது, மூங்கில் குச்சிகள் சட்டமாக முடையப்படுவதற்குத் தயாராய் இருந்தன. அவன் வீட்டு மேற்கூரையில் முதற்கல் விழுந்த போது ஏறத்தாழ பட்டத்தை செய்து முடித்திருந்தான் அவன். மற்றொரு கல்லும் வந்து விழுந்தது. கற்கள் தடதடத்து உருண்டு தரையில் விழுந்தன. அவனை இன்றிரவு எந்தப் பெயராலும் எவரும் வசைபாடவில்லை. எனினும் பதட்டத்தில் கலவரமடைந்தபடி பட்டம் செய்து கொண்டிருந்த தாள்களை அவன் சற்று இழுத்து விட்டதால் அவை கிழிந்து வீணாகித் தரையில் கிடந்தன.

மறுநாள் மதியம், சுலைமான் எதிர்பார்த்தது போலவே அந்த இளைஞன் திரும்ப வந்தான். இம்முறை முற்றத்தைக் கடந்தபோது தையல்காரனை நோக்கி நட்பாகக் கையசைத்தான். ஒரே ஒரு முறை கதவைத் தட்டினான்.

'திறந்துதான் இருக்கிறது'

உள்ளே நுழைந்து கவனமாகக் கதவை மூடினான்.

‘எப்படி இருக்கிறீர்கள் தையல்காரரே’

‘நான் வேலையாக இருக்கிறேன்’

‘ஆம், தெரிகிறது’

சுலைமான் இஸ்திரி மேஜையில் ஒரு துணியை அளந்து கொண்டிருந்தான். அந்த இளைஞன் அவனுக்குப் பின்னால் நின்றான்.

‘பாக்கு?’ கிழிந்த செய்தித்தாள் துண்டில் பொதிந்திருந்த பாக்கையும் வெற்றிலையையும் அவனிடம் நீட்டினான்.

‘இல்லை, பரவாயில்லை வேண்டாம்’ என்றபடி தையல்காரன் நிமிர்ந்து பார்த்தான். ‘உனக்கு என்ன வேண்டும்?’

‘பன்ரி, என் பெயர் பன்ரி’

சுலைமான் தையல் இயந்திரத்திற்கு அருகே சென்றான். அவனும் கூடவே பின் தொடர்ந்தான்.

‘நீங்கள் எனக்கு உதவமுடியும் என்று நம்புகிறேன்’

‘ஏதாவது தைக்க வேண்டுமா?’

அவன் தயங்கினான். ‘..இது அதைப்பற்றி அல்ல...’

‘நேற்று இரண்டாம் சுற்றில் எந்த எண் வந்தது?’

அந்த இளைஞன் இப்போது உற்சாகத்தோடு முன்னே பாய்ந்து வந்தான். ‘அதேதான். எட்டு. நீங்கள் கூறியதைப் போலவே.’

சிரிப்பை மறைத்துக் கொண்டு தையல் இயந்திரத்தை நோக்கிக் குனிந்து புதிய நூலைப் பொருத்திக்கொண்டிருந்தான் சுலைமான்.

பன்ரி ஒரு மோடாவை இழுத்துப்போட்டபடி நெருக்கமாக அமர்ந்து கொண்டான்.

‘இன்று என்ன வரும் என்று சொல்ல முடியுமா?’

‘அதைப் பொறுத்துதான்’

‘எதைப் பொறுத்து?’

‘உன் கனவு உனக்கு நினைவிருக்கிறதா?’

இல்லையென்று தலையாட்டினான்.‘அதுதான் பிரச்சினையே. எனக்கு என் கனவுகள் நினைவிலிருப்பதே இல்லை. ஆனால் என்னுடன் பணியாற்றும் மெக்கானிக் டான் இன்று காலை அவனுடைய கனவை என்னிடம் சொன்னான். அது போதுமா?’ நம்பிக்கையோடு நோக்கினான்.

சுலைமான் தோளைக் குலுக்கினான்.

‘வார்ட் ஏரி தெரியும்தானே? அங்கு ஒரு படகில் இருப்பதாகக் கனவு கண்டதாக டான் கூறினான். சுற்றி எவருமே இல்லை. அவன்

மட்டுமே அவனுடைய படகில் இருந்தான். எப்படிக் கரையடைவது என்பது அவனுக்குத் தெரியவில்லை. அவனிடம் துடுப்புகள் இல்லை, எதுவுமே இல்லை. திடீரென்று இரண்டு பெரிய மீன்கள் அவனுடைய மடியில் வந்து விழுந்தன. இரண்டு உயிருள்ள மீன்கள். இதற்கு என்ன பொருள்?'

தையல்காரன் கவனமாக காங் பெலிண்டாவின் ஜைன்செமை ஊசிக்குக் கீழே கச்சிதமாக நேராகப் பொருத்தினான். சிறிய சாக் கட்டியைக் கொண்டு துணியில் அடையாளம் செய்தான்.

'ஐந்தையும் ஒன்பதையும் முயன்று பார்'

'ஐந்தும், ஒன்பதுமா... சரி'

பன்ரி புகைக்கவிருந்தான், அதை நிறுத்திவிட்டு,

'நான் இங்கே புகைப்பதில் ஏதும் ஆட்சேபணை இல்லையே? நல்லது... நன்றி'

மோடாவில் வசதியாக அமர்ந்துகொண்டான்.

'தையல்காரரே! இதை எப்படி செய்கிறீர்கள்?'

'எதை எப்படி செய்கிறேன்?"

'கனவுகளும்... எண்களும்'

சுலைமான் தையல் இயந்திரத்தை சுற்றுவதை நிறுத்தினான். துணியை நேராக்கினான்.

'இந்த உலகில் எல்லாமே கணக்கின்படிதான் இயங்குகிறது'.

'ஆனால்...' பன்ரி சிரித்தான்.

'எனக்குப் புரிகிறது, நீங்கள் தனது தந்திரத்தை வெளிப்படுத்தாத ஒரு மந்திரவாதியைப் போன்றவர்'

'சென்று சூதாடி வா, பிறகு வந்து இது தந்திரமா என்று என்னிடம் சொல்'

'ஐயோ அமைதி அமைதி. நான் சும்மா கிண்டலடித்தேன்'

சிகரெட் தீரும் வரை அந்த இளைஞன் காத்திருக்கவில்லை, சுலைமானுக்கு இன்னும் கொஞ்சம் பாக்கை நீட்டிவிட்டு வேகமாக வெளியேறினான். மாகார் குன்றின் மீதிருக்கும் தௌ தீம் கடைகள் தான் அருகிலிருப்பவை. பன்ரி அங்குதான் செல்லக்கூடும் என்று தையல்காரன் எண்ணிக் கொண்டான். ஜைன்செமை எடுத்து வைத்துவிட்டு ஜன்னலருகே நின்று பீடி புகைத்தான். வானத்தில் இரண்டு பட்டங்கள் மும்முரமாகப் போரிட்டுக் கொண்டிருந்ததைக் காண முடிந்தது, ஒன்று மற்றொன்றின் மாஞ்சாவை அறுக்கப் பெருமுயற்சி செய்து கொண்டிருந்தது. பண்டைக்காலத்து சடங்கு

முறை நடனம் புரியும் பறவைகளைப் போல் அவை ஒன்றையொன்று சுற்றிச் சுற்றி நடனமிட்டன. இறுதியில் ஒன்று தாழ இறங்கி பார்வையிலிருந்து மறைந்தது.

மாகாரில் தௌ தீம் கடைகள் பக்கவாட்டு அறைகளில், தற்காலிக தகரக் கொட்டகைகளில், மாடிப்படி சந்துகளில் என இண்டு இடுக்குகள் தோறும் முளைத்தன. லியூ டூவின் நெருக்கமான சந்துகள் போல அருகாமையில் இருக்கும் மாகார் பகுதிகளிலுள்ள தெருக்களும் சிறிய உள்ளூர்க் கடைகளால் நிறைந்தன. காஸி இனிப்புகளை நீளமான, திருகலான, நன்கு பொறித்த மாவின் மீது சர்க்கரை தடவிய, பிசுபிசுப்பான, சூடான, அரிசியால் ஆன சேவு வகைகளை, மற்றும் கிண்ணங்களில் உள்ள ஜீராவில் நீந்தும் லால் மோகன்களை வெள்ளை நிறப் பளிங்கு மேசைகளில் பேக்கரிகள் விற்றன. துணிகளையும், கம்பளிகளையும் கிலோ கணக்கில் எடை போட்டு விற்பனை செய்யும் அங்காடிகள் இருந்தன. மலிவான, போலி தோல் காலணிகளை அடுக்கி வைத்திருக்கும் சில கடைகளும் இருந்தன. இங்கிருந்து கொஞ்சம் தொலைவில், குடியிருப்புகளுக்கு அப்பால், நகரத்திற்கு வெளியே செல்லும் சாலையில் இனி உதவாதென்று கைவிடப்பட்ட பயனற்ற வாகனங்களோடும், உதிரி பாகங்களோடும் இருந்த கார் பணிமனைகள் அவற்றைப் புதைத்து வைத்திருக்கும் கல்லறைத் தோட்டங்கள் போல இருந்தன. அவை நடுவே, பிற கடைகளைப் போலவே கறைபடிந்து, பிசுக்கு பிடித்த, பன்ரி பணியாற்றும் பாஹ் ஹெஹ்ஹின் பணிமனையும் இருக்கிறது.

பெரும்பாலான மதியப் பொழுதுகளைப் போலவே அன்றும் பாஹ் ஹெஹ் ஓய்வாக நாற்காலியில் சாய்ந்தபடி மந்தமான மனநிலையுடன் கிதார் வாசித்துக் கொண்டிருந்தார்.

'எத்தனை சாலைகளை மனிதன் கடக்க வேண்டும்? அவனை நீ மனிதன் என்று அழைப்பதற்கு முன்' என்று பாடினார். பிற பாடல் வரிகள் மறந்துவிட்டதால், வெறுமே மெட்டுக்கேற்றபடி முணுமுணுத்தார். வழக்கத்திற்கு மாறாக அன்றைய தினம் வெக்கையும் புழுக்கமும் மிகுந்திருந்தது. பணிமனையில் வேலை செய்து கொண்டிருந்த மெக்கானிக்குகளை நோக்கிக் கூச்சலிட்டபடி தன்னைத்தானே உசுப்பி விட்டுக் கொண்டார். அவரைக் கவனிக்காமல் அவர்கள் தங்கள் பாட்டுக்கு தங்கள் வேலையில் ஈடுபட்டிருந்தார்கள். தனது முக்கியத்துவத்தை நிலைநாட்ட அவர் அவ்வப்போது எடுக்கும் இப்படிப்பட்ட முயற்சிகள் அவர்களுக்குப் பரிச்சயமானவைதான்.

'நேற்று இரவின் போதை உங்கள் எவருக்கும் தெளியவில்லை. நான் அறிவேன்'

'மாலைகளில் ஊரடங்கு இருக்கிறது, குடிப்பதைத் தவிர வேறென்ன

செய்ய இயலும்?' அழுக்கும் நுரையும் நிறைந்த வாளி நீரைச் சுமந்து கொண்டு தாண்டிப் போனபடி டான் கூறினான்.

'உங்களுக்கெல்லாம் எதாவது சாக்கு சொல்ல வேண்டும். தண்டச்சோறுகள்.'

'உண்மையில் ஊரடங்கு இல்லையென்றால் கூட நான் ஒவ்வொரு மாலையும் குடிப்பேன்.' என்ஜின் மேல் குனிந்து பாட்டரியை சீர் செய்துகொண்டே கிராஹ் முணுமுணுத்தான்.

'அந்த முட்டாள் பன்ரி எங்கே? தனக்கென்று யாராவது ஒரு பெண்ணைப் பிடித்திருக்கிறானா?'

'இல்லை, ஒரு தையல்காரனைப் பிடித்திருக்கிறான்' என்றான் டான்.

கிராஹ் முகம் சுளித்தான்.

'அவளொரு தையல்காரியா?'

'இல்லை, அவனுடன் நட்பாகிப்போன யாரோ ஒரு தகார் ஆள். குறைந்தது ஒரு வாரமாகவாவது.. தினமும் அவனைச் சந்தித்து வருகிறான்.'

'இதோ பாருங்கள்.. எனது பணிமனையில் எந்தப் பிரச்சினையும் தேவையில்லை. யாரந்த தகார்?'

'நீங்கள் அவனையே கேட்கலாம்' என்று வாசல் கதவை சுட்டிக் காட்டினான் கிராஹ். பன்ரி ஒரு பிளாஸ்டிக் பையுடன் நடந்து வந்துகொண்டிருந்தான்.

'இடைவேளை பாஸ், பாஹ் ஹெஹ்' அவன் அவரை நெருங்கும்போது இவ்வாறு அறிவித்தான்.

'இடைவேளையா? நீ எங்கிருக்கிறாய் என்று தெரியுமா? இது என்ன கூடைப்பந்து மைதானமா?'

'எல்லோருக்கும் மோமோ வாங்கிக்கொண்டு வந்தேன்'.

நூலில் கட்டப்பட்ட வாழையிலைப் பொதியை பிளாஸ்டிக் பையிலிருந்து எடுத்தான்.

கிராஹவும் டானும் அவனைச் சுற்றிக் குழுமினார்கள்.

'இந்த ட்ரீட் எதற்காக சகோ?'

'நீயும் அந்தத் தையல்காரனும் மணந்து கொண்டீர்களா?'

பாஹ் ஹெஹ் கூட சிரிப்பில் சேர்ந்து கொண்டார்.

பன்ரி அதைக் கண்டுகொள்ளவில்லை. சிறிய பொட்டலத்தைப் பிரித்து காரமான சிவப்பு மிளகாய் சாஸைத் துண்டுகள் மீது ஊற்றினான்.

‘முதல் சுற்றில் மட்டும்தான் வென்றேன். எனினும்...’

‘மீண்டுமா? தௌ தீமிலா? நீ எப்போதும் வென்றதில்லையே...’ தனது நியாயமான சந்தேகத்தை வெளிப்படுத்தினான் டான்.

‘அந்தத் தையல்காரன் என்ன மந்திரம் மாயம் செய்கிறானோ?’ கிராஹ் மோமோவைக் கடித்தான், பன்றி இறைச்சியும் வெங்காயமும், எண்ணெயும் கொழுப்பும் சேர்ந்து மினுமினுத்து அதன் மாவுப் பரப்பிலிருந்து கொழுப்பும் எண்ணெயும் வழிந்தது.

‘எதுவுமில்லை’ என்றான் பன்ரி வேகமாக. கனவுகளுக்கு சுலைமான் எப்படி விளக்கமளித்தான் என்பது பற்றியோ அல்லது அந்தத் தையல்காரன் ‘குறியீடுகளின் மதிப்பை எப்படி நிர்ணயித்தான்’ என்றோ விரிவாக பன்ரி அவர்களுக்கு விளக்கவில்லை. ‘எது எப்படியோ, அதைப்பற்றி இப்போது என்ன, நான் வென்றேன், அவ்வளவுதான்’.

பாஹ் ஹெஹ் இருப்பதிலேயே தடிமனான துண்டை எடுத்துக் கொண்டார். ‘சரி, எல்லோரும் சீக்கிரம் சாப்பிட்டு முடியுங்கள். நிறைய வேலை இருக்கிறது’.

அரைமணி நேரத்திற்குப் பின் மீண்டும் ஒரு தடங்கல் ஏற்பட்டது. ஒரு சில இளைஞர்கள் கூட்டமாகக் கதவைத் திறந்து உள்ளே நுழைந்தார்கள். பன்ரி அவர்களில் சிலரை அடையாளம் கண்டான். அவர்கள் வாஹிங்க்டோவின் கீழ்ப்பகுதியையோ, உம்சொஹ்சன் பகுதியையோ சேர்ந்தவர்கள். அவர்கள் பாஹ் ஹெஹ்ஹிடம் சென்று நாளை கடையடைக்க வேண்டுமென்று அமைதியாகவும் உறுதியாக வும் அறிவுறுத்தினார்கள்.

‘ஊர்வலத்திற்காக’ என்றான் கூட்டத்தின் தலைவனைப் போலத் தெளிவாகப் புலப்பட்டவன். அவனுடைய தலையும் முகமும் மழுங்கச் சிரைக்கப்பட்டு வழுவழுவென்று இருந்தது. ‘நீங்கள் எல்லோரும் பங்கு பெறுவீர்கள் என நம்புகிறேன்? சரிதானே? நல்லது?’ நமது இளைஞர் கள் நம்மை ஆதரிக்க வேண்டும். சொல்லப்போனால் இதெல்லாம் நம் வருங்கால நன்மைக்குத் தானே.’ அவன் கண்கள் மினுங்கின. கிரீஸ் படிந்த கையை அதைவிடப் பிசுபிசுப்பான துணியில் துடைத்துக் கொண்டிருந்த பன்ரியின்மீது அவன் பார்வை நிலைத்தது.

‘இந்த ஊர்வலம் பெரிதாக இருக்கும்; அரசு நிச்சயம் இம்முறை நமக்கு செவிசாய்க்கத்தான் வேண்டும்.’ பிறகு பழகிப்போன இலகு வான தொனியில் ‘நினைவு வைத்துக் கொள்ளுங்கள். இதெல்லாம் உங்கள் ஆதரவைப் பொறுத்துதான்’ என்றான். அவர்கள் உறுதியான சிறியதொரு ராணுவத்தைப் போல் வெளியேறி அடுத்த பணி மனைக்குச் சென்றார்கள்.

'அருமை, நாளை விடுமுறை' என்றான் கிராஹ்.

'அப்படியென்றால் இன்றும் நாளை மறுநாளும் நீங்கள் எல்லோரும் கூடுதல் வேலை செய்ய வேண்டும் என்று பொருள். கழிசடைகளே, இப்போது பணிக்குத் திரும்புங்கள்.' என்றார் பாஹ் ஹெஹ்.

டான் தடித்த உருண்டையான அம்பாசிடரின் கீழே – அதன் விளிம்புச் சட்டத்துக்கு அடியே மறைந்து போனான். கிராஹ் என்ஜின் டிங்கரிங் செய்வதைத் தொடர்ந்தான். பன்றி நுரைப் பஞ்சை நீரில் தோய்த்து வண்டியைத் துடைத்தான். அந்தச் சூழலில் ஏதோ ஒன்று மாறிவிட்டிருந்தது, முஷ்டியை மடக்கிக் கொண்டு அவர்களுக்கு மேலே, இறுக, கனமாக ஏதோ ஒன்று தொங்கியது. அரட்டையும், கேலியும் நின்று போய்ப் பணிமனை அமைதியானது. ஒரு சொல் கூடப் பேசாமல் வேலை பார்த்தார்கள். பாஹ் ஹெஹ் கொஞ்ச நேரம் கித்தாரை வாசித்துக் கொண்டிருந்துவிட்டுப் பிறகு அதை வைத்து விட்டார்.

அன்றைய மாலையின் பிற்பகுதியில், சந்தைக்கு விரைந்து சென்று பொருட்களை வாங்கி வந்த பிறகு வேகமாகத் தன் புதிய பட்டத்தின் பக்கம் திரும்பி அதற்கு இறுதி வடிவம் அளித்தான் சுலைமான். அதன் உடல் பளீர் சிவப்பில் இருந்தது. நடுவே பல நிறத் தாள்கள் அழகாக ஒட்டப்பட்டிருந்தன. ஒல்லியான மூங்கில் சட்டத்தின் விளிம்பில் நீல நிறம் ஒட்டப் பட்டிருந்தது. நூலைப் பிடித்து அவனுக்கு முன் மெதுவாக ஆடவிட்டான். அதன் நிழல் தரையில் நடனமாடியது. உறுதியாகவும், சமநிலையுடனும் இருப்பதாகத் தோன்றியது. நன்கு போராடித் தாக்குப் பிடிக்கும் பட்டமாக இருக்கும் என உறுதியாக நம்பினான். நாளை ஒருவேளை காற்று தோதாக இருந்தால் பறக்கவிட்டு சோதித்துப் பார்க்க வேண்டும். பட்டத்தை வைத்தபோது தெருவில் எழுந்த கூச்சல் அவனை திடுக்கிடச் செய்தது. சந்தைக்கு சென்று திரும்பியதில் இருந்தே வழக்கத்தைக் காட்டிலும் இன்று அவன் பதட்டமாக இருந்தான். காஸி இளைஞர் கூட்டம் ஒன்று அவனைப் பின்தொடர்ந்தது, அல்லது அப்படித் தொடர்வதாக அவன் எண்ணினான். அல்லது அதே வழியில் அவர்கள் வேறு எங்காவது சென்று கொண்டிருக்கவும் கூடும். அவனால் அதை ஊகிக்க முடியவில்லை. வீடு திரும்புகையில் பாதை மாற்றி சுற்றி வந்து அவர்களை ஒருவழியாகப் பிரிந்தான். வாழ்க்கை அத்தனை சுலபமாக இல்லை என்று எண்ணிக் கொண்டான். 'இன்னும் எத்தனை காலம் இப்படியே'.... சடாரென்று எவரோ கதவைத் தட்டுவது கேட்டது.

'தையல்காரரே... கதவைத் திறந்து என்னை உள்ளே விடுங்கள்'

சுலைமான் அசையவில்லை.

'ம்... சீக்கிரம், இங்கே குளிராக இருக்கிறது'

தாளை மட்டும் நீக்கி விட்டு கதவை அகலத் திறவாமல் அவனிடம் கேட்டான் சுலைமான்.

'இங்கே ஏன் வந்தாய்?'

'என்னை முதலில் உள்ளே விடுங்கள்'

அவன் நகர்ந்து வழிவிட்டான்; பன்ரி ஒரு அரக்கு நிறத் தாள் பையுடன் உள்ளே நுழைந்தான்.

"இங்கே ஏன் வந்தாய்?" திரும்பக்கேட்டான்.

'அதாவது.. என்னவென்றால் இந்த வாரம் நன்றாகப் போனது.. சில தடவை 'தௌ தீ'மில் வென்றேன். இன்றும் கூட நீங்கள் சொன்னது சரிதான். அதாவது முழுவதும் சரி அல்ல, முதல் சுற்று மட்டும் வென்றேன். நாம் இதைக் கொண்டாடவேண்டும் என்றெண்ணினேன்...' அவன் பையிலிருந்து ஒரு போத்தல் ரம்மை எடுத்தான்.

'இல்லை, இல்லை' அடுப்பில் கொதித்துக் கொண்டிருந்த அரிசிக்கு அருகே வேகமாகச் சென்றான் சுலைமான்.

'நான் இப்போது இரவுணவு சமைத்துக் கொண்டிருக்கிறேன்.'

பன்ரி முக்காலியை இழுத்துபோட்டு அவனருகே அமர்ந்தான்.

'வாருங்கள்., நாம் இதைக் கொண்டாட வேண்டும்.'

'எனக்கு இப்போது குடிக்க வேண்டும் என்று தோன்றவில்லை.'

'பேத்தல்'

'இல்லை, உண்மையிலேயே...'

'கொஞ்சம்தான், அதில் எந்தத் தவறும் இல்லை.'

பன்ரியின் முகத்தில் அப்பட்டமான மகிழ்ச்சி தெரிந்தது. அவன் மூச்சில் மெல்லிய மதுவாடையை சுலைமான் கண்டுகொண்டான். இந்த மாலையில் அவனுடைய முதல் கோப்பை அல்ல இது என்பதைப் புரிந்து கொண்டான். அழையாமல் வந்த அந்த விருந்தாளி அலமாரியில் இருந்து இரு தம்ளர்களை எடுத்தான், வானொலியை இயக்கினான். உள்ளூர் செய்திகளைக் கொரகொரப்புடன் கூறியபடி அது உயிர் பெற்றது.

'கடந்த வாரத்தில் லபானில் நிகழ்ந்த துப்பாக்கிச் சூடு: நகரம் முழுக்க ஆங்காங்கே உதிரிகளாக அமைதியை குலைக்கும் நிகழ்வுகள் நடந்தன. சி.ஆர்.பி.எஃப்புக்கும் கே.எஸ்.யூ விற்குமான மோதல் தொடர்கிறது. குறிப்பாக கே.எஸ்.யூ ஊர்வலத்தை முன்னிட்டு நாளை பாதுகாப்பு பலப்படுத்தப் பட்டுள்ளதாகக் காவல்துறைக் கண்காணிப் பாளர் பாஹ் லிங்டோ கூறினார்...'

'நாம் ஏதாவது இசை கேட்போம்' என்றான் பன்ரி. அவனும் வானொலிப் பெட்டியைப் பலவிதமாகத் திருகித் திருகிப் பார்த்தான். ஆனாலும் தட்டையான துணுக்குகளாக வந்து விழும் செய்திகளைத் தவிர பாடல் போல எதையுமே அவனால் கண்டு பிடிக்க முடியவில்லை.

'நான் பார்க்கிறேன், நீ மதுவை ஊற்று' என்றான் தையல்காரன்.

'இது பழைய வானொலிப் பெட்டி'. பன்ரி கரிய ரம்மை தாராளமாக ஊற்றினான்.

'இது என் அப்பாவுடையது.' சுலைமான் மென்மையாக அதைத் திருகி இந்திப் பாடல் இசைக்கும் ஒரு வானொலி நிலையத்தைக் கண்டுபிடித்தான். 'நாங்கள் ஷில்லாங்கிற்கு '55இல் வந்தபோது எடுத்து வந்தார்.'

'நீங்கள் எங்கிருந்து வந்தவர்கள்?'

'உத்தரப்பிரதேசத்திலிருக்கும் லக்னோவிலிருந்து. அது எங்கிருக்கிறது என்றறிவாயா?'

'நன்றாகத் தெரியும். பீகாருக்கு அருகே. இப்போது குடிக்கலாம்.' பன்ரி நகரத்தின் பெருங்குடிகாரர்கள் போல் அவனுடைய பங்கைக் குடித்து முடித்தான். சிறிய அளவில், சீரான இடைவெளியில் அதை விழுங்கி முடித்தான்.

சுலைமானும் அவனைக் கொஞ்சம் நிதானமாகப் பின் தொடர்ந்தான்.

'ரொம்ப காலம் முன்பே வந்துவிட்டீர்களே... ஏன் திரும்பவில்லை?'

'என் தந்தை அதை விரும்பவில்லை. எங்கள் பூர்வீக நகரம் சோகமான நினைவுகளால் நிரம்பியது, இது ஒரு புதிய துவக்கம் என்பார்...' ஒரு மிடறு அருந்திவிட்டுத் தொடர்ந்தான்.

'நான் பிறந்த போதே அம்மா இறந்து விட்டாள்'

'பாவம்...'

சுலைமான் தோளைக் குலுக்கினான்.

'எனக்கு அவளைத் தெரியவே தெரியாது. ஆகவே அவளது இன்மையையும் நான் உணர்ந்ததில்லை.'

'நீங்கள் என்னைவிடவும் அதிகமான காலம் இங்கே இருந்திருக்கிறீர்கள்.' பன்ரி தனது கோப்பையைத் திரும்பவும் நிரப்பிக் கொண்டான்.

'அது உண்மையாக இருக்கலாம், ஆனால் அதனால் எந்த வித்தியாசமும் இல்லை. மக்கள் இன்னமும் என் வீட்டின் மீது கல்லெறிகிறார்கள்.' சுலைமான் அவனுடைய மதுவை விழுங்கினான்.

அவன் கண்கள் லேசாகக் கலங்கியிருந்தன. 'அவர்கள் எப்படி யெல்லாமோ வசை பாடுகிறார்கள்... வெளியே இருந்து வந்திருக்கிற தேவடியா மகனே. இன்னும் இப்படி.... என்னென்னவோ..'

'வருந்த வேண்டாம், என் மீதும்தான் கல்லெறிகிறார்கள் தையல்காரரே, '

'இல்லை, எறிவதில்லை. பொய் சொல்கிறாய்.' ஆத்திரம் பொங்க சடாரென உரக்கப் பேசினான் சுலைமான்.

'என்னுடையதிலும், என்னைப் போன்றவர்களுடையதிலும்தான்'.

'நான் என்ன சொல்லவந்தேன் என்றால்., சரி... சரி, விடுங்கள், கொஞ்சம் அமைதி கொள்ளுங்கள்... மன்னித்துக் கொள்ளுங்கள்'

மெழுகுவர்த்தியிலிருந்து படபடக்கும் ஒலி எழுந்தது. ஒளி மங்கத் தொடங்கியது. பன்ரி மீண்டும் மது நிரம்பிய கோப்பையைத் தையல் காரனிடம் அளித்தான்.

'உங்கள் தந்தையைப் பற்றிச் சொல்லுங்கள்'

சுலைமான் சோற்றைக் கிண்டினான். தண்ணீர் வற்றிப் பதமாக வந்திருந்தது. 'அவர் அனைத்திந்திய வானொலி நிலையத்தில் வானொலிச் சாதனங்களை இயக்குபவராக இருந்தார், வாழ்வின் பெரும் பகுதி அங்கேதான் பணியாற்றினார்.'

'இப்போது?'

'மூன்று வருடத்திற்கு முன் இறந்து போனார். ஒரு வகையில் அது நல்லது தான்... இந்தச் சூழல் இத்தனை மோசமாவதற்கு முன்னரே.'

பன்ரி அவனுடைய கண்ணாடிக் கோப்பையை மெழுகுவர்த்தியில் எரியும் தீயின் முன் சுழற்றியபடி மெழுகு வெளிச்சம் மதுவில் பிரதிபலிப்பதை நோக்கினான். 'என் தந்தையை நான் அறிந்ததே இல்லை. எனக்கு மூன்று வயதிருக்கும்போதே அவர் இறந்துவிட்டார். பெரும் குடிகாரர்.'

'நீயும் அதிகமாகக் குடிக்கக் கூடாது'

'இந்த மோசமான ஊரில் வேறு என்னதான் செய்ய முடியும்?'

அவனுடைய மதுக் கோப்பையை சுண்டி விட்டான்.

'அதுவும் உங்களைச் சுற்றிப் பெண்களே இல்லை என்றால். எப்படித்தான் தனியாக வாழ்கிறீர்கள் தையல்காரரே?'

சுலைமான் கிறிஸ்டைன் பற்றி எண்ணிக்கொண்டான், அவளுடைய கொழுகொழுப்பான கரங்கள், இடது கன்னத்துக் குழி,

"சரியான ஆளை இன்னும் கண்டுபிடிக்கவில்லை" என்று புலம்பினான்.

‘சரியான ஆளோ, தவறான ஆளோ, முயற்சிக்காமலே இருந்தால் அது எப்படித் தெரியும்?’

‘ஒருவேளை நீ சொல்வது கூட உண்மையாக இருக்கலாம்’ என்று கூறிவிட்டு ’எப்படியானாலும் ஷில்லாங்கில் இனியும் வெகுகாலம் இருக்கமாட்டேன்’ என்றான் சுலைமான்.

‘நானும்கூட சமயம் பார்த்து வெளியேற வேண்டும், ஆனால் வேறு இடம் தேடிக்கொண்டாக வேண்டுமே ‘

பன்ரி தயங்கினான். ‘இன்று முற்பகலில் இந்த கே.எஸ் யூ ஆட்கள் நாளைய ஊர்வலத்தைப் பற்றி எங்களிடம் சொல்வதற்காகப் பணிமனைக்கு வந்திருந்தார்கள். வருங்காலத்தைப் பற்றியெல்லாம் பேசினார்கள். எங்கள் ஆதரவு அவர்களுக்கு எப்படித் தேவையாய் இருக்கிறது, எல்லாமும் அதைப் பொறுத்துதான் இருக்கிறது என்று... இன்னும் என்னென்னமோ! எத்தனையோ முறை நான் கேட்டது தான்.! வருங்காலம் இதை எல்லாம் நம்பியா இயங்குகிறது?’

சுலைமான் அமைதியாக இருந்தான். பீடியைப் பற்றவைத்துக் கொண்டான்.

“நான் ஏன் கே.எஸ்.யூ வில் இன்னும் சேரவில்லை என்றும் அது நமது இனத்திற்காகத்தானே போராடுகிறது என்றும் எல்லோரும் எப்போதும் என்னிடம் கேட்பதுண்டு. என்னைப் பார்க்கும்போது அவர்கள் அப்படித்தான் எண்ணுகிறார்கள்... அவர்களின் கண்களில் நான் அதைப் பார்க்கிறேன்... நான் சேரவில்லை என்றால், ஏதோ ஒரு வகையில் நான் உண்மையான காஸி இல்லை என்று எண்ணு கிறார்கள், அது உங்களுக்குத் தெரியுமா?’ தோளைக் குலுக்கினான்.

‘எனக்கு அவர்களுடைய பிரச்சினை புரிகிறது...இங்கு பெரிய தொழில்கள் ஏதும் எங்கள் வசமில்லை. அரசின் முக்கிய பொறுப்பு களிலும் நாங்கள் இல்லை... ஆனால்... எனக்கு என்னவோ தெரியவில்லை’ என்றபடி வார்த்தைகளுக்காக சிரமப்பட்டான். ‘இதுதான் சரியான வழியா... தகார்களுடன் மோதுவதும் அந்நியர் களை ஷில்லாங்கில் இருந்து துரத்துவதும்.’ கோப்பையை அவனை நோக்கி நீட்டி ‘நீங்கள் எங்கு செல்வீர்கள்? ஒருவேளை நான் அவர் களுடன் சேர்ந்து கொண்டால் கூட என் அம்மாவையும் சகோதரி களையும் யார் கவனிப்பார்கள்? அப்பாவும் இல்லாத சூழலில்... நாங்கள் தனியாகத்தான் இருக்கிறோம், யாரின் ஆதரவிலும் இல்லை’ சிரித்தான்.

‘ஒருவேளை நீங்கள் எங்கு செல்கிறீர்களோ அங்கு நானும் வருவேன் தையல்காரரே.’

தையல்காரன் தீக்குச்சியை உரசி பீடியைப் பற்ற வைத்தான்.

‘பிரச்சினையே அதுதான். உண்மையில் எனக்கு செல்வதற்கென்று எந்த இடமுமில்லை. இரண்டு வயதாக இருக்கும்போதே ஷில்லாங் வந்துவிட்டோம். உலகின் மிக அழகிய இடம் இதுதான் என்று எண்ணியிருந்தேன்.’

‘சரிதான்’

கொஞ்ச நேரம் அமைதியாகப் புகைத்தார்கள். சுலைமான் அடுப்பி லிருந்து சோற்றை இறக்கினான். கரி வெம்மையுடன் ஒளிர்ந்தது, இறுக்கமான சூழலைப் போக்கி அறையின் வெளிச்சத்தைக் கூட்டியது.

‘தையல்காரரே, எப்படித்தான் இதைச் செய்கிறீர்கள்? இந்த எண்களை எப்படிக் கணக்கிடுகிறீர்கள்?

‘நான்தான் கூறினேனே. என் கனவுகளில் காண்பேன் என்று.’

‘கொஞ்சம் கூட அறிவுக்குப் பொருத்தமாக இல்லை. ஒருவேளை ஊரைவிட்டுச் செல்வதாக இருந்தால், முதலில் எனக்கு அதைக் கற்றுக்கொடுத்துவிட வேண்டும் என்று உறுதி செய்து கொள்ளுங்கள்.’

இரவு அவர்களைச் சுற்றி நிழலாகப் படர்ந்தது. இப்போது தெருவில் கூச்சல் அருகியிருந்தது, தடதடக்கும் காலடி ஓசைகள் அறவே இல்லை. சுலைமான் வீட்டுக் கூரையில் எவரும் கல்லெறிய வில்லை. எவரேனும் நடந்தால் கூட, கரித்தணலின் வாடையை அவர்களால் நுகர முடியும், அவர்கள் இறுக்கமாகப் போர்வையைப் போர்த்திக் கொள்வார்கள். மலைப்பகுதி எப்போதுமே குளிராகத் தான் இருக்கும். இருண்ட ஜன்னலோரங்களில் கசியும் மெழுகுவர்த்தி ஒளியைக் கடந்து செல்வார்கள். உள்ளிருக்கும் சோர்வான முகங்கள் அவர்களின் முகம் பார்க்க மறுத்து, இந்த நேரத்தில் ஏன் ஒருவர் வெளியே திரிய வேண்டும் என்று அச்சத்தோடும் விழிப்புணர்வோடும் காட்சியளிக்கும்.. சில அறைகளில் பேரப்பிள்ளைகள் தாத்தா பாட்டிகள் சொல்லும் எளிமையும், கருணையும் நிறைந்த காலகட்டத்தைப் பற்றிய கதைகளைக் கேட்டுக் கொண்டிருக்ககூடும். ஏதோ ஒரு வீட்டிலிருந்து போதையின் வெடிச் சிரிப்பு பழைய வானொலியின் இசையை அமிழ்த்திக்கொண்டு மேலெழும். எனினும் இத்தருணம் எதிலும் ஆர்வம் காட்டுவதற்கான நேரம் அல்ல, எல்லாவற்றையும் கடந்து செல்வதே பாதுகாப்பானது.

மறுநாள் துவைத்த துணிகளை உலர்த்தினான் சுலைமான். தன் முகத்தை மொடமொடப்பான வெள்ளைக் குர்தாவில் புதைத்துக் கொண்டான். அது அவன் முகத்திற்கு ஈரமான, குளுமையான புத்துணர்வு ஊட்டுவதாக இருந்தது. இருப்புக்கொள்ளாத ஒரு பதட்டமான அரக்கன் உள்ளே சிக்கியிருந்தது போல் அவன் தலைக்குள் வலி தெறித்தது, தலையை அசைக்கும் போதெல்லாம்

சவரக்கத்தியின் கூர்மை போல ஒரு வலி நெற்றியில் பரவியது. அந்தக் குரல் அவனை அழைக்கும்வரை அவன் முகம் குர்தாவில்தான் புதைந்திருந்தது.

'தையல்காரரே'

சுலைமான் அசையவில்லை.

'தையல்காரரே'

'இப்போது என்ன வேண்டும் உனக்கு? சில மணிநேரத்திற்கு முன்புதானே வீட்டிற்குச் சென்றாய்?'

'ஆமாம், ஆனால், தையல்காரரே...'

ஒரே ஒரு ஆறுதல் பன்ரியின் நிலைமை அவனை விடவும் பரிதாபமாக இருந்ததுதான். அவனுடைய கண்கள் சிவந்திருந்தன. கருவளையங்கள் தென்பட்டன. ஆனால் ஆழ்ந்த சோர்வைக் காட்டிலும் இன்னும் வேறு ஏதோ ஒன்று அவன் முகத்தை அழுத்திக் கொண்டிருந்தது.

'எனக்கொரு வினோதமான கனவு வந்தது'

'பொதுவாக உன் கனவுகள் உனக்கு நினைவிருக்காதே'

'ஆனால் இந்தக் கனவு நினைவிருக்கிறது'. அவன் சிகரட்டைப் பற்றவைத்த போது அவன் கரங்கள் நடுங்கின.

சுலைமான் கொய்யாமர நிழலுக்குள் சென்று மரத்தில் சாய்ந்து கொண்டான். சூரிய ஒளி அவன் கண்களை உறுத்தியது.

'என்ன கண்டாய்?'

பன்ரி வேகமாக நடந்து அவன் முன் வந்தான்.

'நான் ஒரு வயலில் நடந்தேன். நெல் வயலென்று நினைக்கிறேன். எனக்கு முன்னால் எப்போதோ இறந்து போன எனது தாத்தாவைப் பார்த்தேன். அவர் என் நினைவிலேயே இல்லை. ஆனால் அவர் என்னை அழைத்தார், ஆகவே தொடர்ந்தேன். நீங்களும் அங்கு இருந்தீர்கள் தையல்காரரே, ஒரு சைக்கிளில், ஏனென்று தெரிய வில்லை. என்னருகே நீங்கள் சைக்கிள் ஓட்டிக்கொண்டு வந்தீர்கள். சட்டென உணர்ந்தேன் அது என் தாத்தா இல்லை தந்தை என்று. ஆகவே அவரைப் பின்தொடர்ந்து காட்டுக்குள் சென்றேன், உங்களையும் காணவில்லை, நானும் எங்கோ தொலைந்துவிட்டேன். பிறகு எல்லாம் தெளிவானது.. நான் எல்லோரையும் கண்டேன்.'

'யாரை எல்லாம்?'

'என் பாட்டி, தாத்தா, அப்பா, மாமாக்கள், அத்தைகள் என இறந்து போனவர்கள் எல்லோரையும் கண்டேன் தையல்காரரே,' என்றபடி

தையல்காரனின் கரங்களை இறுகப் பற்றினான்.

'அவர்கள் எல்லோரும் எனக்காகக் காத்திருப்பது போலிருந்தது.'

'நண்பா, இது வெறும் கனவு தான், சில நேரங்களில் நானும்கூட...'

'ஆனால் இது தீயதுதானே? இறந்தவர்களைக் கனவில் காண்பது தீயது என்கிறார்கள்.'

'இல்லை, அது உண்மையில் அதிர்ஷ்டம்,' என்றான் சுலைமான் மென்மையாக.

'நம் நேசத்திற்குரியவர்கள் கனவுகளின் வழியே நம்மை சந்தித்து மீள்வார்கள்'.

பன்ரி சிகரெட்டை இழுத்தான். 'தெரியவில்லை. அது என்னை பயப்பட செய்து விட்டது, விழித்து எழுந்தேன். என்னால் திரும்ப உறங்கமுடியவில்லை.'

'உனக்கு உற்சாகம் ஏற்படுத்தக்கூடும் என்றால், நான் சில எண்களை உனக்கு அளிக்கமுடியும்.;

பன்ரி ஏதோ சிக்கலில் ஆழ்ந்திருப்பவனைப் போலத் தென் பட்டான். 'தெரியவில்லை தையல்காரரே, இதற்கு என்ன...'

'இதிலிருக்கும் மிக மோசமான விளைவு என்பது நீ தோற்பதுதான், அதுதான் உனக்குப் பழக்கமாயிற்றே'

இளைஞனால் இப்போது லேசாக சிரிக்க முடிந்தது.

'ஏதேனும் எண் வேண்டுமா?'

'சரி சரி... சொல்லுங்கள், ஏன் வேண்டாமென்று சொல்லப் போகிறேன்?'

தெளிவான குளுமையான மாலைப்பொழுது. காற்று பலமாகவும் வீசவில்லை தொய்வாகவும் இல்லை, வசதியாகவே இருந்தது. சுலைமானின் பட்டம் தரையை விட்டு எழும்புவதே பெரும்பாடாக இருந்தது. அவனும் திரும்பத் திரும்ப முயன்றான், ஆனால் பட்டத்தை நிலையாகப் பறக்கவிட்டுக் கொண்டே நூல்கண்டையும் விடுவது கடினமாக இருந்தது.

பட்டம் அதைப் பறக்க விடுபவனின் ஆன்மாவைத் தாங்கிச் செல்கிறது என அவனுடைய தந்தை எப்போதோ ஒருமுறை கூறியது நினைவில் எழுந்தது. 'அப்படியென்றால் என்ன அப்பா?' என்று அவன் கேட்டதுண்டு, அதற்கு அவனுடைய தந்தை 'நீ என்ன உணர் கிறாயோ அதுவே நூலில் பாய்ந்தோடுகிறது' என்று பதிலளித்தார்.

'பாஹ்.' மீண்டும் ஒருமுறை பட்டம் எழுந்திருக்காமல் தொய்ந்து விழுந்ததும் சுலைமான் ஆற்றாமையில் கத்தினான், அவனுடைய

தந்தை கூறியது உண்மையெனில். காலையைக் காட்டிலும் பரவா யில்லை என்றாலும் அவனுடைய தலைவலி—மந்தமாக இன்னும் கூட நீடித்துக்கொண்டுதான் இருந்தது. அதுகூடக் காரணமாக இருக்கலாம். சிறிது நேரம் அமர்ந்தபடி, மனதுக்குள் பன்ரியையும் பின்னர் தன்னையும் சபித்துக் கொண்டான். மாலை நேரப் புகையால் காற்று துலக்கமின்றி இருந்தது. தொலைவில் மூடுபனி மலைகளில் இறங்கியது. நகரம் அதன் சிவப்புத் தகரக் கூரைகளுடன், கரிய பைன் மர உச்சிகள், ஓயர்களின் சிடுக்குகள், வானத்தைத் தைக்கும் பட்டத்தின் மாஞ்சாக்கள் என்று மாடியிலிருந்து அவன் முன் விரிவதைக் காணமுடியும். வேறொரு பகல் பொழுது என்றால் அவன் கோல்ஃப் மைதானத்தின் திறந்தவெளிக்கு சென்றிருப்பான். காட்டின் எல்லையில் ஆசுவாசமாக உணரும் வரை நடந்திருப்பான். இப்போது அவன் இந்த சிறிய சதுரமான இடத்திற்குள் தன்னைச் சுருக்கிக் கொண்டபோது அவன் தலைக்கு மேலே பட்டங்கள், வேட்டையாடும் பறவைகளைப் போல் திரிந்தன. ஒரேயொரு முறை இறுதியாக முயலலாம் என்றெண்ணினான். இம்முறை ஒரு மெல்லிய காற்றின் உதவியால் பட்டம் எழுந்தது. விரைவிலேயே காற்றில் உற்சாகமான பறவையைப் போல் துள்ளித் திரிந்தது. அவன் சிரித்தான். ஒருவேளை இதைத்தான் அவனுடைய தந்தை கூறினாரோ? பட்டம் அவனுடைய மன மகிழ்ச்சியை நகலெடுத்தது. பிறவற்றைப் பின்னுக்குத் தள்ளி அது உயரே பறந்தது. சில சிறிய பட்டங்கள் அவனைச் சண்டைக்கிழுத்தன, ஆனால் சில நிமிடங்கள் கூட தாக்குப்பிடிக்கவில்லை. அவன் வெல்வதற்கரியவன். இறுதியாக ஒரு பெரிய பட்டம் எழுந்து அவனுடையதைச் சுற்றி வந்தது.

'வந்துவிட்டான் தேவடியா மகன்' என்று முணுமுணுத்தான் சுலைமான். முதலில் அது அவனுடைய பட்டத்தைப் பின்தொடர அனுமதித்தான், இரையைப்போல அதுவும் பின்தொடர்ந்தது. அவர்களுடைய நூல்கள் பின்னிக்கொண்டன. ஆனால் அறுக்க வில்லை. எதிராளி பொறுமையிழக்கக் காத்திருந்தான், தவறிழைக்க, கொஞ்சம் வேகமாக நகர... ஆனால் அவன் அப்படி ஏதும் செய்யவில்லை. சுலைமான் அளவுக்கே அவனும் கூட கவனமாக இருந்தான். விரைவில் நிலைமை மாறியது, அவனுடைய பட்டம்தான் பின்தொடர்வதாக ஆனது. பட்டத்தை நிலைக்கச் செய்ய முயலும் போது மாஞ்சா அவனுடைய கையை அழுத்தியது. பின் ஏதோ ஒரு நொடியில் இரு பட்டங்களும் அந்தரத்தில் அசையாமல் அப்படியே சிலைபோல் நின்றன. அவற்றுக்குப் பின்னால் இருந்த மேகங்கள் மங்கிக் கொண்டிருக்கும் சூரிய வெளிச்சத்தில் மிளிர்ந்தபடி நகர்ந்தன. நடு வானில் இந்த விளையாட்டு இன்னும் சற்று நேரம் நீடித்தது. சுலைமான் இன்னும் எவ்வளவு நேரம் பட்டத்தைத் தாங்கியிருக்க

முடியும் என்று யோசித்தான். ஒரே சமயத்தில் கொஞ்சம் அதிர்ஷ்ட மும் சேர்ந்து இழுத்தபோது இன்னொரு பட்டத்தின் மாஞ்சா அறுந்து மெல்ல இறங்கி மர உச்சிகளுள் மறைந்தது. சுலைமான் மாஞ்சாவை கவனமாகப் பற்றிப் பட்டத்தை மீண்டும் கீழே இறக்கிக் கொண்டு வந்தான். மூச்சற்ற பறவையைப் போல் அது அவன் கையில் கிடந்தது. அவனைச் சுற்றி நகரம் அமைதியாகவும், நீளும் நிழலுக்குள் வெட்கப்பட்டு ஒளிந்து கொண்டும் இருந்தது. சில விளக்குகள் மலை மீது ஒளிர்ந்தன.

கீழிருக்கும் முற்றத்தில் இருந்து ஓடிவரும் காலடியோசை கேட்டது. அது பன்ரியினுடையது.

'தையல்காரரே' அவன் தையல்காரனின் காலி அறையில் கூவினான்.

'நான் இங்கிருக்கிறேன்'

பன்ரி நிமிர்ந்து நோக்கினான், புத்தம் புதிய நாணயத்தைப் போல் அவன் முகம் வட்டமாக ஒளிர்ந்தது.

'நான் வென்றேன். முழுமையாக. இரண்டு சுற்றிலும்.'

சுலைமான் புன்னகைத்தான்.

'மாடியில் என்ன செய்து கொண்டிருக்கிறீர்கள்?'

'ஒன்றுமில்லை'

'குடிக்கப் போகலாம். இன்று எனது ட்ரீட்...'

'அல்லா, இல்லை, இனி ஒருபோதும் இல்லை என உன்னிடம் கூறியிருந்தேன்'

'சரி, நாம் சாப்பிடப் போகலாம். மோலாங் ஹாட்டில் நல்ல இஸ்லாமிய உணவகம் இருக்கிறது.'

'லியு டூவுக்கு அருகேவா?'

'ஆமாம்'

'ஆனால்...' ஊர்வலம் இருப்பதை பன்ரிக்கு நினைவுபடுத்துவதற்கு முன் பாதியில் நிறுத்திக் கொண்டான். நிச்சயமாக இந்நேரத்திற்கு அது முடிந்திருக்க வேண்டும். எவ்வளவு நேரம்தான் அது நீடிக்க முடியும்? எந்தக் காரணமுமின்றி இந்த மாலையில், இந்த நகரம் தனக்குச் சொந்தமானது என்று தோன்றியது.

'சரி, போகலாம்'

எத்தனை எளிய செயலாக இருந்தாலும் அதைச்செய்து அதன் வழி அந்த நகரத்தைத் தனதாக்கிக் கொள்ள அன்று அவன் தயாராக இருந்தான்.

அன்றிரவு சுலைமான் உறங்கச் செல்வதற்கு முன், மீண்டும் கூரையில் பட்டமின்றி ஏறினான். அந்த நேரத்தில் அங்கிருப்பது பாதுகாப்பானது அல்ல, ஆகவே ஒரு பீடி வலிக்கும் நேரம் வரைதான் அங்கிருப்பான். முதல் இழுப்பில் இருந்து கடைசி இழுப்பு வரையிலான காலம். எல்லையற்ற பெரும் இருளில் அவனைச் சுற்றி இருக்கும் நகரத்தின் பகுதிகளைக் கூட கொஞ்சம் சிரமத்தோடுதான் பார்க்க முடிந்தது. அதன் சரிவான தெருக்களில், ஒரு ஊர்வலம் நிகழ்ந்தது. அது கட்டுப்பாடு இழந்தது. ஆங்காங்கு நிகழ்ந்த வன்முறை அந்நியர்களை, காஸிகளை என சம அளவில் பலரையும் காயப் படுத்தியது, பலி வாங்கியது என நாளைய வானொலி செய்தியில் அவன் கேட்கக் கூடும். அவன் மீண்டும் அங்கிருந்து விலகிச் செல்வதைப் பரிசீலிப்பான்.

ஆனால் இப்போது அவன் அன்றைய அந்த மாலையைப் பற்றி எண்ணிக் கொண்டான். அவர்கள் லியு டூவுக்கு நடந்து சென்றார்கள், எத்தனையோ ஆண்டுகளாகத் திரும்பத் திரும்பப் பலகைகளால் கட்டப்படுவது போல் தோற்றமளிக்கும் சிறிய தற்காலிகக் கொட்டகை வரிசைகள் நிறைந்த ஜனசந்தடி மிக்க சந்துக்களில் சுற்றித் திரிந்தார்கள். முன் பனிக்காலத்தில் விளைந்த ஆரஞ்சுப் பழங்களைப் பழக்காரனின் கூடையிலிருந்து தேர்ந்தெடுத்து வாங்கினார்கள், அதில் உப்பு மிளகாய் தடவினார்கள். அப்போது வறுத்த மொறுமொறுப்பு மாறாத சூடான வேர்க்கடலையை அவன் வாங்கினான். நாஜ் உணவகத்தில் அவர்கள் சுடு சோறு, கொழகொழப்பான குருமா, பச்சை வெங்காயத்திலும் எலுமிச்சையிலும் பொதிந்த மொறுமொறுப்பான கெபாபுகள் முதலியவற்றை உண்டார்கள். உணவுண்ட பின் பாதாமும் திராட்சை யும் மிதக்கும் கெட்டியான கீர் கூட உண்டார்கள். பன்ரியிடம் இதுவே அவன் நீண்ட நாட்களில் உண்ட மிகச் சிறந்த உணவு என்றான். அவர்கள் வயிறு முட்ட உண்டு விட்டு மினுங்கும் பான் பராக்கு பாக்கெட்டுகளைக் காலிசெய்தபடி மெதுவாக ஆடி அசைந்து திரும்பி நடந்தார்கள்.

அவனுடைய பீடி முடியப் போகிறது. வலுவான காற்று கொய்யா இலைகளில் சரசரத்தது. எங்கோ தகரக்கூரைகள் தளர்ந்து காற்றில் படபடத்தன. அவன் எண்ணினான் ... மற்றொரு நாள்... வருங்காலம் மற்றொரு நாளின் மீது தான் கட்டப்படுகிறது. அவன் மேலே நோக்கினான். பட்டங்களும் ஒயர்களும் இல்லாமல் விரிந்திருந்த வானத்தில் நட்சத்திரங்கள் நிறைந்திருந்தன.

■

லயத்லும்

தமிழில்: சிவாத்மா

ஒவ்வொரு நாளும் உலகம் முடிவுக்கு வருவது போல் இருந்தது. அதிலும் ஷில்லாங் தெருக்களை விட அடிக்கடி எங்கள் வீட்டில்!

வந்தேறிகளுக்கும் உள்ளூர்வாசிகளுக்கும் இடையே வெளியே கலவரம் நிகழ்ந்தது. ஆனால் ஆழங்காண முடியாத நட்சத்திரங்களைப் போல அவள் இருந்தாள். எனக்கும்தான் எங்கள் பெற்றோரைக் கவலையுறச் செய்தவை கே.எஸ்.யூ, எச்.என்.எல்.சி கலவர இயக்கங்கள், சி.ஆர்.பி.எஃப் படையோ அல்ல. மாறாக பதினேழு வயதான என் அக்கா கிரேஸ், அவளது நடவடிக்கைகள்!

இன்று அசைபோடுகையில், எப்போதும் அடைக்கப்பட்ட பள்ளிக் கூடங்கள், மூடப்பட்ட கல்லூரிகள், ஊரடங்கால் வெறிச்சோடிய தெருக்களில் முடிவற்றபடி ஆடிய கிரிக்கெட், கரடிகள் மற்றும் பேய்கள் குறித்த பாட்டன் கதைகளால் நிறைந்த மின்சாரம் துண்டிக்கப்பட்ட மாலைப் பொழுதுகள், ஷோக்ளே, பப்ளிமாசு மற்றும் ஆரஞ்சின் மீது மிளகாயும் கடுகெண்ணையும் சேர்த்திருக்கும் கிண்ணங்களில் சூரிய ஒளி முழுகும் நீண்ட பின்மதியப் பொழுதுகள் என்று எங்கள் தலைமுறையினருக்கு அந்நாட்கள் வாழ்வின் பொற்காலம் எனச் சொல்லத் தோன்றுகிறது.

எல்லை தாண்டி வந்தவர்கள் வசிக்கிறார்கள் என்பதற்காக மொத்தக் குடியிருப்புகளும் எரித்து தரைமட்டமானது. இரவில் சம்பந்தமற்ற பல அப்பாவிகளைக் கொன்ற திட்டமற்ற துப்பாக்கிச் சூடுகள், ரொட்டிகளும், பாலும், முட்டைகளும் விற்றுத் தீர்வதற்கு முன் கடைகளுக்கு ஆறுமணிக்கே படையெடுத்தது.. என வயதில் மூத்தவர்களுக்கு அவர்களுக்கான நினைவுகள் இருந்தன. எனினும் நீங்கள் ஓர் இளைஞராக இருந்து, அப்போது வாழ்வு திடீரென்று ஒரு முடிவற்ற கோடையைப் போல் தோற்றமளித்தால்...? ஆனால்.. இதைப் பற்றியெல்லாம் யாருக்கு அக்கறை.

பன்னிரண்டு வயதான நான் கூச்ச சுபாவம் கொண்டவளாகவும் அழகற்றவளாகவும் இருந்தேன். இல்பாகவே அழகாகவும், தன் சுயத்தின் மீது அளவு கடந்த திருப்தியோடும் முரட்டுத் துணிச்சலோடும் இருக்கும் கிரேஸைப் போல் ஒரு நாள் நானும் எந்தச் சிரமமும் இல்லாமல் மாறி விடுவேன் என்று கனவு கண்டுகொண்டிருந்தேன். பெற்றோர் எந்த வகையான கட்டுப்பாடுகளை விதித்தாலும் 'உங்களை வெறுக்கிறேன்' என்பதே எப்போதும் அவளின் நிலையான பதிலாக இருந்தது. நியாயப்படி பார்த்தால் அந்தக் கட்டுப்பாடுகள் பீதியூட்டும் அளவுக்குப் பலவற்றை உள்ளடக்கியவையாக இருந்தன. இரவு தாமதமாக வரக்கூடாது, பார்ட்டிகள் கிடையாது, ஆண் நண்பர்களைக் கூட்டிவரக்கூடாது, மது அருந்தக் கூடாது, நண்பர்களுடைய வீடுகளுக்கும் செல்லக் கூடாது, புகைக்கக்கூடாது, கிழிந்த ஜீன்ஸ் அணியக் கூடாது, லைதும்கரா வீதிகளில் அரட்டையடித்து ஊர் சுற்றக் கூடாது.

கிரேஸின் விதி மீறல்கள் மிக எளிதாக நடக்கும். அவள் பல விதிகளை ஒரேசமயத்தில் மீறுவாள்.

எங்கள் பெற்றோர்களும் ஷில்லாங்கின் பிற பெற்றோர்களைப் போலத் தான் என்று எண்ணுகிறேன். திடீரென்றும், மீட்கமுடியாத படியும் இளைஞர்கள் கலகக்காரர்களாகிவிடுவது எப்படி என்ற அச்சத்திலேயே அவர்கள் உழன்று கொண்டிருந்தார்கள். எனினும் அவர்கள் இருவருமே தனியார் கிளினிக்கில் மருத்துவராக இருந்ததால், பிறர் என்ன நினைப்பார்களோ என்றுதான் அதிகம் கவலைப் பட்டார்கள். அவர்கள் முக்கியமாக வெறுத்தது 'திண்ணை தூங்கும் செய'லை என்று சொல்லி விடலாம்.

அம்மா சொல்வாள் 'என்னவோ வீடில்லாத அனாதை மாதிரி. நாள் பூரா தெருவோரமாக நிற்க வேண்டியது'

கிரேஸின் கிழிந்த ஜீன்ஸை சுட்டிக்காட்டி 'இதை வேறு போட்டுக் கொண்டு! ஊரில் என்ன நினைப்பார்கள்?' என்பாள்.

'ஒருவரும் கவனிக்கமாட்டார்கள். அவர்கள் தகார்களைத் துரத்துவதில் முனைப்பாக இருக்கிறார்கள்' என்பாள் கிரேஸ். பிறகு இந்தக் காட்சி வழக்கம்போல அவள் தன்னுடைய அறைக்குள் அனுப்பப் படுவதோடு முடிவுக்கு வரும்.

சில வேளைகளில் என்மீது எந்தத் தவறும் இல்லாதபோதும் என்னையும் அதற்குள் இழுப்பார்கள். புத்தகம் படிப்பது மாதிரி பாவனை செய்தாலும் அந்தப் பேச்செல்லாம் என் காதில் விழும் தூரத்தில்தான் இருப்பேன்.

'நீ ஏன் உன் தங்கையைப் போல் இருக்கமாட்டேன் என்கிறாய்?'

அவர்கள் எதைப் பற்றிப் பேசுகிறார்கள் என்பது தெரியாதது போல ஆச்சரியத்தோடு தலையைத் தூக்கிப் பார்ப்பேன்

'ஏனென்றால், அவள் சுத்த 'போர்' ' என்றாள் கிரேஸ்.

எனக்குக் கொஞ்சம் வலித்தாலும், அது உண்மைதான் என்பது எனக்குத் தெரியும். எனக்குப் புத்தகம் வாசிக்கப் பிடிக்கும். ஒட்ட நறுக்கிய முடி அலங்காரம் செய்திருப்பேன். எந்த உடை எனக்குப் பொருத்தமாக இருக்குமென்று தெரியாமலோ, அதைப்பற்றி அக்கறை இல்லாமலோ இருப்பேன். அவளுக்கு இருந்ததைப் போலப் பெரும் புகழ்தேடி அலையும் கவர்ச்சிமிகுந்த 'ராக் ஸ்டார்' நட்புக்கள் எனக்கு கிடையாது. மாறாக நானோ கண்ணாடி அணிந்திருப்பவனும், கிரிக்கெட் விளையாட விரும்புபவனுமான என் வயதொத்த அடுத்த வீட்டு குண்டுப் பையன் அங்கூவுடன் சுற்றினேன். அவன் அஸ்ஸாமியன். இங்கே ஷில்லாங்கில் நிலைமை சீரடையாததால் என் ஒரே நட்பையும் இழக்கும் அபாயத்துடனேயே எப்போதும் இருந்தான். நாங்கள் அரட்டையடித்துக்கொண்ட பொழுதுகளில் ஒரு முறை தனிப்பட்ட ரகசியமான ஒரு குடும்ப விஷயத்தையும் எனக்கு சொல்லி யிருக்கிறான். வியாபாரியாகிய அவன் அப்பா காஸி இனத்தவர் பலரை பினாமியாக வைத்திருப்பதுதான் அவர்கள் குடும்பத்தைக் காப்பாற்றி வந்திருக்கிறதாம்.

'பினாமி என்றால் என்ன?' என்று நான் கேட்டேன்.

அப்பா உள்ளூரில் பலரிடம் தன் சொந்தக் காசை அள்ளிக் கொடுத்து தன் பெயரில் அல்லாமல் அவர்கள் பெயரிலேயே கடை வைக்கச் சொல்லியிருக்கிறார் என்றும் அதனாலேயே அவர் மேல் யாரும் கைவைக்கத் துணிவதில்லை என்றும் அதை எனக்கு விளக்கினான்.

அங்கூவைத் தவிர இங்கே காலனியில் யாரிடமும் நான் அதிகம் பழகியதில்லை. அவர்களெல்லாம் அச்சமூட்டும் விளையாட்டுகளை யும், உடலை ஆயாசப்படுத்தும் விளையாட்டுகளையும் விளையாடி னார்கள். ஏதோ படியேறி இறங்குவது போல் பைன் மரங்கள் மீது ஏறுவார்கள். சாலையோரம் ஓடும்போதும் சில சமயம் எங்கள் வீட்டு மரத்திலிருந்து உவர்த்த செஞ்சோளியாவைத் திருடிவிட்டு ஓடும் போதும், காஸி மொழியில் கெட்ட கெட்ட பட்டப் பெயர்களைச் சொல்லிக் கூவும்போதும் காட்டினுள் கைவிடப்பட்டுக் கிடக்கும் பழைய நீர்த்தொட்டியில் நீந்தியபின் வழுக்கும் சேற்றோடு இந்தப் பக்கம் வரும்போதும் சில சமயம் அவர்களது கூச்சலைக் கேட்டிருக்கிறேன்.

மறுபக்கம், என் அக்காவின் நண்பர்களோ பிரபலமானவர்கள். திடகாத்திரமான கூடைப்பந்து வீரர்கள். எல்லா 'பார்ட்டிகளுக்கும்'

அழைப்பு பெறும் இனிமையான அழகிகள், கிடார் இசைப்பவர்கள், மற்றும் என்னையும் அங்கூவையும் போலல்லாமல் நிஜமாகவே சிகரெட் புகைப்பவர்கள். நாங்களோ குளிர்கால மாலைகளில் வெறும் இனிப்புக் குச்சிகளை வாயில் பிடித்து பனியை உள்ளிழுத்து ஊதிப் புகைபோல வெளியேற்றுவோம். அவளுடைய நண்பர்கள் ஏதோ விழாக்கால வண்ணமயமான அணிவகுப்புபோல வீட்டினுள் வந்து போனபடி இருப்பார்கள். நானும் அவர்களுக்கு வழிவிட்டபடி, என்னையும் சேர்த்துக் கொள்ள மாட்டார்களாவென்று ஏங்கி நிற்பேன்.

தன் அண்மைய வம்சாவழியில் ஆங்கிலேய மரபணு கலந்திருக்கக் கூடிய சாத்தியக்கூறு கொண்டவளான சாரா, அக்காவின் நெருங்கிய தோழி. அவள் முகம் எப்போதும் போதையேறியது போலவே இருக்கும். மிக அரிதான வெளிர் வாதுமைநிறக் கண்களும், கிட்டத் தட்டப் பொன்னிறமாகப் பளபளக்கும் கூந்தலும், மூக்கின்மேல் படர்ந்திருந்த வேனல் புள்ளிகளும் கொண்டவள். நகரத்தில் அனைத்துப் பையன்களையும் முத்தமிட்டிருப்பவள். அதிலும் எங்கள் வீட்டில் வைத்து., படிக்கட்டுகளுக்குக் கீழே மேலே, குளியலறையில், மொட்டைமாடியில், அக்காவின் அறையில் மற்றும் என் அறையில் என்று அவள் ஆவேசத்துடன் அவர்களைக் கட்டியணைப்பதைப் பலமுறை கண்டிருக்கிறேன்.

பல இளைஞர்களும் சாராவை நாடி வந்து போய்க் கொண்டிருந் தாலும், ஓர் உயரமான மணிப்பூர் கிடார் கலைஞன், எப்போதும் வெற்றிலை மெல்வதால் நாக்கு சிவந்தும், மழலை மாறாத முகத் தோடும் இருக்கும் ஆங்கிலோ காஸி இளைஞர்கள் இருவர் என்று என் பெற்றோர்களிடம் கூடிவரும் அதிருப்திக்கு ஏற்றாற்போல ஒருசில பையன்கள் எங்கள் வீட்டுக் கதவுகளைத் தாண்டி அடிக்கடிவந்து கொண்டுதான் இருந்தனர். எப்பொழுதும் படிய வாரிய தலை, வெள்ளை வெளேர் டி–ஷர்ட். தோலைக் கவ்வி இறுக்கும் ஜீன்ஸ் பளபளக்கும் கருப்புக் காலணிகள் இவற்றோடு இருந்த சாராவின் சகோதரன் மைக் தான் இதில் மிக அழகானவன்.

‘ஹாய்... குட்டி’ என்று அவன் என்னை விளிக்கும்போதெலாம் என் இள நெஞ்சம் படபடத்து வாய்க்கு வந்துவிடுவது போலிருக்கும். விந்தையான விதமாக வயிற்றைப் பிசையும். அவனுக்காக வானுயர்ந்த பைன் மரங்களில் சுலபமாக ஏறவும், குளிரால் சில்லிடும் நீர்த் தொட்டியில் குதிக்கவும் கூடத் தோன்றும். சிலசமயம் தொபுக்கென்று சோஃபாவில் வந்து சாய்ந்து, அவனுடைய தலையில் தடவியிருக்கும் ஜெல் வாசனையையும் அவனிடமிருந்து வரும் ஓல்ட்ஸ்பைஸின் நறுமணத்தையும் நான் உணரும் அளவுக்கு நெருக்கமாக அமர்ந்து என் கையிலிருக்கும் புத்தகத்தைப் பிடுங்கிப் பார்ப்பான் ‘என்ன வாசிக்கிறாய்?’

நா உலர்ந்து திக்கித் திணறியபடி 'ந... ந... நான்ஸிடீரூ' என்பேன். 'ம்ம்...' என்றபடி அட்டையை நோட்டம் விட்டுவிட்டுச் சொல்லுவான் 'அழகான பெண், உன்னைப் போலவே' '.

அவன்மேல் நான் பித்தானேன்.

அந்நாட்களில், என் அக்காவின் பார்ட்டிகள் ('கண்காணிக்க முடியாத தொலைவில் எங்கோ நிகழ்வதைக் காட்டிலும் நம் கண்காணிப்பின் கீழ் வீட்டிலேயே நிகழ்வது மேல்' இப்படித்தான் எங்கள் பெற்றோர்கள் அதை ஒப்புக்கொண்டார்கள்) மதிய வேளைகளில் நடந்தன. இரவு நேரம் போலத் தோன்றுவதற்காக திரைச்சீலைகள் இழுத்து விடப்பட்டு, சிறிய பிலிப்ஸ் ஸ்பீக்கர்களில் ஷேக்கிங்ஸ் டீவன்ஸை அலறவிட்டு, கண்ணாடிக் குவளைகளில் தம்ஸப், கோல்ட்ஸ்பாட் பானங்கள் மனம்போல பரிமாறப்பட்டன. அந்த பானங்களுடன் மது கலக்கப்பட்டிருக்கக்கூடும் என்றுதான் நினைக்கிறேன்; ஒருக்கால் அப்படிச் செய்திருந்தால் எவருமறியாமல் ரகசியமாகத்தான் அது செய்யப்பட்டிருக்க வேண்டும். நான் அந்த அறையில் அனுமதிக்கப்படவில்லை, ஆனாலும் அவ்வப்போது உள்ளே சென்று இசையின் ஒலியளவைக் குறைக்கச் சொல்லவோ அல்லது நேரமாகிவிட்டது என்று சொல்வதற்கோ என் அன்னையின் செய்தியைத் தாங்கியபடி சென்று வந்தேன். யாரும் என்னை சட்டை செய்ததாய்த் தெரியவில்லை. தங்கள் விருப்பமானவரின் தோளில் தங்களை மறந்தபடி ஏர்சப்ளை பாடல்களுக்குள் அவர்கள் மிதந்து கொண்டிருந்தபோது நான் எனக்குள்ளே தொலைந்தவளாய் என்னை உணர்ந்தேன். ஒருமுறை கிரேஸும் மைக்கும் முத்தமிட்டுக் கொள்வதைக் கண்டு கண்ணீர் வழிய ஓடி வந்துவிட்டேன். மனதின் போராட்டங்களை அறியமுடியாத அங்கூவோ இந்த விஷயத்தில் எனக்கு எப்படி உதவமுடியுமென்று தெரியாமல் தவித்தான்.

'முத்தம் கொடுத்துக் கொண்டார்களா? அப்படியென்றால் இது ஆபாசம்தான்!'

சோஃபாவில் புதைந்து கிடப்பது, லைதும்கரா வீதிகளில் கைகோர்த்து நடந்து வருவது, அல்லது வாசல் கதவு அருகே நின்று பல்லிளித்துக் கொண்டே "குட் பை", "குட் நைட்" சொல்வதற்குப் பல ஒளியாண்டுகள் செலவிடுவது என்று அதன் பிறகு பல இடங்களில் அவர்களைக் காண நேர்ந்தது. ஆனால் இதெல்லாம் நடந்தாக வேண்டுமென்றுதான் இருக்கிறது. விளக்கை நெருங்கும் விட்டில் என்று பழமொழிகள் சொல்வதைப்போல அழகானவர்கள் பரஸ்பரம் ஈர்க்கப் படுவார்கள்தானே? ஈர்க்கும் திறன் குறைந்தவர்கள் இருப்ப தோடுதான் சமாளித்துக் கொண்டாக வேண்டும். என் வாழ்க்கை மகிழ்ச்சியாகவே இருக்கப் போவதில்லை என்ற முடிவுக்கு வந்திருந்தேன்.

கிரேஸும் மைக்கும் காதலிக்கிறார்கள். எனக்கு மிஞ்சியவை அங்கூவும் என் புத்தகங்களும்தான். என் வாசிப்பில் நான் உருவாக்கிய உலகங்கள் கூட சட்டென்று பொருளற்றவையாக, பொருத்தமற்றவை யாகத் தோன்றின. மேஜை இழுப்பறை ஒன்றின் அடியில் கண்டெடுத்து வாசித்துத் தீர்த்த அம்மாவின் ரகசியப் பொக்கிஷமான பார்பரா கார்ட்லண்ட் கூட என் அதிருப்தியைப் போக்க முடியவில்லை. ஒரு மாலை நேரத்தில் அந்த மணிப்பூரி கிடார் கலைஞன், கிறிஸ்ஸை வீட்டுக்கு அழைத்து வரும் வரையில், இந்த வாழ்வுக்கும் என் கற்பனை வாழ்வுக்கிடையிலும் பெரிதாக நான் தேர்ந்தெடுக்க எதுவுமில்லை யென்றே முடிவு செய்திருந்தேன்.

அறுபதுகளில் கல்கத்தாவிலிருந்து மலைகளுக்குக் குடிபெயர்ந்த, ஷில்லாங்கின் மிகப் பழமையான, செல்வவளம் மிக்க சீனக் குடும்பத்தைச் சேர்ந்தவன் கிறிஸ். லைதும்கராவிலும் போலீஸ்பஜார் பகுதியிலும் இருந்த சில உணவகங்களும், காலணிக் கடைகளும் அவர்களுடையவை. மேலும் லபானில் இருந்த ஆடம்பரமான பங்களா ஒன்றில் அவர்கள் குடியிருந்தனர். இதுநாள் வரை பெங்களூரில் படித்துக் கொண்டிருந்த மூத்த மகன் கிறிஸ், இந்த சிக்கலான காலகட்டத்தில் குடும்ப வணிகத்திற்கு உதவியாக இருக்க எண்ணி இப்போது திரும்பி வந்து விட்டான். முதல்முறை அவனைப் பார்த்த போது யமஹாவில் உறுமிக்கொண்டு, ஒரு கையில் ஹெல்மெட்டுடனும் மறு கையில் லெதர் ஜாக்கெட்டுடனும் வந்தான். நான் பார்த்தவர்களிலேயே நவீனமானவன் இவன்தான் என்று நினைத்தேன். அவன் முதுகில் இருந்த கனமான கிதார் பெட்டியை ஏதோ இறகளவுக்கே எடையுள்ளது போல மிகஇலகுவாகக் குறுக்கே மாட்டியிருந்தான், அவனை அறிமுகப்படுத்தும்போது என் அக்காவின் முகத்தைப் பார்த்தேன். மைக்கை அதுபோல அவள் ஒருபோதும் பார்த்தில்லை என்பதைத் தவிர அதை வேறெப்படி சொல்வதென்று எனக்குத் தெரியவில்லை.

'ஒரு இசைக் குழுவில் கிடாரிஸ்டாக இருக்கிறேன்' ஊசி போல் இருந்த கரிய சிகையைப் பின் புறமாய் சிலுப்பிவிட்டுக் கொண்டபடி 'நான் இசை மீட்டுவேன். தம்பி மெல்வின் டிரம்ஸில் இருப்பான்' என்றான்.

கிரிஸ்ஸைப் போன்ற புத்திக் கூர்மையுடனும், கட்டுடல் கொண்ட வசீகரமான தோற்றமும் இல்லாமல் அவனது குள்ளமான தடித்த வடிவம் போல மெல்வின் இருந்தான். தன் அண்ணனின் பொறுப்பில் எல்லாவற்றையும் விட்டுவிட்டுப் பழகிப்போன பாவனையுடன் அவன் அமைதியாகப் பின்னால் நின்றிருந்தான். எங்கள் வரவேற்பறையில் நுழைந்ததுமே கிரேஸின் ஒலிநாடாக்களை சலித்து 'ஹ்ம்... ஏர்சப்ளை,

ஃபாரினர்ஸ், ராக்ஸெட்! நீ குப்பைகளைக் கேட்கிறாய். ஹென்றிக்ஸ் கேட்ருக்கியா நீ?' என்று கிறிஸ் சொன்னது எனக்குக் கேட்டது.

அன்று மாலை முழுவதும் கதவிடுக்கு வழியாகக் கசிந்தவை கிடாரிலிருந்தெழுந்த மின் அதிர்வுகளும் எனக்கு அறிமுகமாகாத பாடல்களைப் பாடிய கிசுகிசுப்பான மென்குரலும்தான். அது நான் இதுவரை கேளாத இசையாக இருந்தது – விளங்க முடியாத சினத்திலிருந்து எழுந்த விரைவான, கோபமான ஓசைகள்.

சகோதரர்கள் நள்ளிரவுவரை போகவேயில்லை. என் பெற்றோர்கள் கண்டித்ததும் சலவைக்கு அனுப்பும் துணிமூட்டை போல அவர்கள் மூட்டைகட்டி அனுப்பப்பட்டனர்.

'இந்த ராத்திரியில் வெளியே இருப்பது பாதுகாப்பில்லை... நிலைமை மோசமாகி வருகிறது' என்று எச்சரித்தார் அம்மா

தங்கள் உடைமைகளை அடுக்கி ஒன்று சேர்த்துக் கொள்ளும்போது சகோதரர்கள் இருவரும் மரியாதையோடு அமைதி காத்தனர். எனினும் கதவருகே வந்ததும் என் அக்காவிடம் 'இங்கு வீதியில் சுற்றும் எல்லாரையும் நாங்கள் அறிவோம்' என்று கிறிஸ் முணு முணுத்தது கேட்டது.

அன்று மாலையிலிருந்து என் அக்காவும் கிறிஸ்ஸும் பிரிக்க முடியாதவர்களாயினர். மைக்கிற்கு என்ன ஆனது என்று சரியாகத் தெரியவில்லை. ஆனாலும் ஒருசமயம் விறுவிறுவென்று வீட்டுக்குள் நுழைந்து கிறிஸ்ஸை அடிக்கப் போகிறேன் என்று மிரட்டிவிட்டு, வந்த வேகத்தில் வெளியே சென்றவனைப் பிறகு காணவே இல்லை.

அவன் தோட்டப் பாதையில் விரைந்து வாயிலருகே தனக்காகக் காத்திருந்த நண்பர்களிடம் சென்றதை நான் ஜன்னல் வழியாகப் பார்த்தேன். அவன் அவர்களுக்கு ஏதோ சைகை காட்டினான்; பிறகு இந்த வீட்டையும் காட்டினான். என் அக்காவின் அன்பு திடீரென்று மாறிப்போய் விட்டதற்கு அவன் என்ன கதை சொல்லியிருப்பானோ என்று நான் வியந்தேன். ஒரு மதியம் சாராவும் அழுதபடி என் அக்காவின் அறையிலிருந்து வெளியேறினாள். தான் மைத்துனியாவோ மென்று வைத்த நம்பிக்கை எப்படி வீண்போனது என்றும் கிரேஸ், தன் சகோதரனைக் கருணையின்றி நடத்தியதையும் கூறியபடி சென்றாள். அக்கா இதைப் பற்றியெல்லாம் கவலைப்பட்டவளாகத் தெரியவில்லை.

பிறகு பல நாட்கள் மணிக்கணக்காகக்கூட கிரேஸை நாங்கள் பார்க்காமலே இருந்தோம். அவள் பெரும்பாலும் லபானில் கிறிஸ்ஸின் பங்களா வீட்டில்தான் இருப்பாள். என் அம்மா சொல்வது போல 'என்னதான் செய்வாளோ கடவுளுக்குத்தான் தெரியும்'

ஜெனிஸ் பரியத் ◆ 131

அம்மா அழைப்பது போல் மைக் 'கின்னா டகாயிடு' – ஒரு கெட்டபையன் – என்றால் அவள் கிறிஸ்ஸை ஏற்றுக்கொள்ள சாத்தியமே இல்லை. என் பெற்றோரைப் பொறுத்தவரை, எப்போதும் அமைதியின்மையோடும், தறுதலையாய்ச் சுற்றும் இளைஞர்களோடும் இருக்கும் இந்த நகரம் அழிவைத் தவிர வேறெதை நோக்கியும் செல்லவில்லை. ஆங்கிலேய பாணியிலான வாழ்க்கை முறை, அழகிய பங்களாக்கள், பாதுகாப்பான தெருக்கள், பைன் மரங்கள் இவற்றோடு ஒரு காலத்தில் அவர்கள் வளர்ந்து ஆளான வெகுளித்தனம் கொண்ட அமைதியான அந்த இடம் எங்கே போனது என்பதை அவர்களால் புரிந்துகொள்ள முடியவில்லை. அது தங்கள் கண்முன்னாலேயே உருமாறுவதை அவர்கள் கண்டிருந்தனர். கே.எஸ்.யூ. இயக்கத்துடன் பேச்சுவார்த்தை நிகழ்த்த அரசு ஒப்புக்கொள்ளவில்லை என்றான பின்னர் அதிகரித்த வண்ணம் இருந்த கலவரச் சூழலை சிறிதும் பொருட்படுத்தாமல் என் அக்கா கிறிஸ்ஸுடன் மோட்டார் பைக்கில் காற்றைக் கிழித்தபடி சென்று கொண்டிருந்தாள். வெளியில் எவரையும் காண நேர்ந்தாலே கல்வீச்சோ அடி உதையோ கிடைக்கும் அளவுக்கு முன்பை விட ஊரடங்கு கடுமையாக இருக்குமென்று வதந்தி நிலவியது. சில மாலைகளில் வானொலிச் செய்திகளை கிறிஸ்ஸின் கிடாரிசை மூழ்கடிக்கும். கிரேஸுக்காக அவன் வரவேற்பறையில் வாசிப்பான், அவனைப் பின் தொடர்ந்தபடி மற்றொரு பேஸ் கிடார் கலைஞனும், அறையின் ஒருமூலையில் மேஜையில் குச்சிகளால் தாளஓசை எழுப்பும் மெல்வினும் சில சமயங்களில் அவனோடு இணைந்து கொள்வார்கள். அம்மாதங்களில் கிரேஸ் கொஞ்சம் மாறிப் போயிருந்ததை எங்கள் பெற்றோர் கவனித்தார்களா தெரியவில்லை. பெரும்பாலும் தன் வயதுக்குக் கூடுதலானவர்கள் அணியும் வேறு மாதிரி ஆடைகளை அடர் வண்ணங்களில் அவள் அணிந்து கொண்டாள். தனது முடியை அவிழ்த்து விட்டுப் பின்னி விட்டாள். தன் அறையில் ஒட்டியிருந்த டெப்பிகிப்ஸன், ஜேஸன் டோனவன் ஆகிய படங்களைக் கிழித்து எறிந்துவிட்டு கிறிஸ் பரிசளித்த ஹென்றிக்ஸ், லெட் ஸெப்பிளின், த ஹூ, ஜெத்ரோ டல், த பீட்டில்ஸ் ஆகியோரின் படங்களால் நிறைத்தாள்.

ஒரு முறை அம்மா ஆயாசத்துடன் கேட்டாள் 'உனக்கு என்னதான் ஆச்சு?'

கிரேஸ் சிரித்தாள். 'நான் ராக் அன் ரோல் இசையைக் கண்டு கொண்டேன்'.

'ராக் அன் ரோல் என்றால் என்ன?' என்று கேட்டான் அங்கூ.

'ஒரு விதமான இசை' சாதுரியமாக பதிலளித்தேன்.

'என்ன விதமான இசை?'

‘ஓ… உனக்குத்தான் தெரியுமே… எலக்டிரிக் கிடார், உற்சாகமான டிரம்ஸ்… அந்த மாதிரி’.

அங்கூ திருப்தியுறாதவன் போல சந்தேகமாகத் தெரிந்ததால், ஒரு மதியம் அவனை வீட்டினுள் கடத்தி வந்தேன். அவனை கிரேஸின் அறைக்குள் எட்டிப்பார்க்கச் செய்தேன். அவன் ஆச்சரியத்துடன் உற்றுப் பார்த்துக் கொண்டிருந்தான். எல்லோரையும் போலவே அவனுக்கும் அவள்மேல் ரகசியமாக ஒரு ஈர்ப்பு இருந்திருக்குமென ஊகிக்கிறேன்.

“ஆஹா… அற்புதம்!” என்று கிசுகிசுத்தான். ‘தொலைவில் இருந்து பார்த்து வணங்கிய கோவிலின் கருவறைக்குள் போக அனுமதித்த மாதிரி’. நான் அவனின் முட்டாள்தனமான நாடக வசனத்தை நிறுத்தச் சொல்லி வரவேற்பறைக்கு இழுத்து வந்தேன்

எனக்கே ராக் அன் ரோல் என்பது என்னவென்று தெரியாததால், தரையில் குவிந்து கிடந்த கேஸட்டுகளில் ஏதோவொன்றை எடுத்துப் பார்த்தேன். அது ஒரு ‘லெட் ஸெப்பிலி’னின் பாடல்தொகுப்பு, பெயர் நினைவில்லை. பெரும்பாலான பாடல் வரிகள் புரியவில்லையென்றாலும் அங்கூவும் நானும் கட்டுண்டது போல அதைக் கேட்டோம்.

“எந்த மனிதன் சுட்டிக்காட்டும் கையசைவில்

அந்த மகத்தான அடிச்சுவடு விரிகிறதோ…

அவனைத் தேடியாக வேண்டும்

பாறையோடு போய்க் கூடும்

அந்த வளைந்து நெளிந்த பாதையின் வழிகாட்டுதலோடு”

ஒலியளவைப் பெரிதாக வைத்து ரசிக்கவில்லையென்றாலும், கிரேஸும் கிறிஸ்ஸும் உள்ளே வந்தது எங்கள் காதில் கேட்கவில்லை.

‘இங்கு என்ன செய்கிறாய்?’ அக்கா கத்தினாள்.

பதில் சொல்லக்கூட முடியாமல் நாங்கள் பயந்து போயிருந்தோம்.

‘மன்னித்துக் கொள்… நான் வந்து சும்மா.’ என்று ஏதோ பிதற்றினேன்.

‘ஹே! பரவாயில்லை’ என்ற கிறிஸ் ‘அவர்கள் இசைதானே கேட்கிறார்கள் விடு’ என்றான். எங்கள் அருகில் சம்மணமிட்டு அமர்ந்து ‘உங்களுக்கு ஸெப்பிளின் பிடித்திருக்கிறதா?’ என்றான்.

அங்கூவும் நானும் ஆமோதித்தோம்.

‘பார், உன்னைவிட இவர்களுக்கு நல்ல ரசனை இருக்கிறது’ என்று

சொல்லிப் பல்லைக் காட்டிச் சிரித்தவனின் மீது ஒரு தலையணையை வீசினாள் கிரேஸ்.

‘இது பிடித்திருந்தால்’ என்றபடி பாட்டை நிறுத்துவதற்கான ‘சிவப்புப் பொத்தானை அழுத்திய கிறிஸ் ‘இவர்களையும் ரொம்ப பிடிக்கும்’.

தனது சட்டைப் பையிலிருந்து ஒரு கேஸட்டைத் தேடி எடுத்தான், அதன் அட்டையில் ஒரு குழந்தை நீச்சலடித்துக் கொண்டிருந்ததைப் பார்க்க விநோதமாக இருந்தாலும் நான் வாய் திறந்து சொல்லவில்லை. கிரேஸின் கோபத்தை மடைமாற்றியதற்காக கிறிஸ்ஸுக்கு நன்றி பாராட்டிக் கொண்டிருந்தேன்.

‘கிரேஸ்! இதை நீ கேட்க வேண்டும் என்றுதான் நான் சொன்னேன்’ என்று ஒலிப்பதற்கான பொத்தானை அமுக்கினான். பின்பு அதி லிருந்து திரும்பியபடி அவளைத் தன்னருகே இழுத்தான், அங்கூவும் நானும் அங்கே இருப்பதை அவர்கள் பொருட்படுத்தவில்லை. பித்தேறும் தாளகதியில் கிடார் ஓசையில், உண்மையில் துயருற்ற ஆத்மாவின் ஒரு குரலோடு ஒலித்த அப்பாடலில் அவர்கள் கிறங்கி யிருக்க.., பாதியில் நாங்கள் அந்த அறையிலிருந்து வெளியேறினோம்.

அதன் பிறகு சிலகாலம் கிறிஸ்ஸையும் அங்கூவையும் நான் பார்க்கவில்லை. நகரில் சில பிரச்சினைகள் இருந்தன. சி.ஆர்.பி.எஃப்., கே.எஸ்.யூ. ஆகிய இரண்டுக்கும் இடையில் பெரும் துப்பாக்கிச் சூடு நடந்ததால் காலவரையறையற்ற ‘பந்த்’ அறிவிக்கப்பட்டிருந்தது. ‘நீ வெளியே போய்க் கொல்லப்பட்டாய் என்றால் உனக்கு இறுதிச் சடங்குகூட எங்களால செய்யமுடியாது ’ என்று பெற்றோர்கள் சொல்லிவிட்டதால், கிரேஸும் கூட இந்த முறை வேறு வழியின்றி அதற்குக் கீழ்ப்படிய வேண்டியதாய் இருந்தது. வீட்டினுள்ளேயே வெகுநாள் அடைந்து கிடந்தபோது, நான் எனது நாட்குறிப்புக்களை நிரப்பியபடி பொழுது போக்கிக் கொண்டிருந்தேன், கிரேஸின் நிலை இன்னும் மோசம். எவ்வளவுக்கு முடியுமோ அந்த அளவு உச்சபட்ச சத்தத்தோடு இசையை ஒலிக்க விட்டபடி – ‘வீட்டிலேயே இருக்கச் செய்தீர்கள் என்றால் நீங்கள் இதை சகித்துக்கொள்ள வேண்டியது தான்’ என்று பெற்றோர்களுக்கு சொல்லாமல் சொல்வது போலவோ, அல்லது கூண்டிலடைபட்ட விலங்கு போலவோ வீட்டினுள் இங்கு மங்கும் நடந்துகொண்டிருந்தாள். அந்த வார இறுதியில் எனக்கும் இருப்புக் கொள்ளவில்லை என்பதை நானும் ஒப்புக் கொள்ளத்தான் வேண்டும். ஜன்னல் வழியாகப் பார்க்கும் போது அந்தக் குடியிருப்பே ஸ்தம்பித்தும் அமைதியுடன் இருந்ததைக் கவனித்தேன். பாதசாரி களோ கார்களோ இல்லாமல் அது வெறிச்சோடி இருந்தது. இந்தப் பிரச்சினைக்கு முடிவில்லையென்று தோன்றியது. பழைய கதிக்கு

வாழ்வு எப்போது திரும்பும்? இப்போதைக்கு அவ்வாறு திரும்புவது எப்போதுமே சாத்தியம் என்று எனக்குத் தோன்றவில்லை.

மாதத்தின் பிற்பகுதியில் ஊரடங்கு நேரங்கள் குறைக்கப்பட்ட போதும், மக்கள் வெளியே புழங்குவதற்கு எச்சரிக்கை விடுக்கப்பட்டது. கிறிஸ்ஸும் மெல்வினும் அவ்வப்போது வந்தாலும், என் அக்கா வீட்டைவிட்டுப் போகக்கூடாது என்று எச்சரிக்கப்பட்டாள். அங்கூ வீட்டில் ஷில்லாங்கை விட்டுப் போவதைப் பற்றிப் பேசிக் கொண்டிருக்கிறார்கள் என்று அவன் சொன்ன மோசமான செய்தி என்னை வந்தடைந்தது.

'ஆனா ஏன்?' என்று நான் அழுதாலும் பதில் என்னவோ வெளிப்படையாகத் தெரிந்ததுதான்.

என் நண்பன் பார்க்கப் பரிதாபமாக இருந்தான். 'என் அம்மாதான் காரணம்' என்று விளக்கினான். 'அவளுக்கு எல்லாம் போதும் போதும் என்று தோன்றிவிட்டது, அவளுடைய ஆட்களுடன் இனி காலம் கழிக்கலாம் என்கிறாள். 'அவள் வேண்டுமா, இல்லை யென்றால் ஷில்லாங் வேண்டுமா' அந்த இரண்டில் ஒன்றை முடிவு செய்யுமாறு சொல்லி விட்டாள்.'.

எங்கள் வீட்டையும் நகரையும் சுற்றி ஒரு இனம் புரியாத பதட்டம் நிலவியது. அதை அவ்வப்போது கலைத்தது எங்கள் வரவேற்பறையில் கிறிஸ்ஸும் அவனது குழுவினரும் செய்த இசைப் பயிற்சிதான். ஒருமதியம், மாடிப்படி இறங்குகையில் அவன்மீது ஏறத்தாழ மோதிக்கொள்ள இருந்தேன்.

'சாரி' என்று முனகினேன்.

'உன்மேல் தவறில்லை' என்றபடி என் தோளின்மீது கைபோட்ட கிறிஸ் 'உன்னுடைய தவறில்லாதபோது மன்னிப்பு கேட்காதே ' என்றான்.

'நீங்கள் எல்லாரும் நன்றாக இசைக்கிறீர்கள்' என்று உளறினேன்.

என் கருத்தை அவன் அவ்வளவாக மதிக்க வேண்டியதில்லை என்றபோதும், அவன் நான் கூறியதில் திருப்தியடைந்தவனாகத் தெரிந்தான்,

'நன்றி. நாங்கள் வீட்டில் முடங்கிக் கிடந்தபோது சில பாட்டுக் களை அமைத்தோம், அவற்றை எல்லாம் ஒன்றாக்கி ஒரு ஆல்பம் ஆக்கலாம் என்று யோசிக்கிறோம்'.

'வாவ்', எல்லாவற்றையும் விட கிறிஸ் இதை என்னிடம் சொல்வ தால் நான் மிக முக்கியமான ஆளாக உணர்ந்தேன்.

'உங்கள் இசைக்குழுவின் பேரென்ன? 'என்று சற்றே தைரியத்தோடு கேட்டேன்.

'வெற்றுச் சடங்கு'

அது என்னைக் கவர்ந்தது.

'அடுத்த முறை நாங்கள் பயிற்சி செய்யும்போது நீயும் வந்து பார்'

நான் தலையசைத்தேன்.

அவன் என் அக்காவின் அறைக் கதவுக்குள் நுழைந்து மறையும் முன் என்னை நோக்கிக் கண் சிமிட்டினான்.

கிறிஸ்ஸையும் அவனது தம்பியும் பற்றிய எனது ஆகத் தெள்ளிய நினைவுகள் நாங்கள் அனைவரும் லயத்லும் சென்றதுதான்.

அது ஒரு அமைதியான ஞாயிறு மதியம். எங்கள் பெற்றோர் நாசரேத் மருத்துவமனையில் சிகிச்சையிலிருந்த ஒரு உறவினரை நலம் விசாரிக்கச் சென்றிருந்தார்கள். வழக்கம் போல, எங்களை வீட்டிலேயே இருக்கச் சொல்லி எச்சரித்திருந்தனர்.

'எங்கு வேண்டுமானாலும் செல்லலாம்' கிறிஸ்ஸிடம் என் அக்கா சொல்வதைக் கேட்டேன்.

'எனக்கு எங்கேயென்றாலும் பரவாயில்லை. இந்த நான்கு சுவர்கள் எனக்கு அலுப்பூட்டுகின்றன'

அவனும் அவன் தம்பியும் ஆளுக்கொரு வண்டியில் வந்திருந்தனர். வாசலில் வண்டி உறுமியதை நான் கேட்டிருந்தேன்.

'சரிதான் ஒரு டிரைவ்' போகலாம்' என்றான் கிறிஸ்.

அந்த நாட்களில், ஷில்லாங்கில் கஃபேக்களும், உணவு விடுதிகளும், விளையாட்டுக் கூடங்களும், மால்களும் இல்லையென்பதால் 'டிரைவ்' போவது என்பது ஒரு மாய வார்த்தை போன்றது. நாங்கள் அறிந்த மக்களைக் கொண்ட அல்லது எங்கள் பெற்றோரை அறிந்த மக்கள் இருந்த ஒரு சிறு நகரத்திலிருந்து, கொஞ்சநேரமே ஆனாலும், அது எங்களை வெளியே கடத்திச் சென்றது. 'டிரைவ்' என்பதே தப்பிச் செல்வதுதான். மேலும் குறிப்பாக அன்று அந்த மதியத்தில் செல்வதென்பது, எங்கள் பெற்றோரின் கட்டளைக்கு எதிர்ப்பாக அதிலிருந்து தப்பிச் செல்வதைப் போலத்தான். கிரேஸ் மகிழ்ச்சியில் கூவினாள். அவர்கள் தங்கள் பொருட்களை எடுத்துக்கொள்வது கேட்டது. நான் இதுவரை 'டிரைவ்' சென்றதில்லை – அதற்காக என்னை எவரும் அழைத்ததும் இல்லை, அதனால் நானும் வரட்டுமா என்று கேட்பது அர்த்தமற்றதாக இருக்கும். இதை வைத்து ஒருவேளை கிரேஸை நான் மிரட்ட முடியுமோ என்று என் சோகத்தினூடேயும் நினைத்தேன். 'என்னை அழைத்துச் செல்லவில்லை என்றால் அம்மா விடமும் அப்பாவிடமும் போட்டுக் கொடுத்துவிடுவேன்' என்று சொல்லலாம். ஆனால் அநேகமாக தலைமுடியைத் தோளின்மேல்

போட்டுக் கொண்டபடி சிரித்துக்கொண்டே 'எனக்கு அதைப்பற்றிக் கவலையில்லை' என்று அவளும் சொல்லியிருப்பாள்.

'இவளையும் அழைத்துச் செல்லலாம்'.

நான் ஏறெடுத்துப் பார்த்தேன். அவர்கள் வாசலைத் தாண்டி சென்றுகொண்டிருந்தபோது என்னை நோக்கி கிறிஸ் சைகை செய்தான்.

'என்னது? அவள் ஒன்றும் வர வேண்டாம்!' என்று உடனடியாகத் தடுத்தாள் என் அக்கா.

"அட சும்மா இரு. நீ வா".

நான் மூச்சை இறுகப் பிடித்துக் கொண்டிருந்தேன்.

'அவளும்தான் வீட்டில் அடைபட்டு இருந்தாள்'.

கிறிஸ் ஏதாவது சொல்லி விட்டால் அவளால் அதிகம் மறுத்துப் பேச முடிவதில்லை

'சரி! அவள் மெல்வினோடு வரட்டும் ' என்றாள் எரிச்சலோடு பல்லைக் கடித்தபடி.

'நிஜமாகவா?'

என்னால் நம்ப முடியவில்லை.

'ஆனால் அம்மாவும் அப்பாவும்.'

'ஆமாம், அவர்கள் வந்து பார்த்து நாம் இல்லையென்று தெரிந்தால் பிறகு பிரச்சினைதான்' என்றபடி இடைவெட்டினாள் கிரேஸ். பிறகு 'சரி... இப்போது நீ வருகிறாயா இல்லையா?' என்றாள்.

நான் ஆமோதித்துத் தலையசைத்தேன்.

'மேலே கதகதப்புக்கு ஏதாவது போட்டுக்கொள், இல்லை என்றால் பின்னம்பக்கம் உறைந்து போகும்'.

அவர்கள் மனம் மாறுவதற்கு முன், நான் இரண்டிரண்டாய் அடி வைத்து என் அறைக்கு விரைந்தோடினேன்.

முதல் காதலையும் முதல் முத்தத்தையும் மறக்க முடியாதென்று சொல்வார்கள். முதல் மோட்டார் பைக் சவாரிக்கு அது பொருந்துமாவென்று தெரியாது. அது என் வாழ்வை மாற்றவில்லை. ஆனால் அது எப்படி பல விஷயங்கள் வித்தியாசமானவையாக இருக்கக்கூடுமென்ற முதல் சாத்தியத்தைக் காட்டியது. ஆம், உலகை அனுபவிக்க வேறு வழிகளும் உள்ளன. உலகம் என்பது, இதுவரை எதன் உள்ளிலிருந்தோ எனக்குப் பாதுகாப்பாகத்தான் அமைந்து போயிருந்தது. இது நாள்வரை காரினுள், புத்தகத்துள், பெற்றோரின்

சீரிய வழிகாட்டுதலுள் என்று எதனுள்ளோ பாதுகாப்பாக அடைக்கலம் கொண்டபடி மட்டுமே இருந்திருக்கிறேன். பிளாஸ்டிக் அல்லது உலோக நாற்காலிகளுக்குள்ளும், புத்தகங்களின் வறட்சியான பக்கங்களில் முடங்கியபடியும் மூச்சுத் திணறவைக்கும் அன்பின் பிடிக்குள்ளும் இதுநாள்வரை பொதிந்து கிடந்திருக்கிறேன். வாழ்க்கையின் பிற எல்லாப் பக்கங்களும் காட்சிகளும் பாதுகாப்பான எச்சரிக்கையான தூரத்தில் தட்டையான ஒரு பொதுப் பார்வையாக மட்டுமே எனக்குப் புலப்பட்டிருந்தன.

வெளியே இருப்பதென்பது பாதுகாப்பிலிருந்து ஒரு அடி தள்ளியிருப்பது போன்றது. மோட்டார் பைக்கில், உலகம் நம்மை நோக்கி பல திசைகளிலிருந்தும் விரைந்துவருகிறது. அதனோடு காற்றும், மரங்களின் வண்ணங்களும் வானும் விரைகின்றன. நீங்கள் எல்லாவற்றையும் உணர்ந்து கொள்ளும் நிலையில் எல்லாவற்றுக்கும் வெளிப்படுகிறீர்கள். கதிரவனின் ஒளி உங்கள் முதுகில், முகத்தில் ஒளிர்கிறது. காற்று தொண்டையினுள் பறந்து வந்து இறங்குகிறது. அப்போது நீங்கள் தனிப்பட்ட மகத்தான ஓர் அசைவேயன்றி வேறெதுவும் இல்லை.

நாங்கள் எங்கள் சுற்றுப்புறப் பகுதியிலிருந்து விலகி, மக்கள் கூட்டம் அதிகமுள்ள கடைகளிலும், மாமிச விற்பனைக் கடைகளும் காய்கறி பஜார்களுமாய்ப் பெரும்பாலும் பரபரப்பாக இயங்கிக் கொண்டிருக்கும் லைதும்கராவுக்குள் நுழைந்தோம். இன்று வீதிகள் வெறிச்சோடி யிருந்ததால் நாங்கள் வாகன நெரிசலில்லாமல் சுலபமாக விரைந்து சில பாதசாரிகளையும் போக்குவரத்துத் தடுப்புகளையும் கடந்து சென்றோம். நான் மெல்வினை இறுக்கிப் பிடித்துக் கொண்டு உரக்கச் சிரித்தபடி சென்றேன். தெருக்களில் கால்பந்தும் கிரிக்கெட்டும் ஆடிக் கொண்டிருந்த சிறுவர்களைக் கடந்தோம். பெரியவர்கள் எங்களைப் பார்த்து மிகுந்த வெறுப்போடு 'கின்னா டகாய்டு' என்று சொன்னது நன்றாகக் கேட்டது. அது எனக்குக் கிளர்ச்சியூட்டியது. இது எந்தப் புத்தக வாசிப்பைவிடவும் சிறந்தது என்று நினைத்தேன். இது உண்மையானது, அனுபவப்பூர்வமானது. புறநகருக்கு வந்த போது வீதிகள் மேலும் வெறிச்சோடிக் கிடந்தன. நான் மெல்வினின் லெதர் மேல்கோட்டை விட்டுவிடக்கூடாதென்று அதை இறுகப் பற்றிக் கொண்டேன். அது எனக்கு எந்த அளவுக்குக் கிளர்ச்சியூட்டியதோ அதே போல அச்சமூட்டுவதாகவும் இருந்தது. இருப்புக் கொள்ளாமல் அங்கூவிடம் இதை உடனே பகிரத் தோன்றியது; பிறகுதான் அடுத்தவீடு காலியாகிவிட்டது என்பதே நினைவுக்கு வந்தது.

இவ்வுலகமே ஒரு காட்சிப்பிழையாக மாறி விடும் வண்ணம் மெல்வின் மேலும் படுவிரைவாக ஓட்டவேண்டுமென்று திடீரென்று தோன்றியது, எங்களுக்கு முன்னால் கிறிஸ்ஸையும் கிரேஸையும்

பார்க்க முடிந்தது. அவள் கூந்தல் காற்றில் பறக்க, அவன் காதில் ஏதோ கிசுகிசுக்கக் குனிந்தாள். பிறகு ஓடும் வண்டியில் பாதி நின்றபடி தேவதைகளைப் போலக் கைகளைக் காற்றில் விரித்தாள். அவளது கண்கள் மூடியிருந்தன. எனக்கும் அவ்வாறு செய்ய ஆசையிருந்தும் விழுந்துவிடுவேனோவென்று அஞ்சினேன். சடுதியில் நாங்கள் ஊரிலிருந்து வெகுதொலைவு வந்துவிட்டோம். அடுக்கடுக்கான கரிய நிறப் பாறைகளால் அடையாளப்படுத்தப்படும் கரடுமுரடான பொட்டல்வெளி நாட்டுப்புறத்தில் வண்டியை ஓட்டிக் கொண்டிருந்தோம். அங்கே அறுவடை செய்யப்பட்ட வயல்வெளிகளும், வரிசையான குடிசைகளும் இருந்தன. அதிலிருந்து ஓடிவரும் சிறுவர்கள் சாலையோரம் நின்று எங்களை நோக்கிக் கை அசைத்தனர். நாங்கள் சென்று சேரப் போகும் இடம் எதுவென்று எனக்குத் தெரியவில்லை. ஆனால் அது அவ்வளவு முக்கியமான தாகவும் தோன்றவில்லை. நாங்கள் ஷில்லாங்கின் பதட்டத்திலிருந்தும், வீடென்ற கூண்டிலிருந்தும், பெற்றோரின் கழுகுக் கண்களிலிருந்தும் வெகு தூரத்தில் இருந்தோம். இவ்வளவு வருடங்கள் கழிந்த பின், அந்த நாளை நினைத்துப் பார்க்கையில் அந்தப் பிற்பகலைத்தான் நான் முதிர்ச்சி பெற்று வளர்ந்த நாளென்று அறிகிறேன்.

இறுதியாக சாலை குறுகி இருபுறமும் அழகிய மூங்கில்கள் ஓங்கிய ஒற்றையடி மண் பாதையாகியது. சட்டென்று எதிர்ப்பட்ட ஒரு திருப்பத்திற்குப் பின் ஒரு இரும்புக் கதவின் முன் நிறுத்தினோம்.

'இதென்ன இடம்?' என்றாள் என் அக்கா.

"நீயே பார்க்கப் போகிறாய்" என்று பதிலளித்தான் கிறிஸ்.

நாங்கள் ஒரு சரிவின் மீது ஏறி உச்சியை அடைந்தபோது எனக்கும் கிரேஸுக்கும் மூச்சுத் திணறியது.

'லயத்லுமுக்கு நல்வரவு' என்று கிறிஸ் நாடகீயமான உடலசை வோடு அந்த நிலக்காட்சியைச் சுட்டிக் காட்டினான்.

ஒரு பள்ளத்தாக்கின் முன்பாக ஒரு வயலில் நாங்கள் நின்று கொண்டிருந்தோம் தூரத்தில் போகப்போகப் பெருகிக்கொண்டே போவது போலத் தோன்றும் மடிப்பு மடிப்பான செறிவான மலைத் தொடர்கள் பச்சை, நீல வண்ணச் சாயல்களில் அடுக்கப்பட்டவை போல இருந்தன. ஏதோ கடைசிவரை உலகத்தில் மலைகள் மட்டும் இருப்பதுபோல் இந்தக் காட்சி நீண்டு விரிந்தபடி எல்லையற்றதாக இருந்தது. இங்கும் நிசப்தம் இருந்தாலும் அது வேறுமாதிரி இருந்ததைக் கவனித்தேன். காற்று மெல்லிதாகவும் பின்மதியத்து வெப்பம் நிறைந்த தாகவும் இருந்தது. சஞ்சலத்தையோ கழிவிரக்கத்தையோ அது சுமந்து கொண்டிருக்கவில்லை.

ஜெனிஸ் பரியத் ◆ 139

கிரேஸ் பலமாகச் சிரித்தாள். அவளை இத்தனை மகிழ்ச்சியாக நான் வெகுநாட்களாகக் கண்டிருக்கவில்லை.

வயல்வெளியின் விளிம்புக்கு நடந்துசென்றோம், அங்கிருந்து ஒரு பள்ளத்தாக்கு சடாரென்று செங்குத்தாக இறங்கியது. காற்று ஒன்று சுழன்று வந்தது, கண்ணுக்குப் புலப்படாத அதன் கைகளால் எங்களைத் தள்ளியது. ஈர மணல் நிறத்தில் பாறைகள் எங்களைச் சுற்றி சிதறிக்கிடந்த அந்த இடத்திலிருந்து, சரிவில் ஒரு ஒற்றையடிப்பாதை கீழே பள்ளத்தாக்கிற்குச் செல்லும் பாதிவழியில் உள்ள ஒரு தொங்கு பாறையில் இருந்த ஒரு கிராமத்துக்குச் சென்றது. என் மனதிற்குள் ஒலித்த ஒரு சிறிய குரல் இந்நேரம் பெற்றோர் வீட்டுக்கு வந்திருப்பார்களென்று சொல்லியது. நாங்கள் விட்டுச்சென்ற குறிப்பில் லைதும்கரா வரை நடந்து போய் வருகிறோம் என்று எழுதி வைத்திருந்ததை அவர்கள் வந்து பார்த்திருப்பார்கள் என்று கற்பனை செய்தேன். அவர்கள் கவலை கொள்வார்கள். வேகமாக இங்குமங்கும் நடந்தபடி எங்கள் வருகைக்காகக் காத்திருப்பார்கள். திடீரென்று ஒரு குற்ற வுணர்ச்சி போல காற்று என்னை ஆங்காங்கு குத்தியது.

'நாம் இப்போது ' என்று தொடங்கியதை,

'உட்காரலாமா?' என்று முடித்தாள் என் அக்கா. அங்கே ஒரு பெரிய தட்டையான பாறையைச் சுட்டியபடி.

அவர்கள் வசதியாக அமர்ந்து கொண்ட பிறகு எனக்கும் வேறு வழியில்லை. எத்தனை நேரம் வெளியே இருக்கப் போகிறோமென்று வியந்தேன். மெல்வின் ஒரு சிகரெட்டைப் பற்றவைத்துப் பிறகு தனது மேல்கோட்டிலிருந்து ஒரு ரம் போத்தலை எடுத்தான். மூடியைத் திருகிக் கழற்றி ஒரு மிடறு குடித்தபின் என்னிடம் நீட்டினான். மதுவின் மணம், இனிமையாகவும் காரமாகவும் துளைத்தது.

நான் தயங்கினேன்.

'ம்..எடுத்துக்கொள். ஒரு மிடறு அருந்து. இங்கு குளிரெடுக்கத் தொடங்கிவிடும் ' என்றான் கிறிஸ்.

நான் கிரேஸைப் பார்த்தேன். அவளோ சிகரெட்டைப் பற்ற வைத்துக் கொண்டிருந்தாள்.

'ஆம். இப்போது நாம் கொண்டாடிக் கொண்டிருக்கிறோம்' என்றான் கிறிஸ்.

ரம் என் தொண்டையை எரித்தது. எவ்வளவோ தவிர்க்க முயன்றும் கொஞ்சம் துப்பினேன். உடனேயே ஒரு வெள்ளிச் சொட்டு என் நெஞ்சினுள் இறங்கி என்னைக் கதகதப்பாக்கியது. நான் மேலும் சில மிடறுகள் சிறிது சிறிதாய்க் குடித்தபின் போத்தலைக் கைமாற்றி னேன். ஒரு வித கிளுகிளுப்பும், இன்னதென்று கூற முடியாத உற்சாக

எழுச்சியும் என்னுள் வளர்ந்தது. சட்டென்று துள்ளிக் குதித்தபடி 'மகிழ்ந்திருப்பது எங்கள் உரிமை' என்று உரக்கக் கத்தவேண்டும் போல இருந்தது. என்னைச் சுற்றி நடந்த உரையாடல்கள் தூரத்து முணு முணுப்புகள் போலத் தோன்றின. முகப்பு அட்டை வடிவமைப்பு, பாடல் வரிசை ஆகிய எல்லாம் ஷில்லாங்கிலேயே முன்பு எவரும் எப்போதும் செய்திராத வகையில் இருப்பது குறித்து அவர்கள் பேசிக் கொண்டனர். அது ஆல்பம் பற்றியதாக இருக்குமென்று நினைக் கிறேன். நிழல்கள் அங்கே இருந்த சரிவுகளில் நீண்டவுடன் அனைவரும் மௌனமானோம். எங்கள் பின்னால் யாரோ வேகமாக நடந்து வரும் ஓசை கேட்டது, ஒரு வயோதிகர் தோளில் மூங்கில் கூடையைச் சுமந்தவாறு வந்தார்.

'கும்னோ மாமா ' என்று மெல்வின் அவரை விளித்தான். அவரும் அவனை இனம்கண்டு கொண்டபடி தலையாட்டினார். மூத்தவரா யினும் அவரின் முகம் வழவழப்பாக சுருக்கங்களில்லாமல் இருந்தது. அவர் கண்கள் கூர்மையாகவும் நதிகளில் இருக்கும் கூழாங்கல் போல ஒளிர்ந்து கொண்டும் இருந்தன. அவர் கவனமாக நடந்து பள்ளத் தாக்கில் உள்ள பாதை வழியே கிராமத்திற்குச் சென்றதைக் கண்டோம். அவர் ஒரு வளைவில் திரும்பியதும் பாறையின்பின் சென்று மறைந்தார்.

'இந்த இடத்திற்கு ஏன் லயத்லும் என்று பெயர்?' என்று திடுக் கென்று கேட்டான் மெல்வின்.

'மலைகள் விடுதலை செய்யப்படும் இடம் என்று பொருள் ' என்றாள் கிரேஸ்.

'சரி. ஆனால் அது ஏன் அப்படி? நீங்கள் காஸிகள்தான் எல்லா வற்றுக்கும் ஒரு கதை வைத்திருப்பீர்களே?'

'நிச்சயமாக ஏதாவது ஒரு கதை இருக்கும். ஏதாவது கொடூர அரக்கன், அல்லது குரூர சர்ப்பம், இல்லையென்றால் யாரையாவது ஆவிகளும் நீர் தேவதைகளும் பீடித்திருக்கும். யாருக்கு வேண்டும்' நாட்டுப்புறக் கதைகள். எல்லாம் வெறும் குப்பை' என்றாள் அவள்.

கிறிஸ் குடித்துக்கொண்டே 'ஏன்?' என்றான்.

'ஏனென்றால் நாம் வாழும் வாழ்க்கைக்கும் அதற்கும் தொடர் பில்லை. அவை உண்மையில்லை'.

'உனக்கு வேண்டுமானால் உண்மையில்லாமல் இருக்கலாம். ஆனால்...'

'நீயேதான் என்ன நடக்கிறது என்று பார்க்கிறாயே' அவள் குறுக் கிட்டாள். தங்கள் சொந்த நகரத்தின் சாலைகளிலேயே ஒருவரை யொருவர் சுட்டுக்கொண்டு இறக்கும்போது நாட்டுப்புறக் கதைகளுக்கு நேரம் ஏது?'

‘ஒரு வேளை அதன் தேவை இப்பதான் அவசியமோ என்னவோ’.

அக்கா இல்லையென்று தலையாட்டினாள் ‘ஒரு காலத்தில் எப்படி வாழ வேண்டும் என்பதையும், வாழ்க்கையைப் பற்றியும் அந்தக் கதைகள் எல்லாம் போதித்திருக்கலாம்... இனிமேல் அப்படி இல்லை. இப்போதெல்லாம் நாமே அனுபவத்தில் தெரிந்துகொள்ள வேண்டியது தான். இந்தக் கருமத்திலிருந்து நம்மைக் கைதூக்கிவிட எவரையும் சார்ந்திருக்கக் கூடாது.’

நாங்கள் வெகுநேரம் அமைதியாக அமர்ந்து, காற்றின் ஓசையைக் கேட்டவாறு, உயர்ந்து எழும் மூடுபனி மரங்களினூடாக வடிவு மாறியதைக் கண்ணுற்றபடி இருந்தோம். அவை முகங்களைப்போல இருந்தன. தினமும் வீதியில் நாம் பார்க்கும் கண்கள், நம்மைக் கண்டதும் பார்வையை வேறிடம் திருப்பிக்கொள்ளும் கண்கள். காரணம்... பொறுப்பற்ற தோட்டாக்களின் நகரத்தில் அனைவரும் அன்னியரே. சில சமயம் அந்த மூடுபனி நீரில் ஒளி போலப் பிரிந்து, தடங்களையும் சாளரங்களையும் கதவுகளையும் திறந்து வீடுகளாய் தடித்த உருவடைந்தது. அது சிறகணிந்த நடனக் கலைஞர்கள் வாள் வீசுவதைப் போலவும், பண்டைய பழங்குடிகளின் பெருயுத்தங்களை எண்ணி அவர்கள் கரைந்து புலம்புவது போலவும் சுழன்றது; அது பெண்களைப்போல நுனிக்கால்களில் மெதுவான நளினமான கோடுகளில் நகர்ந்தது. அந்த மூடுபனியே எங்கள் வரலாறு.

பள்ளத்தாக்கின் மறுபுறத்தில் கதிரவன் வானத்தை உதறி மலைகளுக்குப் பின்னால் விழுந்திருந்தான். நாங்கள் முகில்களில் குருதி பெருகுவதைக் கண்டோம்.

கிறிஸ் இறுதியாக இப்படிச் சொன்னான் “இங்கே உட்கார்ந் திருக்கும்போது வாழ்க்கையின் எல்லா அசிங்கங்களும் தூரப்போனது போல இருக்கிறது.”

மெல்வின் இங்கே ஒரு குடில் கட்டுவேனென்றான். காற்றிலிருந்தும் மழையிலிருந்தும் காப்பாற்றிக் கொள்ள ஒரு கல் குடில். தனது டிரம்ஸ்களை ஒழுங்காகப் பரப்பி வைத்துப் பாதுகாப்பதற்கு!

‘நாங்களும் அப்படியே உன்னோட சேர்ந்து வசிக்க வந்து விடுவோம்’ அக்கா சிரித்தாள்.

‘நாள் முழுக்க இசைக்கலாம்’.

‘அப்படியே குடிக்கவும் செய்யலாம் ’ என்றான் கிறிஸ் ஏறத்தாழ காலியான போத்தலை உயர்த்தியபடி.

‘யாரும் நம்மைத் தொந்தரவு செய்ய மாட்டார்கள், இது நமக்கே நமக்கான இடம்’. என்று கிரேஸ் முடித்துக் கொண்டாள்.

வெளிச்சம் முழுவதும் மங்கி மறையும் வரை, ஆழ்ந்த நிழல்கள் பள்ளத்தாக்கினுள் நீளும் வரை நாங்கள் அங்கிருந்தோம். காற்று சில்லிட்டது. எங்கள் பைக்குகளின் ஒளி இருட்டை விரட்டியபடி இருக்க, நாங்கள் ஆரவாரமின்றி அவற்றை ஓட்டிக்கொண்டு திரும்ப வந்தோம்.

அடுத்த வருடம் பல மாற்றங்கள் ஏற்பட்டன. அரைகுறையாக நின்றிருந்த வியாபார வேலை ஒன்றை முடிப்பதற்கு ஷில்லாங் வரை பயணித்து வந்த தன் தந்தையுடன் என்னைக் காண்பதற்காக அங்கூ வந்திருந்தான். அவர்கள் இப்போது அஸ்ஸாமின் தென்பகுதியான திப்ரூகரில் வசிக்கிறார்களாம். 'வாழ்க்கை எப்படியிருக்கிறது' என்றபோது, பரவாயில்லை என்றும், கிரிக்கெட் விளையாட நிறையப் பேர் கிடைத்திருப்பதாகவும் சொன்னான். இது இணையம் வருவதற்கு முந்தைய காலமாதலால், சில கடிதப் பரிமாற்றங்களுக்குப் பிறகு என் நண்பனை நான் சந்திக்கவேயில்லை. எங்களுக்கும் கேபிள் டிவி கிடைத்தது. அதிலும் எம்.டி.வி. விடிய விடிய விடாமல் பார்த்ததில் வெகுநாள் முன்பான அன்றொரு மதியத்தில், கிறிஸ் என்னையும் அங்கூவையும் கேட்கவைத்த அந்தப்பாடல், நிர்வாணா குழுவின்.. 'பதின்பருவ வாசனையாய் மணப்பது' என்ற பாடல் என்று அறிந்தேன். ஒரு யுகம் ஆரம்பித்து முடிந்து போன மாதிரி இருந்தது.

கிறிஸ்ஸும் என் அக்காவும் உறவை முறித்துக் கொள்ளவில்லை. ஆனால் அவர்கள் சேர்ந்தும் இல்லை. நாங்கள் லயத்லுமுக்கு சென்று வந்த சில மாதங்களில், கிறிஸ்ஸின் பாட்டி இறந்துவிட்டார். ஷில்லாங்கில் பல தலைமுறையாக வாழ்ந்ததன் விளைவாக, உண்மை யான காஸி கலாச்சார முறைப்படி, அவர்கள் 'த்வார்கஸூயி'தில் வீட்டுத் துணிகளைக் கழுவும் 'சைத்ஜைன்' சடங்கிற்காகக் குடும்பத்து டன் கூடினர். வழக்கமாக இது போன்ற சம்பவங்கள் நிகழும்போது நடப்பது போல, இந்த விபத்து குறித்த விவரங்களும் வெவ்வேறு வகையாக மாறக்கூடும், ஆனாலும் பெரும்பாலும் என்ன நடந்திருக் கும் என்றால் கிறிஸ் வழுக்குப் பாறையில் தன்நிலை இழந்து நதிக்குள் விழுந்திருப்பான். நல்ல நீச்சல் வீரனாயிருந்தாலும் நீரினடியில் இருந்த ஓட்டத்தின் வேகத்தில் அவன் இழுத்துச் செல்லப்பட்டிருக்கலாம்... மெல்வின் அவனைக் காப்பாற்றுவதற்காக குதித்தபோது அதில் வெற்றி பெற்றுவிடுவானென்றே தோன்றியது. அவன் கிறிஸ்ஸைக் கரைக்கு இழுக்கப் பார்த்தான், ஆனால் அதற்குள் நேரம் கடந்து விட்டிருந்தது, இருவரும் நீரில் மூழ்கினர். அதுவும் நீர்த் தேவதைகள் நீரினுள்ளிருந்து அழைக்கும் நேரமென்று சொல்லப்படும் நடுமதியப் பொழுதில்...

சில வாரங்களுக்கு என் அக்கா தன் அறையிலிருந்து வெளியே வரவேயில்லை. இரண்டு வாரத்துக்கு முன்னர் அந்த இசைக்குழு

வெளியிட்டிருந்த ஆல்பத்தை மீண்டும் மீண்டும் கேட்டவாறு அவள் கிடந்தாள். நான் அவள் அறைக்கதவின் வெளியே புத்தகம் ஒன்றை இறுகப்பிடித்தபடி, அவர்கள் எங்களை விட்டு எப்படி விலகிப் போனார்களென்று புரியாமல் விழித்தபடி இருந்தேன்.

ஆல்பம் ஒரு சிறிய, உற்சாகமான வரவேற்பைப் பெற்றிருந்தது. ஆனால் அந்தப் பாடல்கள் காதலைப் பற்றி ஏன் இல்லை என்பதை மட்டும்தான் மக்களால் புரிந்து கொள்ள முடியவில்லை. மாறாக அவை கோபமாக ஒலித்தன. உலகுக்கு எதிரான குரலெழுப்பி, அதன் தோல்விகளை அவை கண்டித்திருந்தன.

'என்ன ஒரு முட்டாள்தனமான வாழ்க்கை'

கிறிஸ் பாடியிருந்தான்

'என்ன ஒரு முட்டாள்தனமான வாழ்க்கை'

என் அக்கா அந்த இசையைத் தன் நெஞ்சினுள் வைத்தாள். விபத்துக்குப் பின்னர் சர்ச்சுக்கு செல்வதற்கு மறுத்தாள். தான் ஏற்கனவே குழம்பியிருந்ததாகவும், இப்போது கடவுளே இல்லை என்ற தீர்மானத்துக்கு வந்து விட்டதாகவும் சொன்னாள். இம்முறை என் பெற்றோர்கள் அவளிடம் விவாதம் செய்யவியலாமல் பிடிப்பின்றித் தவித்தனர். அவளின் நண்பர்கள் முதலில் அவளின் சோகத்தைப் புரிந்துகொண்டாலும் பின்பு அங்கே வந்து செல்வதை நிறுத்திக் கொண்டனர். அணிவகுப்புகள் ஓரிருவரெனக் குறைந்தது. மைக் ஓரிருமுறை வந்தான். எந்தக் குறிப்பான காரணமுமின்றித் திருப்பி அனுப்பப்பட்டான். கிறிஸ் மெல்வின் குடும்பத்தால் முன்னேற முடியவில்லை. மாநிலத்திலிருந்த வன்முறையாளர்களின் அராஜக வசூல் பலமாகவும் வலுவாகவும் ஆனதால் ஒவ்வொன்றாக அவர் களின் வியாபாரம் முடங்கிக்கொண்டே வந்து மூடப்பட்டது. கடை களையும் உணவகங்களையும் திறந்துவைத்திருப்பது அவர்களுக்கு சாத்தியமாகவில்லை. கடைசியாக அவர்கள் ஊரைக் காலி செய்து, கல்கத்தாவுக்கோ கனடாவுக்கோ சென்றுவிட்டதாக அம்மா சொன்னாள், யாருக்கும் தெரியவில்லை. லயத்லும், பொது மக்களுக்கு மூடப்பட்டது. வாயிலருகே 'இங்கே சச்சரவு செய்யாதீர்' என்று வைக்கப்பட்டிருந்த பலகை வாசகத்தையும் மீறி மக்கள் அங்கே குடித்தும் சண்டையிட்டும் கிடந்தார்கள் என அறிந்தேன். மலை களைப் போலவோ மூடுபனியைப் போலவோ விடுதலை என்பது, ஒரு வாழ்நாள் முழுவதும் நீடிப்பதில்லை. எதிர்பாராத பின் மதியங் களில் அது வந்து போய்விடுகிறது.

■

ஆகாய சமாதிகள்

தமிழில்: சுரேஷ் பாபு

இறுதிச் சடங்குகளின்போதுதான் பொதுவாக மக்கள் கதை சொல்வது வழக்கம். 'இயங்க் இயாப் பிரு' எனப்படும் மூன்று இரவுகள் நடக்கும் அச்சடங்கில் இறந்தவர் வீட்டின் கதவு, ஜன்னல்கள் எல்லாம் திறந்து வைக்கப் பட்டிருக்கும். இந்த இரவுகளில் சில சமயம் இருக்கை ஒன்று சாய்ந்து விழும். மரக்கதவுகள் படபடவென அடித்துக் கொள்ளும் அல்லது கோப்பை ஒன்று தரையில் விழும். இதெல்லாம் இறந்தவரின் ஆவி அங்கு வருவதன் அடையாளங்கள். தான் நீத்துச் செல்லும் இந்த உலகுடன் சமாதானம் கொள்ள இறந்தவர் விட்டுச் செல்லும் மர்மமான அறிகுறிகள் என்று சிலர் இவற்றை நம்புவதுண்டு. இந்த இரவுகளில் சீட்டு அல்லது கேரம் விளையாடி பலர் நேரத்தைக் கடத்துவர்; பெண்கள் அடுப்படியில் மறுநாள் வருபவர்களுக்காக பாக்கு மற்றும் புகையிலையை இடித்துக் கொண்டே இறந்தவர்களைப் பற்றியும் அவர்களை இழந்து தேற்ற முடியாமல் வாடுபவர்களைப் பற்றியும் மெதுவாகப் பேசிக் கொண்டிருப்பார்கள்.. இன்னொரு அறையின் இருண்ட மூலை ஒன்றில் ஒரு கணப்பு அடுப்பைச் சுற்றி ஒரு பழக்கமான பெண்ணின் அணைப்பில் கிடைப்பது போன்ற இதமான வெதுவெதுப்பையும் வெளிச்சத்தையும் நுகர்ந்தபடி ஆண்கள் கூட்டம் ஒன்று அமர்ந்திருக்கும்.

அப்போது காலியான தேவாலயங்களுக்குள் உணர்ச்சிகளை வெளிக்காட்டாத கல்லாலான புனிதர்களிடம் குடிபோதையில் பேசிக் கொண்டிருந்த குடிகாரர்கள் குறித்த வேடிக்கைக் கதைகள், விலங்குகளை வேட்டையாடச் சென்று வெற்றிகரமாகவும், சில சமயம் பெரும் தோல்வியிலும் முடிந்த நிகழ்வுகள், காட்டுக்குள் தனியே பயணம் செய்தது பற்றிய கதைகள், என்று பலவும் பேசப்படும். அந்தக் கதைகளில் இடம் பெறும் பாத்திரங்கள், முன்பின் தெரியாதவர்கள்; ஆனாலும் ஆண்டுக் கணக்கில் திரும்பத் திரும்பச் சொல்லப் படுவதால் உண்மையானவர்களாகவும் நெருக்கமானவர்களாகவும்

தோன்றக்கூடியவர்கள். திருவிழாக்களிலும், மகிழ்ச்சியான நிகழ்ச்சி களிலும்கூடக் கதைகள் சொல்லப்படுவதுண்டு. ஆனால் மரணச் சடங்குகளில் சொல்லப்படும் கதைகள் தனிச்சிறப்புடையவை. காரணம்—இவை கேட்பவர் மற்றும் சொல்பவரின் இருப்பை உறுதிப் படுத்துகின்றன. சமயங்களில் இந்நினைவுகள் இறந்தகாலத்தை நிகழ்காலத்துக்கு இழுத்து வந்து கொண்டுவந்து இறந்தவர்களையும் கூட மீண்டும் உயிர் வாழச் செய்துவிடுகின்றன.

பாஹ் ஹெம் சாதாரணமாகக் கதைகள் சொல்வதில்லை. அவர் மற்றவர்கள் சொல்வதைக் கேட்டுக்கொண்டு தனியாக அமர்ந்திருப் பார், அவரது கண்கள் கனன்று கொண்டிருக்கும் கரித் தணலின் மீது நிலைகொண்டிருக்கும். இருப்பினும் அமைதியான மெல்லிய குளிர் பரவும் இரவுகளில் கதை சொல்லுமாறு அவரைத் தூண்டி விட முடியும். அரிசியில் தயாரித்த பீர் அல்லது கடுப்பான சுள்ளென்ற கியாட் பானத்தை அவர் அருந்தியிருக்கும்போது அவரிடம் அன்பைப் பற்றிக் கதை கேட்டால், அவர் பறவைகள் சென்று இறந்து போகும் இடத்தில் இருந்து வந்தவனைப் பற்றிச் சொல்ல ஆரம்பிப்பார். பொது வாக எல்லாக் கதைகளும் சொல்ல ஆரம்பிக்கும்போது நிகழ்வது போல, அப்போது, அந்த அறையும் வார்த்தைகளால் புதிதாக உருமாற ஆரம்பிக்கும். "ஒரு செப்டம்பர் மாதத்தின் கடைசியில் அவன் வந்தான்" என்று அவர் தொடங்குவார். "பருவமழையின் நினைவுகள் இலையுதிர்காலத்தின் மெல்லிய ஒளிக்கீற்றுகளால் மறைய ஆரம்பித்த நேரத்தில் ஒரு அமைதியான வேட்டைக்காரனைப் போல எனது பட்டறைக்குள் அவன் மெதுவாக வந்தான்.."

அந்தப் புதியவனுக்கு அங்கே பல ஆச்சரியங்கள் காத்திருந்தன. இது வெளியுலக வாசனை இல்லாத மிகவும் தனிமையான பகுதி. கறாரான உள்ளூர் சட்டங்களும், பக்தி சிரத்தையாக தேவாலயங் களுக்குப் போகிறவர்களும் இருக்கும் இந்த இடம் கண்டிப்பாக அன்னியர்களுக்கானதல்ல.

"நான் ஜாடிங்காவிலிருந்து வருகிறேன்" அன்னியமான மெல்லிதாக ஒலித்த அவனது குரல் இந்த மலைகளைச் சேர்ந்தவர்களுடையதல்ல. "ஓஹோ... நீ அவ்வளவு தூரம் பயணம் செய்து இங்கு வந்தாயா?" அந்தப் பட்டறையின் உதவியாளரான பாஹ் க்ராவ், அவர் கையிலிருந்த உப்புக்காகிதம் போன்ற கரகரத்த குரலில் கேட்டார். அவர் கிட்டத்தட்ட இந்தப் பட்டறையின் துவக்கத்திலிருந்து பதின் மூன்று வருடங்களாக இங்கிருப்பதால், இங்கு வருபவர்களில் யாருக்கு எந்த அளவு மரியாதை கொடுக்கலாம் என்று முடிவு செய்து கொள்ளும் உரிமையையும் தனக்குத் தானே அளித்துக் கொண்டிருந் தார். புதிதாக வந்த இளைஞன், சமவெளியில் வாழும் மக்களுக்கே

உரிய கரிய நிறத்தோடு உயரமாகவும் மெலிவாகவும் இருந்தான்; அமைதியாகத் தோற்றமளித்தான். அவனுக்கு இருபது வயதுக்கு மேல் இருக்காது, ஆனால் சிந்தனையில் ஆழ்ந்திருப்பது போன்ற கூர்மை யான அவனது கண்கள் அவனை முதிர்ந்தவனாகக் காட்டின. அவன் கையில் நல்ல திடமான 10 கேஜ் இரட்டைக் குழல் துப்பாக்கி இருந்தது. மிக அதிகமாகப் பயன்படுத்தப்பட்டிருந்த அது மெருகேற்றப் பட வேண்டிய நிலையில் இருந்தது.

"நீ இப்படி இத்தனை தூரம் வந்திருப்பது ஏனென்றால் பாஹ் ஹெம் தான் இங்கே சிறந்தவர், துப்பாக்கியைக் கையாள்வதில் முதன்மையானவர்" மூலையில் இருந்த ஒரு கனவானிடமிருந்து குரல் வந்தது; ஒரு ராயல் டஸ்க் விஸ்கியைச் சுற்றி, புகையிலையை விரல் களில் கசக்கியபடி கும்பலாக, காக்கைக் கூட்டம் போல அவர்கள் அமர்ந்திருந்தனர்.

"குறிபார்த்துச் சுடுவதிலும் கெட்டிக்காரரர்" இன்னொருவன் சொன்னான், "ஒரே துளையில் நான்கு..." அவன் சமீபத்தில் நடந்த துப்பாக்கி சுடும் போட்டியைக் குறிப்பிட்டான். அதில் பாஹ் ஹெம் இலக்காக அமைந்திருந்த ஒரே துளைக்குள் நான்கு தோட்டாக்களை சுட்டு வென்றிருந்தார். அந்தக் கேடயம் பணிமனையின் அலமாரியில், பழைய தூசி படிந்த மற்ற கேடயங்களின் நீண்ட வரிசையில் சேர்ந்திருந்தது. அவற்றில் மிகப் பழையவை அதிகம் தூசிபடிந்து கருத்துப் போயிருந்தன. ஒவ்வொன்றிலும் உள்ள தூசியின் அடர்த்தியை வைத்து அவை எத்தனை பழையவை என்று எடை போட முடிந்தது.

"ஒரே துளையில் நான்கு" பாட்டிலைத் தூக்கிக்காட்டிப் பலரும் கும்பலாக உற்சாகக் குரலெழுப்பினர்.

பாஹ் ஹெம் எதையும் கவனிக்காமல் ஒரு மேசையில் அமர்ந்து, எழுதிக் கொண்டிருந்தார். அவரது விரல்களுக்கிடையில் ஒரு சிகரெட் இருந்தது. கடைசியில் அந்தப் புதியவனைப் பார்த்தார்.

"இது உனக்கு எங்கே கிடைத்தது"

"என் அப்பா ஹாஃப்லாங்கில் இருந்து வாங்கிவந்தார்"

பாஹ் ஹெம் அமைதியாக அந்த ஆயுதத்தை வாங்கி ஆராய்ந்தார். துப்பாக்கிக் குழலுக்குள் தன் விரல்களை ஓட்டிப்பார்த்தார். சட்டென்று ஒரு சில அசைவுகளால் தோட்டாக்களை அதிலிருந்து வெளியே எடுத்துவிட்டு, அங்கிருந்த ஒரே ஒரு ஜன்னல் வழியாக வெளியே குறிபார்த்தார். "வியூ ஃபைண்டரில் பிரச்சனை"

"அதைத்தான் என் அப்பாவும் சொன்னார்" அந்த இளைஞன் குறுக்கிட்டுச் சொன்னான்.

“ஓஹோ, யாரவர், ஜாடிங்காவின் பெரிய துப்பாக்கி நிபுணரோ..” பாஹ் க்ராவ் உலோகத்தை அழுத்திப் பிடிக்கும் எந்திரத்தில் உலோகத் தகட்டை வைத்துக் குனிந்து அமுக்கியபடி கேட்டார். பக்கத்திலிருந் தவர்களெல்லாம் நகைத்தனர்.

அதைக்கேட்டு அந்தப் புதிய இளைஞன் முகம் சிவந்தாலும் பதிலேதும் சொல்லவில்லை. அவனது கண்களில் கோபம் குளிர் காலத்தின் கணப்படுப்புப் போலக் கனன்றது.

“அவனைக் கண்டுகொள்ளாதே! இந்த க்ராவின் நடத்தை ஒரு பன்றியைப் போலத்தான்...” என்றபடி பாஹ் ஹெம் தனது சிகரெட்டை மேசை மீது நசுக்கினார்.

அவரது உதவியாளான க்ராவ் அதைக்கேட்டுக் கோபமாய்ப் பார்த்தார்.

“சில சமயம் அவனது முகமும் கூட அப்படித்தான்”

சுற்றியிருந்தவர்கள் வெடித்துச் சிரித்தனர். அவர்களை இந்தப் பட்டறையில் சுதந்திரமாக சுற்றித் திரிவதற்கு அனுமதிப்பதற்கு நன்றியாக அவர் என்ன சொன்னாலும் அதை ஒரு நகைச் சுவையாகவே எண்ணி அவர்கள் ரசித்துக் கொண்டிருந்தார்கள். பாஹ் ஹெம் துப்பாக்கியுடன் வெளியே வந்தார். புதியவனும் அவரைப் பின் தொடர்ந்தான். பக்கத்திலிருந்த பல் டாக்டரின் மருத்துவமனை யிலிருந்து வந்த துளையிடும் கருவியின் சத்தம் அந்தக் காலையின் அமைதியைக் குலைத்துக் கொண்டிருந்தது. அவர்களுக்கு முன் அந்தப் பிரதான சாலை வெளிறிப்போய்க் காலியாய்க் கிடந்தது.

“உனக்கு இந்தத் துப்பாக்கி எங்கிருந்து கிடைத்தது?”

அந்தப் பையன் கீழ்நோக்கியபடி வெகுநேரம் அமைதியாக இருந்தான். “என் தாத்தா கேசர் மாவட்டதில் ஒரு டாக் பங்களாவில் (ஆங்கிலேய அதிகாரிகள் தங்கும் விடுதி) காவலாளியாக இருந்தார். ஒருதடவை கொள்ளை நோயினால் பாதிக்கப்பட்டிருந்த ஒரு பிலாடி அதிகாரி (ஆங்கிலேய அதிகாரி) அங்கு தங்க வந்தார். ஆனால் அங்கு அவர் ஒரு வாரம் கூட உயிர்தரிக்கவில்லை. என் தாத்தா வேறெதையும் எடுத்துக்கொள்ளவில்லை, இதை மட்டும் தான்” என்று அவனது கையை அந்தத் துப்பாக்கியில் வைத்தான்.

அருகே கேட்ட துளையிடும் கருவியின் ஓசை, சின்ன சத்தத்துடன் நின்றது. பாஹ் ஹெம் சிகரெட்டைப் பற்ற வைத்தார்.

“எப்படிக் கண்டுபிடித்தீர்கள்” அந்த இளைஞன் கேட்டான்.

“ஹாஃப்லாங்கில் பெரிய ஆயுதச் சந்தையெல்லாம் எப்போதும் இருந்ததில்லை, எல்லாம் வங்கதேசத்தில் இருந்துதான் வருகிறது” பாஹ்

ஹெம் அந்தத் துப்பாக்கியின் கைப்பிடியில் பொறிக்கப்பட்டிருந்த பெயரைப் (G.D. பிராட்பரி) பற்றிச் சொல்லவில்லை. அந்தப் பையனும் அவனது குடும்பத்தினரும் அதைப் படித்திருக்க வாய்ப்பில்லை.

"என் தாத்தா எப்போதும் வேறெதையும் எடுத்ததில்லை"

"நிறைய எடுத்த பலரை எனக்குத் தெரியும். இருந்தாலும் அவர்களையெல்லாம் திருடர்களென்று சொல்லி விட முடியாது"

துப்பாக்கி இன்னும் நாலைந்து நாட்களில் கிடைக்கும் என்று பாஹ் ஹெம் சொன்னார்.

இளைஞன் விடைபெற்றுக் கிளம்பினான். அவன் உடனே கிளம்பவேண்டியிருந்தது. இல்லையென்றால், வழியெங்கும் இருக்கும் ராணுவ சோதனைகளைக் கடந்து அவன் நள்ளிரவுக்கு முன் வீடு செல்ல முடியாது.

ஒரு வாரம் கழித்து அவன் திரும்ப வந்தான். இந்த முறை பாஹ் க்ராவ் மற்றும் அங்கிருந்த கும்பல் அவனைக் கண்டுகொள்ளவில்லை. இப்போது அந்தக் கும்பல் குறைந்து போயிருந்தது; மூன்று பேர் மட்டுமே ஓரத்தில் சீட்டாடிக் கொண்டிருந்தனர்.

வழக்கமாக தேநீர் கொண்டுவரும் பெண் வந்ததும், பாஹ் ஹெம் அவனை "ஏதாவது சாப்பிடு" என்று உபசரித்தார். ஒரு கூடையில் மென்மையான 'ஜிங் பாம்', ஒட்டிக் கொள்ளும் 'புதாரோ', 'தங்கநிற புக்லியன்' மற்றும் தேன் சேர்த்த கெட்டியான புசியெப் குச்சிகள் என அவள் கொண்டுவந்தவற்றை விழிப்போடு கூடிய ஒரு விலங்கைப்போல ஆர்வத்தோடு அவன் சாப்பிட்டான்.

"உனது துப்பாக்கி தயார்" தனது மேசைக்கு பின்னால் வரிசையாக மின்னிக்கொண்டிருந்த ஆயுதங்களைக் காட்டி பாஹ் ஹெம் சொன்னார்.

"எவ்வளவு ஆயிற்று?"

பாஹ் ஹெம் சொன்னதும், அந்தப் பையன் தனது இடுப்பில் கட்டியிருந்த துணிப்பையை எடுத்து ஒரு தொன்மையான மதச்சடங்கு செய்வது போல மிகக் கவனமாகப் பணத்தை எண்ணினான்.

"நாம நாள்முழுவதும் இங்கே இருக்கவேண்டியதுதான்" என்று பாஹ் க்ராவ் ஒரு உலோகச் சுருளை எடுத்துக்கொண்டே முணுமுணுத்தார்.

அவன் பணத்தைக் கொடுத்துவிட்டு வெளியேறினான்.

"இதுதான் இவனைக் கடைசியாகப் பார்ப்பது என்று நினைக்கிறேன்" என்றார் பாஹ் க்ராவ்.

அப்போது ஓரத்திலிருந்து ஒரு கூச்சல் கவனத்தை ஈர்த்தது

"லா... போஹ்..."

நூற்றைம்பது ரூபாய்ப் பணயத்துக்கான அந்தச் சீட்டாட்டத்தில் யாரோ வென்றிருந்தார்கள், அந்த இளைஞன் அதோடு மறக்கப் பட்டான்.

ஆனால் அன்று இரவு அமைதியாகக் கனவு காண வழியளிக்கும் தன் வீட்டுப் படுக்கையில் படுத்திருக்கும்போது, பாஹ் ஹெம் நாதேனியேலைப் பற்றி நினைத்தார். அவன் அவரது மூத்தமகன். இரண்டு கோடைகளுக்கு முன் மரணமடைந்திருந்தான். அப்போது அவனுக்குப் பத்தொன்பது வயது, அவர்களுக்கு இன்னதென்று புரியாத இனம் கண்டுபிடிக்க முடியாத ஒரு நோயினால் அவன் இறந்திருந்தான். குமட்டலும் அசதியுமாகத்தான் அது ஆரம்பித்தது. காய்ச்சல் குறைவாக இருந்தாலும் இடைவிடாமல் இருந்ததால் அவனது புருவங்கள் எரிந்தன... தொண்டை புண்ணாகி வலியெடுத்தது. வழக்கமான பருவநிலை மாற்றத்தால் வருவது என்று அவர்களெல்லாம் நினைத்துக்கொண்டிருந்த அந்தக் காய்ச்சல் சில மாதங்களாகியும் சரியாகவில்லை. கவலைக்கிடமான அளவில் அவன் மிக அதிகமாக எடையிழந்தான். அவரும் அவர் மனைவியும் நாதேனியலை தென்னிந்தியாவில் இருக்கும் மருத்துவமனைக்கு கொண்டு சென்றனர். மிக அன்பாக நடந்துகொண்ட, அவர்களுக்குப் புரியாத உச்சரிப்பில் பேசும் அந்த மருத்துவரிடம் அவர்கள் நம்பிக்கை வைத்து வந்திருந்தனர். அவர் அந்த நோயின் பெயரைச் சொன்னார். அது மிக நீளமாக, பயமுறுத்தும்படி இருந்தது. அதைச் சொல்லும் போதே நாக்கின் மீது பாம்பு ஊர்வதைப் போல இருந்தது.

வெள்ளை அணுக்கள் வழக்கத்துக்கு மாறாக மிக அதிகமாகப் பல்கிப் பெருகுகின்றன என மருத்துவர் விளக்க முயற்சித்தார். அவனது உடலால் தேவையான அளவு ஆரோக்கியமான அணுக் களை உற்பத்தி செய்ய முடியவில்லை. அவனது நிலை மிகவும் கவலைக்கிடம், எனவே உடனடியாக சிகிச்சையை ஆரம்பிக்க வேண்டும் என்று அவர் சொன்னதை அவர்களால் புரிந்து கொள்ள முடிந்தது. இன்று வந்த இளைஞன் கதிர்வீச்சு சிகிச்சைக்கு முன் இருந்த நாதேனியேலை பாஹ் ஹெம்முக்கு நினைவு படுத்தினான். அந்த மருத்துவ இயந்திரங்களும், கொடும் உலோகங்களும் அவனது மகனிடமிருந்த எல்லா உயிர்த் தன்மையையும் கொஞ்சம் கொஞ்ச மாகத் தகர்த்துவிட்டன. "இவனைப் பார்த்தால் ஏன் அவனைப் போலவே தோன்றுகிறது? இவனது கண்களா? தாடையின் வடிவமா? அதேபோன்ற முக அமைப்பா? அல்லது விழிப்போடு கூடிய அவனது அமைதியா?" பாஹ் ஹெமுக்கு உறுதியாகத் தெரியவில்லை.

அவனைத் திரும்பவும் சந்திக்க ஏதாவது வழியிருக்கிறதா... பார்க்க வேண்டும் என்று நினைத்துக் கொண்டார்.

அப்போது வெகு நேரமாகிவிட்டிருந்தது. பல்டாக்டரின் மருத்துவ மனை மூடியிருந்தது. மூலைமுடுக்கெலாம் குளிர் நிறைந்து இருந்ததால் அக்கம்பக்கமெல்லாம் காலியாக இருந்தது. அந்த அமைதியான மாலையில், பாஹ்ற ஹெம் தனது பட்டறையில், ஒரு கைத்துப்பாக்கியை சுத்தம் செய்துகொண்டு தனியாக அமர்ந்திருந்தார். இதுபோன்ற வேலைகளை அவரே செய்ய விரும்பினார். இவை அழகான ஆயுதங்கள். சிக்கலான உலோக வேலைப்பாடுகளில் பட்டுத் தெறிக்கும் ஒளியை மெலிதான மிருதுவான அந்தத் துப்பாக்கிக்குழலைத் தனது உள்ளங்கையில் ஏந்திக் கொள்ளும் அந்த உணர்வை அவர் விரும்பி னார். அவரைச்சுற்றி எண்ணெய்ப் பிசுக்கடைந்த அந்தப் பட்டறை தாறுமாறாய்க் கிடந்தது. நகர சிறைச்சாலை மாற்றப்பட்ட நேரத்தில் அங்கிருந்து அவர் மீட்டுக் கொண்டுவந்த பெரிய மேசை அவரிருந்த மேசைக்கு முன் இருந்தது. பல வருடங்கள் மதிக்கத்தக்க உபகரணங் களும் உதிரிப் பாகங்களும் காலகாலமாக அங்கே வைக்கப் பட்டிருந்த தால் அவையெல்லாம் ஒன்றாய்ச் சேர்ந்து உலோகம், புகை மற்றும் தூசியாலான தனிப்பரப்பை அதன் மேல் உருவாக்கியிருந்தன. எந்திர எண்ணெயின் மணம் காற்றில் கலந்திருந்தது. அவர் அந்தக் கைத் துப்பாக்கியைக் கடைசியாக ஒருமுறை கவனமாக மெருகேற்றும் போது, கதவை யாரோ அவசரமாகத் தட்டுவது கேட்டது. வெளியில் காலடித் தடங்கள் கேட்டன. அன்று வந்த வித்தியாசமான அந்த அன்னிய இளைஞன் மாலை நேரக் குளிர் காற்றில் நடுங்கிக் கொண்டு படிகளில் நின்றிருப்பதைக் கண்டார்.

"தயவுசெய்து எங்களுக்கு நீங்கள் உதவவேண்டும்"

வெளியே வந்த பாஹ்ற ஹெம் அவனை வீட்டினுள் வரச் சொன்னார்.

"அதிக அவகாசமில்லை..."

"உனக்கு மிகவும் குளிருகிறது..." பாஹ்ற ஹெம் அமைதியாகச் சொன்னார், "உள்ளே வா, உன் உடல்நலத்தைக் கெடுத்துக் கொண்டு நிலைமையை மேலும் மோசமாக்கிக் கொள்வதில் எந்தப் பயனுமில்லை"

அவனது தோள்கள் தொய்ந்து தளர்ந்தன. அவர் சொன்னதை அவன் ஏற்றுக் கொண்டான். அரை பாட்டில் அளவில் இருந்த ஓல்ட் மாங்க் ஒன்றை மேசைக்கு அடியிலிருந்து தேடி எடுத்த பாஹ்ற ஹெம் அதில் ஒரு பெரிய அளவு ஊற்றி அவனுக்குக் கொடுத்தார், கணப்பு அடுப்பில் கரியைக் கொஞ்சம் அதிகமாகப் போட்டு அதை அருகில் இழுத்துக் கொண்டார்.

“என்ன நடந்தது”

“நீங்கள் எங்களுக்காக வந்து சுட வேண்டும்... ஒரு மிருகத்தை”

“என்ன மிருகம்”

அந்தப் பையன் கீழே பார்த்தான். “ஒரு புலி”

“அது ஆள்கொல்லிப் புலியா?”

கொஞ்சம் தயங்கினான். “அது ஆபத்தானது என நினைக்கிறோம். அதை இரை வைத்து வரவழைத்து வேட்டையாட முயற்சி செய்து தோல்வியடைந்தோம். எல்லோரும் உங்களைப்பற்றிச் சொல்கிறார்கள்...”

பாஹ்ற ஹெம் ஒரு சிகரெட்டைப் பற்ற வைத்துக் கொண்டார், மங்கிய விளக்கொளியில் அது மின்னியது.

“உன் பெயரென்ன?”

“காசா”

“காசா, நீ உண்மையைச் சொன்னால் மட்டும்தான் நான் உனக்கு உதவுவேன்”

பையன் ரம்மை ஒரே மடக்கில் குடித்து முகம் சுளித்தான். முகத்தில் கொஞ்சம் தெளிவு கூடியிருந்தாலும் ஏதோ ஒரு பிரச்சினை அவன் முகத்தில் தெரிந்தது.

“அந்தப் பகுதியிலிருக்கும் ராணுவத்தினர் அதைக் காயப்படுத்தி விட்டனர். அது கொஞ்ச நாட்களில் மனிதர்களைத் தாக்க ஆரம்பித்துவிடும். என் அப்பா...’ இங்கே கொஞ்சம் இடைவெளி விட்டு. “அவர் உடல்நலமில்லாமல் இருக்கிறார். இல்லையென்றால் இதை அவரே பார்த்துக்கொள்வார். அவர் மிகச் சிறப்பாகக் குறிபார்த்து சுடுபவர். நீங்களும் அப்படித்தான் என்று எல்லோரும் சொல்கிறார்கள்...”

பாஹ்ற ஹெம் சிகரெட்டை முடித்தபின் பேசினார். “சரி, நான் உன்னோடு வருகிறேன்”

காசா மேலும் பேசாமல் தன் கையைத்தூக்கி அவனைத் தடுத்து விட்டு “ஆனால் இப்போது வேண்டாம். நாளை காலை கிளம்பு வோம். இன்றிரவு நீ ஷில்லாங்கில் தங்கிக்கொள்” என்றார்.

காசாவுக்கு அந்த ஊரில் இந்த உதவியைக் கேட்குமளவுக்கு யாரையும் தெரியாது. அதுமட்டுமல்லாமல் ஒரு தகார் (வெளியாள்) தனியாக அங்கு ஹோட்டலில் தங்குவதும் பாதுகாப்பானதல்ல. எனவே, பாஹ்ற ஹெம் தனது வீட்டுக்கு அவனை அழைத்தார். அவரும் அவரது குடும்பமும் உம்சொஹ்சுன் என்ற இடத்தில் வசித்தனர். அது

ஒரு பெரிய நீரோடைக்கு மேல் பாலத்துக்கு அருகில் அமைந்திருந்தது. மலைச் சரிவிலிருந்த அந்தச் சுண்ணாம்பு பூசிய வீட்டுக்கு, கோணல் மாணலாக செதுக்கப்பட்டிருந்த கற்களை வரிசையாக அடுக்கி வழியமைக்கப்பட்டிருந்தது. அந்த நிலவொளியில் நனைந்தபடி அவர்கள் அதில் ஏறும்போது, நாதேனியலோடு சேர்ந்து இப்படி வீட்டுக்குத் திரும்பிக் கொண்டிருந்தால் எப்படியிருக்கும் என்று அவர் நினைத்துக்கொண்டார். பாஹ் ஹெமின் மனைவி எஸ்தர், ஆச்சரியமாக எந்தவொரு கேள்வியும் இன்றி விருந்தினனுக்குத் தரைத்தள வரவேற்பறையிலிருந்த ஒரு கட்டிலில் படுக்கையைத் தயார் செய்தாள். பொதுவாக விசித்திரமான மொழியும் பழக்க வழக்கங்களும் கொண்டவர்கள் என்று தாங்கள் நினைக்கும் வெளியாட்கள் மீது மற்ற ஷில்லாங் மக்களைப் போலவே அவளும் மிகுந்த எச்சரிக்கை யுடன்தான் இருப்பாள். அவரின் மற்ற குழந்தைகளான ஒரு மகனும், இரு மகள்களும் உள்ளூர் சந்தைக்குப் போவதில் மிகுந்த பிரியம் கொண்டவரான தங்கள் தந்தை அங்கிருந்து வாங்கிவந்த ஒன்றைப் பார்ப்பது போன்ற ஆர்வத்துடன் காசாவை கவனித்தனர்.

காசாவின் காற்சட்டையைப் பார்த்து ஒரு குழந்தை, “குட்டை காற்சட்டை” என்று பரிகாசம் செய்தது.

ஒழுங்காக நடந்துகொள்ளுமாறு எஸ்தர் அவர்களைக் கண்டித் தாள் - அதிலும் குறிப்பாக சாப்பாட்டு மேசையில். விருந்தினனின் தட்டில் கறியைக் கொஞ்சம் அதிகமாக அள்ளி வைத்தாள் அவள்.

அந்த அமைதியான கனவு காண்பது போன்ற வீட்டில், இரவு வெகுநேரத்துக்குப் பிறகு எஸ்தர் தன் கணவனிடம் இவ்வாறு மெள்ளச் சொன்னாள் “அவனுக்கு நாதேனியேலின் கண்கள்”.

தானும் அப்படி நினைத்ததாக பாஹ் ஹெம் சொன்னார்.

நாதேனியேல் விழித்திருக்கக்கூட முடியாத அளவு பலவீன மடைந்து படுக்கையிலேயே பெரும்பாலான நாட்கள் இருந்தான். நீரிழப்பும், கொத்துக்கொத்தான முடி உதிர்வும் அவனை வாட்டின. அதுவரை சாப்பிட்டு வந்த அனைத்தையுமே விலக்கினான்; வாந்தியெடுத்தான். எல்லாமே அவனைக் குமட்டச் செய்தன. காய்ச்சல் மாறிப்போய் இப்போது தலைவலி வந்திருந்தது. எங்கே என்று குறிப்பிட்டுச் சொல்ல முடியாமல் ஒரு நிரந்தரமான வலி தலை முழுவதும் துடித்துக் கொண்டிருந்தது. “குணமடைவது போலவே தெரியவில்லையே” எஸ்தர் தன் கணவனின் கையைப் பற்றிக்கொண்டு கிசுகிசுப்பாள். மருத்துவரிடம் கேட்டபோது, இதற்குமேல் எதுவும் செய்வதற்கில்லை என்று அவர் சொல்லிவிட்டார். அவர்கள் பொறு மையாக இருக்கவேண்டியிருந்தது. சில நாட்கள் எஸ்தர் ஹோட்டல் அறையில் ஓய்வெடுக்கும்போது, பாஹ் ஹெம் நாதேனியேலின்

அறையில் அமர்ந்து கதை சொல்வார். சின்ன வயதில் அவனுக்கு அவர் சொன்ன குழந்தைக் கதைகள் அல்ல அவை, அவன் வளர்ந்ததும் என்னவெல்லாம் செய்வேண்டும் என்ற எதிர்காலத்தைப் பற்றிய கதைகள். அதில் அவர் அவனைப் பறக்கும் மீன் பிடிக்க பொரோலிக்கு அழைத்துச் செல்வார், காரோ மலைகளில் வேட்டைக்குக் கூட்டிச் செல்வார், நாதேனியேல் எப்போதும் விரும்பும் டிரம்ஸ் கிட் கூட வாங்குவார்கள். அவர் மனைவியோடு கூட கடந்த காலத்தைப் பற்றியோ எதிர்காலத்தைப் பற்றியோ மட்டுமே பேசினார். அந்த இரண்டுக்கும் இடையில் வேறு எதுவுமில்லை. நிகழ்காலம் என்று ஒன்றே இருக்கவில்லை. அது அவர்கள் நின்றிருந்த கருந்துளை. அவர் பொதுவாகவே மருத்துவமனைகளை வெறுப்பார். இதிலிருந்த உயிர்க்களையற்ற மலட்டு வெள்ளை நிறம் நாதேனியேலின் முகத்திலிருந்த நிறமனைத்தையும் எடுத்துவிட்டது. இதை எப்படி நீக்குவது? இது தன் மகனுக்கு ஏன் நடக்கிறது என்பது போன்ற கேள்விகளுக்கு இப்போது ஒட்டிப்போய் வெறுமையாய் இருந்த நாதேனியேலின் கன்னத்தில் விழுந்த சூரிய ஒளிக் கீற்று, வதங்கிப்போயிருந்த செடியிருந்த ஜாடி, அவனின் இதயத்தை இயந்திரத்தனமாக கவனிக்கும் மருத்துவக் கருவிகள் எழுப்பும் பீப் ஒலி இவற்றைத் தவிர வேறு பதிலேதும் அங்கில்லை.

அடுத்தநாள் அதிகாலையிலேயே ஷில்லாங்கின் பனிபடர்ந்த மலைகளை சூரியக்கதிர்கள் தீண்டும் முன்னரே முதல் பேருந்தில் அவர்கள் கிளம்பிவிட்டனர்.

பாஹ் ஹெம் தானே ஜீப்பை ஓட்டிப் போகலாம் என விரும்பினார். ஆனால் கூட்டத்துடன் செல்வதே பாதுகாப்பு என்று அவன் சொன்னான்.

“அனைத்துப்பயணிகளையும் ராணுவம் சோதிக்க நேரமாகும் இருந்தாலும் தனியாகச் சென்று தீவிரவாதிகளிடம் மாட்டிக் கொள்வதைவிட இது மோசமில்லை”

மதிய நேரத்தில் அவர்கள் தூசி நிரம்பிய சாலையில் சென்று கொண்டிருந்தனர், மண் நிறத்திலிருந்த நெல் வயல்கள் கண்ணுக் கெட்டிய தூரம்வரை தெரிந்தன. சீக்கிரமாகவே செழிப்பான வட கேச்சார் மலைகள் வந்துவிடும். இங்கிருக்கும் பிரிவினைவாத இயக்கங்களைக் கட்டுப்படுத்த இரண்டு வருடங்களுக்குமுன் மத்திய அரசால் இராணுவம் அனுப்பப்பட்டது என்று அவன் சொன்னான். இந்தப் பகுதியில் இராணுவ எண்ணிக்கை குறைவுதான். அஸ்ஸாமிலேயே அதிக பாதிப்புடைய லாகிம்பூர் மற்றும் சிப்சாகர் பகுதிகளில் இராணுவ எண்ணிக்கை இன்னும் அதிகம். அவைதான் சுதந்திரத்துக் காகவும் இறையாண்மைக்காகவும் போராடுவதாகச் சொல்லிக்

கொள்ளும் உல்ஃபாவின் வலுவான கோட்டை எனச் சொல்லப்படும் பகுதிகள்.

"இதில் எது மோசமென்று எனக்குத் தெரியவில்லை" என்றான் காசா.

"உல்ஃபாவா அல்லது எங்களை தொந்தரவு செய்தபடி தீவிரவாத நாய்கள் என்று எங்களைப் பழிக்கும் ராணுவமா?" .

அவர்கள் போகும் வழியில் ஏழு சோதனைச்சாவடி நிறுத்தங்களிருந்தன. ஒவ்வொருமுறையும் அவர்களனைவரும் கீழே இறங்க வைக்கப்பட்டு சோதனைக்கு உட்படுத்தப்பட்டனர். பேருந்தின் உட்புறமும், சுமையேற்றப்படும் பகுதியும் சோதனை செய்யப்பட்டன. இரவுப் பயணங்களில் மக்கள் கொள்ளையடிக்கப்படுவது எப்படி என்று பாஹ் ஹெம் கேள்விப்பட்டிருந்தார். அவரது பக்கத்து வீட்டுக்கார மிசோரத்துக்காரரின் மருமகள், பேருந்தின் ஜன்னல் திரைப்பிடியில் அதுதான் அவர்கள் தேடாத பகுதியென்று அங்கே பணத்தை மறைத்துவைத்து எடுத்து வந்திருந்தாள். இவர்களது துப்பாக்கிகள் காசாவின் சீட்டுக்கடியில் வைத்திருந்த அவர்களது கேன்வாஸ் பையின் அடிப்பகுதியில் மறைத்துக் கட்டிவைக்கப் பட்டிருந்தன. அவை அந்தச் சோதனைகளில் கவனிக்கப்படவில்லை.

அவர்கள் அந்த இளைஞனுக்குச் சொந்தமான கிராமத்தின் வெளிப் பகுதியில் இறக்கிவிடப் பட்டனர். அங்கிருந்து கொஞ்சம் நடக்க வேண்டியிருந்தது. வழியில் ஓரமெங்கும் குல்மோஹர் செடிகள் இருந்த அந்தச் சாலையில் மாட்டு மந்தையை ஓட்டிச்செல்லும் ஒரு சிறுவனைத்தவிர யாருமில்லாமல் காலியாக இருந்தது. அங்கு ஒரு விசித்திரமான அமைதி நிலவியது. சீக்கிரமே, மலையுச்சியின் ஓரத்தில், சுற்றியிருந்த சரிவான மலைகளுக்கிடையில், ஒன்றையொன்று குறுக்காக வெட்டிச் செல்லும் மஞ்சள் நிற மண் நடைபாதைகளோடு, குடியிருப்பு தென்பட ஆரம்பித்தது. அது பின்மதியம், மேற்கிலிருந்த வெளிச்சத்தை சூரியன் மெள்ள எடுத்துச் சென்றுகொண்டிருந்தது. தரைக்கு மேல் தடிமனான பனியாலான மூட்டம் ஒரு போர்வை போல மூடியிருந்தது. அந்த வரிசையில் இருப்பவற்றிலேயே பெரிதாக இருந்த ஒரு கூரை வேய்ந்த வீட்டின்முன் அவர்கள் நின்றனர். ஜன்னல் வழியாகவும் கதவு வழியாகவும், பல முகங்கள் தெரிந்து மறைந்தாலும், யாரும் அவர்களிடம் வரவில்லை. பத்து வயதுக்கு மேல் சொல்ல முடியாத ஒரு பையன் வெட்கத்துடன் அங்கு நின்று தன் கரிய நிறமான பெரிய கண்களால் அவர்களைக் கவனித்துப் பார்த்துக் கொண்டிருந்தான். இரவின் நிறத்தில் ஒரு பூனை அவனது கணுக் காலைச் சுற்றியபடியிருந்தது.

"நோரு, மைனாவை டீ தயாரிக்கச் சொல்"

பையனும் அந்தப் பூனையும் மறைந்தனர்.

தோட்டத்துக் குழாயில் கைகால் கழுவியபின், காசா பாஹ் ஹெம்மை அடுப்படிக்குக் கூட்டிச் சென்றான். அங்கு பதினேழு வயது மதிக்கத்தக்க ஒரு பெண் விறகடுப்பில் கெட்டிலை வைத்துக் கொண்டிருந்தாள்.

"எனது தங்கை" என்று காசா சொன்னான்.

மைனா அவர்களது விருந்தினரைப் பார்த்துத் தலையசைத்தாள். அவளது நீண்ட கூந்தல் அவளது தோள்களில் விழுந்திருந்தது. அவள் கடுகு நிறத்தில் பருத்தியிலான மெக்லா அணிந்திருந்தாள். அது அவளை இன்னும் வயது கூடியவளாகக் காட்டியது, அவள் இன்னொருவரின் உடையை அணிந்திருப்பவளைப் போல, இன்னொருவரின் பாத்திரத்தை ஏற்றிருப்பவளைப் போலத் தோன்றினாள். அவர்களது அம்மாவிற்கு என்ன ஆயிற்று, அவர் ஏன் இங்கில்லை என்று பாஹ் ஹெம் நினைத்தார். மைனா தேநீர்க் கோப்பைகளையும் சாமான் களையும் கையாளும்போது, கூட்டிலடைபட்ட ஒரு பறவையைப் போல அமைதியற்றுப் படபடப்புடன் இருப்பதைக் கவனித்தார். நோரு, ஒரு ஓரமாகப் பூனையுடன் விளையாடிக் கொண்டிருந்தாலும் அவர்கள் அனைவரையும் கவனமாகப் பார்த்துக் கொண்டே யிருந்தான்.

காசாவும், பாஹ் ஹெமும் உயரம் குறைவான ஒரு மேசையில் அமர்ந்தனர். ஒரு வயதானவர் ஆவியைப் போலக் கதவின் வழியாக மெதுவாக வந்தார். அவரது வயதை ஊகிக்க முடியவில்லை. அறுபதி லிருந்து நூறுக்குள் இருக்கலாம். மிகமெல்லிய ஒரு வெளிறிப்போன முக்காட்டுத் துணி அவரை மூடியிருந்தது. ஆனால் ஒளி பொருந்திய ஒரு யுவனுடையதைப் போன்ற ஞானமும் எச்சரிக்கையுணர்வும் மிகக் கூர்மையான அவரது கண்களில் பளிச்சிட்டன.

அவர் தன்னை காசாவின் தாத்தா என அறிமுகப்படுத்திக் கொண்டார். "நன்றி" உலர்ந்த முரடான இலை ஒன்று சலசலப்பது போன்ற குரலில் அவர் இப்படிச் சொன்னார். "உங்கள் உதவிக்கு என்றும் மிகவும் நன்றியுடன் இருப்போம்"

"நான் புலியைக் கொல்வதுவரை நீங்கள் நன்றி சொல்லக் காத்திருக் கலாம்" என்று பாஹ் ஹெம் சொன்னார், அந்த நகைச்சுவையான பேச்சுக்குப் பதிலாகக் கிடைத்த ஆழமான அமைதி அவரை ஆச்சரியப்படுத்தியது.

தாத்தாவும் அவர்களோடு மேசையில் அமர்ந்தார். மைனா அவர்களுக்குத் தேநீரும், ஒரு தட்டில் தேங்காயில் செய்த இனிப்பும் கொடுத்தாள்.

"உன் அப்பா எப்படியிருக்கிறார்?"

காசாவும் மைனாவும் பார்வைகளைப் பரிமாறிக்கொண்டனர்.

தாத்தா பதிலளித்தார் "மிக மோசமாகத்தான் இருக்கிறார். நல்லது நடக்குமென்று நம்புகிறோம். இங்கிருந்து ஒருமணிநேரப் பயணத்தில் இருக்கும் ஹாஃப்லாங் மருத்துவமனைதான் அவர்களுக்கு அருகிலிருப்பது. அங்கிருந்துதான் மருந்து கொண்டுவர வேண்டியிருக்கிறது. இருந்தாலும் அது பலனளிப்பது போலத் தெரியவில்லை.

"எப்போது வேட்டையை ஆரம்பிக்கலாம் என்றிருக்கிறீர்கள்?" என்று காசா கேட்டான்.

நான்கு ஜோடிக்கண்கள் தன்னைத் துளைப்பதைப்போல பாஹ்ஹெம் உணர்ந்தார். அந்தப் பூனை கூட அவரது பதிலுக்காகக் காத்திருப்பதுபோல இருந்தது.

"உன் விருப்பப்படி எப்போது வேண்டுமானாலும்"

"இன்று இரவு நம் விருந்தாளி கண் விழிக்க வேண்டாம்..." தாத்தா இடைமறித்துச் சொன்னார். "நீண்ட பயணம் செய்திருக்கிறார், அவர் ஓய்வெடுக்கட்டும்"

அந்த இரவு பாஹ் ஹெம் விழிப்போடுதான் இருந்தார். சீரற்ற காட்டுத்தரைகள், தரமில்லாத விடுதிகளின் படுக்கைகள், குறுகலான புகைவண்டிப் படுக்கைகள் என்று எந்தச் சூழலிலும் ஆழ்ந்து உறங்கும் பழக்கமுள்ள அவர் இங்கு ஏதோ வழக்கத்துக்கு மாறாக இருக்கும் உணர்வால் தூக்கமில்லாமலிருந்தார். அவரது அறை வெறுமையாக இருந்தாலும், வசதியாகவே இருந்தது. அங்கு அவர் இருளை வெறித்தபடி வினோதமான ஏதோ ஒரு வலியால் கனக்கும் இதயத்தோடு படுத்திருந்தார். அந்த மனநிலையை மேலும் கூட்டுவது போல நள்ளிரவு நேரத்தில் வித்தியாசமான ஓசைகள் வீட்டின் இன்னொரு பகுதியிருந்து வந்தன. முதலில் மெல்லிய தேம்பல், பிறகு வலியினால் எழும் முனகல்கள்... தொடர்ந்து பெரும் துயரத்தின் அழுகை என்று மாறிமாறி சத்தங்கள் தொடர்ந்து வந்துகொண்டிருந்தன. அது காசாவின் அப்பாவாக இருக்கவேண்டும் என நினைத்தார். ஒரு சில சமயங்களைத் தவிர அது மனிதக் குரல் போலவே இல்லை. கடைசியாகப் பொறுமையிழந்துபோய் முழுவதும் விழித்துக் கொண்ட பாஹ் ஹெம், அது என்னதானென்று பார்ப்பதற்காகத் தனது அறையை விட்டு வெளிவந்தார். பளபளக்கும் ஒருஜோடி பச்சைநிறக் கண்கள் அவரைத் தாழ்வாரத்திலிருந்து கவனித்தன. அது பூனை. நோரு தூங்கவில்லை என்றால் அவனும் அதைப் பின்தொடர்ந்து வந்துவிடுவான். குறுகிய தாழ்வாரத்தின் முடிவில் நோயுற்றிருந்தவரின் அறைக்கதவு, அங்கிருந்த மங்கலான லாந்தர் வெளிச்சத்தில்

பார்க்குமளவுக்கு லேசாகத் திறந்திருந்தது. ஒரு மெல்லிய மெத்தையின் ஓரத்தையும் அதனருகில் அமர்ந்திருந்த மைனாவையும் தாத்தாவையும் பார்க்கமுடிந்தது. அவள் மெல்ல அழுதுகொண்டிருந்தாள். முதியவர் கையை அசைத்துக்கொண்டு முணுமுணுப்பான மெதுவான குரலில் பேசிக்கொண்டிருந்தார். பாஹ் ஹெம் நோயுற்றிருந்தவரைப் பார்க்க முடியவில்லை, ஆனால் அவரது குரலைக் கேட்க முடிந்தது. அழுகை சத்தம் அச்சமூட்டும்படி கிறீச்சிட்டு ஒலித்தபோது, அவரது முழங் கையை யாரோ தொடுவதை உணர்ந்தார்.

குனிந்து நோருவைப் பார்த்தார். அவன் பூனையைக் கையில் ஏந்தியபடி நின்றிருந்தான்.

"அப்பா காயம்பட்டிருக்கிறார்" அந்தப் பையனின் குரலை அப்போதுதான் முதன்முறையாக அவர் கேட்டார். யார் காயப் படுத்தினார்கள் என்று பாஹ் ஹெம் கேட்பதற்குமுன், அணைந்து விடுவதுபோல, மங்கலாக விறகு எரிந்து கொண்டிருந்த கணப்பருகே சென்றுவிட்டான் நோரு.

சில மணிநேரம் மட்டுமே உறங்கியதால் அடுத்தநாள் காலையில், பாஹ் ஹெம் புத்துணர்வின்றிக் களைப்பாகவும் அமைதியில்லாமலும் எழுந்தார். வெதுவெதுப்பான சூரியவெளிச்சம் அந்தச் சிறிய கிராமத்தை ஒளியால் குளிக்கச் செய்ததையும், கீழிருந்த நெற்கதிர்களை அணைத்துக் கொண்டதையும் பார்த்த பின்னரும் கூட அவரால் அமைதிகொள்ள முடியவில்லை. காலையுணவான சிறிய உப்பலான பூரியையும் காரமான உருளைக் கிழங்கையும் உண்ணும்போதே சீக்கிரம் இங்கிருந்து கிளம்ப வேண்டும் என்று நினைத்துக் கொண் டார். உணவுக்குப்பின் குறிப்பிட்ட பணியை செய்து முடித்துவிடுவது என்று முடிவுகட்டிக் கொண்டிருந்தார். கிராமத்தையும், புலி தென்பட்ட வெளிப்புறப் பகுதிகளையும் தனக்குக் காட்டுமாறு கேட்டுக் கொண்டார். குடியிருப்புப் பகுதியை அவர்கள் கடந்து செல்ல வெகுநேரமாகவில்லை. பெண்கள் அவரவர் வீட்டுக்கு வெளியே அமர்ந்து அரிசியை சுத்தம் செய்து கொண்டும், சிவப்பு மிளகாயை வெயிலில் காயவைத்துக் கொண்டுமிருந்தனர். சிறுவர்கள் ஓடி வந்து சற்று தூரத்திலேயே நின்று ஆர்வத்துடன் பார்த்தனர். பாஹ் ஹெம்மை சுட்டிக்காட்டி அவர்களுக்குள் கிசிகிசுத்துக் கொண்டனர். அந்த மலையின் அடிவாரத்தில், இன்னொரு பக்கத்தில், அடர்த்தியான காடு துவங்கியது "இங்குதான் ராணுவ முகாம் இருக்கிறது..." காசா சுட்டிக்காட்டினான். கிராமத்து மக்கள் அவர் களிடருந்து விலகியிருப்பதையே விரும்புகிறார்கள். ஆனால் பக்கத்து சந்தை இருக்கும் கிராமமான மலங்பாவிற்குச் செல்லும் பாதையாக அந்தக் காட்டு வழி இருப்பதால் அதைப் பயன்படுத்தாமல் இருக்க முடியவில்லை. "நாங்கள் அந்த சாலையைப் பயன்படுத்தாமல் இருக்க

முடியாது... சந்தை இல்லாமல் எப்படி நாங்கள் உயிர்வாழ முடியும்?" என்று காசா சொன்னான். "அவர்கள் மிக இழிவான பிராணிகள். எங்கள் பெண்களுக்குப் பாதுகாப்பில்லை, என் தங்கை..." அவன் ஆரம்பித்து அதை அப்படியே நிறுத்திவிட்டான். மக்கள் ஏன் தன்னிடமிருந்து ஒரு எச்சரிக்கையான தூரத்தில் விலகியே இருக்கிறார்கள் என்று அவருக்கு இப்போது புரிந்தது. அயலவர்களைப் பற்றிய நம்பிக்கையின்மை இங்கு ராணுவம் வந்ததிலிருந்து அவர்களுக்கு அதிகரித்திருக்கிறது. புலி எங்கெங்கே காணப்பட்டது என்பதையும் காசா அவருக்குக் காட்டினான். நெல் வயல்களுக்கு அருகில் அது தண்ணீர் குடித்த குளம், கிராமத்துக்கு அருகில் இருந்த மூங்கில் புதர், மற்றும் அது நடமாடிய காட்டின் எல்லை.

"இன்று மாலை ஏழரை மணியிலிருந்து கவனிப்போம்" என பாஹ் ஹெம் சொன்னார்.

காசா ஒப்புக்கொண்டான். "ஆனால் ஒரு விஷயம் மட்டும் சொல்லி விடுகிறேன், ஆனால்... அந்த நேரத்தில் மூடுபனியில் பார்ப்பது மிகக் கடினம்"

இதைவிடக் கடினமான சூழல்களிலெல்லாம் எல்லாம் தான் குறிபார்த்து சுட்டு இருப்பதாக பாஹ் ஹெம் சொன்னார்.

"அது சரிதான்., ஆனால் உங்களுக்கு ஜாடிங்காவின் மூடுபனியைப் பற்றித் தெரியாது. இந்தப் பனியில் பறவைகள் கூட நிலைதவறிவிடும். அவை எங்கள் தீப்பந்தத்துக்குள் பறந்து வந்து இறந்துவிடும். சில சமயம் தரையில் விழுந்து நம்மால் கொல்லப்படுவதற்குக் காத்திருக்கும்"

"ஏன்"

"நாங்கள் அதைக் கருணை என்று நம்புகிறோம்"

"நீங்கள் ஏன் அவை பறந்துசெல்லட்டும் என விட்டுவிடக்கூடாது?"

"அதை அவை விரும்புவதில்லை"

அங்கு அமைதி நிலவியது. காசா தனது துப்பாக்கியைத் துணியை வைத்துத் துடைத்து மெருகேற்றினான், பாஹ் ஹெம் நடந்து கொண்டே ஒரு சிகரெட்டைப் புகைத்தார்.

அன்று மாலை, சூடான கருந்தேநீரை அவசரமாகக் குடித்துவிட்டு 'பாஹ் ஹெமும் காசாவும் தங்கள் துப்பாக்கிகளைத் தோளில் தொங்கப் போட்டபடி வெளிவந்தனர். மேகத்தில் மறைந்த நிலவின் அந்தப் பாதி வெளிச்சத்தில் பார்க்கும்போது, காசா, அவரது மூத்தமகனை முன்னெப்போதையும்விட அதிகமாக நினைவு படுத்தினான். அவனது தாடையின் வடிவம், அவனது வாயின்

அமைப்பு, அவனது கண்பார்வை ஆகியவற்றைப் பார்க்கும்போது, நாதேனியேல் ஒரு கால் பந்தாட்டம் விளையாடுவதற்கு முன்போ அல்லது மீன் பிடிக்கச் சென்று ஒரு மீனைப் பிடித்தவுடன் இருப்பதைப் போன்றோ அவன் இப்போது இருப்பதாகத் தோன்றியது. பாஹ் ஹெம் அவன் நோயுற்றிருக்கும்போது தான் சொன்ன கதைகளை நினைவு கூர்ந்தார். அவர் எதேச்சையாகத் தொட்டுவிட்ட ஐர தெங்கா முள்ளைவிட ஆழமாக ஏதோ ஒன்று அவரைத் தைத்தது.

“நீ சொன்ன அந்தப் பறவைகள்...” பாஹ் ஹெம் கேட்டார் “அவை எப்போது ஜாடிங்காவிற்கு வருகின்றன?”

“இந்த மாதங்களில்தான்” என அவன் சொன்னான், “நவம்பர் வரை”

“ஒவ்வொரு வருடமும் அவை வருமா?”

காசா தலையத்தான் “என் தாத்தாவுக்கு நினைவிருக்கும் காலத்தி லிருந்து, ஒவ்வொரு வருடமும்”

பாஹ் ஹெம் கொஞ்சம் தயங்கி “நீ அவற்றில் எதையாவது கொன்றிருக்கிறாயா”

“ஆம், பலவற்றை. நான்தான் முன்பே சொன்னேனே” பையன் நின்று தன்னைவிட மூத்த அவரைப் பார்த்தான் “அது ஒரு கருணை”

கிட்டத்தட்ட குடியிருப்பின் எல்லையை அவர்கள் அடைந்து விட்டிருந்தனர். கிராமத்து விளக்குகளின் ஒளியை மங்கலாக்கியபடி தடிமனாக அகலமான ஒரு கடலைப் போல அவர்களுக்கு முன் பனி படர்ந்திருந்தது.

“நீ இங்கேயே இரு” பாஹ் ஹெம் அங்கிருந்த செம்பருத்திச் செடிப் புதர்களைக் காட்டிச் சொன்னார். “நான் சரிவில் இன்னும் கூடக் கீழே இறங்கிப் போகிறேன், காட்டுக்கு இன்னும் கொஞ்சம் நெருக்கமாக...”

பாஹ் ஹெம் கீழே மண்ணோடு மண்ணாக மண்டிக்கிடந்த புதர்களுக்கிடையில் தன்னை மறைத்துக்கொண்டார். வெகுநேரம் கூடக் காத்திருக்க நேரலாம். அந்த மாலையின் அமைதியை நாய்களின் மோசமான ஊளையும், விட்டில்பூச்சிகளின் கிறீச்சொலிகளும் மட்டுமே கலைத்துக்கொண்டிருந்தன. அவர் தன் கையில் ஊர்ந்த ஒரு சிலந்தியைத் தள்ளிவிட்டார். எங்கோ, இலைகள் சலசலப்பது கேட்டது. இலைகளா, சிறகுகளா? அவரால் அதைச் சொல்ல முடியாது. கீழே விழுந்து கொல்லப்படுவதற்காகக் காத்திருக்கும் பறவைகளைப் பற்றி நினைத்துக்கொண்டார்.

நாதேனியேல் இறப்பதற்கு மூன்று வாரங்களுக்கு முன்பு ஒரு

மதியம் நடந்தது நினைவுக்கு வந்தது. அன்று அவரது மகன் மிக மோசமான ஒரு இரவை எதிர்ப்பட்டிருந்தான். ஆறு வாரங்களுக்கு முன் ஷில்லாங்கில் இருந்து கூட்டிக்கொண்டு வந்த பத்தொன்பது வயதுப் பையனா அவன் என்று கண்டுபிடிக்க முடியாதபடி போயிருந்தான். மருத்துவர் அவரால் முடிந்த அளவு மென்மையாக அந்தச் செய்தியை அவர்களுக்குச் சொன்னார். இனிமேல் நம்பிக்கை கொள்ள வழியில்லை. கதிர்வீச்சு சிகிச்சை பலனளிக்கவில்லை, நோய் வேகமாக நரம்பு மண்டலத்தைத் தாக்கிப் பரவுகிறது, அதன் பின்... "அவனை வீட்டுக்கு அழைத்துச் செல்வதே நல்லது" என்று மருத்துவர் பரிந்துரைத்தார். "அவனை எத்தனை முடியுமோ அத்தனை வசதியாக வைத்துக் கொள்ளுங்கள்". பாஹ் ஹெம் அதைக் கடுமையாக மறுத்தார். அவரது மகன் குணமடைவதுவரை அங்கேயே அவர் தங்கியிருப்பார். வேறு பேச்சுக்கே இடமில்லை.

அன்று மதியம், ஜன்னலுக்குப் பக்கத்தில் நின்றுகொண்டு, தனது மகன் தூங்குவதைப் பார்த்துக் கொண்டு, மருத்துவர் சொன்னதைத் தனது எண்ணத்திலிருந்து அழிக்க முயற்சி செய்துகொண்டிருந்தார். அப்போது நாதேனியேல் விழித்தான், "அப்பா" என்று அமைதியாகக் கூப்பிட்டான். பாஹ் ஹெம் அவனிடம் ஓடிச் சென்றார். அவனுக்கு ஏதாவது வேண்டுமா? வசதியாக இருக்கிறதா? நர்சைக் கூப்பிட வேண்டுமா?

மகன் தலையாட்டி மறுத்தான். உடலை இலேசாக அசைப்பதற்குக் கூட மிகவும் சிரமப்பட வேண்டியிருந்தது அவனுக்கு. சிறியதும் பெரியதுமான பல தொற்றுக்கள் அவனது உடலைச் சிதைத்திருந்தன. "நான் ஒரு கனவுகண்டேன் அப்பா. இதற்குப் பிறகு நான் எங்கே செல்வேன் என்பது பற்றி."

"அதைப் பற்றியெல்லாம் பேசக் கூடாது"

நாதேனியேல் கைகளை உயர்த்த முயற்சித்தான். "என்னால் இந்த மகத்தான வெம்மையையும் ஒளியையும் உணரமுடிகிறது,.. ஆனால் ஏதோ ஒன்று என்னை விடாமல் பிடித்துவைத்துக்கொண்டிருக்கிறது."

அவ்வளவு பேசியதில் களைப்படைந்து அப்படியே அவன் தூக்கத்திலாழ்ந்தான். அடுத்தநாளே பாஹ் ஹெம் அவனை வீட்டுக்குக் கொண்டு செல்லலாமா என்று மருத்துவரிடம் கேட்டார். காசா சொன்னது போல, அதுவும் ஒரு கருணைச் செயல் என்று அவர் நம்பினார்.

கொஞ்ச தூரத்தில் யாரோ குடித்துவிட்டுக் கூச்சலிடும் சத்தம் வந்தது. ராணுவ வீரர்களின் ஒரு குழுவினர் தள்ளாடியபடி முகாமுக்குச் சென்றனர். பாஹ் ஹெமின் கண்கள் அத்தனை நேரம்

ஊன்றிப் பார்த்துக்கொண்டிருந்ததால் எரிச்சலடைய ஆரம்பித்திருந் தன. பனியில் ஊடுருவிப் பார்ப்பது கடினமாக இருந்தது. தோள் பட்டைகள் துப்பாக்கியின் கனத்தால் வலியெடுத்தன. அவர்கள் இரண்டு மணிநேரமாக அங்கே காத்திருந்தனர். புலி இன்றிரவு வரா விட்டால், அவர் இங்கே தங்க நேரிடும். களைப்பாகவும் உற்சாகமின்றி யும் உணர்ந்தார் அவர். இது சரியில்லை, இது வேட்டையாடுவதற்கு ஏற்ற சரியான மனநிலை இல்லை.

அப்போது காசாவிடமிருந்து வந்த ஒரு சிறிய கூர்மையான சீறல் ஒலியைக் கேட்டதும், அவரது எண்ணங்கள் தெளிவடைந்தன. அவரது வலி மறைந்தது. அந்த விலங்கு கண்ணுக்குத் தென்பட்டு விட்டது. பாஹ் ஹெம் தானிருந்த இடத்தையும் நிலைப்பாட்டையும் மாற்றிக் கொண்டார், கண்களைக் காட்டை நோக்கி நிலையாகப் பதித்தார். அது வெறும் நிழல் தான், பனியில் தெரிந்த ஒரு கரும் உருவம். ஆனால் அது மெதுவாக அடியெடுத்து நகர்ந்து வந்தது. அதன் நடையின் நயம் ஒரு கடுமையான நொண்டலால் கலைந்திருந் தது. தலை தொங்கியபடி, நிலவொளி படும் இடத்திலும் அதற்கு வெளியிலும் அது அமைதியற்று அலைபாய்ந்து கொண்டிருந்தது. தெளிவான குறி வேண்டுமென்றால் இன்னும்கூட அருகில் செல்ல வேண்டியிருக்கலாம்.

காசா அவருக்குப் பின்னால் வேகமாக மூச்சு விட்டுக் கொண்டிருந் தான். அவனது கண்கள் விசித்திரமான பிரகாசத்தோடு மின்னின. அவர்கள் அந்த விலங்கைப் பார்வையில் இருந்து தப்பவிடாமல், சரிவில் தவழ்ந்து இறங்கினர். புலி அப்போது தனது காயம்பட்ட பாதத்தை நக்கியபடி ஓய்வெடுத்துக்கொண்டிருந்தது. கண நேரம் மேல் நோக்கிப்பார்த்து மெலிதாக உறுமியது. கடைசியாக பாஹ் ஹெம் குறிபார்க்கத் தயார் செய்து கொண்டார்.

துப்பாக்கியின் பாதுகாப்புத் தாளை எடுத்துவிட்டார். மூச்சுவிடும் நேரம் காத்திருந்து விட்டு அதன் விசையை இழுத்தார். கண்ணிமைக்கும் நேரத்தில் அந்த மிருகம், வலியால் உறுமியபடி தரையில் விழுந்தது.

“முடிந்தது” சொன்னபடி பாஹ் ஹெம் தன் கூட்டாளியைப் பார்த்தார்.

காசாவின் முகம் கண்ணீரால் நனைந்திருந்தது

“எங்கள் ஆட்கள் காலையில் இதை எடுத்துவிடுவார்கள்” - அது இறந்துவிட்டதா என்பதை மட்டும் உறுதிசெய்துகொண்டு, அந்த மிருகத்தை அங்கேயே விட்டுவிட்டு அவ்விடத்திலிருந்து அவர்கள் அகன்றனர். பார்வை இழந்து நிலைகுத்திப் போயிருந்தாலும் கூர்மை யான அந்தக் கண்களில் மரணத்துக்குப் பின்னும் மனிதக் கண்களைப் போல ஒரு வலி எஞ்சியிருந்தது.

குடிசைக்குத் திரும்பி வரும்வரை அவர்கள் ஏதும் பேசிக்கொள்ள வில்லை. பாஹ் ஹெம் மிகவும் களைத்திருந்தார். அது அவரைப் பொறுத்தவரை ஒரு நல்ல வேட்டையில்லை. வழக்கமாக வேட்டை யில் ஒன்றைக் கொல்லும்போது கிடைக்கும் ஒருவகையான மனக் கிளர்ச்சி இதில் அவருக்குக் கிடைக்கவில்லை.

வீட்டுக்குத் திரும்பியபோது, தாத்தா வெளியில் கதவுக்கருகில் நின்றிருந்தார்.

காசா ஒரே வார்த்தைதான் கேட்டான் "அப்பா?"

முதியவர் ஆமென்று தலையசைத்தார்.

காசா வீட்டுக்குள்ளே இருளுக்குள் சென்று மறைந்தான்.

பாஹ் ஹெம் துப்பாக்கியை ஓரமாக வைத்துவிட்டு நெருப்பில் குளிர்காய்ந்தார்.

மைனாவும் நோருவும் கண்ணில்படவில்லை. அந்த வெம்மையும் களைப்பும் அவரை ஆட்கொண்டன, அவர் அப்படியே தூங்கியிருக்க வேண்டும்.

ஆச்சரியப்படுத்தும் வகையில் அது கனவேயில்லாத தூக்கம், அவர் மனம் உலகத்தில் இருந்து முழுமையாக விடுபட்டு விட்டதைப்போல அவர் கண்கள் மூடிக்கொண்டன.

அவர் கண்களைத் திறந்தபோது தாத்தா அருகில் முக்காட்டுடன், தனது நீண்ட நிழல் சுவரில் படும்படி அமர்ந்திருந்தார்.

"காசா எங்கே" பாஹ் ஹெம் கேட்டார்.

"அவன் ஓய்வெடுக்கிறான்"

"உங்கள் மகனுக்கு நேர்ந்தது பற்றி எனது ஆழ்ந்த வருத்தங்கள்"

நெருப்பு அணையும் தருவாயிலிருந்தது, ஆனால் இருவருமே அதை மீட்டெடுக்க முயற்சிசெய்யவில்லை.

தாத்தா தாழ்வான உணர்ச்சியற்ற தொனியில் சொல்ல ஆரம்பித்தார் "ஐந்து நாட்களுக்குமுன் ஒரு மாலைநேரம் மைனா மலங்பாவிலிருந்து காட்டுவழியில் நடந்து வந்துகொண்டிருந்தபோது, ராணுவத்தில் ஒரு கும்பல் அவளை தொந்தரவு செய்தனர். இதே போல முன்னரும் நடந்திருக்கிறது. ஆனால் இந்த சமயம் அதிகமான வர்கள் இருந்தனர். அவளை கேலி செய்து பயமுறுத்தினர். அப்போது திடீரென்று எங்கிருந்து வந்தது என்று தெரியாமல் தோன்றிய புலி ஒன்று அவர்கள் மீது பாய்ந்தது. அது அவள் அங்கிருந்து ஓடித் தப்பிக்க நேரம் கொடுத்தது என்று அவள் சொன்னாள். ஓடிவரும் போது துப்பாக்கிச் சத்தங்களை அவள் கேட்டாள். இருப்பினும் திரும்பிப் பார்க்கவில்லை. அதே மாலையில் எனது மகனும் நோயில்

விழுந்தான்". கொஞ்சம் நேரம் இடைவெளிவிட்டு "இது உனக்கு விசித்திரமாகத் தோன்றுகிறதா" எனக் கேட்டார்.

பதிலை எதிர்பார்க்காமல் அவர் தொடர்ந்து பேசினார்.

"இந்தப் பகுதியில், அதாவது சொஹ்ரா, ஜிராங்கிலி மற்றும் தொலைதூரங்களிலும் கூட ஒன்று சொல்லப்படுவதுண்டு. கூடு விட்டுக் கூடு பாய்பவர்கள் என்று. அதாவது எந்த மனிதனின் ஆன்மா விலங்குகளுக்குள் செல்லுமோ, அவர்களை அப்படி.. "துண்டிக்கப்பட்ட தூண்டிலைப்போல முற்றுப் பெறாத அந்த வாக்கியத்தை அப்படியே விட்டார் அவர்.

"நீங்கள் சொல்வது உண்மையென்றால், உங்கள் மகனைத்தான் நான் கொன்றிருக்கிறேன்"

முதியவர் தலையாட்டி மறுத்தார் "இல்லை, நீ கொல்லவில்லை, அந்த உயிர் காயம்பட்டிருந்தது, நீ அதை உண்மையில் விடுதலை செய்திருக்கிறாய்"

திடீரென்று இனம்புரியாத ஏதோ ஒரு காரணத்தால் பாஹ் ஹெம்முக்கு தனது துயரத்தை விழுங்கிக்கொள்ள உரக்கச் சிரிக்க வேண்டுமென்று தோன்றியது,

"மனிதர்கள் எப்படி மிருகமாக மாறமுடியும்? ஏதாவது மந்திரம் சொல்வார்களா? அல்லது, வாலும் ரோமமும் முளைக்க ஏதாவது மாய பானம் குடிப்பார்களா..? இல்லையென்றால் இது பரம்பரையாக வருவதா? குடும்ப இரகசியம் அப்பாவிடம் இருந்து மகனுக்கு என்று வருகிறதா" வெறிபிடித்தவர் போலத் தொடர்ந்து இப்படிக் கேட்டார் அவர்.

முதியவர் அவரைப் பரிதாபத்துடன் பார்த்தார். "அதை அன்பினால் மட்டுமே செய்யமுடியும்"

அவர் அந்த அறையை விட்டு வெளியேறிய பின்னும் பாஹ் ஹெம் கணப்பு நெருப்புக்கருகிலேயே இருந்தார். அது தீர்க்கமாக, பிடிவாதமாக ஒளிர்வதையும், மந்தமான நெருப்பு அதன் மையப் பகுதியில் அணையாமல் சுழல்வதையும், அந்த மரத்துண்டுகள் பூமி குறித்த தங்களது இதமான நினைவுகளை வெளிப்படுத்திக் கொண்டிருப்பதையும் பார்த்தபடியே அவர் அமர்ந்திருந்தார்.

■

யாத்திரை

தமிழில்: ராம்குமார்

“எங்களை உய்வித்துள்ளீர், பாதுகாத்துள்ளீர், இந்தப் பருவகாலத்தை அடையச் செய்துள்ளீர்”

– ஷெஹெஷெயானுவின் ஆசி

அவன் பார்வை படாதிருந்த நேரம் பார்த்து அவனது பயணப் பைக்குள் அரிசியை ரகசியமாக எடுத்து வைத்தாள் பாரிஷா. ஒரு சிறிய பிளாஸ்டிக் டப்பாவில் அடைத்து வைக்கப்பட்டிருக்கும் சிவப்பு சம்பா அரிசி; பெரும்பாலும் தன் பயணங்களில் அவன் கண்டு கொள்ளாதது. அவன் செல்வதை அவளால் தடுக்க முடியாவிடினும் ஒருக்கால் இந்த யோசனையாவது அவனை மீட்டுக்கொண்டு வரக்கூடும்.

அவள் ஒவ்வொருமுறை ஷில்லாங்கிலிருந்து வேறு இடங்களுக்குப் போகும்போதெல்லாம் ‘உன்னைப் பத்திரமாக வீட்டுக்குக் கொண்டு வந்து சேர்க்க’ என்றபடி அவள் அம்மா இதையே செய்வாள்.

அரிசி எந்த இடத்தில் விளைந்ததாக இருந்தாலும் தான் விளைந்த தன் மண்ணின் வலிமையை, நினைவை அது செல்லும் இடமெல்லாம் கொண்டு செல்லவல்லது என்பதும் தன் சொந்த இடத்திற்கு மீண்டும் அழைத்து வர உதவும் என்பதும் ‘காஸி’ இனத்தவரின் நம்பிக்கை.

அவர்கள் இருவருக்கும் ‘எது’ என்று தெரியாத ஒன்றை அவர்களால் சுண்டு விரலால் கூடச் சுட்ட முடியாத ஒன்றைத் தேடிச் செல்ல, பாரிஷாவின் ஆழமான நேசத்துக்குரிய அவன் தயாராக இருந்தான்.

அவனும் பாரிஷாவைப்போலவே, ஷில்லாங்கில் வளர்ந்தவன் தான். ‘அஷ்கினேஸம்’ என்னும் யூத இனத்தைத் சேர்ந்தவன். பல யூதர்களைப் போல ஜெர்மனியை விட்டு வெளியேறி கொல்கத்தா வந்து சேர்ந்தவன். அங்கிருந்த சிலர் அன்றைய அஸ்ஸாம் மாகாணத்தின்,

மலைப் பிரதேசங்களில் குடியேறியபோது தாங்களும் குடியேறியவர்கள் அவர்கள்.

அவன் பெற்றோர் இந்தப் பகுதியிலிருந்து வெளியேற விரும்பவில்லை. 'அதற்கான காலம் இன்னும் வரவில்லை' என்றே அவர்கள் சொல்வார்கள்.

'ஒருக்கால் என்றாவது வரலாம்' – ஆனால் அதை அவர்கள் தீவிரமாய் எடுத்துக்கொள்ளவில்லை. தொடக்கத்திலிருந்து படிப்படியாக அவர்களது வாழ்வு வளர்ச்சி பெற்று வந்த இடம் அது; அவர்களது நண்பர்களும் அங்கேதான் இருந்தார்கள். அதனால் அங்கே இருப்பது அவர்களுக்கு சௌகரியமாகவே இருந்தது. ஆனால் அவனுக்கு அப்படி இருக்கவில்லை. அவன் சற்று வித்தியாசமாக உணர்ந்தான். நீண்ட காலமாக உடன் வாழ்ந்ததில் பாரிஷா அதை எப்போதோ புரிந்து கொண்டிருந்தாள்.

இந்த அளவிற்கு முன்கூட்டியே அறிவிக்கப்பட்ட ஒரு பிரிவு இருக்க வாய்ப்பில்லைதான். அவன் பிரிய ஆயத்தமானான். 'ஒன்றோ இரண்டோ ஆண்டுகள், எதைத்தான் அடையவிருக்கிறேன் என்பதையும்தான் பார்த்து விடலாமே' – என்று சொன்ன அவனோடு பாரிஷாவும் உடன் செல்ல முடியுமா என்ற கேள்விக்கே அங்கே இடம் இல்லை.

இது அவன் மட்டுமே தனியே செய்தாக வேண்டிய ஒரு செயல்; அவனுக்கே உரிய அந்தரங்கமான ஒரு யாத்திரை என்பதை ஏதும் பேசிக்கொள்ளாமலே அவள் உணர்ந்திருந்தாள். சுமையாக அழுத்தும் வரலாற்றைப் பொருட்படுத்தாமல் நிராகரித்து விடுவது அவனைப் பொறுத்தவரை மிகவும் கடினமானதுதான்.

அவன் சென்ற பிறகு, பால்கனியில் நின்று வேடிக்கை பார்த்தபடி அவள் தன் பொழுதை ஓட்டிக்கொண்டிருந்தாள். தெற்கு தில்லியில் இருந்த அவர்கள் இல்லத்தைச் சுற்றிலும் பல வெளிமாநிலத்தவர்கள் குடியிருந்தனர். நாகாலாந்து, மேகாலயா போன்ற இடங்களிலிருந்து வந்தவர்கள். அவர்கள் நித்திய யாத்ரீகர்கள் என்று அவள் எண்ணினாள். எங்கும் நிலைகொள்ள இயலாமல் தொடர்ந்து இடம் பெயர்ந்து கொண்டிருப்பவர்கள். வீட்டின் அமைதியைத் தன்னால் பொறுத்துக்கொள்ள முடியாமல் போனபோது பாரிஷா தன் பிறந்த வீட்டை நோக்கிப் பயணிக்க முடிவு செய்தாள்.

கௌஹாத்தியில் இருந்து நான்குமணி நேரம் சாலையில் பயணித்த பின், அவள் ஷில்லாங் வந்து சேர்ந்தாள். வளைந்து நெளிந்து சென்ற அந்த மலைப் பாதையெங்கும் புகை கக்கும் வாகனங்கள். பயணிகளாலும் பொருட்களாலும் பிதுங்கி வழியும் துருப்பிடித்த மஞ்சள் நிறத்தில் இருக்கும் சுமோ வாகனங்கள்.

அக்டோபர் மாதத்தின் மூன்றாவது வாரம் அது. பருவமழை மெல்ல மறைந்து கொண்டிருந்த சமயத்தில் அவை உதிர்த்து விட்டுச் சென்ற சிறுசாரல் மழையில் கரைந்துகொண்டு பயணிகள் ஷில்லாங்கிற்குள் நுழையத் தொடங்கினர். திட்டமிடாத அழகற்ற ஒரு நகரமாக ஷில்லாங் அவள்முன் விரிந்துகொண்டிருந்தது. அவள் வளர்ந்து ஆளானது இங்கேதான். முன்னாள் காதலனின் அந்தரங்கத்தை நெருக்கமாக அறிந்து வைத்திருப்பது போல இந்த நகரத்தின் ஒழுங்கின்மையும் அவளுக்குப் பரிச்சயமானதுதான்.

'எப்படி இருக்கே பாரு... உன்னைக் கொஞ்சம் நீயே பார்த்துக்கோ பாரிஷா! '.

அணையப்போகும் மெழுகுவர்த்திச் சுடரைக் காக்கும் கரங்களைப் போல அவள் முகத்தைத் தன் இரு கைகளாலும் ஏந்திக் கொண்டிருந் தாள் அவளது தாய்..

'உன் பாட்டி உன்னை இப்ப பார்த்திருந்தா பூண்டுச் சில்லு மாதிரி மெலிஞ்சிருக்கியேன்னு சொல்லுவா'. அவளை உணவு மேசையில் அமர வைத்து விட்டு சூடான தேனீர் எடுத்துக் கொண்டு வந்தாள். அரிசியால் செய்யப்பட்ட சிறிய இனிப்பு அப்பங்களை மகளின் கையில் திணித்துக் கொண்டே சாதாரணமாகப் பேசிக்கொண்டிருந் தாள் அவள்..

மாலை நேரத்தில் ஷில்லாங்கின் மீது கூடுதலாக இறங்கி வரும் குளிரைப்பற்றியும், சுற்றத்தில் புதிதாக வந்திருந்த நாகாலாந்து மாநிலத்தைச் சேர்ந்தவர்களைப்பற்றியும் அவள் பேசிக்கொண்டிருந்தாள்.

'உனக்குத்தான் தெரியுமே அவங்க எப்படி எல்லாத்தையும் சாப்பிடுவாங்கன்னு... காலனியிலே இருந்து கொஞ்சம் வளர்ப்பு நாய், பூனையெல்லாம் கூட காணாமப் போயிடுச்சு'. 'பாய்' மாவட்டத்தில் தன் நண்பர் பயிரிட்டு வரும் மஞ்சள் பண்ணையை அமைக்க அவளின் அப்பா உதவி வருவதாகச் சொன்னாள்.

'இந்த மாதிரி வித்தியாசமா ஏதாவது செய்யறது அவருக்குப் பிடிச்சிருக்கு. வேலை ஓய்வுக்கப்புறம் இதெல்லாம் அவரைக் கொஞ்சம் மும்முரமா இயங்க வைக்குது'. இன்னும் வேறு எதையோ கூட சொல்லவந்துவிட்டு பாரிஷாவின் முகத்தைப் பார்த்த பின் அமைதி யானாள் அம்மா.

அதன்பிறகு அறைக்குச் சென்ற பாரிஷா, தன் கடந்துபோன பால்ய வாழ்க்கையைக் கைவிடப்பட்ட தண்ணீர் தொட்டிகளிலிருந்து எழும் தவளைகளின் சப்தத்திலும், காடுகளிலிருந்து எழும் சிள் வண்டுகளின் கிறீச்சொலிகளிலும் தேடிக்கொண்டிருந்தாள். தொலைவில் இருந்த ஒரு மலைமீது மினுங்கி மினுங்கி எரிந்து கொண்டிருந்த விளக்கு களைப் பார்த்துக்கொண்டே இருந்தாள். ஒவ்வொரு முறையும் அவள்

தன் வீட்டிற்கு வரும்போது காலியாக இருக்கும் இருட்டான இடை வெளிகளை நிரப்பியபடி விளக்குகளின் எண்ணிக்கை கூடிக் கொண்டே வந்தது. அவளுக்கு மிகவும் பழக்கமான அந்தச் சிறிய ஒடுக்க மான படுக்கையில் அவள் விழித்துக் கொண்டே படுத்திருந்தாள். கண்களில் நீர் தளும்பும் முன் உறக்கம் அவளை ஆட்கொண்டது.

மறு நாளும் அவள் படுக்கையிலேயே கிடந்தாள்.

இரண்டாவது நாள் அவள் சமையல் அறைக்குள் சென்றாள். அவளின் அம்மா பன்றியும் உருளையும் சேர்த்து செய்திருந்த 'சிர்வா'வையும், அரிசி சாதத்தையும் இரண்டு முறை போட்டுக் கொண்டு உண்டாள். அப்படி அவள் சாப்பிட்டுப் பல மாதங்கள் ஆகிவிட்டிருந்தன. மூன்றாம் நாள் அம்மாவுடன் சேர்ந்து தங்கள் தோட்டத்தைச் சுற்றி வந்தாள். மலைப்பகுதிகளில் மிகுதியாகக் காணப்படும் அசுவினிப் பூச்சிகள் கடுமையாகத் தாக்கி இருந்ததால் இந்த வருடம் ரோஜாக்கள் சரியாக முளைத்திருக்கவில்லை. ஆனால் குட்டி குட்டியான வெள்ளி மொட்டுக்களோடு காட்சி தந்த அஜெலியா புதர்கள் அதை ஈடுகட்டி அற்புதமாக மலர்ந்து விடக் கூடும் என்று தோன்றியது.

இந்தவருடம் காலமானோரை நினைவுகூரும் நாளன்று இந்த மலர்களைப் பயன்படுத்தலாம், என்று பாரிஷாவின் அம்மா சொன்னாள். அம்மா அப்படிச் சொல்லாமல் இருந்திருக்கலாம் என்று அவளுக்குத் தோன்றியது. இப்போது அவையும் அவளைப் போலவே சட்டென்று சோகம் அப்பிக்கொண்ட உணர்வை அளித்தன.

பகல் பொழுதுகள் குறைவாக – மாலை ஐந்து மணிக்கே இருட்டத் தொடங்கியிருந்தாலும், அவள் வந்து இறங்கிய நாளில் இருந்த சிறு தூறல்களும் மறைந்து முழுமையான இலையுதிர்கால மஞ்சள் வெய்யில் வரத்தொடங்கியிருந்தது. சதைப் பற்றுள்ள மென்மையான கொய்யாப் பழங்கள் பழுத்துத் தரையில் உதிர்ந்து கொண்டிருந்தன.. அவற்றின் புளிப்பும் இனிப்புமான சுவையின் வாசம் காற்றிலும் அவள் உடையிலும் நிறைந்திருந்தது. கொஞ்சம் கொஞ்சமாக அவள் தெம்பாக உணரத்தொடங்கினாள்.

அந்த வார இறுதியில் அவளை வாகனம் நிறுத்தும் அறைக்கு அடுத்தாற்போலிருந்த பொருட்களை வைக்கும் உள்ளறைக்கு அழைத்துச் சென்றாள் பாரிஷாவின் அம்மா.

"நீ செய்ய வேண்டிய வேலை ஒன்று பாக்கி இருக்கிறது' என்பது போல அங்கே அடுக்கி வைக்கப்பட்டிருந்த சில அட்டைப் பெட்டி களைக் காட்டினாள்.

"இதில் உள்ளவைகளில் எதை வைத்துக் கொள்ளவேண்டும். எதைத் தூக்கிப்போட வேண்டும் என்று எனக்குத் தெரியவில்லை.

சாமான்களையெல்லாம் வகைபிரித்து ஒதுக்க வேண்டும் என்று சொல்லிக் கொண்டிருந்தாயே... இப்போது இதிலிருந்து ஆரம்பி'' என்றாள்.

அந்தப் பெட்டிகளுக்குள் என்ன இருக்கும், என்பது, பாரிஷாவிற்குத் தெரிந்திருந்தது. அவள் தில்லியில் இருந்து ஷில்லாங் வந்து செல்வது குறையக் குறைய அம்மா அவளது அறையில் இருந்த பொருட்களை பெட்டிகளுக்குள் அடுக்கிக்கொண்டே சென்றாள். நாளாக ஆக கிறிஸ்துமஸ் பண்டிகை தவிர வேறு சமயங்களில் அங்கே அவர்கள் வருவதென்பதே அரிதாகிப் போயிருந்தது.

அவள், தூசுபடிந்த அந்தத் தரையில் ஒரு உறுதியுடன் சம்மண மிட்டு அமர்ந்துகொண்டாள். அவன் இப்போது தன் கடந்த கால வாழ்க்கையைத் தேடிச் சென்றிருக்கிறான் என்றால் இவள் தன் கடந்த கால வாழ்க்கையை விட்டு விலகியாக வேண்டிய வேளை இது.

முதல் அட்டைப்பெட்டியில் வகுப்பறையில் எவரும் அறியாமல் பள்ளிச்சிறுமி ஒருத்தி ரகசியமாய்க் கிறுக்கிய தாள்களும், பதின்பருவ ஏக்கங்களின் வடிகால்களாய்ச் சேகரிப்பான பத்திரிகைக் காகிதங்களும் முகம் மறந்து போனவர்களிடம் இருந்து வந்த வாழ்த்து அட்டைகளும் பரிசுப் பொருட்களை சுற்றப் பயன்படுத்திய பளபளப்பான வண்ண வண்ணக் காகிதங்களும் இருந்தன. இந்தக் காகிதங்களை ஏன் சேமித்தோம் என்ற காரணத்தை இப்பொழுது அவளால் யோசித்துப் பார்க்க முடியவில்லை.

இரண்டாம் அட்டைப்பெட்டி சிறியதாக இருந்தது. அதில் நிறைய பாடல் கேசட்டுகள்; பலவும் அட்டை இல்லாமல் இருந்தன. சில ஒலி நாடாக்கள் அவை சுற்றப்பட்டிருந்த வளையத்திலிருந்து கழன்று போய் மினுமினுத்துக்கொண்டு தொங்கின. மூன்றாவது பெட்டியில் மற்ற பொருட்களோடு கூடவே விளிம்பு முழுவதும் துருவேறிக் கிடந்த காலியான ஒரு சாக்லெட் டப்பா இருந்தது. அதனுள் மஞ்சள் உறைக் குள் வைக்கப்பட்ட ஒரு சிறிய காகித வாழ்த்து அட்டை, 'என்றென் றும் உன் மீதான காதலுடன் விவேக்' என்று அதில் நாடகத்தனமாக எழுதியிருந்தது. அதை மிகுந்த கவனத்தோடு விலை உயர்ந்த ஓர் ஆபரணத்தைப் போலத் தன் கையில் வைத்துக்கொண்டு அவள் திருப்பித் திருப்பிப் பார்த்தாள். கபடமில்லாத அதன் நேரடியான எளிமை அவளை அசர வைத்தது. இப்படிப்பட்ட குழப்பமில்லாத சிக்கல் இல்லாத விஷயங்களும் கூட இருந்ததுண்டா என்ன? அங்கிருந்த வேறு பல அட்டைப்பெட்டிகளையும் புரட்டி எடுத்து அவற்றில் இருந்த தேவை இல்லாத பொருட்களைத் தூக்கிப் போட்டாள். இந்த வாழ்த்து அட்டையை மட்டும் எடுத்துக் கொண்டு தன் அறைக்குச் சென்றாள்.

விவேக்கைப்பற்றி இத்தனைநாள் நினைத்துக்கூடப் பார்த்திருக்க வில்லை. கிட்டத்தட்ட பத்துவருடங்கள் கடந்திருந்தன. அவள் வீட்டில் இவளுக்குக் கேட்காத மாதிரி எல்லோரும் சொன்னதைப் போல அவன், இவளுக்கு, ஒரு விசேடமான தோழனாக இருந்தான். அந்த இருட்டறையில் தனக்குள்ளாகவே சிரித்துகொண்டாள் அவள்.

பள்ளியில் இருந்து திரும்பும்போது பதினைந்து பதினாறு வயதுப் பிராயத்தில் அவர்களின் தற்செயலான சந்திப்புகள் தொடங்கின. ஒருவரை ஒருவர் எதிர்ப்படும்போது நாணம் கலந்த புன்னகைகளின் பரிமாற்றங்கள், ஒருவரைப்பற்றி அடுத்தவர் காணும் பகற்கனவுகள் என்று அவை தொடர்ந்து கொண்டிருந்தன. பருவமழைக்காலத்தின் தொடக்கத்தில் தன் மனதை திடப்படுத்திக் கொண்டு பாரிஷாவிடம் தன்னை அவன் அறிமுகப்படுத்திக் கொண்டான். அந்த மழையிலும் காற்றிலும் மென்மையான அவள் கைகளில் நிற்க மறுத்துப் பறந்த குடையை எடுத்துக்கொடுத்து உதவினான். அந்த நொடிகளைத் தருணமாக்கினான். அதன்பிறகு தபால் நிலையத்தின் சிவப்புப்பெட்டி அருகே பள்ளியை ஒட்டி இருந்த பேருந்து நிறுத்தத்தில் அவளுக்காகக் காத்திருக்க ஆரம்பித்தான். நாள் முழுவதும் மனதில் ஒத்திகை பார்த்திருந்த உரையாடலை

'இன்னிக்கு என்ன நடந்திச்சு.'

'கணக்கு டெஸ்ட் மோசமா செய்துட்டேன்'

உன்னோட பரீட்சை எப்ப ஆரம்பம்?'

என்பதுபோல கொஞ்சம் கொஞ்சமாக நிகழ்த்த இருவரும் முயன்று கொண்டிருந்தனர். பின்பு இசையைப் பற்றிப் பேச ஆரம்பித்தனர். அவனுக்கு 'எல்வீஸ் ப்ரஸ்லீ' யும், பழைய பாடல்களும் பிடித்திருந்தன. 'பெக்கிசூ' மற்றும் 'ஹவ் ஸ்வீட் இட் இஸ் போன்ற பாடல்கள் பிடித்திருந்தன. இந்தப் பாடல்கள் இருக்கும் கேசட்டைத் தருவதாகச் சொன்னான். ஒருநாள் அவளுடன் கைகுலுக்கக் கைநீட்டினான். செய்வதறியாமல் அவளும் கைகுலுக்கினாள். அன்று வீடு சென்று சேரும் வரை தன் உள்ளங்கைகளுக்குள் அந்தச் சிலிர்ப்பு தேங்கியிருப் பதைப் போலவே அவள் உணர்ந்தாள்.

இன்று பலநாட்களுக்குப் பின்னர், இந்த இரவில், தன்னைவிட்டு இஸ்ரேலுக்குச் சென்ற தன் மனிதனைப் பற்றிக் கனவு காணாமல், மேசையில் வைக்கப்பட்டிருந்த அந்த வாழ்த்து அட்டையோடு, உறங்கிப்போனாள்.

அடுத்த நாள் மீண்டும் உள்ளறைக்குத் திரும்பிப் பழைய குப்பை களைக் கிளறிக் கொண்டிருந்தாள். பூஞ்சை பூத்திருந்த பாடல் கேசட்டு களுக்குள் பிளாஸ்டிக் உறையிட்ட ஒரு பழைய முகவரிப் புத்தகத்தை

கண்டெடுத்தாள். புத்தாண்டு நாள்காட்டிகளோடு உள்ளூர்க் கடைகளில் இலவசமாகக் கிடைக்கும் டைரி அது. கோடிட்ட அந்தப் பழைய புத்தகத்தில் செல்போன் எண்ணுக்கும், மின்னஞ்சலுக்கும் இடமிருக்கவில்லை. நண்பர்கள், உறவினர்கள் என்று நிறைய பேரின் தகவல்களை மிகுந்த கவனத்தோடு அவள் அதில் குறித்து வைத்திருந் தாள். அகர வரிசைப்படி அதில் விவேக்கின் எண் கடைசியாக இருந்தது.

'அஸ்ஸாம் காட்டேஜ்,

மேல் லைக்குமீர்

ஷில்லாங் – 793003

என்ற முகவரிக்கு அடியில் வீட்டின் தொலைபேசி எண்ணும் இருந்தது. பாரிஷா அதைத் தன் பாக்கெட்டில் வைத்துக்கொண்டாள்.

இதே விவரங்களை அவன் வேறொரு தாளில் எழுதிக் கொடுத்திருந் தான்; அது தொலைந்து போயிருக்கலாம், அல்லது அவள் ஏதேனும் ஒரு டைரிக்குள் ஞாபக மறதியாக செருகிக்கூட வைத்திருக்கலாம்.

இத்தனை ஆண்டுகள் கழிந்தும் அந்த நவம்பர் மாத மாலைநேரம் அவளுக்குப் பசுமையாக நினைவிருந்தது. பள்ளியை விட்டு வீட்டுக்குச் சென்று கொண்டிருந்த நேரம்... அவனை இனிமேல் பார்க்கவே முடியாது என்று நினைத்த சமயம்..அப்போது சாலையின் மறுபுறத்திலிருந்து அவன் குரல் கேட்டது. சிறப்பு வகுப்புக்குச் சென்று விட்டு எத்தனை சீக்கிரம் முடியுமோ அத்தனை சீக்கிரம் அவளைப் பார்க்க அவன் அவசரமாக ஓடி வந்திருக்கிறான் என்பது தெரிந்தது.

'உங்கள் வீட்டுப் போனுக்கு அழைக்கலாமா?'

அப்படி ஓடி வந்ததில் எப்போதும் சுத்தமாக வாரப்பட்டிருக்கும் அவன் தலை கலைந்திருந்தது.

'சரி'

'உன் நம்பர் கொடுக்கிறியா?'

அவள் தன் எண்ணை ஒரு தாளில் எழுதிக் கொடுத்தாள். அவனும் அதே போலச் செய்தான். அந்தத் தாள்களை ஏதோ ஒரு திருமணப் பத்திரம் போல அவர்கள் இருவரும் பயபக்தியோடு மாற்றிக் கொண்டனர். வீட்டிற்கு வந்தபின் அவளால் தன் கவனத்தை வீட்டுப் பாடத்தில் சற்றும் நிலைநிறுத்த முடியவில்லை. பிறகு தொலைபேசி அருகே பாடப் புத்தகத்தை வாசிப்பது போல அமர்ந்திருந்தாள். பொதுவான அழைப்புக்கள், உரையாடல்களுக்குரிய கருவியாக தொலைபேசி அன்று மாறியிருக்கவில்லை. மிகப் புதிதாக அறிமுகமாகி யிருந்த அது ஒரு புனித இயந்திரமாகவே கருதப்பட்டது. அதனால்

தன் பெற்றோர் கேட்டால் என்ன சொல்வதென்று தெரியாமல் விழித்தாள். அவன் சரியாக இரவு எட்டு மணிக்கு அழைத்தான். பாரிஷாவின் குடும்பம் உணவிற்காக அமர்ந்திருந்த நேரம்.

'ஹலோ'

'ஹலோ... பாரிஷாவிடம் பேசமுடியுமா?'

'சொல்லுங்க, நான்தான்'

முகத்தைப்பார்க்க முடியாததாலும் மனதுக்குள் ஒத்திகை பார்த்த தெல்லாம் எப்படியோ நழுவிப் போய்விட்டதாலும் இருவரும் ஏதோ புதிதாகப் பேசுவது போன்ற பாவனையைப் புனைந்துகொண்டனர்.

குளிர்கால விடுமுறைக்கான திட்டம், இருவருக்கும் பிடித்தமான நதிக்கரைகள், இன்னும் தங்களைப் புரிந்துகொள்ளாத உலகம்... என்று இவையெல்லாம் பற்றிப் பேசினர்.

அப்போது உயிரோடு இருந்த பாரிஷாவின் பாட்டி ('மெய்லாத்') 'தொலைபேசி என்பது, அவசரத்துக்கு மட்டும்தான், இருபது நிமிடம் இப்படித் தொடர்ந்து 'பிசி' என்று வந்தால் அழைப்பவர்கள்தான் என்ன செய்வார்கள்' என்று சொன்ன பிறகே தொலைபேசி அதன் இடத்தில் வைக்கப்பட்டது.

'இந்த ஊரே தீப்பற்றி எரிந்தால் கூட அப்புறம் நமக்குத் தெரியாது?'

'ஷில்லாங் எதற்காக எரியப்போகிறது?' என்று தன் தட்டில் இருந்த காய்கறிகளைக் கிளறி விட்டுக் கொண்டே கேட்டாள் பாரிஷா.

'ஊர்வலமெல்லாம் நடக்கிறதே... நீ பார்க்கவில்லையா குழந்தாய்?' என்றார் பாரிஷாவின் தந்தை. மெய்லாத்தின் பேச்சைத் திசை திருப்பி அமைதிப்படுத்தும் வகையில் தனக்கு இன்னொரு கரண்டி சோறு பரிமாறுமாறு அவளைக் கேட்டுக்கொண்டார்.

இப்போது.. இன்று... இந்த இரவில் பாரிஷாவின் அம்மா உறங்கியபின், அவள் கீழறைக்குச் சென்று ஒரு மூலையில் புராதனப் பொருள் போல வைக்கப்பட்டிருந்த அந்தப் பழைய தொலை பேசியைப் பார்த்தாள். தில்லியிலிருந்து கொண்டு வந்த அவளது செல்பேசி உபயோகிக்கப்படாமல் மின்னூட்டம் இல்லாமல் செயலிழந்து கிடந்தது. அந்த இருட்டறையில் குளிர்ச்சியான தரையில் அவள் வெறுங்காலோடு நின்று கொண்டிருந்தாள். தொலைபேசியை எடுத்து அந்த எண்ணிற்கு சுழற்றினாள். இயந்திரப்பதிவு செய்யப் பட்டிருந்த ஒரு தானியங்கிக் குரல் 'எண்ணை சரி பாருங்கள்' என்று அறிவுறுத்தியது. '2' ஆம் எண்ணை சேர்க்க மறந்ததை உணர்ந்து அதைச் சேர்த்து மீண்டும் அழுத்தினாள். மறுமுனையில் தெளிவாக வும் சத்தமாகவும் மிகுந்த எதிர்பார்ப்பை ஏற்படுத்தும் வகையிலும்

மணி அடித்தது. அது முழுவதுமாக ஒலித்துப் பின் துண்டிக்கப்படும் வரை காத்திருந்து விட்டு அவள் மீண்டும் முயற்சி செய்தாள். இம்முறையும் யாரும் எடுக்கவில்லை. அனைவரும் உறங்கி இருக்கலாம் அல்லது, ஊரில் இல்லாமல் இருக்கலாம். அந்த இணைப்பு இன்னும் இருந்தது என்பதே முக்கியமானது, அப்போதைக்கு அவளுக்குத் தேவையான தகவல் அது ஒன்றே.

"இத்தனை வருஷமா எங்கே என்ன செய்துக்கிட்டிருந்தே"

"ஓ நானா.."

"நான் தில்லியிலே பிரதி எடுக்கும் ஆசிரியரா ஒரு பத்திரிகையிலே வேலை பார்த்துக்கிட்டிருந்தேன்"

"இல்லை.. எனக்குக் கல்யாணம் ஆகலை"

"ஆமாமாம்.. நாம சந்திக்க முடிஞ்சா நல்லாதான் இருக்கும்"

என்பது போன்ற கற்பனை உரையாடல்களைத் தன்னுள் நிகழ்த்தியபடி படுக்கச் சென்றாள். இதுவரை பழக்கமில்லாத இலகுவான மனப்பூர்வமான புன்னகை ஒன்று அப்போது அவளிடம் அரும்பியது.

அடுத்தநாள் மதியம் காலனியிலிருந்த பெண்கள் கூட்டத்துக்குச் சென்றபோது அவள் தனியாக இருப்பதில் ஒன்றும் சிரமம் இல்லையா என்பதைப் பலமுறை உறுதிசெய்து கொண்டும் ஒரு பதற்றத்தோடும் தான் பாரிஷாவின் அம்மா சென்றாள்.

'நீயும் வர்றியா?' என்றும் அவளிடம் கேட்டாள்.

'வந்து என்ன செய்யச் சொல்றே? பக்கத்து வீட்டு நாகாக்காரங்க நம்ம நாய்களையும், பூனைகளையும் எப்படிச் சாப்பிடறாங்கன்னு கேட்கவா?'

பாரிஷாவின் எள்ளல் அம்மாவின் பதற்றத்தைக் குறைத்து மகள் இயல்பாக இருப்பதை உறுதிப்படுத்தியது..

சிறிது நேரம் கழித்து பாரிஷா சமையல் அறையில் அமர்ந்து தேநீர் குடித்துக் கொண்டிருந்தாள். வானொலியில் ஒலிபரப்பான செய்திகளில் இடங்கள் மற்றும் ஆட்களின் பெயர்கள் செய்தி வாசிப்பவரின் நாவிலிருந்து அடுத்தடுத்து வந்து விழுந்து கொண்டிருந்தன. புது காலனியில் ஒரு திருட்டு, போலோ பகுதியில் நீர்ப் பற்றாக்குறை, இவ்வார இறுதியில் நடக்கவிருக்கும் ஒரு பள்ளி விளையாட்டுவிழா, லபான்பகுதியில் மின் கம்பிகள் திருட்டு. திடீரென்று எதிர்ப்பட்ட யதார்த்த வாழ்வின் அறிகுறிகள் அவளுக்கு ஏதோ ஒரு வகையில் நிம்மதி அளித்தன. வீட்டின் வாசலுக்கு அருகே நின்று கொண்டு ஒரு யோசனையை மனதில் ஓடவிட்டுக்கொண்டிருந்தாள். மார்ச் மாதக் காற்று இலைகளை அசைப்பது போல் அந்த எண்ணமும்

ஜேனிஸ் பரியத் ◆ 173

அவளை அசைத்துக் கொண்டிருந்தது. . இப்படியே வாசலைக் கடந்து 'லைக்குமீர்' பகுதிக்கு நடந்து சென்றுவிடலாம். பதினைந்து நிமிடங் கள் தான் ஆகும். இந்த நகரத்தில் எதுவும் அத்தனை தொலைவு இல்லை. அவளின் அம்மா வருவதற்குள் திரும்ப வந்துவிடலாம்.

குடியிருப்பிலிருந்து சரிந்து செல்லும் சாலையில் நடந்தாள். சிறுவர்கள் உண்டிவில்லால் தெருவிளக்கைப் பதம் பார்க்கக் காத்திருந் தனர். சில தொழிலாளர்கள் ஒரு சுவரை எழுப்பிக்கொண்டிருந்தனர்.

இது ஒரு யதார்த்தமான நலம் விசாரிப்பாக மட்டுமே இருக்கும் என்று தனக்குத்தானே சொல்லிக்கொண்டிருந்தாள். இந்த ஊரிலிருக் கும் பெரும்பாலானவர்களைப்போல விவேக்கின் குடும்பமும் அங்கிருந்து விலகிச் சென்றிருக்காது, என்ற நம்பிக்கையில் அவள் நடந்து சென்றாள். வீட்டிற்குள்ளே செல்லவேண்டும் என்ற அவசியம் இல்லை. சும்மா ஒரு பார்வை மட்டும் பார்த்து விட்டு வீட்டை ஒரு வேக நடையில் கடந்து விட வேண்டியதுதான்... அஞ்சல் பெட்டியில் இருக்கும் பெயரை மட்டும் பார்த்துவிட்டால் போதும் என்று சொல்லிக்கொண்டாள். சூரியவெளிச்சம் தேவதாரு மரங்களின் ஊடே சாலையில் எங்கும் பரவியிருந்தது. மேலே வானம் தெளிவாக இருந்தது. அசர அடிக்கும் நீலநிறம். அவளைச் சுற்றி அனைத்தும் பதற்றமாகவே இருந்தது போல் அவளுக்குத் தோன்றியது. அந்த மதியப் பொழுது அவளுக்கு எதை ஆயத்தமாக வைத்திருக்கிறது என்பது யாருக்குத் தெரியும்? இப்படிப்பட்ட எதிர்பார்ப்போடு அவள் இருந்து பலமாதங்கள் ஆகிவிட்டிருந்தன. இந்தப் பதற்றம், இப்படி ஒரு எதிர்பார்ப்பு... இதுதானே உயிரின் அடையாளம்.

விவேக்கைக் கடைசியாக எப்போது சந்தித்தோம் என்று நினைவு படுத்திப் பார்த்தாள். அவன் கொல்கத்தாவிற்கு பொறியியலோ மருத்துவமோ படிக்கச் செல்லும் முன்பு என்பதும், அது படிகம் போலத் தெளிவான சூரிய ஒளி கொண்ட ஒரு மே மாதம் என்பதும் ஞாபகம் வந்தது. வானம் பருவமழைக்கு முன் ஒளி கொண்டிருந்த நாட்கள். அவன் இவள் வீட்டுவாசல் முன் வந்து நின்றிருந்தான். பாரிஷாவின் பாட்டி, தகார் இனத்தவர் (காஸி இனத்தவர் இல்லாத வெளியாட்கள்) யாரைப் பார்த்தாலும் பொதுவாகக் கேட்கும் கேள்வியை அதே போன்ற ஒரு சந்தேகத் தொனியுடன் அவனிடமும் கேட்டாள்.

'உன் அப்பா யார்? அவர் என்ன செய்கிறார்? உன் வீடு எங்கே இருக்கிறது ?'

அவன் எல்லாக் கேள்விகளுக்கும் கைகளைப் பின்னால் கட்டிக் கொண்டு அமைதியாகவும் அடக்கமாகவும் பதில் சொன்னான். பாட்டி சற்றே மனம் இளகி அவர்கள் இருவரும் கொஞ்ச தூரம்

நடந்து விட்டு வர அனுமதித்தாள். அவர்கள் ரைசா காலனி வனத்தின் எல்லையோரமாக மலையடிவாரம் வரை இறங்கிச் சென்றனர். இறுதியாகக் காலியாய்க்கிடந்த வாகன நிறுத்தத்தை அடைந்தனர். கவனிப்பாரற்றவையாய்க் காலம் தவறி வெளிர் நிறத்தில் பூத்திருந்த பீச் மரங்கள் அங்கே தோட்டத்தில் அடர்ந்திருந்தன.

'உனக்காக ஒன்று கொண்டு வந்திருக்கிறேன்'. தன் கையில் சுருட்டி வைத்திருந்த ஒரு பிளாஸ்டிக் பையைத் திறந்து சில சாக்லெட்டுகளை அவன் அவளிடம் கொடுத்தபோது அவன் கன்னங்கள் சிவந்தன. 'இதைப் பின்னர் படித்துக்கொள்' என்று ஒரு மஞ்சள் நிற உறையிலிட்ட அந்த அட்டையைக் கொடுத்தான்.

அந்தக் கார் நிறுத்தும் இடம் முழுவதையும் வளைத்துக் கொண்டிருந்த குட்டையான அந்த சிமெண்ட் மதில் சுவர் மீது அந்தி சாயும் வரை, இருவரும் கைகோர்த்துக் கொண்டு உட்கார்ந்தபடி தங்கள் எதிர்காலம் பற்றிப் பேசி மகிழ்ந்திருந்தனர். அவளின் பள்ளி முடிய இன்னும் ஓராண்டு இருந்தது. பள்ளி முடிந்த பின் மேற்படிப்புக்கு அவளும் கொல்கத்தா வந்து விடுவாள்; இருவரும் அங்கே சேர்ந்து இருக்கலாம் என்று பேசி நெகிழ்ந்தனர். தான் தொடர்ந்து செய்யப் போவது என்ன என்பது பற்றி பாரிஷாவிற்கு இன்னும் தெளிவான எண்ணம் ஏற்பட்டிருக்கவில்லை. அவளின் பெற்றோர் அது குறித்து என்ன யோசித்திருக்கிறார்கள் என்றும் தெரியவில்லை. இருவரும் வானத்தின் நிறம், வெள்ளி கலந்த மஞ்சளில் இருந்து மங்கி வெளிர் நீலமாக மாறிப் பின்னர் கறுத்து இறுகி நட்சத்திரங்கள் உதிக்கும் வரை பார்த்தபடி இருந்தனர்.

'அதோ மலையிலிருந்து வரும் அந்த வெளிச்சம் உனக்குத் தெரிகிறதா?' என்று மலையில் இருந்து வந்த ஒரு ஒளிக் கீற்றைக் காட்டியபடி அவன் கேட்டான்.

பாரிஷா தலையசைத்தாள். அங்கிருந்த பல விளக்குகளில் மிகவும் பிரகாசமான ஒன்றைத்தான் அவன் குறிப்பிடுகிறான் என்று எண்ணியபடி அதை ஆமோதித்தாள். 'என்ன நடந்தாலும் சரி. நாம் எங்கிருந்தாலும் சரி. அதைப்போலவே நான் எப்போதும் உனக்காகவே இருப்பேன். எங்கிருந்தாலும் திரும்ப வருவேன்'

அந்த அளவு காதல் ததும்பும் சொற்களை இன்றுவரை பாரிஷா கேட்டதில்லை. அவன் தன்னை முத்தமிடக்கூடுமோ என நினைத்தாள். அவன் அவ்வாறு செய்யாததால் இவள் அவன் தோள்மீது தன் தலையைச் சாய்த்துக்கொண்டாள். மகிழ்ச்சியால் பூரித்துப் போனபடி இருந்தாள். உலகமும் அதன் எல்லா சாத்தியங்களும் மிகத் தொலைவில் தொடுவானத்துக்கும் அப்பால் அவர்கள் முன் விரிந்து கிடந்தன.

வீடு திரும்பியபோது, அவளது இடது கன்னம் அவன் விடை

கொடுத்து அனுப்பி வைத்த தூய்மையான புனிதமான முத்தத்தின் சிராய்ப்பில் இருந்து இன்னமும் மீளாமல் மென்மையாக எரிந்து கொண்டிருந்தது. அவளது பாட்டியும் தந்தையும் வாசலிலேயே காத்திருந்தனர். அவளது இளமையால் அவர்களின் பயத்தையும் கவலையும் புரிந்து கொள்ளமுடியவில்லை. தானும் விவேக்கும் சும்மா சாலையில் சிறிது தூரம் நடந்து சென்றோம், அவ்வளவுதானே.., வீட்டிலிருந்து அதிக தொலைவு கூட செல்லவில்லையே என்று அவள் சிந்தித்துக்கொண்டிருக்கும்போது 'தகார்', 'இவங்களையெல்லாம் நம்ப முடியாது' என்பது போன்ற முணுமுணுப்புக்கள் காதில் விழுந்தன. கடையிலிருந்து வீடு திரும்பும் வழியில் ஒரு பீகாரி உயிருடன் எரிக்கப் பட்ட செய்தி சில நாட்களுக்குப்பின் வந்து சேர்ந்தபோது அந்த வார்த்தைகள் அவளுக்கு நினைவு வந்தன.

இதமான வெயிலடிக்கும் இந்த மதியத்தில் ஷில்லாங்கின் அந்தக் கொடுமையான காலகட்டத்தை எண்ணிக்கூடப் பார்க்க முடிய வில்லை. சூரியஒளியில் சுருண்டு படுத்துக் குளிர்காயும் அமைதியான பிரியமான பூனையைப் போல இனிய பகற்கனவுகளுக்குள் செல்லவே அது விரும்பியது.

வெண்ணிறப் புகை கக்கிக் கொண்டிருந்த பழங்களைப் பதப் படுத்தும் தொழிற்சாலையைத் தாண்டி நகரின் பிரதான சாலையின் போக்குவரத்து நெரிசல்களுக்கு நடுவே வந்து சேர்ந்திருந்தாள் அவள். ஓராண்டுக்கு முன் மிகுந்த பரபரப்போடும் ஆர்வத்தோடும் 'தங்கெட்டி' சந்திப்பில் புதிதாகப் போடப்பட்டிருந்த சாலை விளக்குகள் பயன் படுத்தப்படாமல், எரியாமல் இருந்தன. வரிசையாய் இருந்த கடை களுக்கு நடுவே பல புதிய கடைகள் வந்திருந்தன. லைக்குமீர் சரிவில் மேலேறி மேட்டை நோக்கிச்சென்றாள். ஊரின் முக்கிய பள்ளிகளுள் ஒன்றான 'லொரெட்டோ கான்வென்ட்' அவளது வலது புறத்தில் பிரம்மாண்டமாக நின்றது.. மலர்கள் இல்லாத வெற்று ஜாகரந்தா கொடிகள் அங்கே நிறையத் தொங்கிக் கொண்டிருந்தன. யாரிடமாவது வழி கேட்கலாமா என்று எண்ணியவாறு நடந்தாள். வீட்டு வெளிப்புற வாசல்களிலோ முகப்புக் கதவுகளிலோ இருந்த அஞ்சல்பெட்டியில் டியங்டோஹ, ஸ்வெர், ரிச்மண்ட், ஷதாப், கோஸ்வாமி என்று பல பெயர்கள் தொங்கிக் கொண்டிருந்தன. ஆனால் அவள் தேடிய பெயர் அவற்றில் இல்லை. சாலை ஓரிடத்தில் சட்டென்று முடிந்தது.

அது முடிவடையும் இடத்தில் ஒரு அஸ்ஸாமிய பாணி கட்டிடம் இருந்தது. புதிதாக வெள்ளையடிக்கப்பட்ட சுவர்கள்; பளபளப்பாக பாலிஷ் செய்யப்பட்ட மர வேலைப்பாடுகள். அங்குள்ள புல்தரையின் மீது ஒரு நாய் தன் வாலை ஆட்டிக் குரைத்துக்கொண்டிருந்தது. துணியைக் காய வைத்துக் கொண்டிருந்த ஒரு பெண்மணி எட்டிப் பார்த்தாள்.

‘காங்! (பெண்களை மரியாதையுடன் அழைக்கப் பயன்படுத்தப் படும் அடைமொழி), அஸ்ஸாம் காட்டேஜ் எங்கே இருக்கிறது?’ என்று கேட்டாள் பாரிஷா.

சில வாரங்களுக்கு முன்பு தான் அங்கே புதிதாக வேலைக்கு வந்திருப்பதால் அவள் கேட்பதைப்பற்றித் தனக்குத் தெரியாது என்றும் தன்னை மன்னிக்குமாறும் அந்தப் பெண் வேண்டினாள். ஏதாவது ஒரு திருப்பத்தையோ ஏதேனும் ஒரு பெயர்ப் பலகையையோ கவனிக்காமல் விட்டு விட்டோமா என்று குழம்பியவாறே அவள் திரும்பினாள். இரண்டு தடவை அந்தப் பகுதியையே சுற்றிச்சுற்றி நடந்தபின் வெற்றிலை பாக்கு புகையிலை விற்கும் ஒரு பெட்டிக்கடை அருகே சற்று தாமதித்து நின்றாள். அந்தக் கடைக்காரருக்கு அறுபது வயதிருக்கலாம். பாக்குத் துண்டுகளைக் கத்தியால் சிறிதாக வெட்டிக்கொண்டிருந்தார் அவர்.

‘பாய் சாப்... இங்கே அஸ்ஸாம் காட்டேஜ் எங்கே இருக்கு?’

பாக்குகளை அறுத்துக்கொண்டிருந்தவர் அதை அப்படியே நிறுத்தி விட்டு, ‘அப்படி ஒரு பெயரில் இங்கே எந்த வீடும் இல்லையே’ என்றார்.

பிறகு சற்று யோசித்து

‘ஹசாரிகாக்கள்... இங்கே இருந்தார்கள். முன்பு இங்கேதான் இருந்தார்கள்’ என்றார். அது வரை அவளிடம் இருந்து வந்த எதிர்பார்ப்பு முழுவதும் கனமான இரும்புக்குண்டு போல் அடிவயிற்றில் அப்படியே அழுந்திப் போயிற்று.

‘காங்! இந்த இடமெல்லாம் அஸ்ஸாமாதான் இருந்தது. இங்கே நெறைய ஹசாரிகாக்கள் இருந்தாங்க. ‘87க்கப்புறம் இப்போ பலரும் போயாச்சு. அஸ்ஸாம் காட்டேஜும் இல்லை’

‘ நிச்சயமா தெரியுமா?’

அவர் தன் கையில் இருந்த கத்தியைக் கீழே போட்டுவிட்டுக் கண்ணாடியைக்கழற்றி அதன் மூக்குப்பகுதியின் விளிம்பை வருடியபடியே இப்படிச்சொன்னார். ‘இங்கே நான் முப்பத்திரண்டு வருசமா இருக்கேன்... இன்னொண்ணு என்னன்னா’

அதற்குள் ‘ஓய் கும்னோ மாமா’ என்றபடி ஜீன்ஸும் கால்பந்து விளையாட்டுக்குரிய ஜெர்ஸியும் அணிந்த ஒரு யுவன் இவர்களின் உரையாடலுக்கு நடுவில் எந்த சங்கட உணர்வும் இல்லாமல் குறுக்கிட்டான்.

அவர் புன்முறுவலோடு அவனை வரவேற்றார்.

‘கொஞ்சம் பாக்கு கொடுக்குறீங்களா?’

பாக்கும் வெற்றிலையும் கல்லா மேசை மீது வைக்கப்பட்டன. ஐந்து ரூபாய் நோட்டை விசிறிப்போட்டு விட்டு உரத்த குரலில் நன்றி தெரிவித்தபடி அவன் அகன்றான்.

அதற்கு பிறகு நிலவிய அமைதியில் தன்னை அவர் கவனிப்பதை உணர்ந்த பாரிஷா.

'வேறே என்னவோ சொல்லிக்கொண்டிருந்தீங்களே?' என்றாள்.

'பழசையெல்லாம் அப்படி அப்படியே விட்டுட்டுப் போயிட்டா நல்லதுன்னு சொன்னேம்மா. மனுஷங்க அப்படித்தான் வேற வேற இடத்துக்கு நகர்ந்து போயிக்கிட்டே இருப்பாங்க. கட்டாயம் அப்படி போய்த்தான் ஆகணும்.'

அவருக்கு நன்றி தெரிவித்துவிட்டு அங்கிருந்து விலக முற்பட்ட அவளிடம், 'ஆனால் உன்னைப் பார்த்தா அப்படித் தோணலியே. நீ கடந்த காலத்திற்குள்ளே ஒரு யாத்திரை போக நிற்கிற மாதிரி இல்லே இருக்கு' என்றார்.

'நாம எல்லாருமே அப்படித்தானே?' என்றபடி அவள் சிரித்தாள்.

அவர் அதை வெறும் வேடிக்கையாக எடுத்துக்கொள்ளவில்லை என்பதை அவர் கண்களில் தெரிந்த ஆர்வம் காட்டித் தந்தது.

'ஆமாம்... நீ சொல்றதும் சரிதான்னு தோணுது..." என்றபடி தொடர்ந்தார்.

மீண்டும் பாக்கை நறுக்கிக்கொண்டே பேச ஆரம்பித்தார். 'பக்கத்து வீட்டில் எனக்கொரு முஸ்லிம் நண்பன் இருந்தான். ஹஜ் பயணம் சென்றான். மெக்காவிற்குப் போனான். முழுவதுமான நீண்ட பெரிய பாதையை எடுத்துக்கொண்டு சென்றான் – மினா, அராஃபா, காபாவை ஏழு முறை சுற்றுவது, அப்புறம் தொழுகை என்று எல்லாவற்றுக்குமே போனான். ஆனால், இவை எல்லாவற்றிலும் ஆகச்சிறந்ததாய் அவன் சொன்னது எது தெரியுமா? சொந்த மண்ணிற்குத் திரும்புவதைத்தான்'

ஒரு பாக்கை எடுத்துக் கல்லாமீது வைத்தார்.

'உண்மையைச் சொல்லப்போனா யாத்திரைங்கிறதே அதுக்கானது தான். வீட்டையும் விட்டுவிட்டுப்போன மனுஷங்களையும் நெனச்சுப் பாக்கிறதுக்குத்தான்''.

பாரிஷா அவள் வீட்டிற்கு மெதுவாகத் திரும்பினாள். மாலை நேரத்து இருள், மர உச்சிகளின் மீது இறங்கிக்கொண்டிருந்தது. எந்த ஆவேசமும் ஆர்ப்பாட்டமும் இல்லாமல் சூரியன் மறைந்து கொண்டிருந்தது. சிலபள்ளிக்குழந்தைகள் சிரிப்பும் ஆரவாரமுமாக அவளைக் கடந்து சென்றனர். விளையாட்டின்போது அணியும் அவர்களின் சீருடைகள் உடற்பயிற்சியால் ஈரமாகி இருந்தன. கார்கள்

பலத்த ஓசை எழுப்பிக்கொண்டு சாலையில் வேகமாகச் சென்றன. பாதசாரிகள் ஏதோ ஒரு அவலட்சணமான நடனத்தை ஆடுவது போல நடைபாதைகளில் நடந்து சென்றனர். சாலையைக் கடப்பதற்காக ஒரு சந்திப்பில் அவள் காத்து நின்றாள். ஒரு தண்ணீர் வண்டி அவளைக் கடந்து சென்றது. எங்கோ மழைக்காக மக்கள் காத்திருக்கின்றனர்.

சீராக வீசும் காற்றைப்போல பூமியின் மீது நாம் நகர்ந்து போய்க் கொண்டே இருக்கிறோம் என்று அவள் நினைத்தாள். ஷில்லாங்கில் சிலநாட்கள் தங்கிய பின்னர் கூச்சல் போடும் அண்டை வீட்டார் நிறைந்த தனது தெற்கு தில்லி வீட்டிற்கு அவள் திரும்பிச் சென்று விடுவாள். அங்கே உணவு தயாரிப்பாள்; படிப்பாள்; தூங்குவாள். இந்தப் பருவகாலத்திற்கு எந்தச் சிக்கலும் இன்றிக் கொண்டு வந்து சேர்த்ததற்கு நன்றி தெரிவிக்கும் யூதப் பிரார்த்தனை ஒன்றை அவன் ஒரு முறை அவளுக்கு சொல்லிக்கொடுத்திருந்தான்.

அவள் வீட்டிற்குள் நுழையும்போது அம்மா வாசலில் காத்திருந்தாள்.

'எங்க போயிட்டே?' என்றாள்.

'இங்கேயே தான்' என்றபடி புன்முறுவல் செய்தாள் அவள். ∎

நிலத்தில் படகுகள்

தமிழில்: விஷால்ராஜா

நாம் எத்தனை முறை அந்த நதிக்குச் சென்றோமோ அதை வைத்து நாம் ஒன்றாய் இருந்த நாட்களின் எண்ணிக்கையை என்னால் அளவிட்டு விட முடியும். பதினான்கு நாட்களில் பத்து முறை. பொது வாகக் கணக்குப் போட்டுப் பார்க்கும்போது அது அதிகமில்லைதான். ஆனால் ஒரு தும்பி இருபத்தி நான்கு மணி நேரங்களுக்கு மட்டுமே உயிர் வாழக்கூடும் என்று நீ என்னிடம் கூறியிருக்கிறாய். நாமும் தும்பி களாக இருந்திருக்கும் பட்சத்தில் பத்து ஆயுட்காலங்கள் இணைந்து வாழ்ந்திருப்போம்.

மழைக்காலத்தில் கடல் போல் அகன்ற நீர்ப்பரப்புடன் அற்புத மாகக் காட்சி அளிக்கும் அந்த நதி, இப்போது அந்த அகலத்தில் பாதி கூட இல்லை என்று நாம் அங்கே சென்ற அந்தக் குளிர் காலத்தில் நீ என்னிடம் சொன்னாய். அதற்குப் பதிலாக, நம் பாதச் சுவடுகளால் எழுதித் தீர்க்கவும், மாலை ஒளி மறைந்து இருளில் மூழ்கும் காசிரங்கா வனத்தை எதிர்ப்புறத்தில் அமர்ந்து பார்க்கவும் மைல்கணக்காக நீளும் மணல் படுகை நமக்குக் கிடைத்தது. முடிவற்றதாகவும் நமக்கே உரித்தான அந்தரங்கமாகவும் இரவுகள் வரும்வரை அந்தியின் நிழல்கள் நீண்டுகொண்டிருக்கும், சூரிய ஒளி குறைந்த பனிமூட்டமான நாட்கள் அவை. நீ ரகசியமாக சிகரெட்டு கள் புகைத்தாய். நீ சுருட்டி உருவாக்கிய சிகரெட்டுகள் மிகச் சிறிய தீப்பந்தம் போல் எவரும் அறியாத இருட்டான பிரபஞ்சத்தில் மின்னும் ஒளிப்பொட்டுகள் போல் எரிந்தன. ஒரு மந்திரவாதியைப் போல் நீ சுருட்டிச் சுருட்டி அவற்றை வேகமாக உருவாக்கினாய்.

“பல வருடப் பழக்கம்” என்றாய் நீ.

உனக்கு அப்போது பத்தொன்பது வயது; என்னைவிட மூன்று வயது அதிகம்.

சீராகக் கத்திரிக்கப்பட்ட செடிகளோடு அடர் பச்சை விரிப்பைப்

போலப் பல மைல் தூரம் விரிந்து கிடக்கும் அஸ்ஸாமின் பரந்த தேயிலைத் தோட்டங்கள் பலவற்றில் ஒன்று சந்த்பாரி; நான் என் பெற்றோரோடு விடுமுறைக்கு அங்கே வந்ததால் நாம் சந்திக்க நேர்ந்தது. முன்பு குடும்பப் பயணங்களாக பொடசாலிக்கும் நாமேரிக்கும் சென்ற சமயங்களில் அத்தகைய தேயிலைத் தோட்டங் களைக் கடந்து மட்டுமே சென்றிருக்கிறேன். ஆகாயத்தாமரை நிரம்பி மிதக்கும் குளங்கள், அசைந்தாடும் தடித்த மூங்கில் கூட்டங்கள் மற்றும் ஆரஞ்சும் மஞ்சளுமாக வெடித்துப் பூக்கும் குல்மோஹர் மலர்கள் என ஊர்ப்புறத்தின் செழித்த பசுமையிலிருந்து மிகவும் விலகி இருப்பவை போலவே அவை அப்போது தோற்றம் அளித்தன. பூட்டி வைத்துப் பாதுகாக்கப்படுகிற வாசல்களுக்குப் பின்னால் இருக்கும் அவை எப்படித்தான் இருக்கக்கூடும் என நான் எப்போதுமே ஆச்சரியப்பட்டிருக்கிறேன். ஒரே பள்ளியில் இணைந்து பயின்ற, நண்பர்களான நம் அப்பாக்கள், பழைய நண்பர்களின் கூடுகையில் சந்தித்துக் கொண்டபோது ஜனவரி மாத விடுமுறைக்கு இங்கே வரச் சொல்லி உன் அப்பா எங்களுக்கு அழைப்பு விடுத்திருந்தார். நாங்கள் வசித்து வந்த ஷில்லாங், குளிரால் முடங்கி மந்தமும் சலிப்புமான சாம்பல்நிறப் பனியில் பொதிந்து கிடந்ததால் அந்த அழைப்பு எங்கள் பெற்றோரின் ஆவலைத் தூண்டிவிட்டிருந்தது.

“அவ்வளவு நாட்கள் அங்கே தங்குவது ஒன்றும் பிரச்சினை இல்லையா?” என் அம்மா சிறிது சந்தேகத்துடன் கேட்டார்.

என் அப்பா சிரித்தார். “அவர்கள் தங்கள் பங்களாவில் உதவிக்காக ஒரு வேலையாட்களின் படையையே வைத்திருக்கிறார்கள். நாம் ஒரு பிரச்சினையாக இருப்போம் என்று எனக்குத் தோன்றவில்லை..”

என் பெற்றோர் விடுமுறையை எதிர்நோக்கியிருக்க, நானோ அங்கே செல்வதில் அதிக ஆர்வமின்றி இருந்தேன். என் பள்ளித் தோழிகள் எல்லோரும் ஷில்லாங்கில் இருந்தார்கள். ஒவ்வொருவர் வீட்டுக்கும் மற்றவர்கள் செல்வது, ‘போலீஸ்பஜார்’ வரை சென்று அங்குள்ள பெக்கிங் உணவுவிடுதியில் ‘மோமோ’வும் ‘ப்ளோரி’யில் க்ரீம் பன்களும் சாப்பிடுவது என குளிர்கால விடுமுறைக்காக எங்களிடம் திட்டங்கள் இருந்தன. உணவுப் பொருட்கள் அளிக்கும் சந்தோஷங் களைவிட, பையன்களை சந்திப்பதற்கு அது ஒரு வாய்ப்பாக இருக்கும்; எங்களை அவர்கள் பார்ப்பதைப் பொருட்படுத்தாதது போல நாங்கள் அவர்களைக் கடந்து போவோம்; அப்போது அவர்கள் எங்களிடம் நெருங்கி வந்து வார்ட் ஏரியில் படகு சவாரி செய்வதற்கோ உடுப்பி உணவகத்தில் காஃபி சாப்பிடவோ அழைப்பார்கள். முழுக்க முழுக்கப் பெண்களே படிக்கும் கான்வென்ட் பள்ளி மைதானங்களுக்குள் இப்போது அடைபடாமல் இருந்ததால், நாங்கள் ஆராய்ந்து அறிவதற்காக ஒரு முழு உலகமே எங்களுக்குக் காத்திருந்தது. குறிப்பாக

ஒரு பையன், நான் விழித்திருக்கும் நேரங்களை எல்லாம் ஒளிமயமான கனவுகளால் நிரப்பினான். அவனது பெயர் ஜேசன் என்பதை நான் சமீபத்தில்தான் கண்டுபிடித்தேன்; அவனது நீளமான பழுப்பு நிற முடி, கண்கள் மேல் சரிந்து கொண்டிருந்தது; மென்கம்பளியிலான கோடுபோட்ட கழுத்துக் குட்டையை நாகரிகப்பாணியில் அணிந்திருந் தான். எப்படியோ... ரகசியப் புன்னகைகளும், மறைவான பார்வை களும் கொண்ட இந்தக் காதல் விவகாரம் கொஞ்சம் காத்திருந்துதான் ஆக வேண்டும்.

"இங்கே உன் அண்ணன் இருந்தால், நீயும் அவனோடு இருந்திருக்க லாம். உன்னை நாங்கள் தனியாக வீட்டில் விட மாட்டோம்" என்று என் அம்மா சொல்லி விட்டார். எவ்வளவுதான் சிணுங்கினாலும் அவர் மனதை மாற்ற முடியாது. என் அண்ணன் பூனேயில் சட்டம் பயின்று கொண்டிருந்தான்; டெல்லி 'லேடி ஹார்டிங்'கில் மருத்துவம் படிக்க வேண்டும் என்கிற குழப்பமில்லாத தெளிவான திட்டங்கள் எனக்காக ஏற்கனவே வகுக்கப்பட்டுவிட்டன. எங்கள் தொழில் தெரிவுகள் நோக்கி எங்கள் பெற்றோர் எங்களை மென்மையாக நகர்த்தினார்கள். சமூக மதிப்பும், கூடுதல் வருவாயும் தரக்கூடிய தொழில்கள் அவை.

"உனக்குத் துணையாக அங்கே ஒரு கூட்டாளி உண்டு". இதையும் கூடவே சேர்த்துச்சொன்னார் அம்மா. "ஹசரிகாஸ் தம்பதிகளுக்கு ஒரு மகள் உண்டு. உன் வயதில் அல்லது சற்று கூடுதல் வயதில்"

ஆக... நான் என் துணிகளை எல்லாம் பயணத்துக்கு எடுத்து வைத்துக்கொண்டேன். நான் திரும்பி வந்ததும் இங்கு நடந்த எல்லாவற்றையும் ஒன்று விடாமல் என்னிடம் சொல்ல வேண்டும் என்று என் தோழிகளிடம் சத்தியம் வாங்கிக் கொண்டேன்; ஜேசனுக்கு வேறு காதலி கிடைத்துவிடக் கூடாது என்ற ஒரு மௌன மான வலிமிக்க பிரார்த்தனையை சொல்லிக் கொண்டேன்.

எட்டு மணி நேரத் தொலைவில் இருந்த சந்த்பாரிக்கு என் அப்பா எங்களது நம்பிக்கைக்குரிய சாம்பல் நிற அம்பாசிடரை ஓட்டிச் சென்றார். பைன் மரச் சரிவுகளையும் வளைந்து நெளிந்து செல்லும் ஷில்லாங் சாலைகளையும் விரைந்து நீங்கியதும், ஜோராபாத் செல் வதற்குப் பாதி வழி இருக்கும்போது அகலமாகவும், மேடுபள்ள மில்லாமல் சமமாகவும் ஆகியது அந்த நெடுஞ்சாலை. அதன் இருபுறங்களிலும் நீண்டு பரவிய நெல் வயல்கள் கதிர்முற்றிச் சாய்ந்து வெயிலில் அறுவடையாகிக் கொண்டிருந்தன. "பங்களாதேச அகதி களின் ஊர்கள்" என்று என் அப்பா குறிப்பிட்ட புழுதி படிந்த சிறு கிராமங்களையும் வெயிற்காலத்தில் மட்டுமே உயிர்ப்போடிருக்கிற நதிகளின் வெகு நீளமான மணல் பாதைகளையும் நாங்கள் கடந்து

சென்றோம். நான் தூக்கத்தில் விழுவதும் எழுவதுமாக இருந்தேன். நோய்வாய்ப்பட்டிருக்கும் தூரத்து உறவினர், பக்கத்து வீட்டுக் காரருக்குப் பிறந்த குழந்தை, எதிர்வரவிருக்கும் என் அண்ணனின் பரீட்சைகள் – இவை பற்றி நடந்த உரையாடல்கள் அவ்வப்போது துண்டு துண்டாக என் காதில் விழுந்து கொண்டிருந்தன. மதிய உணவுக்கு நாங்கள் எடுத்து வந்திருந்த சான்ட்விட்ச்களை சாப்பிடு வதற்காக சாலையோரம் வண்டியை நிறுத்தி இறங்கினோம். சமவெளிகள் இளவெப்பத்துடன் இருந்தன; சூரிய ஒளி இதமாகவும் வரவேற்கத்தக்கதாகவும் இருந்தது. நாங்கள் மீண்டும் பயணத்தைத் தொடர்ந்தபோது தனது நண்பர் ரஞ்சித் ஹசரிகா வசதிபடைத்த ஒரு பழமையான அஸ்ஸாமிய குடும்பத்தைச் சேர்ந்தவர் என்பதையும் ஷில்லாங்கில் அவருக்குப் பல வெற்றிகரமான தொழில்கள் இருந்ததை யும் 80களில் சொந்த ஊர்க்காரர்கள் அந்நியர்களுக்கு எதிராக மாறியபோது எழுந்த பிரச்சினைகளால் அவை அனைத்தும் முடங்கி விட்டதையும் என் அப்பா சொல்லிக்கொண்டு வந்தார். பிறகு ஹசரிகா குடும்பத்தினர் பிஷ்வனாத் மாவட்டத்தில் இருக்கும் தோட்டங்களை வாங்கிக்கொண்டனர்; '90களில் தேயிலை வர்த்தகத் தில் ஏற்பட்ட அதிவேக வளர்ச்சி காரணமாக அவை மிகச் சிறப்பாகச் செயல்பட்டுக் கொண்டிருக்கின்றன. ஆனாலும் கூட அவர்களுடைய குடும்பம் துன்பத்தின் சுவடு படிந்த குடும்பங்களில் ஒன்றுதான்' என்று அவர் குரலைத் தாழ்த்திக் கொண்டு சொன்னார். முதலில் அவர்கள் சொந்த ஊரை விட்டு விட்டுப் போகவேண்டியிருந்தது. பிறகு அவரது முதல் மனைவி மமுனி தற்கொலை செய்து கொண்டார்."

எஞ்சினின் உரத்த இழுவை ஒலி அவரது மீதி வார்த்தைகளை மூழ்கடித்தது.

அந்த வயதில் மரணம் குறித்த பயம் அது என்னுடையதோ அல்லது மற்றவருடையதோ இன்னும் என்னைப் பற்றியிருக்கவில்லை. மாறாக – நம் இருவருக்கும் ஒத்து வந்து நாம் நண்பர்கள் ஆவோமா என்று நான் உன்னைப் பற்றி நினைத்துக் கொண்டிருந்தேன். ஒருவேளை நாம் இருவரும் சகோதரிகள் போல் இருப்போம் என்று கூட நான் கனவு கண்டிருக்கக்கூடும்.

நீண்ட நேரம் கழித்து சீருடையணிந்த ஒரு காவலாளி கதவைத் திறந்துவிட, அதன் வழியே ஒரு சாலைப் பிரிவில் திரும்பியபோதுதான் நான் கண் விழித்தேன். வானில் ஆரஞ்சுப் பிளவுகளை மட்டும் எஞ்சவிட்டபடி சூரியன் எங்கேயோ மறைந்துவிட்டிருந்த பின்மாலைப் பொழுது அது. அந்தியில் மென்சாம்பல் நிறமாக மினுங்கும் மரப் பட்டைகளைக் கொண்டிருக்கும் உயரமான பிர்ச் மரங்கள் அடர்ந்த சாலையில் நாங்கள் இருந்தோம். நீண்ட வண்டிப்பாதையின் முடிவில்

இருந்த பங்களா, வெண்மை நிறத்தில் காற்றோட்டம் மிக்கதாக விசாலமாக இருந்தது. ஷில்லாங்கில் உள்ள எங்கள் மொத்த வீடுமே கூட இதன் வராந்தாவிற்குள் அடங்கி விடக்கூடும்.

சக்கரம் வைத்த சிறிய தள்ளுவண்டியில் கொண்டுவரப்பட்ட தேநீரைப் பருகியபடி உன் பெற்றோர் அங்கே இருந்தனர். விறைப்பான காக்கி நிறக் கால்சட்டையும் தூய வெள்ளை நிற சட்டையும் உடுத்தி யிருந்த உன் அப்பா உயரமாகவும் வாட்டசாட்டமாகவும் இருந்தார். அவரது தோலின் நிறம் ஒரே சீரான பழுப்பு வண்ணத்தில் இருந்தது; தலைமுடியின் ஓரங்களில் வடிவாக நரையேறியிருந்தது. என் அப்பாவுடன் கை குலுக்கிய அவர், என் அம்மாவை மிக இலேசாக மரியாதையுடன் சட்டென்று அணைத்தார். தோள் அளவு முடி வளர்த்து நாகரிகமான தோற்றத்துடன், குற்றம்சொல்ல முடியாத உடல் நிறத்துடன் இருந்த உன் அம்மா, மிஷிங் பழங்குடி இனத்தைச் சேர்ந்த பெண்மணி. அவர் பூப்போட்ட குர்தாவும் அடர் பச்சை நிற பைஜாமாவும் அணிந்திருந்தார். கசங்கலான ஜெய்சைமுக்குப் பதிலாக என் அம்மா பளிச்சென்று எதையாவது அணிந்திருக்கலாமே என நான் நினைத்துக்கொண்டேன். எங்களது பயணச்சுமைகளை கவனமாக எடுத்துக் கொண்ட அமைதியான இரு சீருடைப் பணி யாட்கள் குளித்து ஓய்வெடுக்க எங்களுக்கு ஒதுக்கப்பட்டிருந்த அறை களுக்கு எங்களை அழைத்துச்சென்றனர். பிரதான விருந்தினர்களுக் கான அறை என் பெற்றோருக்கு அளிக்கப்பட்டது; இந்திர புஷ்பங்கள் தொங்கி அலங்கரிக்கும் திறந்த நடைபாதை முடிவடையும் இடத்தில் பங்களாவின் இணைப்பாக இருந்த பகுதியில் எனக்கு ஒரு சிறிய இடம் கிடைத்தது. “அது கொஞ்சம் சின்னதுதான்” என்றாலும் நீ அங்கே வசதியாக இருக்கமுடியும் என்று நம்புகிறோம்” – என்று என் அறைக்காக உன் அம்மா வருத்தம் தெரிவித்தார். ஆனால் என்னைப் பொறுத்தவரை அது விசாலமாக இருப்பதாகவே தோன்றியது. அதன் மென்மையான சுவர்களும் மெத்தென்ற பெரிய படுக்கையும் எனக்கு மிகவும் மகிழ்ச்சி ஊட்டின. பத்திரிகைகள் வைத்திருக்கும் ஒரு மேஜையும் நான் ஒளிந்து கொள்கிற அளவுக்குப் பெரிதான ஒரு அலமாரியும் அங்கே இருந்தன. நான் என் காலணிகளைக் கழற்றி விட்டு என் பாதத்துக்கு கீழே தடிமனாக, பஞ்சுப்பொதி போலக் கிடந்த தரைவிரிப்பில் நடந்து சென்றேன். நீ அங்கே இருப்பதற்கான எந்த அடையாளமும் இல்லை. விருந்தினர்களை வரவேற்க நீ வராதது மிகவும் மரியாதைக்குறைவான செயல் என்று நான் எண்ணினேன்.

மாறாக, நான் குளியலறையில் நுழைந்தபோது, நீ அங்கே இருந்தாய். முழுமையாக உடை அணிந்து கொண்டு சிகரெட் புகைத்தவாறு குளியல் தொட்டிக்குள் இருந்தாய். உன் தலைக்கு மேலிருந்த ஜன்னல் அகலத் திறந்திருந்தது.

'ஓ..என்னை மன்னித்துக்கொள்' என்றேன்..

நீ சிரித்தாய், 'எதற்கு? நான் ஒன்றும் குளித்துக் கொண்டிருக்க வில்லையே'. உண்மைதான். குளியல்தொட்டி ஈரமற்றிருந்தது. நீ எழுந்து நின்று 'முறைப்படி பார்த்தால் இப்போதைக்கு இது உன் குளியலறை' என்றபடி சிகரெட்டில் கடைசி இழுப்பு புகைத்து விட்டு அதை ஜன்னல் வழியே தூர எறிந்தாய். உன் டி-ஷர்ட், ஜீன்ஸின் மேல் பகுதியைக்கூட எட்டாமல் இருந்தது. நீ என்னைவிட உயரமாகவும் ஒல்லியாகவும் இருந்தாய். கசங்கிய ஆடைகளுடனும் வாரப்படாத தலைமுடியுடனும் நீ இருந்தாலும், அலங்கோலமாகவும் நேர்த்தியில்லா மலும் இருப்பவளாக என்னைத்தான் நான் உணர்ந்தேன். நான் அங்கே இருப்பதையே பொருட்படுத்தாதது போல உன் அசைவுகள் மிகவும் மெதுவாகவும் அலட்சிய பாவத்தோடும் இருந்தன.

கழுவும் தொட்டியில் கைகளைக் கழுவிப் பின் வாய் கொப்பளித்தாய். "புகைபிடித்தது பற்றி யாரிடமும் சொல்லாதே. பாவம் ஷம்புமலி மீண்டும் பிரச்சினையில் மாட்டிக் கொள்வான்."

"ஏன் அப்படி" என்று நான் கேட்டேன்.

"அவன்தான் எனக்கு உள்ளூர் சரக்கைக் கொண்டு வருகிறான், அதுதான்" என் குழப்பத்தைப் பார்த்து விட்டு நீ இதையும் சேர்த்துக் கொண்டாய் "அதாவது.. புகையிலை. சிகரெட்டுக்குள் இருக்கும் வஸ்து."

நீ அறையை விட்டு வெளியேறிய பிறகுதான் குளியல் தொட்டியைப் பயன்படுத்தியதற்காக நீ என்னிடம் மன்னிப்பு கேட்கவில்லை, என் பெயரைக் கூட நீ கேட்டுத் தெரிந்து கொள்ளவில்லை, ஒரு ஹலோ கூட சொல்லவில்லை என்பது எனக்கு நினைவு வந்தது.

அடுத்த இரண்டு நாட்களுக்கு எங்கள் திசையிலிருந்து விலகியே இருந்த நீ சாப்பாட்டு நேரங்களின்போது மட்டும் உன் அறையிலிருந்து வெளியே வந்தாய். அப்போதும் கூட நீ பிடிப்பிடியாக, மிகக் குறை வாக மட்டுமே சாப்பிட்டபடி அங்கே மௌனமாகவே அமர்ந்திருந் தாய். இறுதியில் அடிக்கடி மணிக்கணக்காகக் காணாமல் போனாய். உன்னுடைய நடவடிக்கைகள் உன் பெற்றோரை சங்கடப்படுத்திய போதும் உன்னிடம் நடந்து கொள்வது எப்படி என்பதை அவர்கள் அறிந்திருக்கவில்லையென்றே தோன்றியது. பரிமாறும் தட்டுகளில் வைத்தபடி காலைத் தேநீர் எங்களுக்குக் கொண்டு வரப்படுவதும், நாங்கள் காலை உணவில் இருக்கும்போதே அரூபக் கரங்களால் படுக்கைகள் சீராக்கப்பட்டு அறைகள் சுத்தம் செய்யப்படுவதும், தினம் இருமுறை துவர்த்துகள் மாற்றப்படுவதும், அழுக்குத் துணிகள் சுத்தமாக மடிக்கப்பட்ட இஸ்திரிக் கட்டாக மாயமாக மாறுவதும்,

ஜேனிஸ் பரியத் ◆ 185

ஒற்றை மணி அழுத்தத்தில் உணவுகளும் பழரசங்களும் உத்தரவிடப் படுவதுமாக நான் அதிகம் கேள்விப்பட்டிராத இந்த வாழ்க்கை முறை யோடு பொருந்த முடியாதபடி நான் போராடிக் கொண்டிருந்தேன். அதைப் பார்க்க நீ அருகில் இல்லாதது எனக்கு ஒரு விதத்தில் விடுதலையையே அளித்தது. அந்த பங்களா, நீண்டு செல்லும் முடிவற்ற தாழ்வாரங்களோடும் உயரமான மேற்கூரை யோடும் பகல் நேரத்தில் குகை போல் குளுமையாக இருக்கும். நான் வெளியில் இருக்கும் வராந்தாவில் மாலைப் பொழுதுகளுக்காகக் காத்திருப்பேன்; ஊர்ப்புறத்தில் மரங்களின் மீது படர்ந்து மூடும் இருட்டைப் பார்த்தபடியும் சூரியவெப்பமேறிய காற்று சில்லிட்டு நொய்மையாய் மாறுவதை உணர்ந்தபடியும் இருப்பேன். பிறகு நாங்கள் குளித்து உடை மாற்றி, எங்கள் அறைகளைவிட்டு வெளியேறி, தணப்பு கனன்று கொண்டிருக்கும் வரவேற்பறையில் கூடுவோம். அங்கு ஐஸ் பக்கெட் நிரப்பப்பட்டு, பக்கத்திலிருக்கும் சிறிய மேஜைகளில் வறுத்த முந்திரி கள் கிண்ணங்களில் வைக்கப்பட்டிருக்கும். உன் அப்பா விஸ்கியைக் கலப்பதும், வீட்டில் தயாரிக்கப்பட்ட ஒயின் பாட்டில்களைத் திறப்பது மாக மதுக் கூடத்தைச் சுற்றி வட்டமிட்டுக் கொண்டிருப்பார். அதில் நான் பருகவும் சிறு கோப்பை அளவு தரப்படுவதுண்டு. அலமாரி அடுக்கிலிருக்கும் படம் போட்ட புத்தகங்களை எடுத்துப் பார்த்தவாறு நான் தனியாக ஒரு மூலையில் அமர்ந்திருந்தாலும் அந்த வாழ்க்கை என்னவோ எனக்கு முற்றிலும் புதுமையாகவும் கவர்ச்சியாகவுமே இருந்தது.

உனது அப்பாவும் என் அப்பாவும் அவர்கள் பள்ளியில் செய்த சாகசங்கள் மற்றும் அவர்களது வகுப்புத் தோழர்களின் இன்றைய நிலவரங்கள் என்று ஷில்லாங் பற்றி நிறைய உரையாடினார்கள். கெல்வின் சினிமாவின் நள்ளிரவுக் காட்சிகள் குறித்தும், விருந்துகளில் 'தி பீட்டில்ஸ்' மற்றும் 'தி மங்கீஸ்' இசைக்கோவைகளுக்கு நடனமாடி யது குறித்தும் அவர்கள் பேசினார்கள். அந்த நகரம் '60களைப்போல இல்லாமல் இப்போது முற்றிலும் அடையாளம் தெரியாமல் மாறிப்போய்விட்டது என்பதை இருவருமே ஒப்புக் கொண்டார்கள். "இனிமையான அந்தப் பழைய" நாட்களில் அந்த நகரம் பாதுகாப்பு மிக்கதாகவும், குறைந்த ஜனக்கூட்டத்துடனும், காலியான சுத்தமான சாலைகளுடனும் இருந்ததாக ஏக்கத்துடன் நினைவுகூர்ந்தனர். கணிசமான சுற்றுக்கள் விஸ்கி உள்ளே போன பிறகு, இங்குள்ள பிரச்சினை பற்றியும், அதுவரை தாங்கள் அறிந்தும் போஷித்தும் வந்தவைகளை அது எப்படி மாற்றிவிட்டது என்றும், எவ்வாறு அதைப் பறித்துக்கொண்டது, என்பது பற்றியும் பேசுவார்கள்.

"ஒரு நாள் மாலை..." உன் அப்பா கூறினார். 'சந்தையிலிருந்து திரும்பிக் கொண்டிருந்தபோது மமுனியை சாலை நடுவில் நிறுத்தி

வைத்து அறைந்துவிட்டான் ஒரு 'காஸி' பையன். அவள் வீட்டுக்கு வந்து என்னிடம் சொன்னது ஞாபகம் இருக்கிறது. நான் மிகவும் கோபமாக இருந்தேன்; ஆனால் அவளோ..அவன் தன்னை அன்னியள் என்று சொல்லி விட்டானே என்று மட்டுமே திரும்பத் திரும்பச்சொல்லி ஆச்சரியப்பட்டுக்கொண்டிருந்தாள். 'நான் என் வாழ்நாள் முழுக்க இங்கேயே வசித்திருக்கிறேன்' என்று அவள் சொல்லிக் கொண்டேயிருந்தாள்.'எது எப்படியோ போகட்டும், ஆனால்... முயன்றவரை ஒத்தி வைக்கவே பார்த்தாலும் நாங்கள் வெளியேறியாக வேண்டும் என்பது எனக்குத் தெரிந்துதான் இருந்தது"

பிறகு நெருப்பில் சடசடக்கும் விறகுகளின் ஒலியும் தொலைதூரத்து ஆந்தையின் ஊளையும் தவிர ஏதுமற்ற நீளமான மௌனம் தொடரும்.

சில நேரம் உனது அம்மாவும் என் அம்மாவும் அவர்களது உரையாடலில் கலந்துகொள்வார்கள் அல்லது தாங்கள் அதுவரை பேசிக்கொண்டிருந்த அந்தரங்கமான சொந்தக் கதைகளையே தொடர் வார்கள். நீ கல்கத்தா லோரெட்டோ கல்லூரியில் உளவியல் படித்துக் கொண்டிருந்ததாகவும், பிறகு அங்கே உருவான ஏதோ ஒரு பிரச்சினையில் நீ சீக்கிரமே வீட்டுக்கு அனுப்பப்பட்டு விட்டதாகவும் உன் அம்மா சொன்னது என் காதில் விழுந்தது. அவள் வயதை ஒத்தவர்கள் யாராவது அருகே இருப்பது அவளுக்கு உதவக்கூடும் என்று நாங்கள் நினைத்துக் கொண்டிருந்தோம். நான் அதைக் கேட்டுக்கொண்டிருப்பதை அறியாமல் அவர் தொடர்ந்து பேசிக் கொண்டிருந்தார். "ஆனால் அவள் தன் அப்பா மாதிரியேதான்... முரட்டுத்தனம், பிடிவாதம் எல்லாம் அப்படியே". மற்றபடி, பெரும் பாலும் தோட்ட வேலை பற்றியும் சமையல் பற்றியுமே அவர்கள் குறிப்புகள் பரிமாறிக் கொண்டிருப்பார்கள். செய்வதற்கு அதிக வேலை அற்றதும் சந்திப்பதற்கு நிறைய மனிதர்களற்றதுமான ஒரு அமைதி யான வாழ்க்கை அது என்று கூறிய உன் அம்மா, எவ்வளவுதான் ஓவியம் வரைந்தாலும் சமைத்தாலும் தையல் வேலை செய்தாலும் அவற்றால் போக்க முடியாத ஓர் இருப்புக் கொள்ளாமை சில சமயங்களில் தன்னை ஆட்கொண்டு விடுவதாகவும் சொன்னார். அவர் தன் கிராமத்திற்கு அடிக்கடி சென்று வர முயற்சித்திருக்கிறார். ஆனால் நீ உடன் இருப்பதால் அது சிரமமாக இருக்கிறது என்றார். என் அம்மா ஒரு பேக்கரி நடத்துவது நல்லது என்றார் அவர்; தானும் சொந்தமாக ஏதாவது ஒரு தொழில் செய்யவேண்டும் என்று விரும்புவதாகவும் சொன்னார்.

அவ்வப்போது வருகை புரிந்து விட்டுச் செல்லும் பேயைப் போல உன் தடயங்கள் பங்களா முழுக்க இரைந்து கிடந்தன. நீ அருகில்

எங்கேயும் இல்லாதபோதுகூட சிகரெட் புகையின் வாசனை சுற்றிக்கொண்டிருப்பதை நான் அவ்வப்போது உணர்வதுண்டு. வராந்தாவில் நாற்காலியின் அடியில் அலட்சியமாய் இரைந்து கிடந்த உன் செருப்புகளை ஒருமுறை நான் கண்டுபிடித்தேன். சலவை செய்து இஸ்திரியிடப்பட்ட என் துணிக்கட்டோடு தவறுதலாக உனது டீ ஷர்ட்டும் கலந்துவிட்டிருந்தது. சில சமயங்களில் நீ எங்கோ சற்று தூரத்திலிருந்தபடி தீர்மானமாகச்சொல்ல முடியாத சந்தேகத்தோடும், வேண்டா வெறுப்புடனும் எங்களைப் பார்த்துக் கொண்டிருப்பதாக நான் நினைத்துக் கொள்வேன்.

ஒரு மதியம், எல்லோரும் தேயிலை உரிமையாளர்கள் சங்கத்துக்கு சென்றோம். நீயும் கூடத்தான். ஆனால் காரில் நடுவில் அமர்ந்திருந்த என் அம்மாவுக்கு அடுத்து ஜன்னலோரம் உட்கார்ந்து, ஒரு வார்த்தை கூடப் பேசாமல் வெளியே வெறித்தபடி வந்தாய். நாம் அங்கு சென்றதும் விளையாட்டுப் போட்டிகள் நடந்து கொண்டிருந்த டென்னிஸ் மைதானங்களின் பக்கம் சென்றோம். நீ அதன்பிறகு எங்களுடன் இல்லை என்பதை நான் கவனித்தேன். அங்கிருக்கும் அனைவரிடமும் தன் சொந்த ஊரான ஷில்லாங்கில் இருந்து வருகை தந்திருக்கும் 'பழைய நண்பர்கள்' என்று எனது பெற்றோர்களை உன் அப்பா அறிமுகம் செய்து வைத்தார். அம் மதிய வேளை அரட்டைக் குரல்களாலும், டென்னிஸ் பந்துகள் ஒற்றை ஒற்றையாய் அடிபடும் மட்டையடி சப்தங்களாலும், விளையாட்டை ஊக்குவிக்கும் கூச்சல்களாலும் சிரிப்பாலும் நிரம்பியிருந்தது.

சற்று நேரத்தில், டென்னிஸ் மட்டையைப் பற்றியிருந்த அரைக்கால் சட்டையணிந்த சதைப்பிடிப்பான ஒரு பெண் எனக்கு அடுத்தாற் போல் இருந்த பின்னல் நாற்காலியில் வந்து சரிந்தாள்..

"என் பெயர் ராதிகா" என்றாள் அவள். "நீ சந்த்பாரியில் தங்கியிருக்கிறாயா?"

நான் என்னை அறிமுகப்படுத்திக் கொண்டு 'ஆம்' என்று சொன்னேன், 'அங்குதான் தங்கியிருக்கிறேன்'.

"அந்தத் 'துயர மங்கை' எப்படி இருக்கிறாள்?"

அவள் குறிப்பிடுவது உன்னையா என்று நான் கேட்டேன்.

"வேறு யார்?" என்று அவள் சிரித்தாள். 'டென்னிஸ்கூட விளை யாட முடியாத அளவுக்கு அவள் ஆன்மா அலைக்கழிப்புக்கு ஆளாகி யிருக்கிறது'

உனக்கு ஆதரவாகப் பேச வேண்டும் போல எனக்குத் தோன்றியது. ஆனால் அது எப்படி என்று தெரியவில்லை.

ராதிகாவுக்கு இருபத்தைந்து வயது இருக்கலாம். என் பள்ளி சீனியர்களிடம் வீசுகிற நட்புக்கலந்த இலேசான அதிகார தோரணை அவளிடம் இருந்தது. கொழுகொழுப்பான கன்னங்கள் கொண்ட வட்ட முகத்திற்குள் அழுந்திக்கிடந்த அவளது கருவிழிகள் கடந்த சில இரவுகளாக ஜன்னலுக்கு வெளியே நான் பார்த்திருந்த ஆந்தையை எனக்கு நினைவூட்டின.

“அவளிடம் ஜாக்கிரதையாக இரு” என்றாள் அவள்.

அவள் குறிப்பிடுவது உன்னையா என நான் திரும்பவும் கேட்டேன்.

அவள் தலையாட்டினாள். “பலரும் சொல்கிறார்கள் அவள்... ஒரு...”

விளையாட்டு மைதானங்களிலிருந்து யாரோ அவளை அழைத்தார்கள். “இதோ வருகிறேன்” என்று அவள் குரல் கொடுத்தாள். “நான் உன்னைப் பிறகு சந்திக்கிறேன்”

ஆனால் அது நடக்கவில்லை. சிறிது நேரத்துக்குப் பிறகு நான் தனியே சுற்றிப்பார்க்கப் போய் விட்டேன்; அதனால் ராதிகாவை மீண்டும் பார்க்க முடியவில்லை.

“நீண்ட நேரம் எடுத்துக் கொள்ள மாட்டேன்” என்று அம்மாவிடம் மெல்லக் கூறிவிட்டு அங்கே என்னால் கண்டுகொள்ள முடிந்த ஒரேயொரு திறந்தவெளியான கோல்ஃப் மைதானம் இருக்கும் திசையில் விரைந்து நடந்தேன். மைதானங்களில் யாருமே இல்லாமலிருப்பது ஏன் என்பதை நான் உடனே கண்டுபிடித்துவிட்டேன். காய்ந்த வறட்டிகளும், ஈரமான மாட்டுச் சாணங்களும் அந்த இடத்தில் அசுத்தமாய்க் குவிந்து கிடந்தன. எனினும் தூரத்திலுள்ள சிறு குன்றை அடைவதையே நோக்கமாகக்கொண்டபடி அவற்றை மிதித்துக் கொண்டே நடந்தேன். அந்தக்குன்றின் அடிப்பகுதியை சுற்றி வளைத்தபடி ஒரு சிற்றோடை சலசலத்துக் கொண்டிருந்தது. எனக்கு இடதுபுறம் வெகுதூரத்தில் எல்லை கட்டியது போல வைக்கோற்போர் குடிசைகளின் வரிசை மூடுபனியில் அமிழ்ந்து கலங்கலாக நின்றிருந்தது. கிட்டத்தட்ட நிர்வாணமாக இருந்த சில சிறுவர்கள் ஒருவரையொருவர் துரத்தியபடி சிரித்துக் கூச்சலிட்டு ஓடிக் கொண்டிருந்தனர். அதற்கும் அப்பால் ஒரு சிறுவன் மாடுகளை மேய்த்துக் கொண்டு செல்ல, கூடடையும் பறவைகளின் கீச்சொலியோடு அவற்றின் கனைப்பொலியும் சேர்ந்து காற்றை நிரப்பின. குளிர்கால மாலை நேரங்களில் தாழ்வாக இருக்கும் சோகையான மேகங்களும் தட்டையாக மின்னும் தொடுவானமுமாக கவனமாக வரையப்பட்ட ஒரு நீர்வண்ண ஓவியம் போல ஆகி விடுகிறது அஸ்ஸாம். பைன் மரங்கள் அடர்ந்த மலையாக மேலுயர்ந்து செல்லும்

ஷில்லாங்கின் தொடுவானக் கோட்டிலிருந்து அது முற்றிலும் வேறுபட்டிருந்தது.

நீரை ஒட்டி நின்றபடி அதன் மேற்பரப்பில் நடனமிட்டுக் கொண்டிருந்த ஒரு ஜோடித் தும்பிகளை நீ வேடிக்கை பார்த்துக் கொண்டிருந்தாய். பனிக்காலக் குளிரிலும் ஒரு மென்மையான அரைக்கை டிஷர்டை மட்டுமே அணிந்திருந்த நீ கால்சட்டையை மடித்துவிட்டிருந்தாய். என்னைச் சற்று கலவரத்தோடு எச்சரிக்கையாக ஏறிட்டு நோக்கினாய்.

“மன்னித்துக்கொள்” என்றேன் நான்.

“நான் உன்னை அச்சுறுத்த நினைக்கவில்லை”

“நீ எப்போதுமே எல்லா உரையாடலையும் மன்னிப்போடுதான் துவங்குவாயா?”. என் முக பாவனையைக் கண்டு நீ சிரித்தாய். “இது போல “இவ்வளவு சுத்த’மாகப் பராமரிக்கப்படுகிற கோல்ஃப் மைதானத்தைக் கடந்து வருகிற சிரமத்தை வழக்கமாக யாருமே மேற்கொள்ள மாட்டார்கள்.”

நான் என் காலணியில் ஒட்டியிருந்த சாணித் துண்டுகளை ஒரு கல்லில் தேய்த்து அகற்றினேன். காய்ந்த புல் படுக்கையின் ஒரு இடத்தில் நீ அமர்ந்துகொண்டாய். நான் காலைத் தேய்த்து முடித்த பிறகு அங்கே இருப்பதா அல்லது விலகுவதா என்கிற தீர்மான மில்லாமல் தெளிவற்று அசௌகர்யமாக நின்றிருந்தேன். ஒருவேளை நீ தனித்திருக்க வேண்டுமென்று விரும்பலாம்.

“சில சமயங்களில் தும்பிகள் ஒரே ஒரு நாள் மட்டுமே உயிர் வாழும்..அது உனக்குத் தெரியுமா?” என்று நீ கேட்டாய்.

நீ வேடிக்கை பார்த்துக் கொண்டிருந்த தும்பிகள் உருண்டையான நுனிகொண்ட நாணல் புதர்களின் மேல் இப்போது வட்டமிட்டு மிதந்தன.

“பாவம்”

“ஏன் பாவம் என்கிறாய்?”

நான் திடுக்கிட்டு முகம் மாறினேன்; நீ என்னைப் பதட்டப்படுத்தி விட்டாய். பையன்களுக்கு அருகிலோ, ஜேசனுக்குப் பக்கத்திலோ இருக்கும்போது ஏற்படும் பதட்டத்தை விட அதிகமாகவே!

“பாவம் என்று ஏன் சொல்கிறாய்?” நீ திரும்பக் கேட்டாய்.

“ஏ... ஏனென்றால் அவ்வளவு சிறிய காலம் உயிரோடு இருப்ப தென்றால்....”

“ஆனால் அது தும்பிக்குத் தெரியாது”

“ஒருவேளை அது ஒரு நன்மையாகக் கூட இருக்கலாம்” என்றேன் நான். நீ என்னைக் கூர்மையாகவும் துருவுவது போலவும் பார்த்தது எனக்கு ஞாபகம் இருக்கிறது.

நீ சிகரெட்டை அணைத்து விட்டு “வா” என்று என்னை அழைத்தாய்.

ஆகாயத் தாமரைகள் நெருக்கியடித்துக்கொண்டு பூத்துக்கிடக்கும் சகதி நிரம்பிய குளத்தோடு அந்த ஓடை இணையும் வரை நாம் அதை ஒட்டியே நடந்து சென்றோம்; கோல்ஃப் மைதானத்தை விட்டு நாம் வெகுதூரம் விலகி வந்திருந்தோம்.

“நீ ஏன் டென்னிஸ் விளையாடவில்லை?” நீ திடீரென்று கேட்டாய்.

என் ஆன்மாவும் கூட அலைக்கழிவுக்கு உள்ளாகி இருக்கிறது என்று வேடிக்கையாகச் சொல்ல விரும்பினேன். மாறாக, எனக்கு விளையாடத் தெரியாது என்பதை ஒப்புக் கொண்டேன்; விளையாட்டில் ஆர்வம் உள்ளவன் என் அண்ணன்தான் என்றும், கால்பந்து வீரனாக வேண்டும் என்பது அவன் விருப்பம் என்றும் குறிப்பிட்டேன்..

“அவன் என்ன செய்கிறான்?”

நான் அதைச் சொன்னேன்.

“அப்புறம் நீ என்ன செய்கிறாய்? பள்ளிப்படிப்பை முடித்த பிறகு என்ன செய்யப் போகிறாய்?” நீ அதோடு நிறுத்திவிட்டு, எனக்கு நேருக்கு நேர் நின்று கொண்டாய். உன் மூச்சில் சிகரெட்டையும் கிராம்பு போல் வாசனையடிக்கும் வேறேதோ ஒன்றையும் என்னால் நுகர முடிந்தது.

நான் நீ கேட்டதற்கு பதில் கூறினேன்.

“அதுதான் உன்னுடைய மிகப்பெரிய கனவா? ஒரு மருத்துவச் செவிலியாக ஆவதா?”

நீ ஒரு கல்லை எடுத்து அதை நீருக்குள் அமிழ்த்தி விடக் குறி பார்த்தாய்; ஆனால் மாறாக மொட்டு விட்டிருந்த லாவண்டரை அது தாக்கியது.

“சொல்லப்போனால் அதைப் பற்றி நான் எப்போதுமே யோசித்ததில்லை” என்றேன் நான். ஏதோ அப்படிச் சொல்வதுதான் எனக்கு சரியென்று பட்டது.

“அப்படியென்றால் சரிதான்.” அந்த வார்த்தையை ஏதோ விலைமதிப்பற்ற பொருள் போல் எண்ணியபடி வாய்க்குள்ளேயே மெல்லச் சுழற்றினாய்.

ஜேனிஸ் பரியத் ◆ 191

உன்னிடமிருந்து அரிதாக வெளிப்பட்ட இப்படிப்பட்ட சரளமான பேச்சுக்களால், சகஜமான பாவனைகளால் தூண்டப்பட்டபடி நானும் உன்னைக் கேட்டேன்.

"நீ என்ன செய்ய விரும்புகிறாய்?"

நீ உன் கையிலுள்ள தூசியைத் தட்டிவிட்டுக்கொண்டு எழுந்து நின்றாய். "நான் நதிகளைப் பின் தொடர விரும்புகிறேன்."

அன்றிரவு நீ என்னை உலுக்கி எழுப்பினாய்.

"என்னோடு வா". என்று நீ கிசுகிசுத்தாய்.

"எங்கே?" – என்ற என் கேள்விக்கு பதிலாக நீ என் கையைப் பற்றி வெளியே அழைத்துக்கொண்டு போனாய். உயரமான கூர்முனை கொண்ட மரங்களின் நிழல்களில் புல்வெளியே மூழ்கியிருந்தது. மலர்ப் படுக்கைகள் எல்லாம் மையிருளில் கரைந்து காணாமலாகியிருந்தன. சில்லென்று குளிரடிக்க நான் இரவு உடையில் நடுங்கிக் கொண்டிருந் தேன்; ஸ்வெட்டரை எடுக்கக் கூட நீ எனக்கு நேரம் அளிக்கவில்லை. நீ முன்பு அணிந்திருந்த அந்த ஆடைகளையே உடுத்தியிருந்தாய். ஆனால் செருப்புகள் மட்டும் அளவில் கொஞ்சம் பெரிதாக உன் பாதத்தில் பட்டு அறைந்தபடி இருந்தன. மூங்கில் வேலிக்கு நடுவில் இருந்த கதவு ஏற்படுத்திய இடைவெளி வழியாக, பங்களாவின் பின்பகுதியை அடுத்த தோட்டத்தின் வலது மூலைக்கு நாம் சென்றோம். அந்தப் பாதை முடியும் இடத்தில் அகன்ற புதர்மண்டிய விமான தளம் ஒன்று இருந்தது.. பல வருடங்களுக்கு முன்னால் 62 இல் சீனத் தாக்குதல் நடத்தியபோது உணவுகளையும் ஆயுதங்களை யும் தரையிறக்க அது பயன்படுத்தப்பட்டது என்று உன் அப்பா விளக்கியிருக்கிறார். இப்போது மாலை நடைகளுக்கும், விடிகாலை வேளைகளில் இமய மலையைக் காணவும் பிரசித்தி பெற்ற குறிப்பிடத்தக்க பொருத்தமான இடமாக அது இருந்தது. இரவின் வெளிறிய நிலவொளியில் புற்கள் வெள்ளி நிறத்தில் அசைந்தாடிக் கொண்டிருந்ததால் அந்த நிலமே மினுங்கும் நீர்ப்பரப்பு போல இருந்தது. ஊர்ப்புறத்தின் அமைதியை கிரிக்கெட் பூச்சிகளின் சிற்றொலி மட்டுமே துளைத்துக் கொண்டிருந்தது. நமக்கேயான காட்டுச் செடிகளின் ராஜ்ஜியத்திற்குள் கண்டுபிடிக்கப்பட முடியாத வர்களாக நிலத்தில் படுத்துக் கொண்டோம் நாம்.

நீ என்னை வானத்தைப் பார்க்கச் சொன்னாய். அங்கே எண்ணற்ற நட்சத்திரங்கள் இருந்தன.

"என்னிடம் நட்சத்திரக் கூட்டங்கள் பற்றி ஏதும் கேட்காதே".. என்றாய் நீ. "எனக்கு அது ஓரியன் சங்கிலி என்பது மட்டும்தான் தெரியும்"

நான் என் கழுத்திலேயே ஓரியன் சங்கிலியைக் கொண்டிருப்பதாகச் சொன்னேன்.

நீ உன் முட்டியை அழுத்தியபடி எழுந்து கொண்டாய்; நாங்கள் அங்கு வந்து சேர்ந்ததிலிருந்து நான் பார்த்தேயிராத ஆர்வ உணர்ச்சி முதல் முறையாக உன் முகத்தில் தோன்றியது.

"எங்கே எனக்குக் காட்டு"

என் முகத்தை சற்றே திருப்பிக்கொண்டு இடது காது மடலின் கீழிருந்த ஒரு மச்சத்தை சுட்டிக் காட்டினேன். "இது ஒன்று"

அடுத்தது கீழே, நடுத் தொண்டைக்கு அருகில்.

"இது இரண்டு"

எனது இரவு உடையின் பொத்தான்களைக் கழற்றினேன். கடைசி மச்சம் கழுத்துப் பிளவுக்கு மிகவும் கீழே இருந்தது. "இது மூன்று"

நீ அவை அனைத்தையும் சேர்த்து அவற்றின் மீது ஒரு கோடு இழுத்தாய். அப்போது நீ புன்னகையோடு இருந்தாய்.

மறுநாள் முழுவதும் நீ முழு உற்சாகத்துடன் இருந்தாய். என்னோடு மட்டும் இல்லை. அதுவரை நீ அதிகம் புறக்கணித்த என் பெற்றோரிடமும் கூடத்தான். என் அம்மாவும் உன் அம்மாவும் புழக்கடையிலிருந்த பெரிய காய்கறித் தோட்டத்தைச் சுற்றி நடந்தபோது நீ அவர்களோடு இணைந்து கொண்டாய்; என் தந்தை வரலாற்றுப் பேராசிரியர் என்பதால் அவருக்கு உன் தாத்தா எழுதிய பழைய நாட்குறிப்புகளின் சேகரிப்பைக் காட்ட முன்வந்தாய். மதியச் சாப்பாட்டின்போது புல்வெளியில் தோட்டக்குடையின் கீழிருந்து நாம் உணவருந்தும் மேஜையில், குறை சொல்ல முடியாத குட்டி உபசரிப்பாளராக நீ நடந்து கொண்டாய். மிகவும் புதிதான மீனை சமையல்காரர் எங்கிருந்து வாங்கி வந்தார் என்பது பற்றியும், அருகிலுள்ள நகரமான பிஸ்வந்த சைராலி, கடைகளின் சின்னத் தொகுப்பாக மட்டுமே எப்படி இருக்கிறது என்பது பற்றியும் நீ பலவற்றையும் பேசினாய் 'கொஞ்சம் விழிப்பாக இல்லாவிட்டால் போதும்... அவ்வளவுதான்... கண்ணிமைக்கும் நேரத்தில் எல்லாவற்றை யும் தொலைத்து விட வேண்டியதுதான்' என்று அந்த இடத்தைப் பற்றிச் சொன்னாய். என் அம்மாவிடம் பேக்கரி குறித்து விசாரித்த தோடு எங்களுக்காக கொஞ்சம் எலுமிச்சை 'டார்ட்ஸ்' செய்து தர முடியுமா என்றும் கேட்டாய். உனது பெற்றோர் மகிழ்ச்சியுடன் இருந்ததை நான் கவனித்தேன்.

"இன்று இரண்டு பெண்களும் என்ன செய்யத் திட்டமிட்டிருக் கிறீர்கள்?" உன் அப்பா கேட்டார்.

நீ என்னைப் பார்த்து சிரித்தாய். “நடக்கப் போகலாமா என யோசித்துக் கொண்டிருந்தேன்.”

எல்லோரும் ‘அது நல்ல யோசனை’ என்றார்கள். அஹாம் அரசர்களின் காலம் தொட்டு பல வரலாற்று நினைவிடங்களால் நிரம்பியிருப்பது அந்த மலைத் தோட்டம். விஷ்ணு கோயிலைப் பார்க்கவோ அல்லது பதினான்காம் நூற்றாண்டைச் சேர்ந்தது என சொல்லப்படுகிற தண்ணீர்த் தொட்டியைப் பார்க்கவோ நாங்கள் செல்லலாம் என்று உன் அப்பா கூடவே சொன்னார். எல்லோரும் வழக்கமான மதியத் தூக்கத்திற்கு திரும்ப என் பெற்றோரும்கூட அவர்களுக்குப் பழக்கமில்லாத இந்த அனுபவத்தில் இணைந்து விட்டார்கள். நான் பொறுமையிழந்து கிளர்ச்சியோடு காத்திருந்தேன். நீ தூக்கக்கலக்கத்தோடு அறையைவிட்டு வெளியேறியபோது நான் வராந்தாவிலிருந்த மர ஊஞ்சலில் கடல்பச்சை நிறத்தில் இருந்த குளிச்சியான தரையின் மீது ஆடிக்கொண்டிருந்தேன்.. ஏதோ ஒரு குழந்தைத்தனமான செயலில் ஈடுபட்டிருக்கும்போது நீ என்னைக் கண்டுபிடித்து விட்டதைப் போல நினைத்துக் கொண்டு நான் வேகமாக அதிலிருந்து குதித்து இறங்கினேன்.

சிறிது நேரத்தில் நாம் புறப்பட்டோம். ஆனால் அதற்குள் உன் ஆர்வம் வடிந்துவிட்டிருந்தது. ஒடுங்கிக் கொள்கிற தனிமையான உன் பழைய சுயத்திற்குத் திரும்பிவிட்டாய். நாம் நடந்து செல்லும்போது உரையாடலில் ஈடுபடுவதற்குப் பதிலாக நீ சிகரெட்டுகளை சுருட்டத் தொடங்கினாய். அழுக்கேறிய சாலையின் இருபுறங்களிலும் தாழ்வாகக் கிடக்கும் தேயிலைப் புதர்களின் இடை இடையே நிழலளித்துப் பாதுகாப்பதற்காக வளர்க்கப்பட்ட உயரமான வெள்ளி நிற ஓக் மரங்கள்.

“நாம் எங்கே செல்கிறோம்” என நான் கேட்டேன்.

“பக்கத்திலேதான்.”

நாம் நெடுந்தூரம் செல்லவில்லை; உண்மையில் நாம் சந்த்பாரியின் எல்லையைக் கூடத் தாண்டவில்லை. பெரிய குளமான புகுரிக்கு நீ என்னை அழைத்துச் சென்றாய். அதன் அனைத்துப் புறங்களிலும் உயர்த்தி எழுப்பப்பட்டிருந்த செம்மண் நிலமும் பிர்ச் மர வரிசைகளும் இருந்தன. ஒரு மூலையில் பழமையான கரடுமுரடான ஆலமரம் ஒன்று நின்றிருந்தது. கடிக்கும் செவ்வெறும்புகளையும் தடித்த கருப்பு வண்டுகளையும் தட்டிவிட்டவாறு நாம் அதன் கீழே அமர்ந்தோம். நீ ஒரு சிகரெட்டைக் கொளுத்தி அதை உன் விரல்களுக்கிடையே புகைய விட்டாய். கழுத்தில் அடர்ந்த வியர்வைக் கோடுகளில் உன் தலைமுடி ஒட்டிக் கொண்டிருந்தது. நீ தனித்திருக்க விரும்புகிறாயோ என்பது உறுதியாகத் தெரியாமல் நான் திரும்பவும் குழம்பினேன்.

"உனக்கு ஒன்றுமில்லைதானே. நீ நன்றாகத்தானே இருக்கிறாய்?" நீண்டகாலமாக யாருமே உன்னிடம் அந்தக் கேள்வியைக் கேட்டிராதது போல நீ என்னைப் பார்த்தாய்.

"எனக்குத் தெரிந்த ஒரு பெண் தற்கொலை செய்துகொள்ள முயன்றாள்" என்று நீ சொன்னாய்.

"ஓ". அவள் என்ன ஆனாள் என்று கேட்பது சரியா என்று எனக்குத் தெரியவில்லை.

"அரைகுறையான திட்டங்களின் நீண்ட வரிசையில் அதுவும் ஒன்று. வாழ்க்கையின் முடிவு"

மாலையின் நிசப்தத்தில், உன் வார்த்தைகள் நீர் மீது படர்ந்து சென்று தடயமற்று மூழ்கின. தூக்கில் தொங்குவது அல்லது அபாயகரமான இடத்திலிருந்து குதிப்பது அல்லது மூளையைத் துளைக்கும் புல்லட் போன்ற ஒரே முடிவான தீர்மானமான விடைபெறலை அவள் விரும்பாதது பற்றி நீ என்னிடம் கூறினாய். ஒரு மாய மெழுவர்த்தியைப் போல அணைந்து உடனே சுடர வேண்டும் என்கிற விவரிக்க முடியாத தூண்டுதல் மட்டுமே அவளிடம் இருந்தது. உதாரணமாக, பேருந்துகள் வரும் பாதையில் போய் அவற்றின் முன்பு விழுவது அல்லது செங்குத்தான படிக்கட்டு களில் சரிவது அல்லது முடிந்த அளவுக்குத் தூக்க மாத்திரைகளை சாப்பிடுவது இவற்றையே அவள் விரும்பினாள். கனவற்ற ஆழமான உறக்கத்திற்குள் மூழ்கினால் போதும்; அப்போது அவசரமாக மருத்துவ மனைக்கு அழைத்துச் செல்லப்பட வேண்டிய தேவை இல்லை. கழுவி சுத்தமாக்கப்பட்ட கண்ணைப் பறிக்கும் வெள்ளை நிறம் கொண்ட அருவருப்பான அந்தச் சிறிய அறையில் வயிறு அழுத்தப்பட்டுக் கண்களை வலுக்கட்டாயமாகத் திறக்க வேண்டியதில்லை.

"அது அப்படித்தான் இருந்தது, என்று நீ முடித்தாய், அவள் மாதக் கணக்காகப் போராடிய அந்த இருவேறுபட்ட ஊசலாட்டம்"

"இப்போது அவள் எப்படி இருக்கிறாள்?"

"இன்னும் கூடுதல் தைரியத்தைத் திரட்டிக் கொண்டிருக்கிறாள்"

"வாழ்வதற்கா அல்லது இறப்பதற்கா?"

"இரண்டுக்குமே"

நீ சிகரெட்டை அணைத்துவிட்டு எழுந்து நின்று கையை என் பக்கம் நீட்டி "வா நாம் நீந்தப் போகலாம்." என்றாய். பிறகு நீ என்னை சரிவில் அழுத்தமாகவும் முரட்டுத்தனமாகவும் பிடித்து இழுத்துக் கொண்டு வேக வேகமாக ஓடினாய். ஈரமான வைக்கோல் கூளங்கள் மண்டிக்கிடந்த ஏரியின் விளிம்பையும் இலைகள் இரைந்து கிடந்த

ஆழமும் இருட்டும் கொண்ட நீர்ப்பரப்பையும் என்னால் பார்க்க முடிந்தது.

"நிறுத்து" நான் கத்தினேன்.

"நிறுத்து"

உனது காலணிகள் புல்லையும் கல்லையும் நசுக்க நீ என் கையை இறுக்கமாகப் பற்றிக்கொண்டு முன்னேறியபடி இருந்தாய்.

"என்னைப் போகவிடு". என்று கத்தியபடி என்னை விலக்கிக் கொண்டேன். "எனக்கு நீச்சல் தெரியாது. நீ என்னை உள்ளே தள்ளினால், நான் மூழ்கிவிடுவேன்."

தண்ணீர் நம் பாதங்களைச் சுற்றித் தெறித்தது. என் செருப்புகளின் ஓரங்களில் புகுந்தது. முதலில் நான் அதைச் சரியாக உணராதபோதும் எனது விழிகள் கண்ணீரில் ஈரமாகியிருந்தன. பெரும்பாலும் அச்சத்தில். மற்றும் எனக்குக் கோபமும்கூட. நாம் மௌனமாக பங்களாவுக்குத் திரும்பி நடந்தோம்.

அன்றிரவு நீ வார்த்தைகள் அற்ற ஒரு மன்னிப்பைத் தெரிவித்தாய்.

நீ உள்ளே நடந்து வந்து நேராகக் குளியலறைக்குச் சென்றபோது நான் படுக்கையில் இருந்தேன். கொட்டுகிற நீரின் சத்தத்தை என்னால் கேட்க முடிந்தது. நீ புகைக்க வந்தாய் என்றே நான் எண்ணியிருந்தேன். இன்னமும் உன் மீது கோபமாகவே இருந்ததால் நான் எதையும் கேட்கவில்லை. பிறகு நீ என்னை அழைத்தாய்.

"என்ன வேண்டும்?"

"தயவுசெய்து"

குளியல் தொட்டி கிட்டத்தட்ட நிறைந்திருக்க, ஜன்னலையும் கதவையும் போர்த்தி விடும் அளவுக்கு அடர்த்தியான நீராவி எழுந்து கொண்டிருந்தது. நீ எனக்குப் பின்னால் நின்றபடி என் இரவு ஆடையைக் கழற்றத் தொடங்கினாய். நான் அதை எதிர்க்க ஆரம்பித்தேன். ஆனால் கண்ணாடியில் கணநேரம் நம் உருவம் தெரிய அதில் நான் வேறு யாராகவோ இருந்தேன். உறுத்துப்பார்க்கும் உன் பார்வையும், என்னுள் வேகமாக இறங்கிய உன் குளிர்ச்சியான கரங்களும் என்னை அப்படி ஆக்கியிருந்தன. ஆடை தரையில் விழுந்த பிறகு நீ என்னைத் தொட்டிக்குள் இறங்கச் சொன்னாய்.

நான் இறங்கினேன். நீர் சூடாக இருந்தது. சட்டென்று நீ உன் டி ஷர்ட் மற்றும் ஜீன்ஸைக் கழற்றிப் போட்டிருந்தாய். நாம் இரட்டைப் பிறவிகளைப் போல் கச்சிதமாகப் பொருந்திக் கொண்டோம். பிறகு நீ என் முதுகிலும், என் தோள்களிலும், என் தலைமுடியிலும் சோப்புத் தடவினாய்.

நானும் உனக்கு அதையே செய்தேன்.

அதுவரை உனது அம்மா என்று நான் யாரை எண்ணியிருந் தேனோ அவரைப் போல நீ கொஞ்சம்கூடத் தோற்றமளிக்கவில்லை என்பதை நீராவிப் படலத்தையும் மீறி அப்போதுதான் கவனித்தேன். அசாதாரணமான முறையில் அளவுக்கு மாறாய்க் குறுக்கி முடிக்கப் பட்ட ஒரு வாழ்க்கையிலிருந்து வேறெங்கிருந்தோ நீ வந்திருப்பது போல் தோன்றியது. உனக்குப் பத்தொன்பது வயதுதான் ஆகியிருந்தா லும் நீ ஒரு புராதனமான துயரத்தால் நிரம்பியிருப்பது போல் இருந்தாய். உனது தோள்களின் மென்மையான சரிவை, கூழாங்கல் போன்ற வழுவழுப்பு மிக்க உன் முதுகுப் பரப்பை, சிறிய செம் புள்ளிகள் படர்ந்த உன் சருமத்தை, அதிரும் கோடாக வளைகிற மெலிந்து நீண்ட உன் கழுத்தை, வெளிறிப் போயிருந்த வெண்மை யான உன் விரல்களை நான் கவனித்தேன். நீ என் பக்கம் திரும்பிய போது உன் கண்கள் மூடியிருந்தன. காலியாய்க் கிடக்கும் ஏரிகள் போல் நீர்த்துளிகள் உன் கன்னங்களில் வெறுமையாக மினுமினுப் பாகத் தங்கியிருந்தன. நீர் குளிர்கிறவரை நாம் நிச்சலனமாக அங்கே படுத்திருந்தோம்.

மறுநாள் சட்டென்று ஒரு பக்கம் புரட்டப்பட்டது போல, கோப்பையிலிருந்து ஒரு வாய் பருகி முடித்தது போல, ஒரு காலை இன்னொரு காலின் குறுக்காகப் போடுவது போல உலகம் அத்தனை லகுவாய் விரைவாய்ப் புதிதாகத் துடைத்துக் கழுவப்பட்டிருந்தது.

சிலநேரங்களில் உனது கை என் கை மீது ஊர்ந்தது. உனது தோள் என் முழங்கையை உரசியது அல்லது உன் மூச்சுக் காற்று என் கழுத்தில் படும்படி நீ எனக்குப் பின்னால் நெருக்கமாக நின்று கொண்டிருந்தாய். ஒவ்வொரு அசைவுமே முக்கியமானது என்றும் நம் வாழ்க்கையில் மறக்கமுடியாதபடி எதையோ அது இணைத்தது என்றும் நான் எண்ணினேன்.

நீ என்னை மீண்டும் புகுரிக்கு அழைத்துச் செல்லவில்லை; மாறாக சந்த்பாரியின் எல்லையாக ஓடிய நதியை நோக்கி நாம் நடந்து சென்றோம். அது தனிமையான தூசி படிந்த சாலையின் முடிவில் ரயில்வே தண்டவாளங்களுக்குப் பின்னால் இருந்தது. வெறுமையான பெரும் வானத்தைப் பிரதிபலித்தபடி நம் கண் முன்னே முடிவற்றுப் பெருகிக் கொண்டிருந்த தண்ணீருக்குள் நாம் நிதானமாக இறங்கி னோம். நதிக்கரை முழுக்க சிறிய லாந்தர் விளக்குகள் எரிந்து கொண் டிருக்க, மீனவர்கள் அவற்றின் பொன்னொளியில் அமர்ந்து தங்கள் வலைகளுக்கு சிக்கெடுத்துக் கொண்டிருந்தனர். அவர்களின் படகுகள் நிலத்தில் நங்கூரம் இடப்பட்டிருந்தன. நேர்த்தியாக வெட்டப்பட்ட காகிதத் துண்டுகள் போன்ற நீளமான அகலமற்ற படகுகள்.

"மழைக்காலத்தில் நதி கடல் போல் அகலமாக இருக்கும்" என்று நீ சொன்னாய்.

நான் அங்கிருந்து விடைபெறுகிறவரை ஒவ்வொரு மதியமும் நாம் அங்கு நடந்து சென்றோம்; மணிக்கணக்காக நதிக்கரையில் அமர்ந்து மணலில் கிறுக்கியபடியிருந்தோம். உன் அம்மாவுக்கு டைரி எழுதும் பழக்கம் இருந்ததாகவும் வருடாவருடம் அவர் அவற்றை எழுதி நிரப்பியதாகவும் அவர் இறந்த பிறகு அவற்றை நீ தேடியதாகவும் என்னிடம் கூறினாய். இந்த உலகத்திலேயே மிக முக்கியமான பொருட்களாக அவை மாறியபோதும் உன்னால் அவற்றைக் கண்டுபிடிக்க முடியவில்லை. ஒருவேளை அவர் இங்கே ஒரு நாள் நடந்துவந்து அவற்றை நதியில் போட்டு மூழ்கச் செய்திருக்கலாம் என்று நீ எண்ணினாய். சிலநேரங்களில் தொலைந்து போன குழந்தைகள் போல நாம் கரையைச் சுற்றித் தட்டுத் தடுமாறிக்கொண்டு சுற்றினோம். உயரமான கடினமான பாறைகளைப் பிடித்துக்கொண்டு ஏறினோம். அவற்றுக்கு நடுவே உருவாகியிருந்த வானத்தையும் நம் முகங்களையும் பிரதிபலித்த கண்ணாடி போன்ற துல்லியமான நீர்த் தேக்கங்களில் கால்களை நனைத்தோம். ஒருமுறை வழக்கத்தைத் தாண்டி வெகு தூரம் சென்று குன்றின் மேலிருந்த ஒரு கோயிலை எதிர்ப்பட்டோம். அது மாலைப் பூசைக்குத் தயாராகிக் கொண்டிருந்தது. அங்கே வழிபட வந்திருந்தவர்கள் பெரும்பாலும் அருகிலுள்ள கிராமங்களைச் சேர்ந்த பெண்கள். பருத்திப் புடவையால் முக்காடிட்டுக்கொண்டிருந்த அவர்களின் முகங்கள் பயபக்தியோடு காணப்பட்டன. மந்திரங்களைக் கேட்டபடி சிறிது நேரம் நாம் அங்கிருந்தோம். தீபாராதனையையும் பார்த்தோம். அருகே இருந்த ஒரு கற்பாறையில் விசித்திரமான கோடுகளும், சதுரங்களும், வளைவுகளும் வரையப்பட்டிருந்தன. எங்களைத் தற்செயலாகக் கடந்து சென்ற ஒரு கிராமத்துப்பெண் "இது கடவுள் பகடை ஆடுகிற இடம்" என்று எங்களிடம் கூறினாள். நிறம் மங்கிப்போய் வெளிறிப் போன எலும்புகள் போல் தோற்றமளித்த கற்களின் வரிசையை நாங்கள் இன்னொருமுறை கண்டுபிடித்தோம். அவற்றின் மீது மென்மையாகக் கால்வைத்து நடந்தோம்; வரலாற்றுக்கு முற்பட்ட காலத்தைச் சேர்ந்த மிருகங்களின் இடுகாடாக அது இருந்திருக்கலாம். மீனவர்கள் உட்கார்ந்திருந்த இடத்துக்கு அருகில் இருந்த சிறிய மலையில் நாங்கள் ஏறினோம். பழமையான நதியொன்றின் காய்ந்த மணல் பரப்பை எங்களால் அங்கிருந்து பார்க்க முடிந்தது.

"வேறெங்கோ இருப்பது போல் உனக்குத் தோன்றவில்லையா?" என்று நீ கேட்டாய்.

நீ எதைக் குறிப்பிடுகிறாய் என்பதை நான் புரிந்து கொண்டேன். அஸ்ஸாமின் செழிப்பான நிலப்பரப்பின் மத்தியில் திடீரென்று

மலையும் குன்றுமான வெற்றுப் பாலைவனமாக அது இருந்தது. வறண்டு போயிருந்த அந்த நதியின் அருகே நாம் சென்றதும் நீ உன் செருப்பைக் கழற்றி வீசிவிட்டு அதனுள் நடந்தாய்; நான் உன்னைத் தொடர்ந்தேன். நம் கால்களுக்கடியில் இருந்த மண் வெதுவெதுப்பாக வும் வழுக்குவது போலவும் வடிவமும் தன்மையும் மாறிக்கொண் டிருந்தது. நாம் நின்றுகொண்டிருந்த இடத்தில் முன்பு ஒரு நதி சுழித்து வேகமாக ஓடிக்கொண்டிருந்தது என்பதைக் கற்பனை செய்வதே சிரமமாக இருந்தது. உள்ளங்கைகளுக்குள் கச்சிதமாகப் பொருந்துகிற மென்மையான கற்களையும் விசித்திரம் மிக்க திருகலான மரத் துண்டங்களையும் நாங்கள் அங்கே கண்டெடுத்தோம். சில மரத்துண்டுகள் எங்களைக் கிடத்தித் தாலாட்டும் அளவுக்குப் படகுகளைப்போலப் பெரிதாக இருந்தன.

சூரிய வெளிச்சம் நீண்ட நேரம் தொடர்வது போலத் தோன்றும் சில மாலைப்பொழுதுகளில் நாம் ஒரு படகை வாடகைக்கு எடுப்போம். மீனவர் ஒருவர் நம்மை பிரம்மபுத்திராவில் அழைத்துச் செல்வார். பெரும்பாலும் அவரை நீரோட்டத்திற்கு எதிராகவே போகச் சொல்லி விட்டுப் பிறகு அப்படியே சறுக்கிக்கொண்டு போக நீ அனுமதிப்பாய்., நீரழுத்தம் அதிகமாகி நம்மை வெளியே தள்ளுவதற்குள் அவரை நிறுத்தச் சொல்வாய். நாம் நடுவிலுள்ள மரப்பலகையில் அமர்ந்திருப்போம். அது மீன் வாசமடித்தது. நனைந்த மரக்கட்டையின் ஈர வாசமும் கூட. குகைகளில் வளரும் காடு போல் என்று நான் எண்ணினேன். அலையடிக்கும் நீர் நம்மை மென்மை யாய்த் தாலாட்ட நாம் இந்த உலகைக் கடந்து மிதந்தபோது நீ அதீத மகிழ்ச்சியோடிருந்தாய். சில மாலைகளில் நம்மைச் சுற்றி அந்தி சரிந்து வரும்போது லாந்தர் விளக்குகளாலும் மீனவரின் பாடலாலும் மட்டுமே நாம் வழிநடத்தப்பட்டோம்.

ஒவ்வொரு இரவும் நம்மைச் சுற்றி ஆழமான வெதுவெதுப்பான தண்ணீர் இருக்க குளியல் தொட்டியில் நாம் நதியோர நாணல்களைப் போல் ஒருவரை ஒருவர் சுற்றி வளைத்துப் பிணைந்து கொண்டோம்.. சில நேரங்களில் என் கழுத்தின்கீழ் நீ நட்சத்திரம் வரைந்தாய். சிலபோது உன் அம்மாவைப் பற்றிப் பேசினாய்.

"அவர் ஏன் அப்படிச் செய்தார்?"

நீ தோள்களைக் குலுக்கியபோது அவற்றின் மீதிருந்து நீர்த்துளிகள் தெறித்தன. வெப்பமான நீராவி உன் சருமத்தை சற்றே நடுங்கச் செய்து கொண்டிருந்தது. "அது ஏன் என்று என்னால் விவரிக்க முடியாத போதும் அது எனக்குப் புரிகிறது"

சிலநேரங்களில் அதைச் சொல்லவும் நீ முயற்சித்தாய்; எழுந்து உட்கார்ந்து சிகரெட் புகைத்தபடி காய்ச்சல் கண்டது போல்

பேசினாய். “உனக்கு இப்படித் தோன்றவில்லையா? உலகில் உன் இடம் எது என்பது பற்றிய இந்த அபத்தம்! தண்ணீருக்கடியில் என் தலையை அழுத்தும்போது எனக்கு எதுவுமே கேட்பதில்லை என உனக்குத் தெரியுமா? நான் அப்போது இன்னும்கூடத் தெளிவாகப் பார்க்கிறேன்”

என் வயிற்றையும் தொடைகளையும் உரசியபடி நீ தொட்டிக்குள் மூழ்குவாய்.

நாங்கள் விடைபெற்ற அன்று காலையில், உன்னை எங்கேயும் கண்டுபிடிக்க முடியவில்லை.

“நான் மன்னிப்பு கேட்டுக்கொள்கிறேன்” உன் அப்பா கூறினார். “அவளது அம்மா போன பிறகு, உனக்குத் தெரியுமில்லையா, அது நடந்த பிறகு, இவள் இப்படித்தான் இருக்கிறாள். கொஞ்சம் சிக்கலான வளாக”

தாங்கள் அதை நன்றாகப் புரிந்துகொள்வதாகவும் அவர் மன்னிப்புக் கேட்கவேண்டிய அவசியமே இல்லை என்றும் கருணை வள்ளல்களைப் போல என் பெற்றோர் பதிலளித்தனர். அங்கே தாங்கள் செலவிட்ட நேரம் அற்புதமானது என்றும் கூறினர். தங்கள் முறை உபசாரத்துக்கு உன் பெற்றோர்களை ஷில்லாங்கிற்கு வருமாறு அழைப்பு விடுத்தார்கள். அவர்கள் வருவதாக உறுதியளித்தபோதும் நீயும் உன் குடும்பமும் ஒருபோதும் வரவே இல்லை.

வீடு திரும்பும் வழி முழுவதும் ஜன்னலுக்கு வெளியே கடந்தகாலத்தைப்போல மின்னி மறைந்து கொண்டிருந்த நிலக் காட்சிகளைப் பார்த்தபடி மௌனமாகவே அமர்ந்திருந்தேன். தாழ்ந்த கூரையுள்ள வீடுகள், வளமான நெல் வயல்கள், அடுத்தடுத்து நீண்டு செல்லும் பாலங்கள் என அனைத்தும் நம்பமுடியாதவை போல் தூரத்திலுள்ள திரை மீது மாறும் காட்சிகளைப்போல மாறிக் கொண்டிருப்பதாக நான் உணர்ந்தேன். சீக்கிரமே நாங்கள் மலையேறத் தொடங்கியிருந்தோம்; வண்டி இஞ்சின் முனகியது. பள்ளத்தாக்குகள் ஆழமாகிக் கொண்டு வந்தன. சூரிய வெளிச்சத்தில் மினுங்கிக் கொண்டிருக்கும் சுழன்றோடும் குளிர்ச்சியான நீலநிற நீர்ப்பரப்புகள் கொண்ட ‘பாரபனி’யைக் கடந்து நாங்கள் சென்றோம். அது வறண்டு போய் விட்டதைப்போலவும் அந்த ஏரியைப்போலவே மொத்த உலகமும் காலியாய்க் கிடப்பது போலவும் மிகப் பெரும் வெறுமையை உணர்ந்தேன் நான்.

நாங்கள் விட்டுச் சென்றது போலவே நாங்கள் உள்ளே நுழைந்த போதும் ஷில்லாங் குளிரோடும் உற்சாகமற்றும் இருந்தது. நாங்கள் வெளியே சென்றிருந்தோம் என்பதை நம்பவே எனக்கு சிரமமாக இருந்தது, அங்கே எதுவும் மாறவில்லை. அதே நேரத்தில் எல்லாமே மாறியும் இருந்தது. எனக்கு அளித்த வாக்குறுதியைப் போலவே எனது

நெருங்கிய தோழிகளில் ஒருத்தியான சாரா, நான் தவறவிட்ட நிகழ்ச்சி களை எல்லாம் என்னிடம் சொல்ல அன்று மாலை அழைத்திருந் தாள். அவளுக்கு ஒரு இரட்டைச் சகோதரர்களின் மேல் மையல் தோன்றியிருக்கிறது. ஆனால் அவர்களில் ஒருவரிலிருந்து மற்றவரை அடையாளம் பிரித்துச் சொல்லத் தெரியவில்லை. வார்ட் ஏரியின் பின்னாலுள்ள குடை நிழலில் ஒருவருக்குப் பதிலாக இன்னொருவர் முத்தமிடப் பட்டிருக்கிறார்.

என் வருகையை எதிர்பார்த்து ஜேசன் ஆவலோடு காத்திருப்ப தாகச் சொல்லிவிட்டு அவள் குறும்பாகச் சிரித்தாள்.

“அப்புறம் நீ?” அவள் மூச்சுவிடாமல் கேட்டாள். "உன் விடுமுறை எப்படிப்போனது?”

நான் உன்னை, உன் கைகளை, உன் முகத்தை நினைத்துக் கொண் டேன். அவற்றையும் நம் ரகசிய வாழ்க்கையையும் என்னுள் மடித்துப் பொதிந்து கொண்டேன். ‘நான் ஒரு ஏரிக்குச் சென்று மூழ்கினேன்’.

“விசேஷமாக ஒன்றுமில்லை”

இப்போது உன்னைப் பற்றி யோசிக்கையில், ஈர மணலும் நீளமான புற்களும் உண்டாக்கிய உணர்ச்சிதான் எனக்கு ஞாபகம் வருகிறது. சிகரெட்டு வாசனை, கிராம்பு வாசனை மற்றும் நீரோடு ஒட்டி வாழும் ஜந்துக்களின் வாசனை, உன் புராதனத் துயரின் விரும்பத் தகாத வாசனை.

உன்னை முதன்முறையாகப் பார்த்தபோது நான் அறிந்து கொண்டது போலவே, நதிகள் எல்லாம் இணைந்து கடலோடு சேரும் அந்த முடிவான இடத்துக்கு – உன்னை இட்டுச் செல்லும் யாருக் காகவோ நீ காத்திருப்பதாகவே நான் கற்பனை செய்து கொள்கிறேன்.

■

எம்பஸி

தமிழில்: சிறில் அலெக்ஸ்

டிசம்பருக்கு மத்தியில் கடுங்குளிரடித்த ஒரு மாலை நேரத்தில் ஜோசபின் அவன் இதயத்தை உடைத்தாள். சன்னலுக்கு வெளியே தட்டையான சதுரமான வானம் இலையற்ற மரக்கிளைகளின் வழியே நுட்பமான வெள்ளி வண்ணத்தில் சவரக் கத்தியைப்போல மின்னிக் கொண்டிருந்தது. காற்று அவன் உணர்வை மரத்துப்போகவும் செய்தது, துல்லியமாகவும் ஆக்கியது. அவன் மூச்சை உறைய வைத்தது; உணர்வை உயிர்ப்பிக்கவும் வைத்தது. கித்தாரை ஸ்லாஷ் போல வாசிக்கும் பக்கத்துக் குடியிருப்பில் வசிக்கும் நீலச்சாம்பல் நிறக் கண் கொண்ட ஆங்கிலோ இந்தியப் பையன் ஆஷ்லி குறித்து அவளிடம் கேட்டபோது அவள் சாதித்த மௌனம் அவன் காதுகளில் எதிரொலித்துக் கொண்டிருந்தது.

“போன வாரம் உன்ன அவனோட பார்த்ததா லால் சொன்னான். நேத்துக்கூடப் பார்த்தானாம். உண்மையச் சொல்லு ஜோ... ‘

அவளது பாணியில் அவள் உண்மையைச் சொன்னாள் என்றே கருத வேண்டும். முதலில் வெறுமனே சிரித்தாள்; அதை ஒரு வேடிக்கைப் பேச்சாகவே அவள் எடுத்துக் கொண்டாள். பின்னர் ஆஷ்லியோடு டீக்கடையில் இருந்ததேயில்லை என்றாள்.

‘என்றோ ஒரு நாள் அவனோடு போயிருக்கலாம், ஆனால் அதற்கு வேறெந்த அர்த்தமுமில்லை’.

தெரிந்த ஒருவரோடு தேநீர் அருந்துவதற்கெல்லாம் தெய் வன்மம் கொள்ள மாட்டானென்று அவள் நம்பியதாகச் சொன்னாள். பிறகு இதையெல்லாம் இந்த அளவுக்குப் பேசுவது தெய்யின் குற்றம் என்பதைப்போல சிடுசிடுப்போடு மௌனமானாள். எல்லாம் நன்றாகத்தான் போய்க்கொண்டிருந்தது. தெய்தான் அமைதியைக் குலைத்துவிட்டான்.

‘உண்மையைச் சொல்லு...’ அவன் கெஞ்சினான்.

‘எனக்குத் தெரியாது...’ ஒரு கட்டத்தில் அவள் வெடுக்கென்று சொன்னாள். ‘என்ன உண்மை? யாரோட உண்மை?’

‘அது மிகவும் எளிதானதுதான்’ என்றான் அவன்.

தன்னோடா ஆஷ்லியோடா... அவள் இருக்க விரும்புவது எவரோடு?

அவள் அமைதியானபோது அது அவனுக்கே புரிந்துவிட்டது.

சற்று நேரம் அவனது குடியிருப்பிலிருந்த சரிவான தெருக்களில் இலக்கில்லாமல் நடந்து திரிந்து கொண்டிருந்த அவன் பின்னர் பரபரப்பு மிகுந்த ‘லைதும்கரா’ பகுதியை வந்தடைந்தான்.

நடைபாதைகளில் மாலைநேர வியாபாரம் மும்முரமாக நடந்து கொண்டிருந்தது. உள்ளூர்க் காய்கறி வியாபாரிகள் கடுகுக் கீரைகளைக் கொத்துக்கொத்தாக வைத்திருந்தனர். ‘போலீஸ் பாயிண்டில்’ இருந்த பேல்பூரிக்காரனைச் சுற்றி சில இளைஞர்கள் ஒருவரை ஒருவர் ஆர்வத்தோடு பார்த்துக்கொண்டு சத்தமாகப் பேசியபடி கைகளில் வாழை இலை தொன்னையுடன் நின்றனர். பிரதான சாலையில் மேலும் தொடர்ந்து கீழிறங்கிச் சென்றபோது அவனது நண்பர்கள் கூட்டமொன்று ‘ஜோதா’ கடைக்குள் டீ குடித்துக்கொண்டே அரட்டையடிக்கக் கூடியிருந்தது. வேறொரு நாளென்றால் அவன் அவர்களுடன் சென்றிருப்பான், இன்று அவர்களை வேகமாய்த் தாண்டிச்சென்றான் அவன். டான் போஸ்கோ சதுக்கத்தை அடைந்த போதுதான் தனக்குத் தேவையானது மது என்பதை உணர்ந்தான். டாக்ஸி எடுக்கலாமா என்று சற்று யோசித்தான். சாலைகள் வாகன நெரிசலில் அடைபட்டுக் கிடந்தன. அதனால் போலீஸ் பஜார் வரை நடந்தே செல்ல முடிவெடுத்தான். மெதுவான நடை தனக்கு இதமளிக்கலாம்; தனது வலியைப் போக்கலாம், சிண்டும் சிடுக்குமான நூல்கண்டைப் போலத் தலைக்குள் மீண்டும் மீண்டும் சிக்கி அலைக் கழிக்கும் ஜோசபினின் நினைவுகளை நிறுத்த உதவலாம். டாக்ஸி செலவும் மிச்சமாகும். அந்த இருபது ரூபாய்க்கு இன்னொரு கோப்பை மது அருந்திக் கொள்ளலாம். இனிமேல் ஒருபோதும் அணைக்க முடியாத அந்தக் கைகளைவிட மது அவனை வெதுவெதுப்பாக்க லாம்.

ஒடுங்கிய, சறுக்கலான ‘ஜேக்கப்ஸ் லேடர்’ வழியே டான் போஸ்கோ குன்றின் அடிவாரத்துக்குச் சென்றபின் ‘வார்ட்’ ஏரியும் தலைமைத் தபால் அலுவலகமும் இருந்த இடத்தை நோக்கி அவன் விறுவிறுவென்று நடந்தான். பின்னர் சரிவாகச்சென்ற ‘சோ சோ தாம்’ சாலையில் சறுக்குவது போன்ற விரைவுடன் கீழிறங்கி ‘கின்டை லாட்’ சந்திப்பை நோக்கி நடந்தான். மக்களும் வாகனங்களும் நிரம்பி வழியும் அந்த இடம் நகரின் இதயத்துடிப்பு போன்றது. எதையோ

கவர்ந்து கொள்ள நீளும் விரல்கள் போல அங்கிருந்து நீண்டு செல்லும் மர்மமான தெருக்களில் இரவின் தேவைகள், கேளிக்கைகள் எல்லாமே நிறைந்திருக்கும். அவசரத் தேவைக்கான மருந்து முதல் மது, மாது, என்று எது வேண்டுமானாலும் கிடைக்கும். இடப் பக்கமுள்ள கீட்டிங் சாலை, நகருக்குள் இருக்கும் மதுக்கடைகள் மூடியதும் உயிர்பெற்றுக்கொள்ளும். சாலை நெடுக உள்ள பெட்டிக் கடைகளில் சட்டவிரோதமான கள்ளச் சாராயமும் – சட்டவிரோத மற்றதும் ஆனால் ஆளைக் கொல்வதுமான எண்ணெய் அப்பிய செய்தித் தாளில் சுற்றிய இறால் மீன் பொறியலும் விற்கப்பட்டன. வலப்பக்கம் ‘ஜெயில்’ சாலையில் இருக்கும் நாகரிகமான உயர்ரக பேக்கரிகளும், இசைத்தட்டுக் கடைகளும் ‘தகார்’(அயலூர்க்காரர்கள்) காய்கறிச்சந்தைக்கும், பன்னீரும், நெய்யும் தொடர்ந்து மணக்கும் இனிப்புக் கடைகளுக்கும் வழி விட்டு ஒதுங்கிக்கொள்ளும். ஜெயில் சாலைக்கு இணையாகச் சென்ற ‘குயின்டன்’ சாலையின் முக்கியமான அம்சம் ‘எட்டுச் சகோதரிகள்’ என்ற ஓட்டல் விடுதி. அது வடகிழக்கி லிருந்த எட்டு மாநிலங்களைக் குறிப்பதை விட ஒரே நேரத்தில் அந்த ஓட்டலின் படுக்கையில் எத்தனை விலைமாதுகளுடன் படுக்க முடியும் என்பதையே குறிக்கிறது என்று பலரும் கேலி செய்வதுண்டு.

தெய் நடந்து சென்று கொண்டிருந்த குளோரி பிளாசா சாலையில் ‘பாயல் சினிமா’விற்கு எதிரே இத்தகைய தொழில்முறைப் பெண்கள் சிலர் தங்களை மிகவும் கவனமாக அலங்கரித்துக்கொண்டு நின்றிருந்தனர். ‘இங்கே வா’ என்று அவர்களின் கைகளும் இடுப்பு களும் அழைத்தன. அவர்கள் கண்களோ அந்தக் கூட்டத்தில் தங்களை நாடி வருவோர் எவர் என்பதைத் துருவித் தேடிக்கொண்டிருந்தன. பசையுள்ள சரியான ஆளைத் தேர்ந்தெடுத்ததும் அவர்கள் புன்னகைத் தனர். தொலைவிலிருந்தே சரியானவர்களைக் கண்டுகொள்ள கொஞ்ச நஞ்சமாவது ஆர்வத்தோடு இருப்பவர்கள் யார், வஞ்சிப்பவர்கள் யார் என்று புரிந்து கொள்ள அவர்களால் முடியும். தெய் ஒருகணம் சபலப்பட்டான். இதுவரை பணம் கொடுத்து எந்தப் பெண்ணிடமும் அவன் சென்றதில்லை. ஆஷ்லியும் ஜோசஃபினும் சேர்ந்திருக்கும் காட்சிகள் அவன் முன் தோன்றின. அவனுக்கு அனுமதித்த எல்லா வற்றையும் ஆஷ்லிக்கும் அவள் அனுமதித்திருப்பாளோ? அவளது படுக்கையில் அவன் வீட்டு சோஃபாவில் அவன் செய்தவற்றை...? தாங்கள் இருவரும் நெடுந்தூரம் பயணித்து ‘கிர்டெம்குலை செல்கையில் அவன் செய்தவற்றை ஆஷ்லியும் கூட...? உலகமே அவன் காதில் இரைந்து கொண்டிருந்தது. பழிக்குப் பழிவாங்க வேண்டும். துரோகத்துக்கு விலையாக யாருடனாவது செல்ல வேண்டும். ஒரு வேளை ஒரு நல்ல முரட்டு விலைமாதுதான் ஜோசபினை மன திலிருந்து துரத்தியடிக்கும் மருந்தாக இருக்கலாம்.

அவன் நினைத்ததை அவன் முகம் காட்டிக்கொடுத்திருக்க வேண்டும். காமத்தின் கீற்று அதில் பெரிதாக வெளிப்படவில்லையென்றாலும் ஏதோ தனிமைபட்டுப்போனது போன்ற வெறுமையான அவனது அந்த முகபாவம்! ஒருத்தி புன்னகையுடன் அவனை நெருங்கி வந்தாள். பட்டுப் போல மின்னும் நீல மேலாடையும் நீண்ட கறுப்புப் பாவாடையும் அணிந்திருந்தாள், அதன் மேல் சிவப்பும் வெள்ளையுமான 'ஜைன்கிர்ஷா'.

'வர்றியா?' காஸி மொழியில் அவள் கேட்டாள். மற்றவர்களைப் போல அவள் பற்களில் வெற்றிலைக்கறை இல்லை. அவளது உதடுகள் பருமனாகவும் சிவப்பாகவும் இருந்தன. பருமனான அவளது உருண்டை வடிவம் அவனுள் திடீரென காமத்தைத் தூண்டியது. அவளது வளப்பமான கைகளும் தொடைகளும் அவனை அரவணைத்திருப்பதாகவும், அவனது விரல்கள் அவள் சதையை அழுத்துவதாகவும் அவன் கற்பனை செய்துகொண்டான்.

'எவ்வளவு?' என்று மிகவும் தணிந்த குரலில் கேட்டான். குரலில் பதட்டம். அவனுக்குத் தெரிந்த யாராவதோ, அவன் பெற்றோருக்குத் தெரிந்த யாருமோ பார்த்துவிட்டால்...

அவள் இன்னும் கூடுதலாய்ப் புன்னகைத்தாள். அவளது சிவந்து கனிந்த நாக்கு நுனியில் அளவுக்கு மீறி ஊறும் எச்சிலை அவனால் காண முடிந்தது.

'உனக்கு என்ன வேணுமோ அதைப் பொறுத்து.. ஆனா...அதை அப்புறம் பாத்துக்கலாம்' என்றபடி அவன் கையைப் பிடித்தாள். நகம் கடிக்கப்பட்ட அவளது கைவிரல்களை, வளையமிட்ட மணிக்கட்டை அவன் பார்த்தான். அவள் உடல் தன் மீது பட்டதுமே உச்சந்தலையில் கடும்குளிர்நீர் கொட்டப்பட்டதுபோல அவன் விழிப்படைந்தான். அவன் இப்போது என்ன செய்து கொண்டிருக்கிறான்..? அவனது துணிச்சல், உணர்ச்சி வேகம், இளமைத் துடிப்பு, காம வேட்கை என எல்லாம் மறைந்தன. துயரம் நிரம்பிய வெற்றிடம் மட்டுமே அங்கே எஞ்சியது.

'அடுத்த முறை பார்க்கலாம்' சங்கடத்துடன் அவன் சொன்னான். ஆனால் அவளுக்கு ஏற்கனவே அது தெரிந்து விட்டதால் அவள் அவனிடம் ஆர்வமிழந்திருந்தாள். அடுத்த ஆளைத் தேட ஆரம்பித்து விட்டாள்.

அவன் வேகமாக நடந்தான். தன்னைத்தானே திட்டிக்கொண்டே நடந்தான், தன் குற்ற உணர்வின் குறுகுறுப்பை ஈடுகட்டிக் கொள்வதற்காக வழியில் 'டுயித்தாரா' வாசித்துக்கொண்டிருந்த பார்வையற்ற ஒருவருக்குச் சில்லறை போட்டான். அந்தக் குறுகிய தெருவில்

உணவுப்பண்டம் விற்பவர்கள் வரிசையாக நின்று கொண்டிருந்தனர். தள்ளாடிக்கொண்டிருந்த அவர்களது மரத்தாலான தள்ளுவண்டிகளில் இருந்த கியாஸ் விளக்குகளும், அடுப்புகளும் அந்த மாலை நேரத்தில் மங்கலான தூசிபடிந்த ஒளியை உமிழ்ந்து கொண்டிருந்தன. அந்தக் கடைகள் அனைத்துமே ஆசையைத் தூண்டின. உருளைக் கிழங்கும் புதினாவும் நிரப்பப்பட்ட மிளகாய், கடலை மாவில் முக்கிப் பொரிக்கப்பட்ட கத்தரிக்காய், கொழுப்பான பன்றிக்கறித் துண்டுகள் சேர்த்து சமைக்கப்பட்ட நூடுல்ஸ், மல்லி இலையும், நல்ல மிளகும் தூவப்பட்ட அவித்த முட்டைகள். ஆனால் அவன் ஏதோ ஓர் அவசரத்தில் இருந்தான். அவனது தாகம் அதிகரித்திருந்தது.

செதுக்கிய முகம் கொண்ட பிஷேஷ் எனும் நேப்பாளி, தெய் கடைக்குள் வரும்போது தலையசைத்து வரவேற்றான். வாடிக்கையாய் வருபவர்களிடம் மட்டும்தான் பிஷேஷ் பேசுவான் என்பது எல்லோருக்கும் தெரியும். பலநேரங்களில் அவன் முதலாளியைப் போல நடந்துகொள்வான். ஆனால் அவன் அதற்கு முதலாளி இல்லை. அந்த இடம் ஒரு மார்வாடிக்குச் சொந்தமானது. அவர் அந்த மதுக்கடையில் பொதுவாக இருப்பதில்லை. வெளியாட்கள் சொந்தமாய்த் தொழில் செய்ய ஷில்லாங் இப்போது பாதுகாப்பான இடம்தான். ஆனாலும் முழுமையாகப் பாதுகாப்பானது என்று சொல்லிவிட முடியாது. இருபது வருடங்களுக்கு முன்பு இந்தத் தெருக்களில்தான் 'பேஹ் தகார்' (வெளிமாநிலத்தவரை வெளியேறச் சொல்லுதல்) என்னும் முழக்கம் ஒலித்தது. அது போன்ற நினைவுகள் விரைவில் மறைவதில்லை. திரைக்குப் பின்னாலிருந்து இயக்கும் பொம்மலாட்டக்காரனைப் போலப் பின்னணியில் இருப்பதே மேலானது. எனவேதான் 'எம்பஸி' பல நூறு வெளியாட்களுக்குக் கை மாறிவிட்டபோதும் யாருக்கும் அதன் உண்மையான முதலாளியைத் தெரியாது. பலருக்கும் அதுகுறித்த கவலையும் இல்லை. அறுபதுகளின் நடுவில் துவங்கப்பட்டபோது எப்படி இருந்ததோ அப்படியேதான் இன்று வரை அது இருந்து வருகிறது.. எதிரொலிக்கும் வெற்றுக் கல்லறைகள் போல இரண்டு நீள்சதுர அறைகள், நடுவே குட்டையான சிறிய படிக்கட்டுகள், அறைகளில் வரிசை வரிசையாய் மரத்தாலான நீண்ட மேசைகள் இருந்தன. கூரையில் நீண்ட கைப்பிடி கொண்ட விசிறிகள் சோகம் கப்பிய பூக்களைப்போலத் தொங்கின.

அந்த இடத்தில் தங்களுக்குப் பரிச்சயமான அந்த மெல்லிய இருட்டில், தங்களுக்குப் பழகிப்போன அழுகிப்போன புளித்த வாடையை நுகர்ந்தபடி மக்கள் தங்கள் சோகத்தை மதுவுக்குள் கரைத்துக் கொண்டிருக்கிறார்கள்; கனவுகளைக் கலைத்துக் கொண்டிருக்கிறார்கள்.

அவன், ஒரு கணம் முடிவெடுக்கத் தயங்கியவனாய் நின்றான். போலீஸ் பஜாரில் வேறு எங்கே செல்வது என்று அவனுக்குப் பிடிபடவில்லை. பிரதான சாலையிலிருந்த நவநாகரிக ஓட்டலின் பாரில் கொள்ளை விலை. லைதும்கராவில் அவன் வீட்டுக்கு அருகே இருந்த மலிவான மதுக்கடைகளை 'செங் கிந்தெயி' என்ற உள்ளூர் மாதர் சங்கம் மூடச் செய்துவிட்டது. தீய பழக்கங்களையும் கெட்ட ஒழுக்கத்தையும் மாற்றும் அவர்களது முயற்சிகளில் அதுவும் ஒன்று. 'நாசமாய்ப் போக' அவன் அமைதியாக அவர்களைச் சபித்தான். இன்னும் ஒரு வழி இருக்கிறது. ஒரு பாட்டிலை வாங்கிப் பலரைப் போல சாலையிலேயே குடிக்கலாம். ஆனால் அப்போதும் தெரிந்த யாரேனும் வந்துவிடும் ஆபத்து உண்டு.

போதை தோய்ந்த கரகரப்பான குரல்கள் அவனை அழைத்தபோது அவனது சிந்தனை ஓட்டம் கலைந்தது. குடிகாரர்கள் இன்றிரவு நல்ல மனநிலையில் இருக்கிறார்கள் போலும். அதைவிட தாகமுற்று விரக்தியில் அலையும் ஒரு ஆன்மாவை அவர்கள் எளிதில் கண்டு கொள்கிறார்கள். 'ஹே ப்ரோ இங்க வா' என அவர்கள் அழைத்தனர். 'ஈ, ஷாங் ஹங்னே'. இருண்ட மூலையிலிருந்து ஒரு தனிக்குரல்.

'தெய்...'

யாரோ அவனைத் தெரிந்தவர் அழைப்பது போலிருந்தது.

அந்தத் தூரத்திலிருந்து தெய்யால் அவரது முகத்தை அடையாளம் காண முடியவில்லை. அது யாராக வேண்டுமானாலும் இருக்கலாம். ஆனால் மேசைக்கருகே சென்றபோதும்கூட அவர் யாரென்பது அவனுக்குப் பிடிபடவில்லை. அது ஒன்றும் வித்தியாசமான ஒரு முகம் இல்லை. உயர்ந்த மலைகளாலும் வேறு பல சிக்கல்களாலும் தளையிடப்பட்டுக் கிடந்த அந்த நிலப்பகுதியில் பரவலாக எங்கேயும் பார்க்கக்கூடிய பிரத்தியேகமான சோகம் ததும்பிய ஒரு முகம்தான் அது. ஒளியின் திசை வேறுபுறமாய்த் திரும்பியது, நிழல் அசைந்தது, தெய் அந்த மூக்கை... பழகிய கண்களை அடையாளம் கண்டு கொண்டான். துப்பாக்கியால் சுடத் தயார் நிலையில் இருக்கும் தோட்டாவைப் போல ஒரு பெயர் சட்டென்று அவன் நினைவில் உதித்து வந்தது.

'மாமா லேங்?' என்று அவன் அதை உறுதிப்படுத்திக் கொள்வதற்காகக் கேட்டான்.

மதுக் கோப்பையை உயர்த்திக் காட்டியபடி அவனுக்கு பதிலளித்த அவர் மீதமிருந்ததை ஒரு மடக்கில் குடித்துமுடித்து விட்டுக் காலி இருக்கையில் அமருமாறு கைகாட்டினார். அவரது கை தொடர்த் தாக்குதலுக்கும் நடுக்கத்துக்கும் ஆட்பட்ட மரத்தின் பட்டையைப்

போல் முடிச்சு முடிச்சாக முரடு தட்டிப்போய்த் தடித்துத் தழும்பு களுடனிருந்தது. முன்புபோல் துடிப்பாகவும் வேகமாகவும் பட்டங்கள் செய்வது இப்போது இவருக்குக் கடினமாயிருக்கும் என்று தெய் நினைத்தான். அந்தப் பகுதியிலேயே மிக உயரமாகப் பறந்தவை மாமா லேங்கின் பட்டங்கள்தான். கண்ணாடித் துகளில் முக்கப்பட்ட அவரது மாஞ்சாவை வெட்டிவிடுவது கடினமானது.

'நன்றி' என்றபடி தெய் இருக்கையில் அமர்ந்தான்.

'அப்படியே இருக்கியே' விஸ்கியை இரு கோப்பைகளில் தாராளமாய் ஊற்றியபடியே மாமா லேங் சொன்னார். தெய்யால் அவரைப்பற்றி அப்படிச் சொல்ல முடியவில்லை. பத்துவருடங்களுக்கு முன்பு லேங் மிடுக்கான தோற்றத்துடன் இருந்தார். அப்போது இருபதுகளுக்கு மத்தியில் இருந்திருப்பார். இப்போது அவர் வயதான மனிதர். விளக்கைச் சுற்றும் கறுப்பு நிறப் பூச்சிகளைப்போல குறிப்பாக எதன் மீதும் லயித்து நில்லாமல் அவர் கண்கள் ஓயாது அலைந்து கொண்டிருந்தன. அவரது முகச்சதை வெளுத்து ஊதிப்போய் ஒரு கந்தலாடையைப்போலத் தொங்கிக் கொண்டிருந்தது.

'இங்க என்ன பண்ணுற?' அவர் குழறினார். புளித்துப்போன பழைய மதுவின் நெடி, காரமாக கடுமையாக அவர் மூச்சில் ஒட்டியிருந்தது.

தெய் சற்று அசௌகரியமாய் உணர்ந்தபடி கொஞ்சம் வெறுப் போடு பின் நகர்ந்தான். சிறுவனாக இருந்தபோது தான் பெருமை யுடன் நோக்கிய அந்த நபர்தான் இவர் என்பதை அவனால் நம்ப முடியவில்லை. இவரா கோலி விளையாட்டில் ஜெயிப்பது எப்படி என்ற சூத்திரங்களைச் சொல்லித் தந்தவர்? அக்கம்பக்கங்களில் இருந்த சரிவான இறக்கங்களில் ஓட்ட வலுவான பொம்மைத் தள்ளு வண்டிகள் செய்ய சொல்லித்தந்தவர்? வேகமாக... தைரியமாகப் பட்டம் விடக் கற்றுத்தந்தவர்?

'இன்னும் லபான்லதான் இருக்கியா?' மூக்குக் கண்ணாடி விளிம்பின் மேல்பக்கமாக இவனைப் பார்த்தார். அதன் தங்க நிறத் திராவகம் அந்தக் குறைந்த வெளிச்சத்திலும் மின்னியது.

தெய் இல்லையென்று தலையசைத்தான், 'நாங்க 'நாங்கிரிம்'முக்கு மாறிப்போய் பத்து வருசமாச்சு.'

அவன் அம்மாவின் வார்த்தையில் சொல்லப்போனால்..

'இந்தக் கழிசடை கும்பலிலிருந்து தள்ளி டவுன்லே கொஞ்சம் நல்ல இடத்துக்கு ரௌடித்தனம் குறைவா உள்ள ஒரு இடத்துக்கு... கொஞ்சம் வசதியான ஒரு இடத்துக்குப் போறோம்'

‘அதனாலதான் உன்ன அடிக்கடி பாக்க முடியல’ மாமா லேங் அன்போடு இனிமையாய்ப் புன்னகைத்தார். இந்த மாலை நேரத்தில் மது நன்றாகவே உள்ளே போகிறது.

‘இன்னும் பட்டம் விடுறயா?’ மாமா லேங் வத்திப்பெட்டியைத் தேடினார். தெய் அதை அவரிடம் தன் விரலால் தள்ளிவிட்டான்.

‘நான் வேலைக்குப்போறேன்.’ வேளாண் துறையில், கிராம வளர்ச்சி சிறப்பு அதிகாரியாக அவன் வேலைபார்த்தான். அவன் பெற்றோர் அதற்குப் பெருமைப்பட்டுக் கொள்வார்கள். ‘இந்தக் காலத்தில் அரசு வேலை கிடைப்பது கடினம். அதுவும் சரியான இடங்களில் சரியான ஆட்களைத் தெரிந்து வைக்காமல் எதுவும் நடக்காது.’ தூரத்து உறவினர் ஒருவரைத்தான் அவர்களுக்குத் தெரிந்திருந்தது. அவர் உதவ முன்வந்தார். ஆனாலும் தெய் நேர்முகத் தேர்வில் சிறப்பாகச் செய்தால்தான் முடியும் என்றார்.

‘எங்கே வேலை?’ என்றார் மாமா லேங்.

தெய் அதற்குப் பதிலளித்தான்.

மாமா லேங் தலையைச் சரித்தபடி நிலவைப்பார்த்து ஊளையிடும் நரியைப்போல ஊளையிட்டார். கலவரமடைந்த தெய் சிறிது விஸ்கியைக் கீழே சிந்தி விட்டான். அங்கே குடித்துக் கொண்டிருந்த ஒரு சிலர் திரும்பிப் பார்த்து அவரது வாயை மூடச் சொல்லிக் குரல் கொடுத்தனர். இனிமேல் இப்படி சத்தம்போட்டால் வெளியே தள்ளப் போவதாக அவரை எச்சரித்தனர். அந்த சத்தத்தை நிறுத்திவிட்டு அவர் என்னிடம் பேச ஆரம்பித்தார். ‘நல்லது , ரெம்ப நல்லது.. அதுக்குத்தானே நாங்க போராடினோம். நம்ம காஸி பசங்களுக்கு வேலை வாய்ப்பெல்லாம் கிடைக்கணும்னு’ என்று சொல்லிக் கொண்டே விக்கினார், அதை அடக்க விஸ்கியைக் குடித்தார்.

தெய் இருப்புக் கொள்ளாமல் நெளிந்து கொண்டிருந்தான். மாமா லேங் பழைய கே.எஸ்.யூவின் மாணவர் புரட்சிக் காலத்தை நினைவுகூர்வதை அவன் விரும்பவில்லை. அப்போது மாமா லேங்கும் அவர் போன்றவர்களும் போராடினர், ஊர்வலம் சென்றனர், குற்றவாளிகளாகத் திரிந்தனர். எல்லாக் கதைகளையும் அவன் முன்னமே கேள்விப்பட்டிருக்கிறான். திரும்பத் திரும்ப அவை அவனிடம் சொல்லப்பட்டிருந்தன. நண்பர்களிடமிருந்து, உறவினர் களிடமிருந்து, பக்கத்து வீட்டுக்கார்களிடமிருந்து. அவன் அங்கே வந்தது ஜோசபினை நினைத்துக்கொள்ள, அவளது பழுப்புநிறக் கண்கள், அவன் இனிமேல் முத்தமிட முடியாத அவளின் ரோஜா நிற உதடுகள். வத்திக் குச்சியைப் பற்றவைக்கத் தன் கூட்டாளி சிரமப் படுவதை அவன் கண்டான். சிகரெட் அவரது கடைவாயிலிருந்து

ஒழுகுவதைப் போலிருந்தது. அறையில் பேச்சுச் சத்தம் அதிகமாகி விட்டிருந்தது. காற்று புழுக்கமாகவும், வெம்மையோடும் இருந்தது. சுவற்றில் ஈரம் படர்ந்து கொண்டே போவது போல அங்கிருந்த மனிதக் கூட்டமும் மெல்ல மெல்லக் கூடியிருந்தது .

'இங்க என்ன பண்ணுறே?' மாமா லேங் மீண்டும் கேட்டார். ஒருவேளை தெய் முதலில் பதில் அளிக்காதது அவருக்கு நினைவுக்கு வந்திருக்கலாம் அல்லது அவர் முன்பு கேட்டதை அவரே மறந்திருக்க லாம். மது தொண்டையில் இறங்கியதும் தெய் துவங்கினான் 'ஒரு பொண்ணு...'

'உலகத்திலேயே அழகான பொண்ணு' மாமா லேங் அந்த வரியை முடித்து வைத்தார். 'அவ உன்னை விட்டுட்டுப் போய்ட்டா? கழட்டிப் போட்ட காண்டம் போல உன்னைத் தூக்கி எறிஞ்சிட்டா – அது தானே?'

தன் முகத்தில் எச்சில் தெறித்து விழுந்ததை தெய் உணர்ந்தான். அதைத் துடைத்துக்கொண்டு 'ஆம்' என்று தலையசைத்தான்.

'அவ பேரு ஏஞ்செலாதானே?' மாமா லேங் ஒருவழியாக சிகரெட்டைப் பற்றவைத்து, அதை ஆழமாக வலிமையாக இழுத்துக் கொண்டிருந்தார்.

தெய் இல்லை என்று தலையசைத்தான். அவனது கதையை அவனால் சொல்ல முடியாது என்று தோன்றியது. சொல்வதற்கு என்ன இருக்கிறது? அவன் அவளைக் காதலித்தான். அவளும் அவனைக் காதலிப்பதாகச் சொன்னாள். ஆனால், உண்மையில் அவள் காதலிக்கவில்லை. ஆனால் ஆஷ்லியுடன் எப்படி அவனால் போட்டிபோட முடியும்? அவனது மிடுக்கான யமஹா பைக், நவீனமான ஹேர்ஸ்டைல், ஊரிலேயே மினுமினுப்பு கூடிய லெதர் ஜேக்கட்., மற்றும் கித்தாரை ஒரு 'ராக் ஸ்டார்' போல வாசிப்பது இன்னும் அவனது பல்வேறு திறமைகள் அவனுக்கு நிச்சயமாகத் தெரியும்.

தெய் ஒரு கோப்பை அருந்தி முடித்திருந்தான்; இன்னொன்றை ஊற்றிக் கொண்டான்.

'என் காதலி பேரு ஏஞ்சலா தெரியுமா.. அவ.. ' மாமா லேங் வார்த்தைக்குத் தடுமாறினார்.

'ஏஞ்சல் மாதிரி' பக்கத்து மேசையில் மூச்சுமுட்டக் குடித்து அதிக போதையிலிருந்த ஒருவன் சொன்னான்.

'இல்லைன்னா ஏஞ்சல் வேஷம் போட்ட பிசாசு' போதையிலிருந்த இன்னொருவர் அதோடு கூடுதலாய்ச் சேர்த்துக்கொண்டார்.

'ரிட்.. அவளக் கேலி பண்ணாதே?' மாமா லேங் முன்னோக்கிக் குனிந்தார். கையால் மேசையை அறைந்தார். விஸ்கி குப்பி தடுமாறி விழுவதற்கு முன் தெய் அதைப் பிடித்துக்கொண்டான்.

'ஒரு ரவுண்ட் ஊத்துறேன்' தெய் அவசரமாகச் சொன்னான்.

'அவங்களுக்கு என்னாச்சு?'

'காய் கலாவ்' 'கொரில்லாப் போர்' மாமா லேங் இவ்வாறு முணு முணுத்தபடி இருக்கையில் சரிந்தார். சற்று வசதியாக அமர்ந்து கொண்டபின் அவர் சொன்னார்.

'80களின் மத்தியில் அது நடந்தது. அப்போது மாமா லேங் கே.எஸ்.யூ.விலிருந்தார். எங்கோ ஒரு மூலையில் கிடந்த இந்த மலைப்பகுதி நகரத்துக்குக் கூட்டம் கூட்டமாக அனுப்பப்பட்டிருந்த மத்திய ரிசர்வ் போலீஸ் படைக்குப் பயந்து ஓடிக்கொண்டிருந்தார் மாமா லேங். அவரும் அவரது சகாக்களும் காடுகளில் ஒளிந்திருந்த னர். அப்போது நிறைய காடுகள் இருந்தன. அவர்கள் அங்கே கிடைத்த காட்டு விலங்குகளை உணவாய் உண்டனர். மலைகளுக் கடியில் எங்கெல்லாம் உலர்ந்த சிறிய தரைப்பகுதிகள் உண்டோ அங்கெல்லாம் தங்கினர். ஆனாலும் அவளைக் காண அவர் ஒவ்வொருநாளும் சென்றார்.

மாமா லேங் எதையும் குறிப்பாகச் சுட்டாமல் ஒற்றை விரலை மட்டும் ஆட்டினார் 'தினமும்..'

அவள் மல்கியில் வாழ்ந்துவந்தாள். அவளது நீண்ட கறுத்த கூந்தலையும், மென்மையான சுடர்விடும் மேனியையும் ஒரே ஒரு முறை பார்த்து விட வேண்டுமென்பதற்காகவே அருகில் இருந்த ரிஸா காலனி காட்டின்வழியே அவர் பதுங்கிச் செல்வார்.

'என்னுடைய ஜோசபினைப்போல', தெய் நினைத்துக்கொண்டான்.

ஏஞ்சலா அழகானவள் ஆனால் ஏழை. ஓரளவு வெற்றிகரமாகத் தொழில் நடத்திய தையல்காரரான அவளது தந்தை, அவளுக்கு ஒன்பது வயதாகும்போது காச நோய் வந்து இறந்துபோனார். அவளின் தாயாரும் அதே நோயால் அவதிப்பட்டுக் கொண்டிருந்தார். அவளோடு உடன்பிறந்த ஐந்துபேரையும் அவளே கவனித்து வளர்க்க வேண்டியிருந்தது.

'என்னாலே எதுவும் செய்ய முடியல' என்று சொன்னபடியே மதுக்கோப்பையை அது உடைந்துவிடுமோ என்று தெய் பயப்படும் படி இறுகப்பிடித்தார் மாமா லேங். 'நான் உயிருக்கு பயந்து காட்டுக்குள்ள ஓடிக்கிட்டிருந்தேன். என்னோடதுன்னு சொல்லிக்க என் கையிலே ஒரு காசில்ல. நான் என்ன செய்ய முடியும்?'

ஏஞ்சலா பிழைப்புக்காக ஒரு வங்கியில் தேநீர் விநியோகிக்கும் பணியை செய்து வந்தாள். அந்த வேலை நேரம் முடிந்தபின் மாலையில் எவ்வளவு வீடுகளில் முடியுமோ அங்கே வேலை செய்தாள். ஆனாலும் அது போதுமானதாயில்லை. அவள் அம்மாவிற்கான மருத்துவச் செலவுகள், உடன்பிறந்தவர்களின் பள்ளிக் கட்டணங்கள், அத்தனை பசித்த வயிறுகளுக்கும் சாப்பாடு. சமாளிக்க முடியாமல் தவித்துப்போயிருந்த நிலையில் வங்கி மேலாளரிடம் கடன் கேட்டாள்.

'அவர் தருவார்' என்று அவள் சொன்னாள்'

மாமா லேங் காட்டில் கண்டு பழகியிருக்கும் மின்மினிகளைப் போல ஒளிரும் கண்களுடன் அவள் சொன்னாள் 'காசு கண்டிப்பா தருவேன்னு அவர் சொல்லியிருக்காரு'.

எவ்வளவு முயன்றாலும் மாமா லேங்கால் அதை நம்பமுடியவில்லை. ஒரு தகார் அசலூர்க்காரன் அதுவும் ஒரு சோம்பேறிக் கழிசடையான அக்கோமியா (அஸாமியன்) உதவி செய்வான் என்று அவரால் நம்பமுடியவில்லை. ஆனால் அவள் மகிழ்ச்சியாக நிம்மதியாக இருந்ததால் அவர் எதைப் பற்றியும் சொல்லாமல் மனதுக்குள்ளேயே வைத்துக்கொண்டார். பல வாரங்கள் கடந்தன. காசு குறித்து அவர் கேட்டபோதெல்லாம் அவள் அமைதி காத்தாள். அவரிடம் எதையோ மறைக்கிறாள் என்பது அவருக்கு உறுதியானது.

'அவங்க எத மறைச்சாங்க?' தெய் கேட்டான்.

மாமா லேங் சுண்டு விரலைக்காட்டி சிறுநீர் கழிப்பதற்கு சைகை காட்டிவிட்டுக் கழிப்பிடம் நோக்கித் தள்ளாடி சென்றார்.

'ப்ரோ.. ப்ரோ' ரிட் தன் இருக்கையில் மிகவும் பின் சாய்ந்து அமர்ந்திருந்தான். அவன் கீழே விழாதது அதிசயம்தான் 'எதுக்கும் அவ ஒரு வனதேவதையான்னு அவரைக் கேட்டுக்க. ரிஸா காட்டுல அந்த மாதிரி நிறைய உலாவுதுங்க'.

'அவனுங்க எல்லாரும் கல்லு மாதிரி இறுகிப் போனவங்க, நிறைய நேரம் அவங்களுக்கு நிஜப் பொண்ணுக்கும் பிசாசுக்கும் எந்த வித்தியாசமும் தெரிஞ்சிருக்காது' ரிட்டுடன் கூட இருந்தவன் சொன்னான்.

ரிட் சிரித்தான், மது அவன் தொண்டையில் சிக்கியது. அவன் நண்பன் ரிட்டின் முதுகைத் தட்டி நீவி விட்டான்.

'ஊர்ல என்ன சொல்லுவாங்க தெரியும்ல.. ஒரு தடவை நீர்தேவதையோட படுத்துட்டா அவ்வளவுதான், வாழ்க்கையே முடிஞ்சுபோயிடும்.' தொடர்ந்தான் 'இங்க பாரு' நம்ம லேங்குக்கு என்னாச்சுன்னு பாரு. தலையிலிருந்த மரையெல்லாம் கழண்டு போச்சு. குடிகாரனாயிட்டான்'.

அவர்கள் குடிகாரர்களானதற்கும் அதுதான் காரணமா என்று கேட்க நினைத்த தெய், பின்பு அது வேண்டாமென்று முடிவு செய்தான். குடிகாரர்களின் நகைச்சுவையுணர்வு எந்த எல்லை வரை எத்தனை நேரம் நீடித்திருக்கும் என்பதை யாரால் சொல்ல முடியும்?.

'ஆனா… உண்மையிலேயே ஒரு பொண்ணு இருந்ததாத்தான் சொல்வாங்க..' ரிட்டின் நண்பன் சொன்னான்.

'பாஹ்' அவன் நண்பன் பேசும்போது எச்சில் தெறித்தது. 'ஆமா.. எப்பவுமே ஒரு பொண்ணு இல்லாம இருக்குமா என்ன ?. எல்லாக் கதையிலேயும் ஒரு பொண்ணு இருக்கும், காசுக்குப் பஞ்சம் வரும், அப்புறம் பொய்யான நிறைவேறாத காதல் ..'

அந்த நேரத்தில் தெய்யின் மேசைக்கு ஒரு குப்பி விஸ்கியோடு வந்தான் உணவு பரிமாறுபவன்.

'பாஹ் லேங் ஆர்டர் பண்ணினார்' சிப்பந்தி சொன்னான்.

'ஏஞ்சலாவுக்காக' அவன் பின்னாலிருந்த குடிகாரர்கள் இருவரும் ஒரே குரலில் கோப்பைகளை உயர்த்தியபடி ஒரே குரலில் மந்திரம் போல் உச்சரித்தனர்.

'இல்லன்னா இன்னைக்கு அவளுக்கு என்ன பேரோ அதுக்காக....' ரிட் சொன்னான்.

மாமா லேங் திரும்பி வந்தபோது 'என்ன நடந்துச்சு?' என்று கேட்டார்.

தெய் தயங்கினான் ' ஒண்ணுமில்ல. வெயிட்டர் இன்னொரு பாட்டில் விஸ்கி கொண்டு வந்தாரு. நீங்க உங்க கதைய சொல்லுங்க.'

'ஒரு நாள் பிற்பகல்..' என்றபடி மாலை, மாமா லேங் தொடர்ந்தார், அவரும் அவர் நண்பர் பன்டேயும் (அந்த வருட மழைக்காலத்தில் நடந்த காவல்துறைத் துப்பாக்கிச்சூட்டில் அவர் இறந்து போனார்.) ரிஸா ஓடைக்குக் குளிக்கவும் துவைக்கவும் சென்றிருந்தனர். அது வழக்கமாக காதலர்கள் உலவும் அழகிய இடம். அப்போது நகரத்தில் கலவரக் காலம். அதனால் அங்கே யாரும் போவதில்லை.

அவர்கள் அந்த இடத்தை அன்று அடைந்தபோது, ஓடைக்கரைக்கு அருகே இருவர் அமர்ந்திருந்தனர். அந்த இடத்தைக் கடந்ததும் ஓடை அடர்காட்டில் உருண்டோடி மறைந்து விடும்.

'அங்கே இருந்தது ஏஞ்சலான்னு தெரிஞ்சப்ப எனக்கு எவ்வளவு அதிர்ச்சியா இருந்திச்சு தெரியுமா. அதை உன்னாலே கற்பனை செஞ்சு கூட பார்க்க முடியாது. ஞாயிற்றுக்கிழமைகளிலே அவ போடற நல்ல அழகான ஒரு உடுப்பை ரிப்பன் போட்டுக் கட்டி உடுத்தி இருந்தா. தன்னோட நீளமான முடி அலைபாய உக்காந்திருந்த அவ பக்கத்துல

அந்தத் தகார் ! அவனோட அடர்த்தியான மீசை, அந்தக் காம வெறிபிடிச்ச கண்! என் அம்மாவுக்கு உடம்பு சரியில்ல.. காசு வேணும்னு ஏஞ்சலா அவன் கிட்டே கெஞ்சிக்கிட்டிருந்தா..

'நான் ஒனக்குக் காசு குடுக்கிறேன்.. ஆனா பதிலுக்கு உன்னால என்ன தரமுடியும்? பேங்க்ல இத 'ஈடு'ன்னு சொல்வாங்க'

அவன் சத்தமாகச் சிரித்துக்கொண்டே அவள் முழங்கால் மேல் கையை வைத்தான். அதன்பின் அவளைத் தன் மீது சரித்துக்கொள்ள முயன்றான். அவனது கறுத்த மீசை அவள் உடலின் மேல் உராய்ந்து கொண்டிருந்தது.

'நீங்க என்ன செஞ்சீங்க?' தெய் கேட்டான்.

'நான்... நான் அதிர்ச்சியில உறைஞ்சுபோயிருந்தேன்.'

மாமா லேங்கின் தலை கவிழ்ந்தது, கண்ணாடிக் கோப்பையை இறுகப் பிடித்திருந்த அந்தக் கையின் பிடி தளர்ந்தது.

அவன் ஒரு கத்திரிக்கோலைக் கையில் வைத்துக்கொண்டு ஏஞ்சலாவை மிரட்டியபோதுதான் மாமா லேங்குக்கு ஏதோ சுருக் கென்றது. சுதாரித்தபடி அவனை நோக்கிப் பாய்ந்தார். ஆனால் அதற்குள் காலம் தாழ்ந்து விட்டிருந்தது.

'ஏன்..அதுக்குள்ள என்ன ஆச்சு?' தெய் முன்னோக்கி சாய்ந்தான். விஸ்கி அவன் தலையை சுழலச் செய்தது. முஷ்டியை முறுக்கிவிட்டுக் கொண்டான்.

'அவள் குதித்துவிட்டாள்.'

மாமா லேங் மதுக்கோப்பையைக் கீழே தட்டிவிட்டார். மது மேசையில் ஓடித் தரையில் தெறித்தது.

'நோக்கலிகையைப் போல.. அவளும் ஒரு அருவியாயிட்டா'

அன்றிரவு தெய் கிளம்பும்போது மாமா லேங் அவனருகே அசைவற்றுக் கிடந்தார். ஒருவேளை அது உறக்கமாயிருக்கலாம். தெய் அது என்னவென்பதை அறிய முற்படவில்லை. அவன் கடலில் மிதந்து செல்லும் படகைப்போலக் காலி இருக்கைகளுக்கும் மேசை களுக்கும் மத்தியில் தள்ளாடிக் கொண்டு சென்றான். முன்புறம் கல்லா அருகே வந்ததும் சட்டைப்பையைத் துழாவிக் காசைத் தேடினான். கஷ்டப்பட்டுக் காசை எடுத்து எண்ணி முடித்தான். பிஷேஷ் ஒரு நீண்ட தாளில் கணக்குப் பார்த்துக் கொண்டிருந்தான். தலைதூக்கி அவனைப் பார்த்தான். அவன் கண்கள் பறவையின் கண்களைப் போலக் கூர்மையானவையாகவும், தந்திரமானவையாகவும் தோன்றின.

'அங்க லேங் கூடத்தான உக்கார்ந்திருந்த?'

தெய் ஆமோதித்துத் தலையசைத்தான். பிஷேஷ் தன் கைகளைக் குறுக்கே கட்டி மேசையில் ஊன்றிக் கொண்டான்.

'அவன் என்ன சொல்லிக்கிட்டிருந்தான். அந்தப் பொண்ணப் பத்திதான? அவ பேரென்ன? மேபிளோ ஏஞ்சலோ..'

'ஏஞ்சலா... ஆமா.. உனக்கு எப்படி தெரியும்?'

பிஷேஷ் சிரித்தான் 'அவன் பேச்சைக் கேட்கிற எல்லாக் கிறுக்கனுக்கும் அவன் அந்தக் கதையத்தான் சொல்லுவான்.'

'ஆனா அது உண்மை...' தெய் அவனை மறுத்தான்.

'ஆமாமாம்... அது உண்மைதான். லேங், கே.எஸ்.யூல ஒரு அங்கமா இருந்தது இன்னும் சிலதெல்லாம் உண்மைதான். ஆனா இன்னொரு மாதிரியும் இந்தக் கதைய சொல்வாங்க.. அதுல இவன் அந்தப் பொண்ண காதலிச்சான். ஆனா அவ அந்த அக்கோமியாவைக் காதலிச்சு அவனோட ஓடிப்போயிட்டா... அதனால லேங் ஒடைஞ்சி போயிட்டான்.. கூடவே அவனோட...' பிஷேஷ் தன் நெற்றிப் பொட்டைத் தட்டிவிட்டுக் கொண்டு மீண்டும் சிரித்தான்.

தெய் காலியாய்க்கிடந்த வீதியை அடைந்தபோது மழை பெய்திருந்ததை உணர்ந்தான். பருவகாலங்களோ, கிறிஸ்துமசோ, தட்பவெப்ப நிலை மாற்றங்களோ – கடந்துபோவது எதுவென்றாலும் அது இந்த 'எம்பஸி'க்குள் தெரியாது.

குளிர் கடுமையாயிருந்தது. தெய் காலை அழுந்த மிதித்துக் கொண்டு கைகளில் ஊதினான். அவனது மூச்சுக்காற்று ஆவியைப் போல வெண்மை நிறத்தில் வெளிப்பட்டது. நடந்து செல்ல முற்பட்ட போது டாக்ஸி ஏதேனும் வருமா என்று நோட்டமிட்டான். மழைநீர் கணுக்காலளவு ஓடிக்கொண்டிருந்ததால் தன்னால் நகரக்கூட முடியாதென்பது அவனுக்கு உறுதியாகத் தெரிந்தது. கறுத்த... கலங்கிய நீர். அது இரத்தமாகக்கூட இருக்கலாம். எங்கோ ஒரு மூலையில் ஏதோ ஒன்றின் இடையில் கிடக்கும் இந்த மலைப் பகுதி நகரத்தின் புண்கள் ஆழமானவை.

■

பறத்தலைக் கண்டடைதல்

தமிழில்: காளிப்ரஸாத்

எப்போதும் போல இந்த நிகழ்வுக்கு முன்பான சகுனங்களுக்கும் குறைவிருக்கவில்லை. காலையில் சேவல் ஐந்துமுறை கூவியதை சிலர் கேட்டிருந்தனர். முன்மாலை நிலவு இரண்டு அடுக்கு வளையத்திற்குள் பிரகாசித்திருக்கிறது. இறந்த பூனைகள், துண்டிக்கப்பட்ட கைகால்கள் முதல்... முறிந்த மரங்கள், பறந்தகன்ற பறவைக்கூட்டங்கள் வரை அனைவருமே ஏதோ கனவு கண்டிருக்கிறார்கள். இவையனைத்துமே எஸ்றா தன் தாய்மாமனின் வீட்டிலிருந்து கிளம்பிக் காணாமல் போயிருக்கலாமென்பதன் அறிகுறிகளாகவே இருந்தன.

எல்லாவற்றிற்கும் மேலாக, மிகப்பெரிய, மிகவும் வெளிப்படையான சகுனமாக இருந்தது மழை. பிரளயம் இரண்டாம் முறையாக ஸோராவிற்கு வந்தது போலத்தான் இருந்தது. அது முதன்முறையாக 1857இல் மிகப்பெரும் பூகம்பத்தின் வடிவில் வந்தபோது சற்றும் கருணையில்லாமல் மலைகளையெல்லாம் தூள்தூளாக்கியது; நிலநடுக்கங்கள் அவற்றை விழுங்கின; ஒரு சில நிமிடங்களுக்குள் நதிகளெல்லாம் பிரம்மாண்டமான நீர்வீழ்ச்சிகளாக மாறிப்போயின. அதற்கடுத்தது இதுதான். பொதுவாக ஸோராவில் ஜூன் முதல் செப்டம்பர் வரை பருவமழை தகரக் கூரைகளில் ஓயாது தாளமிடும் என்றாலும் அன்று காலை பெய்தது 'ஸ்லாப் பாம் பிரீவ்' என்று அவர்களால் அழைக்கப்பட்ட அந்தப் பழைய ஆளைத் தின்னும் மழைதான். நிறைய உயிர்களைக் காவு வாங்காமல் அது அடங்காது. இரக்கத்தை ஏற்படுத்தும் வகையில் இறைஞ்சி ஊளையிட்டபடி மலைகளின் ஊடே ரத்தத்திற்காக அலையும் உயிரும் உயிர்ப்பும் கொண்ட அரக்கனைப்போல அது இருந்தது.

"அந்த ஆண்டவனுக்குத்தான் வெளிச்சம்... அவன் ஏன் அந்த மழையில வாக்கிங் போகணும்..." என்றாள் காங் சிண்ட்யூ. அவள், எஸ்றாவின் மாமா வீட்டில் முப்பது வருடங்களுக்கும் மேலாக வீட்டு வேலைகள் செய்பவள். காலையில் வெளியே செல்வதற்கு முன்பு

அவனைப் பார்க்கவில்லையென்றாலும் சமையலறை திறந்திருந்ததையும் அடுப்பின் மீது ஆறிப்போய்க்கிடந்த தேநீர்க்குடுவையையும் கழுவி வைக்கப்பட்டிருந்த தேநீர்க்கோப்பையையும் அவள்தான் முதலில் கண்டாள்.

"எப்பவுமே சுத்தமா இருக்கிற பையன்'' என்றவள், "சின்ன வயசிலேயிருந்தே" என்று சேர்த்துக்கொண்டாள்.

அன்று மதியம் எஸ்றா வராதபோது வீட்டில் சிறு குழப்பம் உண்டாயிற்று. அவனது அத்தையும் மாமாவும் கௌரவமான மனிதர்கள். பிறர் குறை கூற முடியாதபடி ஒழுங்கும் கவனமும் கொண்ட அமைதியான ஒரு வாழ்க்கைக்குப் பழகிவிட்டிருந்தவர்கள் அவர்கள். அவன் மாமா, 'கெஸ்' ஓரளவு மதிப்புள்ள அரசாங்க வேலையிலிருந்தார். அத்தை, ஸோரா மார்க்கெட் அருகே ஒரு தொடக்கப் பள்ளியை நடத்தி வந்தார். தினமும் மாலை மூன்று மணிக்கு அவர்கள் வீடு திரும்பியதும், கெஸ் தனது படிப்பறையில் செய்தித்தாளைப் படிக்கையில் வேலைக்காரி அவருக்கு டீ தருவாள். அதற்குள் அத்தை காங் மில்லி, காங் சிண்ட்யூவுடன் சமையலறையிலேயே தனது டீயை அருந்தியிருப்பார்.

அன்று மதியம் உள்ளே வருவதா வேண்டாமா என்ற குழப்பத்துடன் சற்று வித்தியாசமான பாவனையில் சமையலறை நிலைப்படியருகே சற்றுத் தயங்கி நின்ற கெஸ்,

"எஸ்றா எங்க..." என்றார்.

இருவரும் தெரியாது என்பது போலத் தலையசைத்தனர். அப்போது அவர்களுக்குப் பின்னால் விறகடுப்பின்மேல் வரிசையாக அடுக்கப்பட்டிருந்த இறைச்சித்துண்டுகள் ஆவிபறந்தபடி சீராக அசைந்து கொண்டிருந்தன.

"ஐலட்டை பார்க்கப் போயிருப்பான்" என்றாள் அவர் மனைவி.

கார் மெக்கானிக்கான ஐலட், அவர்களின் வீட்டருகே ஒரு பணிமனை வைத்து கார்களை பழுதுபார்த்து வந்தான். நாற்பது வயதை நெருங்கியிருந்தாலும் தன்னைவிட பத்து வயது குறைந்த எஸ்றாவுடன் நட்பாக இருந்தான் அவன். கடையில் அவன்தான் எப்போதும் ஏதாவது பேசிக்கொண்டே இருப்பான். எஸ்றா வெறுமனே தலையை ஆட்டிச் சிரித்தபடி, டீயை உறிஞ்சிக்கொண்டு ஒரு கவிழ்த்துப்போட்ட வாளியிலோ கழற்றிவைக்கப்பட்ட டயரிலோ அமர்ந்திருப்பான்.

மனைவியின் விளக்கத்தில் திருப்தியடைந்த கெஸ் மீண்டும் தன் படிப்பறைக்கு நகர்ந்து சென்றார். பின்னர், தூர்தர்ஷனில் ஒரு வேளாண்மை நிகழ்ச்சியைப் பார்த்தபடியே தூங்கிவிழுந்து கொண்டிருந்த அவரை உலுக்கி எழுப்பிய அவரது மனைவி எஸ்றாவின்

அறையைப் பரிசோதித்துப் பார்க்குமாறு அவரைக் கேட்டுக் கொண்டார்.

சற்றுமுன்புதான் அவர் மனைவி ட்யூப் லைட்டை ஆன் செய் திருந்ததால் அவர் கண் கூசியது. கண்ணை இடுக்கியபடி. "என்ன...?" என்றார்.

"அவன் எங்க போயிருக்கான்னு தெரிஞ்சுக்கற மாதிரி அவன் ரூம்ல ஏதாச்சும் இருக்கான்னு பாருங்களேன்..."

என்னதான் இருந்தாலும் அது ஓர் ஆணுடைய அறை. தன் கணவர் அதை சோதித்துப் பார்ப்பதுதான் சரியாக இருக்கும். அதை அவர் வாய் விட்டுச் சொல்ல வேண்டிய தேவையே இல்லை.

"மொபைலுக்கு அடிச்சுப் பாத்தியா?"

"நிறைய தடவ பண்ணிட்டேன். யாரும் எடுக்கல"

கெஸ்ஸின் மூன்று குழந்தைகளும் வளர்ந்து பெரியவர்களாகி, இரண்டு மகள்கள் ஷில்லாங்கிற்கும் மகன் கொல்கொத்தாவிற்கும் சென்ற பின், எதிரொலி கேட்கும் அளவிற்குக் காலியாகவும் வெறிச் சோடியும் போன அந்த விஸ்தாரமான பழைய வீட்டின் மற்றொரு பகுதியை நோக்கி அவர்கள் சென்றார்கள்.

"ஆம்பளப்பசங்க எப்பவும் தங்களுக்குன்னு தனி இடம் வேணும், தனியா இருக்கணும்னு நெனப்பாங்க..' என்று காங் சிண்ட்யூ சொன்னதால், தங்கள் அறையிலிருந்து சற்று தள்ளியிருந்த தனது மகனின் அறையை எஸ்றாவிற்கு அவர்கள் அளித்திருந்தார்கள்.

தன் மகன் எஸ்றா அங்கு வரப்போவதைச்சொல்ல கெஸ்ஸின் தங்கை அழைத்திருந்தபோது அவன் இரு வாரங்கள் ஸோராவில் தங்குவான் என்று சொல்லியிருந்தாள்.

"இந்தோனேஷியா போறதுக்கு முன்னால ஸோராவில கொஞ்ச நாள் தங்கலாம்னு பார்க்கிறான்."

அங்கே கருடா ஏர்லைன்ஸில் பைலட்டாக சேரவிருந்தான் அவன்.

ஒருவேளை, ஸோராவில் இருந்த எஸ்றாவின் அறையில் வேறு யாரேனும் தேடியிருந்தால் மேஜையின் மேலிருந்த புத்தகத்தில் ஒரு பறவையின் படம் செருகி வைக்கப்பட்டிருப்பதைக் கவனித்திருந் திருப்பார்கள். ஆனால் எஸ்றாவின் சூட்கேஸை அலசிப்பார்த்த கெஸ்ஸும் மில்லியும் இதை மட்டும் மேலோட்டமாகவே பார்த்தார்கள். சூட்கேஸில் துணிமணிகள் அழகாக அடுக்கிவைக்கப் பட்டிருந்தன. ஒரு ஜோடி சாக்ஸும் உள்ளாடையும் மேலாக இருந்தன. அவனது ஷூக்கள் நன்றாக பாலீஷ் போடப்பட்டு கட்டிலுக்கு அடியில் வரிசையாய் வைக்கப்பட்டிருந்தன. தூண்டில் நன்றாகத்

துடைக்கப்பட்டு சுவரோரத்தில் இருந்தது. மற்ற எல்லாப் பொருட்களுமே அதனதன் இடங்களில் இருந்தன. மருமகன் பொருட்களைக் காலிசெய்து கொண்டு போகவில்லை என்பது உறுதியானாலும் அவன் எங்கு சென்றான் என்பதை அறிய ஒரு தடயமும் கிடைக்கவில்லை.

அத்தை 'மில்லி'யின் அபிப்பிராயத்தில் அவன் அமைதியான பையன்.

"ரொம்ப அடக்க ஒடுக்கமானவன், ஒழுங்கு மரியாதையுள்ள பையன்தான்னாலும் அவன் என்ன நினைக்கிறாங்கிறது தெரியாது. ரொம்ப ஒட்ட மாட்டான். ஆனா எங்கே போறான் எப்ப வருவாங்கிறதையெல்லாம் சொல்லாமப் போறது அவனோட சுபாவமில்லை." என்றாள் மில்லி.

இரவுணவின்போது அந்தக் குளிர்ந்த ஆகஸ்ட் மாத இரவை ஒரு மெல்லிய பதற்றம் கத்திபோல கிழித்துச்சென்றது. மழை விட்டிருந்தாலும் பூமி நன்றாக நனைந்திருந்தது. காற்றில் சேற்றுமணமும், வரப்போகும் குளிர்காலத்தின் மெல்லிய ஊசிமுனைக்குத்தலும் இருந்தன. வீடே ஒருவித பதட்டம் கலந்த அமைதியுடன் உணவுண்டது.

"அவன் திரும்பி வர இன்னும் வாய்ப்பு இருக்கு." என்று காங் சிண்ட்யூ வெற்றிலைப்பெட்டியைக் கொடுத்தபடி சொன்னாள்.

அதற்கு வாய்ப்பில்லை என அனைவரும் அறிந்திருந்தனர்.

அந்த மழையில் பகலில் பயணிப்பதே சிரமமானது. இரவு வேளைகளில் விளக்குகள் ஏதுமின்றி சாலைகள் அபாயகரமானவையாக இருந்தன. சாலைகளின் இரு புறங்களிலும் இருந்த தரிசான நாட்டுப்புறப் பொட்டல்காடுகள் கூர்மையான மலை விளிம்புகளை நோக்கியோ ஆழ்ந்த பள்ளத்தாக்குக்குள்ளோ சட்டென்று இட்டுச் சென்றுவிடக்கூடியவை.

எஸ்றா எங்கோ அடிபட்டு அநாதரவாக விழுந்து கிடப்பான் என்று எல்லோருமே நினைத்தாலும் ஒருவருக்கொருவர் அதைச் சொல்லிக்கொள்ளவில்லை.

"ஏதாச்சும் ஏறுமாறா போயிருந்தா என்ன நடந்ததுன்னு முடிவெடுக்குறது கஷ்டம்தான்." பைப்பை புகைத்தவாறு கெஸ் கூறினார். அவருடைய ஒரே கெட்ட பழக்கம் அதுதான். "ஏன்னா உண்மையிலே நடந்தது என்னன்னு நமக்குத் தெரியாது, அப்ப நாம எப்படி முடிவெடுக்கறதுங்கிறது குழப்பமாயிடும்"

மறுநாள் காலையில் அவர்கள் நம்பிக்கையோடு எதிர்பார்த்தபடி, எஸ்றா சமையலறையில் டீ போட்டுக்கொண்டிருக்கவில்லை'. அவன்

படுக்கையும் உபயோகப்படுத்தப்படவில்லை. அதைப்பார்த்த பின்னர் ஏதோ தவறாகி விட்டிருக்கும் என்று அவர்கள் முடிவுகட்டிக் கொண்டனர். முடிவாக அவன் அம்மாவை அழைப்பதைத் தவிர இனி வேறு வழியில்லை.

“அவன் எங்கேயோ போயிட்டான்னா என்ன அர்த்தம்?” என்றாள் காங் கேத்தரின்.

“நேத்து காலையில வீட்லேந்து கிளம்பிப்போனான். இப்ப அவன் எங்கிருக்கான்னு நமக்குத் தெரியல.” இதைவிட பயமுறுத்தும் வகையில் ஒரு அண்ணனால் சொல்லமுடியாது.

“போலீஸ்ட்ட சொல்லியாச்சா. யாரையாவது விட்டு தேடிப் பார்க்கச் சொன்னியா?” அவள் அப்படி பதட்டமாய் அலறக் கூடியவள் இல்லையெனினும் பயத்தால் அவள் தொண்டை அடைப்பது கெஸ்ஸுக்கு கேட்டது.

“இப்பதான் சொல்லப்போறோம்.”

“ஐயோ கடவுளே! கெஸ்! சீக்கிரம் பண்ணுங்க... நானும் கில்லும் உடனே கிளம்பி வர்றோம்.”

அவள் போனை வைத்ததும் மாமா கெஸ் ஒரு பெருமூச்சு விட்டார். தன் வீட்டு மாப்பிள்ளையாகவே இருந்தபோதும் கில்லுடன் அவருக்கு அதிகம் ஒத்துவராது. அவர் இங்கு வந்தபோதெல்லாம் கெஸ்ஸுக்கு குடைச்சல்கள்தான் அதிகம்.

அவர் தங்கை கேத்தரின் மிகப்பெரிய செல்வந்தர் குடும்பத்தில் திருமணம் செய்துகொண்டு சிறப்புடன் வாழ்வதுதான் எல்லோருக்கும் தெரியும்; ஆனால் கில்லின் தந்தை எண்பதுகளில் பலவருடங்கள் உள்துறை அமைச்சராக இருந்ததுதான் அவ்வளவு பணம் சேரக் காரணம் என்று கெஸ்ஸுக்கு வெகுகாலமாகவே சந்தேகமுண்டு. இப்பொழுதும் கில்லின் அண்ணனுக்கு ஒரு உயர்மட்ட அமைச்சர் பதவியோ அல்லது அதற்கிணையான வேறொரு பதவியோ உறுதி செய்யப்பட்டுவிட்டிருக்கிறது. கில்லும் டிஜிபி ஆவதற்கான முஸ்தீபுகளில் உள்ளார்.

“ஏன்தான் எஸ்றா இங்கே தங்க வந்தானோ...?” கெஸ் மனதிற்குள் மௌனமாகப் புலம்பிக்கொண்டார். ஆனால் தன் மருமகனைப் பற்றிய ஒரு விஷயத்தை அவர் ஒப்புக்கொள்ளத்தான் வேண்டும். ஸோராவின் அமைதியான சூழலையும் அதன் பழங்காலத்துப் பாணி களையும் வெறுக்கும் தன் குடும்பத்தைச் சேர்ந்த மற்ற இளைஞர்கள் போல தன் மருமகன் இருந்தில்லை. ஸோரா மீது அவன் ஒட்டுதலோடு இருந்திருக்கிறான். தனக்கு இயன்றபோதெல்லாம் அவன் இங்கு வந்திருக்கிறான். அது ஏன் என்றும் புரியவில்லை. அவன் ஒரு

தேசாந்திரியைப்போலத்தான் இருந்தான். தில்லியில் படித்தான். பிறகு ப்ரஸல்ஸில் நவீனமான ஒரு பள்ளியில் பைலட் ஆவதற்குப் படித்தான். சில நேரங்களில் கெஸ்ஸுக்கு அவன் மீது இலேசான கவலை உண்டு. தான் கனவில்கூட கண்டிராத உலகின் பல பகுதி களுக்கு இந்தச் சிறு வயதிலேயே சென்று வந்திருக்கும் அவன் அடிக்கடி இங்கு ஏன் வருகிறான்? இப்படியெல்லாம் அவனிடம் கெஸ் கேட்கமுடியாது. அவன் மிக அமைதியானவன். தன் குடும்பத்தாரிட மும் கூடக் கொஞ்சம் விலகியே இருப்பவன். ஒருவேளை அதனால் தான் இந்த ஸோராவின் தனிமை அவனுக்குப் பிடித்திருக்கிறதோ என்னவோ!

தனது மொத்த வாழ்க்கையும் கழிந்திருக்கும் மலைகளாலும் மேகங்களாலும் போர்த்தப்பட்ட அந்தப் பிரதேசத்தை ஜன்னல் வழியாகப் பார்த்தார் கெஸ்.. அமைதிதான் எப்படி ஒரு ஆளுமையை உருவாக்கிவிடுகிறது என நினைத்துக்கொண்டார் அவர். பலவற்றை சிந்தித்துப்பார்ப்பதற்கும், பின்வாங்கி விலகிச் செல்வதற்கும் தூண்டுதல் தந்து வற்புறுத்தி விடுகிறதே அது? எஸ்றாவை இது என்ன தான் செய்திருக்கும் என்று நினைத்துப்பார்க்கும்போது அவருக்கு ஆச்சரியமாக இருந்தது.

எஸ்றா மாயமான செய்தி அவனது சொந்த ஊரான ஷில்லாங்கை எட்டியபிறகு அங்குள்ள வீட்டுக் கூடங்கள் வழியாகவும், டீக்கடை களின் வழியாகவும் அனைவரையும் சென்றடைந்தது. அது சிறிய ஊர் என்பதால் அங்குள்ள ஒவ்வொருவரும் மற்றவர்களைப்பற்றி அறிந்து வைத்திருப்பது இயல்புதான்.

"அவன் எப்படி ஒரு கார்ப்பரேட் வேலையில் சேர்ந்தான்?" என்றான் கிறிஸ். எஸ்றாவின் புனித எட்மண்ட் பள்ளித்தோழன் அவன்.

"அவனுக்குப் படம் வரைவதும் அதற்கு வண்ணம் தீட்டுவதும் ரெம்பப் பிடிக்கும்" என்றான் மெதுவாக.

"கவிதைகூட எழுதுவான்னு நினைக்கிறேன். அவன் நோட்ல கடைசி பக்கத்துல பாத்திருக்கேன். கிளாஸ்ல என் பக்கத்துலதான் உட்காருவான்." சிரிப்பை அடக்கிக்கொண்டபடி "அவன்தான் அதையெல்லாம் எழுதியிருக்கணும்னு எனக்கு நிச்சயமாத் தெரியும்" என்று சற்று நிறுத்தி இடைவெளி விட்டான்.

"எஸ் ஒரு ஆல்ரவுண்டர் தெரியுமா? ஃபுட்பால், மேத்ஸ், இங்கிலீஷ் எல்லாத்திலேயும் கெட்டிக்காரன். கிளாஸ் ஃபஸ்ட், ஸ்கூல் லீடர், சயின்ஸ் எக்ஸிபிஷன்ல ஜெயிச்சான். எதைத்தான் விட்டுவச்சான்! நாங்கள்லாம் அவன ரொம்ப ஓட்டியிருக்கோம்... பொதுவா... எல்லா ஸ்கூல் பசங்களும் பண்ற விளையாட்டுத்தான். தலைக்கு எண்ணெய்

வைடா பெங்காலிம்போம். அவனோட ஜிம் யூனிஃபார்ம தூக்கி குப்பைத்தொட்டியில வீசியிருக்கோம்...” என்று சொல்லிக்கொண்டே வந்தவன் “ஆனா... அவன் எங்கள மாதிரியெல்லாம் இல்லவே இல்லை, எப்படியும் அவன் ஒரு பெரிய ஆளா வருவான்னு நாங்கள்லாம் நினைச்சோம். தெரியுமா” என்று சொல்லிச் சிரித்தான்.

“அப்பறம் வெளிநாடு போயிட்டான், இந்த இடத்தை விட்டே போயிட்டான்.”

“எஸ்றாவுக்கு கொஞ்சம் ப்ரெண்ட்ஸ் உண்டு. ஆனா அவன் ரொம்ப நெருக்கமா இருந்தது வின்சென்ட்டோட மட்டும்தான்.” என்றான் கிறிஸ்.

“கருப்பா உயரமா இருப்பான், வடநாட்டுக்காரன்.”

அவர்களது பள்ளிப்படிப்பு முடிந்ததும், எஸ்றா டெல்லிக்கும் வின்சென்ட் பல்மருத்துவம் படிக்க குவஹாத்திக்கும் பிரிந்து சென்றுவிட்டார்கள். எஸ்றா ஊரில் இருக்கும்போது அவர்கள் இருவரும் எப்போதாவது லைத்தோங்கரா சாலையில் வைத்தோ போலீஸ் பஜாரிலோ சந்தித்துக்கொள்வதுண்டு.

“வின்சென்ட்டுக்கு என்ன ஆச்சுன்னு தெரியல, நிறையபேர் அவன் சாமியார் மாதிரின்னு நெனைச்சிட்டிருந்தாங்க, தெரியுமா, அவன் ஒரு கர்வக்காரன்.”

“அப்புறம் அவன் ஒரு நடிகனாவோ வேற ஏதாவதோ ஆகணும்னு கிளம்பி பாம்பே போயிட்டதா கேள்விப்பட்டேன்... ஆனா இன்னும் ஒரு படத்துலேயும் அவன பாக்கல” என்று சிரித்தான்.

மாமா கெஸ் ஊர்த்தலைவரிடம் சொன்னபிறகு, நோஸ்தரங்க் முதல் ஸோரா மார்க்கெட் வரைக்கும் ஒரு ‘பிர்தா ஷ்னாங்’ (ஊர் முழுவதும் ஓசையெழுப்பித் தேடும் குழு) அமைக்கப்பட்டது. ஆறு முதல் பத்துபேர்கள் வரை கொண்ட குழுக்களாக சேர்ந்து கொண்ட ‘தேடல் குழுக்களுக்கு’ எங்கிருந்து துவங்குவது என்ற குழப்பம் ஏற் பட்டது. ஸோரா மிகப் பரந்தது. எஸ்றா எந்தப் பாதையில் வேண்டு மானாலும் சென்றிருக்கக்கூடும். இறுதியாக அவர்கள் ஒவ்வொருவரும் ஒவ்வொரு பாதையைத் தேர்ந்தெடுத்து நம்பிக்கையோடு நடக்கத் துவங்கினர். மிக உயரமானதும், ஒரு பூதத்தின் உறைவிடமாகக் கருதப் பட்டதுமான கோஹ் ரம்ஹாலெ என்ற கூம்பு வடிவப் பாறையை நோக்கி தங்கரங்க் வழியாக ஒரு குழுவினர் சென்றனர். பங்களா தேஷின் கரையோர சமவெளிகளில் ஒரு நீர்வீழ்ச்சியின் அருகில் அமைந்திருப்பது அது.

டெய்த்லான் நீர்வீழ்ச்சி வரை சென்ற இன்னொரு குழுவினர், வழக்கமான வகையில் அல்லாமல் ஒரு கனவுக்காட்சி போல அந்த

அருவி பரந்து விரிந்து பின் கரையோர சுண்ணாம்புப்பாறைக் குகைகளுக்குள் சுருண்டு விழுவதைப்பற்றிப் பரவசத்துடன் கதை கதையாகக் கூறினார்கள்.

மார்க்கெட்டுக்கு அருகே ஒரு குன்றில் ஒன்றன்மீது ஒன்றாக மூன்று உயர்ந்த பாறைகள் அதிசயமாக ஒட்டி சமநிலையுடன் நிற்கும் இடத்தில் மூன்றாவது குழு தேடியது. இந்தப் பாறைகள் விழுந்தால், ஸோரா ஒரு வலிமையான பூகம்பத்தால் தாக்கப்பட்டது போல நிலையழிந்து கல்லும் தூசியும் தவிர ஒன்றுமில்லாமல் போகும் என்று நம்பப்பட்டது.

நான்காவது குழுவினர், நீண்டதூரம் மலையேறி முன்பொருநாள் பருவமழைக்காலத்தில் மழையோடு சேர்த்து குன்றிலிருந்து குதித்து விழுந்து இறந்த லிகாய்ன் என்ற பட்டிக்காட்டுப் பெண்ணின் குரலையும் எதிரொலித்த நோகலிகை நீர்வீழ்ச்சிவரை சென்றனர்.

உள்ளூர் மக்களுக்கு அவரவர்களுக்கான தனிப்பட்ட கருத்துகள் இருந்தன. பயணிகளைப் பயமுறுத்தி அலைய வைக்கும் ‘சுவிட்னிஜஞ்ச்’ என்னும் மோசமான ஆவிகளால் கவரப்பட்டு ஆயிரக்கணக்கான ஆண்டுகளாக மனித வாடையின்றி இருக்கும் புனிதமான லக்கிங்காங் காடுகளுக்குள் அவன் அலைந்துகொண்டிருக்கலாம் என்பது அதில் ஒன்று.

“ஞாபகம் இருக்கா? முன்னாலே ஒரு தடவை அந்த விதேசி ராணுவ டிரக் டிரைவர், காட்டுக்குள்ள போயிட்டு ரொம்பநாள் கழிச்சு வந்தானே? அப்ப பைத்தியம் முத்திப்போய் அன்னிக்குத்தான் பொறந்த பையனைப்போல அம்மணமா கூட வந்தானே...”

அது சிரிப்பை உண்டாக்கிய அளவு யாருக்கும் பயத்தை உண்டாக்கவில்லை. ஆனால் அது சொன்ன செய்தி மிகத் தெளிவானது.

“காட்டின் ஆன்மாவைத் தொந்தரவு செய்யக்கூடாது. பகலில்கூட அதன் இலைகள் உதிர்ந்த பாதை வழியே பயபக்தியுடன் செல்ல வேண்டும்.”

ஸோரா மார்க்கெட்டிலுள்ள ஜோதா கடைகளில் மக்கள் மழைக்கு ஒதுங்கும்போது, அவர்கள் ஷாஸா அருந்திக்கொண்டும், புதரோ ரொட்டிகளை தின்றுகொண்டும், பாஹ் ப்ரெம்லியின் கதையை மாறி மாறிச் சொல்லிக்கொண்டும் இருந்தார்கள்.

ஒரு சில ஆண்டுகளுக்கு முன்பு, அந்த மனிதர் தனது நண்பர்களுடனும், ஷில்லாங்கில் இருந்த சில நகரவாசிகளோடும் பன்னூர்லாவில் உள்ள பள்ளத்தாக்கின் வேர்ப் பாலங்களைப் பார்க்க வந்திருந்தார். ஆறு மணிநேரப் பாதை லெயிட்ஸ்கிஸ்யோவில் துவங்கியது,

சிறிது அடர்ந்த காட்டுக்குள் அந்த மலைப்பாதை இறங்கியது. எஸ்றாவைப் போலவே, பாஹ்ற பிரெம்லியும் அவர்களெல்லாம் நடந்து செல்லும்போதே ஒரு தடயமும் இல்லாமல் காணாமல் போனார். கிட்டத்தட்ட ஒரு வாரம் அவரைத் தேடி நண்பர்களும் குடும்பத் தினரும் பெரிதும் அலைந்து திரிந்து அவரைத் தேடிக்கொண்டிருந்த னர். பிறகு ஆற்றின் அருகே ஒரு பாறை மீது மிகவும் பலவீனமான நிலையில் அவர் கண்டுபிடிக்கப்பட்டார். நான்கு புறமும் புலிகளால் பாதுகாக்கப்பட்ட ஒரு இடத்தில் தான் இருந்ததாகவும் இப்போது அந்த இடத்தை இனம் காட்டுவது தனக்குக் கடினம் என்றும் விசித்திரமான கதை ஒன்றும் சொன்னார்.

'அவர் ஆவிகளின் உலகத்தில் அலைந்து திரிந்தார், புலிகள் அவருடைய பாதுகாவலர்களாக இருந்தன, அவரை மரணத்திலிருந்து காப்பாற்றின' என்று மக்கள் நம்பினர்.

வீடு திரும்பிய காங் சிண்ட்யூ அந்தக் கதையை மீண்டும் நினைவு படுத்திக்கொண்டபடி எஸ்றா எங்கோ பாதுகாக்கப்படுகிறான் என்று நம்பினாள்.

அன்று காலை எஸ்றா சென்ற பாதை கொஞ்சம் கொஞ்சமாகப் புலப்பட்டது. அவன் மார்க்கெட் பக்கம் சென்றிருக்கிறான் என்பது, சாலையோரத்தில் பீடா கடை வைத்திருந்த பாஹ்ற டோலிங்கால் உறுதிசெய்யப்பட்டது. அந்தக் கடையில் சிகரெட் வாங்க நின்றிருந் திருக்கிறான் எஸ்றா. அவ்வளவு அதிகாலைக் குளிரில், அதுவும் அப்படிப்பட்ட ஒரு பருவ நிலையில் ஒருவர் கடைக்கு வந்தது அவருக்கு ஆச்சரியமாக இருந்திருக்கிறது. ஒரு பாக்கெட் கோல்டு ஃப்ளேக் சிகரெட் வாங்கிக்கொண்டு வானிலை பற்றி சிறிது பேசிக் கொண்டிருந்திருக்கிறான் அவன். பின்பு, மீன் பிடிக்கப்போகலாமா என யோசிப்பதாகவும் சொல்லியிருக்கிறான்.

"ஆனா அவங்கிட்ட எந்த உபகரணமும் இல்லைன்னு நான் கவனிச்சேன். ஆனா இந்த மழைக்காலத்திலே போய் யார் மீன் பிடிக்கப் போகப் போறாங்க?"

அவன் மீன்பிடிக்கச் சென்றிருக்கக்கூடாது என அனைவரும் வேண்டிக்கொண்டனர். பங்களாதேஷை நோக்கிச் சரிந்து செல்லும் அந்த ஆற்றோட்டத்தில் உடல் கிடைக்கும் வாய்ப்பு மிகவும் அரிது.

அதற்குப் பிறகு, சாலையில் கால்பந்து விளையாடிக்கொண்டிருந்த ஒரு குழுவோடு சேர்ந்து விளையாடிக் கொண்டிருந்திருக்கிறான் எஸ்றா.. போக்கிரித்தனமாக ஒருவர் சட்டையை ஒருவர் பிடித் திழுத்துக் கிழித்து, சாலைகளில் தேங்கியிருந்த தண்ணீரில் காற்று குறைவாக இருந்த அந்தப் பந்தை அடித்து அதற்காக சண்டை போட்டபடி அந்தப் பையன்கள் விளையாடிக்கொண்டிருந்தனர்.

"அவர் எங்ககிட்ட எதுவும் பேசல" என்றான் கூரான முகமும் அழுக்கான தலையுடனும் ஒழுகும் மூக்குடனும் இருந்த பத்து வயது தாவோ.

"பந்தை எங்க பக்கம் உதைச்சு கொஞ்ச நேரம் வெளையாடினாரு. விளையாடி ரொம்பநாள் ஆச்சுன்னு சொன்னாரு. ஆனா மோச மில்லை. ஒரு கோல் கூட போட்டாருன்னு சொல்லலாம்."

எஸ்றா எந்தப் பக்கம் போனான் என்று கேட்டதற்கு, மலை உச்சியை நோக்கிச் செல்லும் பழைய ஸோரா சாலையை அவர்கள் காண்பித்தனர்.

"அவர் எங்க போனார்னு எங்களுக்குத் தெரியாது" என்ற தாவோ தொடர்ந்து சொன்னான். "எங்க கூட விளையாடச் சொன்னோம். ஆனா அவர் எங்கயோ போகணும்னு சொல்லிட்டுப் போயிட்டாரு."

"எங்க போனாங்கிறதுதான் கேள்வி" என்றார் கெஸ்.

காலை நடைப்பயிற்சியில் இருந்த ராமகிருஷ்ண மடத்தைச் சேர்ந்த வயதான பெங்காலி மனிதர்தான் கடைசியாக எஸ்றாவுடன் உரையாடியவர்.

"இப்படி ஒரு மழையிலா!?" நம்பமுடியாமல் ஆச்சரியமாக அவரிடம் கேட்டார்கள்.

"ஆமாம்... ஒரு சின்ன மழை மனுஷனை என்ன செய்திட முடியும்" என்றபடி அவர் எழுந்து நின்றார்.

ஊர்மக்கள் சொன்ன கதைகளைக் கேட்டுக் கேட்டே அவர் தலை நரைத்திருந்திருக்கலாம். ஆனால் அதுபற்றி விசாரிக்க இது சரியான தருணம் அல்ல.

பள்ளத்தாக்கு முழுவதும் அடர்ந்த பனிச்சரிவுகளால் உருவான நடைபாதையில், தெளிவாகப் புலப்படாத ராட்சத ஆவி போன்ற ஒரு உருவம் மலையின் விளிம்பிற்கு நெருக்கமாகச் சென்றதைப் பார்த்திருந்தார் திரு. தத்தா.

"பார்த்துப் போன்னு கத்தினேன். வெளிச்சம் இல்லை பாதையே தெரியல.""

எஸ்றா ஒரு கணம் நின்று அவருக்கு நன்றி சொல்லியிருக்கிறான்.

"நல்ல பையன். தன்மையானவன்" என்றார் திரு. தத்தா.

அதற்குப் பிறகும் எஸ்றா சென்றிருக்கலாமென்று எண்ணக்கூடிய பல வழிகள் இருந்தன. அப்படியே இறங்கி பிரதான சாலை வழியாக ஷில்லாங் செல்லமுடியும் என்றாலும் அவன் அப்படிச் சென்றிருக்க வாய்ப்பில்லை என்றே தோன்றியது. இடப்பக்கம் சரிந்து செல்லும்

பாதை காற்றோட்டமான பள்ளத்தாக்குகளுக்கும் வலப்பக்கமுள்ள குறுகலான தடங்கள் மலையடிவாரக் கிராமங்களுக்கும் இட்டுச் செல்லும். யாருமே குறிப்பிட விரும்பாத மூன்றாவது பாதை ஒன்று உண்டு. மலை உச்சிக்குச் சென்றிருக்கலாம். துரதிருஷ்டவசமாகவோ அல்லது சொந்த விருப்பத்துடனோ...

விரைந்து செல்லக்கூடிய திறன் கொண்ட பலர் தேடுதல் குழுவை வழிநடத்திச் சென்றனர்; அடுத்த மூன்று நாட்கள் அந்த மலைப்பாதை களை நிறைத்தபடி அடி அடியாக அவர்கள் அலசினார்கள். "யாரும் அப்படி திடீரென்று மறைந்து போக முடியாது" என்று கில் சொல்வது கேட்டது. "அப்படியெல்லாம் நடக்காது. காற்றோடு கரைந்து போய் விட முடியாது." என்றார் அவர்.. "என் ஆட்கள் அவனைக் கண்டு பிடிப்பார்கள். அவனை யாராவது துன்புறுத்தியிருந்தால், கடவுள் மீது ஆணையாக அவர்கள் அதற்கு பதில் சொல்லியாகவேண்டும்."

கவலை தோய்ந்த அநாதரவான ஒரு தந்தையின் புலம்பலாக அனைவரும் அதைக் கருதியபோதும் உட்கரந்த தீய குணம் ஒன்று கில்லிடம் எப்போதும் இருப்பதான சந்தேகம் கெஸ்ஸுக்கு மட்டும் இருந்தது. தன் குடும்பத்தோடு சம்பந்தப்பட்டதோ இல்லையோ எப்படியானாலும்... அப்படி ஒரு தீமையின் கீற்று அவரிடம் இருக்கத்தான் செய்தது. உறுதியாகத் தெரியாதென்றாலும் ஷில்லாங் வருவதற்காக டோல்கேட்டில் காத்திருக்கும் லாரி ஓட்டுநர்களை அவர் கொடுமைப்படுத்துவார், மோசமாக நடத்துவார் என்பதையும் அங்கு குடியேறிய வெளிநிலத்தவர் எல்லோரையும் அவ்வப்போது அடித்து நொறுக்குவார் என்பதையும் கெஸ் கேள்விப்பட்டிருக்கிறார். கருணை யும் பொறுமையும் சற்றுக்குறைவான மனிதரென்றே அனைவரும் கில்லைப் பற்றிக் கருதி வந்தனர்.

ஏதோ ஒரு சம்பிரதாயத்துக்காக காவல் துறை அதிகாரிகள் அங்கே வந்து போய்க்கொண்டிருந்தாலும் எஸ்றாவை கில்லின் மகன் என்று சாலையில் அடையாளம் கண்டுகொண்ட ஏதேனும் ஒரு ஓட்டுநரோ பயணியோ கில் தங்களிடம் காட்டிய கருணையின்மையை பதிலுக்கு எஸ்றாவிடம் காண்பித்திருக்கக்கூடும் என்று அவன் காணாமல் போன ஐந்து நாட்கள் கழித்து மக்கள் முணுமுணுக்கத் துவங்கினர்.

அப்படி ஒரு அபிப்பிராயத்தை ஏற்காதவர்களும் இருந்தனர்.

"என்னதான் சொல்ல வரீங்க...? மலையிலிருந்து தள்ளிருப் பாங்கன்னா?" என்று நம்ப முடியாமல் சிரித்தான் கிறிஸ்.

"இவ்வளவு பனியில எதிர்ல வர்றது மனுஷனா நாயான்னு கூடத் தெரியாது."

இதற்கிடையில், தன் கணவரோடும் குழந்தைகளோடும் சிக்கிமில்

வசித்துவரும் எஸ்றாவின் தங்கை அவன் காணாமல் போன அன்று அவனிடமிருந்து தனக்கு போனில் அழைப்பு வந்ததாகப் பெற்றோரிடம் சொன்னாள். ஆனால் அவள் பதில் சொல்வதற்குள்ளாகவே அந்த அழைப்பு துண்டிக்கப்பட்டுவிட்டதாக அவள் கூறினாள்.

"தன்யாவையும் நியாவையும் பள்ளிக்கூடத்துக்கு அனுப்புறதிலே மும்முரமா இருந்தேன். அப்புறமா அவனைக் கூப்டுக்கலாம்னு நினைச்சேன். ஆனா மறந்துட்டேன்."

கூடப்பிறந்த அவர்கள் இருவருக்கும் அவ்வளவு ஒத்துப்போவதில்லை என்பது எல்லோருக்கும் தெரியும். ஆனால் அவர்கள் இருவருக்குள்ளும் குறிப்பாக அப்படி என்ன நடந்தது என்று யாருக்கும் தெரியாது அல்லது பல இடங்களிலும் வழக்கமாகப் பார்க்க முடிவதைப்போல அவர்கள் இருவரும் வேறு வேறு குணங்களுடன் இருந்ததால் ஒத்துப்போகவில்லையோ என்னவோ. அல்லது கிறிஸ் சொல்வதுபோல "லிஸ்ஸூம் கூட ஏதோ ஒரு விதத்தில் பிரபலம்தான். ஆனால் எல்லாவற்றிலும் மிகச்சிறந்து விளங்கியதாக சொல்ல முடியாது; தன் அண்ணனின் புகழ் வெளிச்சத்தால் அவள் சற்று சலிப்படைந்திருக்கலாம்."

லிஸ்ஸூம் எஸ்றாவும் மாதக்கணக்கில் பேசிக் கொள்ளவே இல்லை. காங்டாக்கிலிருந்து ஷில்லாங் வரவே அவள் தயக்கம் காட்டினாள்.

"எனக்குத் தெரிஞ்ச வரைக்கும் யாரும் லேசிலே போக முடியாத எங்கயாவது ஒரு மலைக் கிராமத்திலே அவன் தங்கி இருக்கலாம்னு தோணுது. உங்களுக்கே தெரியும். எப்பவும் இந்த உலகத்தைத் துறந்துட்டு போகணும்னோ இல்ல இன்னும் முட்டாள்தனமாவோ ஏதாவது சொல்லிக்கிட்டே இருப்பான். யாரு கண்டது?" என்றாள்.

ஸோராவின் ஜோதா கடைகளில் இருந்தவர்கள் இதைக் கேட்டுவிட்டு வருத்தமாகத் தலை அசைத்தபடி இவ்வாறு பேசிக் கொண்டனர்.

"அவன் திரும்பி வரக்கூடாதுன்னு யாராவது நினைச்சாங்கன்னா, அதுவும் அவன் குடும்பத்துலேயே ஒருத்தர் அப்படி இருந்தா அவன் திரும்பி வரமாட்டான்" என்று பேசிக்கொண்டனர்.

"நாம தேடிப்போற முதல் இடத்துல தான் அகப்பட்டுடக் கூடாதுன்னு நெனைக்கிறானோ" என்று ஒருசிலர் முணுமுணுத்தனர்.

ஒருவாரம் கழித்து மக்கள் மெல்ல நம்பிக்கையிழக்கத் துவங்கினர். "பையன கண்டுபிடிச்சாலும் அவன் உயிரோட இருப்பானா?" என கிசுகிசுத்தாள் காங் சிண்ட்யூ. ஒவ்வொருவராகத் தங்களது இயல்பு வாழ்க்கைக்குத் திரும்பிக்கொண்டிருக்க... தேடல் குழுவின் அளவு சிறுத்துக்கொண்டே வந்தது.

“அவனைத் தண்ணி அடிச்சுக்கிட்டுப் போயிருக்கும். சட்டுன்னு ஒரு வெள்ளம் வந்து மோதி அப்படியே அவனைத் தள்ளிட்டுப் போயிருக்கலாம்” என்பதே மிகப்பலர் கொண்டிருந்த பொதுவான கருத்தாக இருந்தது.

இன்னும் கில் தனது ஆட்களைச் சளைக்காமல் அனுப்பிக் கொண்டிருந்தார். அவர் மனைவி தன் அண்ணன் வீட்டில் குறுக்கும் நெடுக்குமாய் மெள்ள நடந்துகொண்டும், கையில் ஜெபமாலையை வைத்துக் கொண்டு ஒரு அறையில் அமர்ந்து ஜெபித்தபடியும் இருந்தாள்.

“அவனோட உடம்பைக் கண்டு பிடிக்கிற வரைக்கும் நம்பிக்கை இருக்கு” என்றாள் காங்க் கேத்தரின். அவள் குரல் குளிர்கால வானம் போல அமைதியாக பதற்றமே இல்லாமல் இருந்தது.

“நான் அவனோட அம்மா. அவனைத் தேடறதை நான் கைவிடப் போறதில்லை. யார் என்ன சொன்னாலும் அதைப்பத்தி எனக்குக் கவலையில்லை. அவன் தற்கொலை பண்ணிக்கல... ஏன் பண்ணிக் கணும்? இப்பத்தான் வேலை கிடைச்சிருக்கு. அவன் ரொம்ப ஆசையா எதிர்பார்த்துக்கிட்டு இருந்த வேலை அது... அவன்... அவன்...” அழுகையைக் கட்டுப்படுத்தியதில் வார்த்தைகள் தொண்டையில் அடைத்துக்கொண்டன.

இவ்வளவு நாளும் வேலை விஷயமாக ஜொவாய் சென்று இப்போதுதான் திரும்பி வந்திருந்த எஸ்றாவின் மெக்கானிக் கடை நண்பன் ஐலட், எஸ்றா காணாமல் போவதற்கு இரண்டு நாட்கள் முன்பு அவனைக் கண்டதாகக் கூறினான்.

“இங்க வேற என்ன செய்யமுடியும்? ஒரு போத்தல் ஓல்ட் மாங்க் கடையிலயே வச்சு குடிச்சோம். ரெண்டுபேருக்குமே நல்ல போதை... இல்லேன்னா எனக்கு மட்டுமாவது அப்படித்தான். இப்ப ஞாபகப் படுத்திப் பாக்கும்போது எஸ்றா அன்னிக்கு ராத்திரி ரொம்ப பேசிக் கிட்டே இருந்தது நெனவுக்கு வருது” என்று சொல்லியபடி சிரித்தான்.

“எப்பவும் நாந்தான் தொணதொணன்னு ஏதாவது பேசுவேன். அன்னைக்கு, அவன் பேசிக்கிட்டே இருந்தான்.. சமீபத்துல பாம்பே போனதப் பத்தி சொன்னான். அங்க நடிகனா இருந்த அவன் நண்பன பாக்கப் போயிருக்கான். அவனுக்கு உடம்பு சரியில்லைங்கிறதாலே தான் போய் பார்க்க வேண்டி இருந்ததா சொன்னான். அப்புறமா அவன் ஒண்ணு சொன்னது ஞாபகம் இருக்கு” என்று சொல்லிவிட்டு சங்கடமாக சுற்றுமுற்றும் பரிதாபமாகப் பார்த்தான் அவன்..

“அது என்னன்னு எனக்கு நெனைவிருக்கு... ஆனா இதையெல்லாம் நான் அவனோட குடும்பத்துக்கிட்டே சொல்லலாமா கூடாதா புரியலை. தான் செத்தா ஸோராலதான் சாவேன்னும் தான்

கிறிஸ்துவனா இருந்தாலும் காஸி வழக்கப்படிதான் சடங்கெல்லாம் செஞ்சு தன்னை அடக்கம் பண்ணணும்னும் சொன்னான்.”

அதுவரை தற்கொலையாக இருக்குமோ என்று முணுமுணுத்தவர்கள் எல்லாம் இப்போது உரக்கப் பேசத்துவங்கினர்.

“ஏதாவது பொண்ணு விஷயமா இருக்கும். காதலோ அல்லது ஒருதலைக் காதலோ கூட இப்படி சோகத்துல முடிஞ்சிருக்கலாம்.”

“இல்லவே இல்லை” என்றான் கிறிஸ். “அவனுக்குக் காதலி இருந்தான்னு நெனச்சுக்கூட பாக்க முடியல.” என்றபடி சிரித்தான்.

“ஸ்கூலை விட்டப்புறம் அவனுக்கு நெறைய கேர்ள் ப்ரெண்ட்ஸ் இருந்தது எனக்குத் தெரியும். ஆனா இந்த மாதிரி ஏதும் நெனச்சுப் பார்க்க முடியலை. அவன் ரொம்ப நல்ல பையன்னுதான் எல்லாருக்கும் தெரியுமே... ஆனா... கொஞ்சம் இருங்க” என்றபடி காற்றில் விரல்களைச் சுழற்றியபடி ஏதோ யோசித்தான்.

“நாங்க பத்தாவது படிக்கும்போது சாரான்னு ஒரு பொண்ணை அவனுக்கு ரொம்ப பிடிச்சதுன்னு நினைக்கிறேன்... ஆமாம் அந்தப் பொண்ணு பேரு சாராதான். ஆனா... பாவம்... த்வார் க்ஸூட்க்கு பிக்னிக் போகும்போது மூழ்கி செத்துப்போயிட்டா அவ... ரொம்ப கொடுமை...”

ஆண்களோடு உடனிருப்பதையே எஸ்றா விரும்பியதாகக் கூறியவர்களும் அங்கே இருந்தனர்.

“ஒருவேளை அவனுக்குப் பொண்ணுங்களையே பிடிக்காதோ என்னவோ” என்றும் அவர்கள் முணுமுணுத்துக்கொண்டனர்.

“இதுல ஆச்சரியப்பட என்ன இருக்கு?” என்றாள் எமி. பள்ளிக் காலத்தில் பிரபலமான அழகியான அவள் தற்போது கிறிஸ்ஸின் மனைவி. “அவன் எங்க பின்னாடியெல்லாம் வந்ததே இல்லை. பார்ட்டி சமயத்திலே யாரைக் கவரவும் முயற்சி பண்ணினதும் இல்லை.” சற்று முகத்தைச் சுளித்துக்கொண்டவள் “அவன் பார்ட்டிக்கு எல்லாம் வந்த ஞாபகமே இல்லை. அவனையும் யாரும் கூப்பிட்டிருக்க மாட்டாங்க. அந்த வின்செண்ட் கூடத்தான் சுத்திகிட்டிருப்பான். எங்ககூட எல்லாம் ஜாலியா இருக்காம சாமியார் மாதிரி பிகு பண்ணிக்கிட்டு..”

இப்போது அந்த விஷயத்தை முடிவுக்குக் கொண்டு வருவது குறித்துப் பலரும் பேசத்துவங்கினர். “அவன் இறந்தே போயிருந்தாலும் கூட அவனுக்கு என்னதான் நடந்ததுன்னு அவனோட குடும்பத்துக்கு மட்டுமாவது தெரிஞ்சா நல்லா இருக்கும். விஷயம் என்னன்னு தெரிஞ்சுக்கறது ரொம்ப முக்கியம், ஏதோ ஒரு நம்பிக்கையைப் பிடிச்சுத் தொங்கிக்கிட்டே இருக்கிறது கொடுமை... அது ஆபத்தானது”

கடைசியாக... முன்பே அவனைத் தேடியிருந்த ஓர் இடத்தில் ஒரு குழு அவனைக் கண்டெடுத்தது. மூன்று உயர்ந்த பாறைகள் அதிசயமாக ஒட்டி சமநிலையாக நிற்கும் இடத்தின் அடிவாரத்தில் வெள்ளைத் துணி படபடப்பதைக் கண்டு ஒருவர் கத்தினார். ஒருவேளை காற்று தள்ளியிருந்திருக்கலாம் என்றனர் சிலர். திரு. தத்தாவின் எச்சரிக்கையைக் கேட்காமல் மழையில் வழுக்கி விழுந்திருக்கலாம் என்று சிலர் கருதினர். "பாதைய விட்டு இவ்வளவு தள்ளி அதுவும் மலையோட விளிம்புக்கு ஏன் வந்தான்" என்றார் அந்த அதிர்ச்சியிலிருந்து மீண்ட ஒருவர்.

அனைவரின் சரமாரியான கேள்விகள் விடாமல் பொழிந்தாலும் அந்த நிலப்பரப்பு என்னவோ அமைதியாகத்தான் இருந்தது. எஸ்றாவின் இறுதிச் சடங்கன்று வானம் வெளி வாங்கியது. காஸி மயானத்தில் கூடியிருந்தவர்களின் மீது சூரியன் லேசான தொடர்ச்சியான ஒளியைப் பொழிந்துகொண்டிருந்தது. சிதையிலிருந்து எழுந்த வெப்பப்புகை, மலை உச்சிகளையும் வானில் இருந்த மேகத் தீற்றல்களையும் மங்கலாக்கிக் காட்டியது. மொத்த உலகமுமே அடர்த்தியான கரும் புகையால் போர்த்தப்பட்டு மாய உலகுபோலத் தெரிந்தது.

பின்பு இறுதிப்பூசையின்போது "பிரியமானவர்களே! நாம் இங்கு இன்று கூடியிருப்பது ஏனென்றால்..." என்று பாதிரியாரின் குரல் பிரார்த்தனைக்கூடத்தில் எதிரொலிக்கத் தொடங்கியது. மென்மையான இறைப் பாடல்கள் அறைகளில் நிறைந்தன. வெளியே மழை துவங்கியிருந்தது. இனிப்பான தேநீர்க் கோப்பைகள் மற்றும் மஞ்சள்நிற கேக் துண்டுகளுக்கு நடுவே போன வாரம் எப்படிக் கடந்துசென்றது என்று மனிதர்கள் பேசிக்கொண்டார்கள். தற்கொலை செய்துகொண்ட மற்றவர்களைப் பற்றி அவர்களுக்குத் தெரிந்த கதைகளை நினைவுபடுத்திக் கொண்டார்கள். குளிர் காயும் கரி அடுப்புகளுக்கு அருகில் சூழ்ந்து அமர்ந்து அதற்கான காரணகாரியங்களை ஆழ்ந்து சிந்திக்க முயற்சித்தனர். வீட்டிற்கு வந்தவுடன் அவர்களில் எவரும் உடனே தூங்கிவிடவில்லை. தங்கள் மனைவியையோ அல்லது கணவரையோ, உறங்கும் குழந்தைகளையோ, வீட்டுக் கூரையின் பல்வேறு வடிவங்களையோ அவர்கள் பார்த்தபடி இருந்தனர், கூரையில் ஓயாது குத்துகின்ற மழையின் ஒலியைக் கேட்டனர். இறுதியாக உறங்கிப் போயினர். அவர்களில் சிலர் பறவைகளையோ அல்லது பறக்கக்கூடிய வேறு எவற்றையோ கனவு கண்டிருக்கக் கூடும்.

■

குறிப்பு:

காங் : பெண்களை மரியாதையாக குறிக்கும் சொல்

பாஹ் : ஆண்களை மரியாதையாக குறிக்கும் சொல்

ஜோதா: அரிசி மற்றும் இறைச்சி கொண்டு தயாரிக்கப்படும் உணவு

ஹாங்காங்

தமிழில்: சிறில் அலெக்ஸ்

ஜோஷுவாவும் நானும் முன்கோடைப் புயலில் மாட்டிக் கொண்டோம். நேற்று இரவே இருண்டு இடிமுழங்கும் வானத்தைக் கிழித்துச் சென்ற மின்னல்கள் அது குறித்து எங்களை எச்சரித் திருந்தன. முன்பு இதைப்போன்ற புயல் நாட்களில் என் தாத்தா ரம்ஹா எனும் பெரும் அரக்கன் குறித்த கதைகளைச் சொல்லும்வரை நான் விழித்திருப்பேன். 'லும் சொஹ்பெட்னெங்' எனும் ஊரில் வசித்து வந்த அவன் தன் வீட்டு மேசை நாற்காலி போன்ற சாமான்களை அவ்வப்போது மாற்றி வைப்பதுதான் புயலுக்குக் காரணமாம். நான் நம்பிக்கையுடன் மேலே துருவிப் பார்ப்பேன். கண்ணுக்கெட்டும் தூரம்வரை கருஞ்சாம்பற் போர்வை.

'மழை பெய்யும்னு சொன்னேன்ல', ஜோஷுவா சொன்னான். தோல்வியை அமைதியாக ஒப்புக் கொண்டேன்.

பைன் மரங்களின் நுனிகளில் துளிர்த்து நிற்கும் நீர்த்துளிகள், சாலையோர அருவிகள், பளிச்சென்று மலர்ந்திருக்கும் குடைப்பூக்கள் என்று மழைக்கால ஷில்லாங்கின் அழகு குறித்து எத்தனை கதைகள் கேட்டாலும், மதிய வேளையில் ஈரமாகிக்கிடக்கும் 'போலீஸ்' சந்தையைப் போல விரும்பத் தகாதது எதுவுமில்லை. முடிவில்லாமல் அதை மிதித்துச் செல்லும் கால்கள் அங்குள்ள சாலையை ஒரு கறுப்புநிற சதுப்பு நிலமாக மாற்றிவிடுகின்றன. விரைந்து செல்லும் டாக்ஸிகள் உங்கள் மீது தண்ணீரை விசிறியடித்தபடி குளிப்பாட்டும் அபாயம் எப்போதும் உண்டு. மேலும் காற்றின் விநோத நெடி, வாகனப்புகையும் காளான்களின் ஈரமும் கலந்த நெடி. இந்த மதியவேளையில் திடீரென்று எங்கிருந்தோ வந்த ஒரு மெல்லிய நினைவு, நான் பள்ளியிலிருந்து வீட்டுக்குச் செல்லும் நீண்ட வழியில் நான் உணர்ந்திருக்கும் தேவதாரு மரத்தின் மணத்தை என்னுள் எழுப்பியது.

வழக்கம் போல செழிப்பாகத் தொழில் நடக்கும் சௌத்ரி மருந்துக் கடையின் அலங்காரமான முன்கூரையின் கீழ் தஞ்சமடைந்தோம்.

'நாம ஒரு மருந்துக்கடை வைக்கணும்' நான் விளையாட்டாக ஜோஷுவாவிடம் சொன்னேன் ஆனால் அவன் கவனம் கலைந்திருந்தது.

'என்ன?'

மருந்துக்கடையைச் சுட்டிக்காட்டினேன், 'நஷ்டமே வராது'.

அது ஒரு பழைய கடை என்பதற்கு அதன் உயர்ந்த கூரையும் மர பீரோக்களும் நாற்காலியின் மேல் நின்று எட்டி எட்டி எடுத்துக் கொண்டிருக்கும் 'தகார்' வேலைக்காரர்களுமே சாட்சி. நான் இங்கிருந்து சென்றபோது இருந்ததைவிட ஷில்லாங் நிறையவே மாறி விட்டது. இப்போது நவீன நகர்மய அராஜகங்கள் பலவற்றால் அது நிரம்பிவிட்டது. மாபெரும் காங்கிரீட் கட்டிடங்கள், பல அடுக்கு மாடி கொண்ட ஷாப்பிங் மால்கள், பிதுங்கும் போக்குவரத்து. ஆனால் சௌத்ரி மருந்தகம் மட்டும் மருந்தையும், உடைந்த காஸி மொழியை யும் தன் வாடிக்கையாளர்களிடம் மகிழ்ச்சியோடு விநியோகித்துக் கொண்டு அப்படியே மாறாமல் இருக்கிறது.

'ஒரு சாராயக் கடையும் வச்சா' ஜோஷுவா சொன்னான் 'கோடீஸ் வரனாயிடலாம்'.

அவன் சொன்னது சரிதான். சில கடைகள் தள்ளி சரிவில் இருந்த 'எக்கனாமிக் ஒயின்ஷாப்' மருந்தகத்தைவிடப் பரபரப்பாக இருந்தது. இரும்பு கிரில் போட்ட கவுன்ட்டரில் இளசும் பெரிசுமான ஆண்கள் அடக்க ஒடுக்கமாக, அமைதியுடன், தேவாலயத்தில் நன்மை எடுக்க நிற்கும் வரிசைபோல பெருமழைக்கு அஞ்சாமல் நின்றுகொண்டிருந் தார்கள். சாராயம் உடம்பைச் சூடேற்றுவதைப்போல அதை எதிர்பார்த்து நிற்பதுவும்கூட இதமாகத்தான் இருக்கிறது போலும் என்று நான் நினைத்துக்கொண்டேன். ஜோஷுவா எனக்கு ஒரு சிகரெட்டைத் தந்தான். நான் அவனுடன் இல்லாத வருடங்களில் புகைப்பதை நிறுத்திவிட்டதை அவன் அடிக்கடி மறந்துவிடுகிறான். நான் புகைக்க மறுத்து விட்டேன். அவன் புகையை உள்ளிழுத்துக் கொண்டான். புகை சுழன்று காற்றில் எழுந்தது.

எங்களைச் சுற்றிலும் குடைகளைக் கையில் ஏந்தியபடி வெவ்வேறு கலாச்சாரத்தைச் சேர்ந்த மக்களும் நெருக்கியடித்தபடி நின்று கொண்டிருந்தனர். உடலை இறுகப் பிடித்த ஜீன்ஸும், கூர் நுனி கொண்ட லெதர் ஷூவும் அணிந்த இரு நாகா யுவதிகள் செல்போன் களில் செய்தி அனுப்புவதில் மும்முரமாயிருந்தனர். 'சென்டி பாரு அவன் என்ன அனுப்பியிருக்கான் பாரு. மங்கா' கார்ட்டூன் படம்

போட்ட டி–ஷர்ட் அணிந்தவள் தன் தோழியிடம் செயற்கையான ஆங்கில உச்சரிப்பில் சொல்லிக்கொண்டு தொலைபேசியைக் காண்பித்தாள். முடிந்தவரை இயல்பாக இருப்பது போல என்னை வைத்துக்கொண்டு கஷ்டப்பட்டுக் கழுத்தை நீட்டி அதைப் படிக்க முயன்று தோற்றுப்போனேன். சிரித்துக்கொண்டே அவர்கள் எனக்குப் புரியாத பேச்சுமொழிவழக்கில் பேச ஆரம்பித்தனர். முள்ளைப்போல முடியை சிலுப்பி அலங்காரம் செய்து கொண்டிருந்த ஒருவன் அவளைக் காபி குடிக்க அழைத்திருக்கலாம் அல்லது அவனது காதலை அவளுக்கு அறிவித்திருக்கலாம். 'ஐ லவ் யு. ஃபார் எவர்' அல்லது அதைப் போல 'நச்'சென்ற, சுருக்கமான ஏதோவொன்று. 'அரு கி கொரிபோ பரே?' 'இப்ப என்ன செய்யப்போறே?' என்று கேட்கிறாள் என்று நினைக்கிறேன். அவர்களின் மொழியில் உரையாடல் தொடர்கிறது. நான் அதை ஒருபோதும் அறிந்துகொள்ளப்போவதில்லை.

அந்தக் கூட்டத்தின் கடைசியில் உயரமான ஒரு ஆள் பௌலர் தொப்பியணிந்து நின்றுகொண்டிருந்தான். தோளில் ஒரு வயலின் தொங்கிக்கொண்டிருந்தது. எந்த வகை இசையை வாசிப்பவனாக இருப்பான் என்று யோசித்தேன். பிவார் சாலையில் தேவதாரு மரவரிசைக்கு எதிரே உள்ள அரபிந்தோ ஹாலில் இந்தியப் பாரம்பரிய இசை வாசிப்பவனாகக்கூட அவன் இருக்கலாம்... அவன் அஸ்ஸாமியனா அல்லது வங்காளியா என்றும் ஆலோசித்தேன். மழையின் எழில் அவனை மயக்கியிருக்க வேண்டும். அவன் விழி பிதுங்க அதை வெறித்துக்கொண்டே நின்றான். கறுப்பு வெள்ளை முள்முடிகள் முகத்தில் முளைத்திருந்தன. ஒடுங்கிய முகத்தை நீண்டு வளைந்த மூக்கு ஆக்கிரமித்திருந்தது. அவன் எனக்கு திரு. தத்தாராயை நினைவுபடுத்தியதால் அவன் வங்காளியாகத்தான் இருக்க வேண்டும் என நினத்துக்கொண்டேன். அவர் என் வரலாற்றாசிரியர். வரலாறு என்பது நாம் யார் என்பதையும்.....' இங்கே அவர் ஒரு நாடகத் தனமான இடைவெளி விடுவார் 'நாம் ஏன் நாமாய் இருக்கிறோம் என்பதே வரலாறு' என்று சொல்வதையே அவர் விரும்புவார். பதின் வயதில் கான்வென்ட் பள்ளியில் படிக்க நேர்ந்ததன் விரக்தியோடு இருக்கும் ஆர்வமற்ற இளம்பெண்களின் கூட்டத்துக்கு அவர் இப்படிச் சொல்வார்.

'அதெப்படி?' எனக்குப் பக்கத்தில் அமர்ந்திருக்கும் தமாஃபி என் காதில் கிசுகிசுப்பாள் 'மும்தாஜ் மகலுக்கும் எனக்கும் எந்த ஒப்புமையும் கிடையாது'.

'என்னடி சொல்ற?' நான் பதிலுக்குக் கிசுகிசுப்பேன்.

'அவளுக்குப் பதினாலு குழந்தைங்க, ஆனா நான் ஒரு பையனோட கையக்கூட பிடிச்சதில்ல?'

அந்த வயலின் ஆள் தன் தோளின் மீதிருந்த சுமையை முதுகுக்கு மாற்றிக்கொண்டான். ஜோஷுவாவும் அவனைக் கவனிப்பதைக் கண்டேன்.

'பாடல்குழு எப்படி இருக்குது?' என்று கேட்டேன்.

'வழக்கம்போலத்தான்'.

நன்றாக இருக்கிறதென்று சொல்கிறானா இல்லையா என்பதை அவனது அந்தப் பேச்சிலிருந்து அறிய முடியவில்லை.

ஒரு நிலையான டிரம் வாசிப்பவன் அவனுக்கு அமையவில்லை.

'அப்படின்னா என்னதான் அர்த்தம்?'

தோளைக் குலுக்கினான். 'அப்படின்னா இங்க உள்ள மக்களுக்குப் பெரிய குறிக்கோள் எதுவுமில்லைன்னு அர்த்தம்'.

சிறிதாய் ஆரம்பித்துப் பெரிதாய் குறிக்கோள் கொள்வதைக் குறித்து ஏதோ வார்த்தைகளை உதிர்த்தேன். ஒரு சுய முன்னேற்றப் புத்தகத்தி லிருந்து மேற்கோள் வாசிப்பதைப்போல என் சொற்கள் அமைந்திருந் ததை என்னாலேயே உணர முடிந்தது.

ஜோஷுவாவை நினைத்தால் சிலநேரங்களில் பதட்டமாயிருக்கிறது. முன் போல அவனுடன் சகஜமாயிருக்க முடியவில்லை. ஒருவேளை அது குற்றவுணர்ச்சியாலும் கூட இருக்கலாம்.

'அப்படி இல்ல' ஜோஷுவா சொன்னான். 'இங்க நெறயப் பேரோட வாசிச்சிருக்கேன். தன்னோட இசைய உயரத்துக்குக் கொண்டு போகணும்னு யாரும் யோசிக்கிறதில்ல... ஒரு ஹாபி, பொழுதுபோக்கு, ஒரு கடந்து போகிற விஷயம்... கல்யாண பார்ட்டில 'மைக்கேல் லேர்ன்ஸ் டு ராக்' மாதிரியுள்ள ஆல்பங்களைப் பாடி சில்லற காசு பண்ணுற விஷயம்'

'அது ஒரு சகிக்க முடியாத பேண்ட் ஆச்சே'

அவன் ஆமோதித்தான்.

ஜோஷுவாவுக்கு அருகே குட்டையாய் முடி வெட்டிக் கொண் டிருந்த ஒரு நடுவயதுப் பெண் நின்றுகொண்டிருந்தாள். ரோஜாப்பூ படம் பதித்த ஜெயின்சம் அணிந்திருந்தாள். அளவுக்கு மேல் பெரிதான, அகலமான சிவப்பு ரோஜாப்பூ படங்கள் அதிலிருந்தன. அவை கரிய மேகப் பின்னணியில் தனித்துத் தெரிந்தன. ஜெயின்சமை பழைய பாணியில் கணுக்கால் வரையிலும் அணிந்திருந்தாள். வெளிர்பச்சை நிறத்தில் கைப்பை வைத்திருந்தாள். அதே வண்ணத்தில் இருந்த ஸ்வெட்டர் அவள் தோளில் கிடந்தது.

ஒரு கணம் அவள் வாழ்க்கையைக் கற்பனை செய்து பார்க்கிறேன்.

அவள் பெயர் மேபெல். ஒரு அரசாங்கப் பணியாள். சுமார் இருபத்தைந்து வருடங்களாக நம்பிக்கைக்குரிய பணியாளாயிருக்கிறாள். வேளாண் துறைபோல யாரையும் பாதிக்காத ஒரு அரசுத் துறை. அவளுக்கு இரண்டு பிள்ளைகள். செயின்ட் ஆன்டனி கல்லூரியில் அல்லது செயின்ட் எட்மன்ட்டில் வணிகம் அல்லது அறிவியல் போன்ற முக்கியமான துறைகளில் படித்துக் கொண்டிருக்கிறார்கள்... மருத்துவரான அவளது கணவர் அரசு மருத்துவர். ஊருக்குள் தனியே கிளினிக்கும் உண்டு. மற்றவர்களைப் போலவே அவரும் ஆன்டி பையாட்டிக்ஸை நம்பித்தான் பிழைப்பு நடத்துகிறார். மல்க்கியில் வீடு. புல்வெளிக்குள் சிமென்ட் பாதை போடப்பட்டுப் புதிதாய் வந்திருக்கும் காங்கிரீட் வீடுகளில் ஒன்று. பூரிக்கும், மணாலிக்கும் விடுமுறைக்குச் செல்பவர்கள் அவர்கள். ஊரிலேயே மிகப்பெரியதும் புகழ்பெற்றதுமான 'ஹைலாண்ட் ஃபோட்டோ ஸ்டுடியோவில்' பெரிதாக்கப்பட்ட அவர்களது புகைப்படங்கள் சட்டமிடப்பட்டுக் கடவுள் தங்களுக்குச் செய்திருக்கும் நன்மைக்கும் தங்களின் இருப் பிற்கும் சாட்சிகளாக வரவேற்பறையில் தொங்கவிடப்பட்டிருந்தன. சட்டென்று அவள் என்னைப் பார்த்தாள். நான் உற்றுக் கவனிப்பதை அவள் உணர்ந்திருக்கக்கூடும். நான் அவசரமாய்க் கீழே பார்ப்பது போல் குனிந்தேன். ஒரு வாழ்க்கையை அப்படித் தேய்வழக்குகளின் வரிசைக்குள் சுருக்கி விட நினைத்ததை எண்ணி வருந்தினேன்.

என்னருகே நின்றிருந்த பையனின் சகதி படிந்த காலணிகள்மீது என் பார்வை விழுந்தது. அது நன்கு பாலிஷ் செய்யப்பட்டிருந்தது. ஆனால் சகதியும் ஈரப்பதமான பருவநிலையும் அதை அலங்கோலப் படுத்தியிருந்தன?. ஏனோ அது எனக்கு வருத்தமளித்தது. அவன் பதின்பருவத்தின் முடிவிலோ இருபதின் தொடக்கத்திலோ இருக்கலாம்; அதைக் கணிப்பது கடினம். சில பழைய பருத் தழும்புகளைத் தவிர்த்தால் அவன் முகம் சீராக மென்மையாகத்தான் இருந்தது. ஈர நெடி வீசும் அவனது கறுப்பு நிற தோல் ஜாக்கெட்டுக் குள் நெரிசல் மிக்க திபெத்திய சந்தையில் ஏராளமாகக் கிடைக்கும் 'ஐயர்ன் மெய்டன்' டி-ஷர்ட்டை அணிந்திருந்தான்.

'இவன் நிச்சயமா கிட்டார் வாசிப்பான்னு நினைக்கிறேன்'. ஜோஷுவாவை சீண்டி விட்டேன்.

'இங்க எல்லாருமே கிட்டார் பிளேயர்தானே'

நான் அவனது கேலியைக் கண்டுகொள்ளவில்லை. ஒருவேளை அந்தப்பையன் நல்ல இசைக் கலைஞனாய் இல்லாமலிருந்தாலும்கூடப் பலரைப்போல அவனுக்குள்ளும் ஒரு சிறிய இசைக்கனவு இருக்கலாம்; அந்த அளவுக்காவது அவனுக்கு இசையும் தெரிந்திருக்கலாம் என்று நினைத்துக்கொண்டேன். ஆனால் அவனோ எண்ணெய் படிந்த

தலை முடியைக் கோதிக்கொண்டே அந்த நாகா பெண்களைத் திருட்டுத்தனமாகப் பார்த்துக் கொண்டிருந்தான். அவர்கள் அவனைக் கண்டு கொள்ளவேயில்லை. விரைவில் அவன் அதை விட்டுவிட்டு தன் ஷூவை கவனிக்க ஆரம்பித்தான். வழக்கமாகக் கூட்டமாயிருக் கும் தெரு கிட்டத்தட்ட காலியாக இருந்தது. மழைக்கஞ்சாமல் தாக்குப் பிடிக்கும் ஒருசில தைரியசாலிகளும் கறுப்புக் குடை பிடித்துக் கொண்டு பெரிய கட்டம் போட்ட தடித்த கம்பளிபோர்த்திய ஒரு வயதான மனிதரும் மட்டுமே அங்கே இருந்தனர். ஜோஷுவாவைப் பார்த்தேன். அவன் தூரத்தில் எதையோ வெறித்துப் பார்த்துக் கொண்டிருந்தான். அவனது தாடையின் சரிவு எனக்குப் பிடிக்கும். மூன்று நாள் சவரம் செய்யாமல் தோன்றியிருக்கும் முள் போன்ற முடிகள், விளிம்பில் சுருள் சுருளாக இருக்கும் கலைத்து விடப்பட்ட அவன் தலைமுடி எல்லாம் எனக்குப் பிடிக்கும். அவன் தோலின் நிறம் என்னை விடக் குறைந்தது. என்னை விட ஒருமட்டம் உயரம் கூடுதலானவன் அவன். வழிப்போக்கர்களுக்கு நாங்கள் எப்படித் தோற்றமளிப்போம் என்று கற்பனை செய்தேன். அவன் வெளிறிய ஜீன்ஸும் நீல ஸ்வெட்டரும் அணிந்திருந்தான். நான் தொளதொள வென்ற பருத்தி பேண்ட்டும் கையில்லாத இளஞ்சிவப்புநிற சட்டையும் அணிந்திருந்தேன். அன்பில் நெகிழ்ந்த கணமொன்றில் அவனது கைகளுக்குள் என் கையைக் கோர்த்துக் கொண்டேன்.

‘உனக்கு ஞாபகம் இருக்கா? ‘சோரா’லே இருந்து நாம திரும்பி வரும்போது மழையில மாட்டிக்கிட்டோமே?’ நான் கேட்டேன்.

மூன்று வருடங்களுக்கு முன், ஒரு மந்தமான ஞாயிற்றுக்கிழமை மாலை வேளையில், ஜோஷுவாவின் பழைய மோட்டார் பைக்கில்..!

கணநேரத்தில் சட்டென எடுக்கப்பட்ட முடிவு. மாக்டோக் பாலம் வரை எந்தப் பிரச்சினையுமில்லை. அதற்குமேல் போக வேண்டாம் என்று முடிவெடுத்தோம். நான் இதற்கு முன் பலமுறை ‘சோரா’வுக்குப் போயிருந்தாலும் இப்பொழுதுபோல அதைப் பார்த்ததில்லை. எங்கே தொடங்கி எங்கே முடிகிறதென்று அறிய முடியாத முடிவில்லாத மேகக்கூட்டங்களால் அது சூழப்பட்டிருந்தது. ‘வியூ பாயின்டில்’ நின்று கொண்டோம். அந்தப் பருவமழைக் காலத்தில் நாங்கள் மட்டுமே அங்கிருந்தோம், மேகமூட்டம் மரங்களின் மேல் தவழ்வதைப் பார்த்துக்கொண்டு, உலகம் இருப்பதை மறந்து! திரும்பும் வழியில் ‘மைலிய’த்துக்கருகில் நாங்கள் இடிமழையில் மாட்டிக்கொண்டோம்.

ஒரு சிறிய ஜோதாக் கடையில் புகுந்து அங்கிருந்த கரி அடுப்பைச் சுற்றி நெருக்கியடித்து நின்றுகொண்டோம் நிற்கவே நிற்காதோ என்று நினைக்க வைப்பது போல். மழை தொடர்ந்து பெய்து கொண்டே யிருந்தது. அன்று மாலை பட்டர் பிஸ்கட்டைத் தெளிவான சிவப்புத்

தேநீரில் சொட்டச் சொட்ட முக்கி சாப்பிட்டுக் கொண்டே பேசிக் கொண்டிருந்தோம். முன்பெல்லாம் அடிக்கடி அப்படி செய்வோம். எங்கள் உரையாடல்கள்தான் எங்களைப் பிணைத்தவை. எங்களால் வேறெவருடனும் அப்படிப் பேச முடிவதில்லை என்பதையும் உணர்ந்திருந்தோம். எஙகளைப்போலவே எங்கள் உரையாடல்களும் தனித்துவம் மிக்கவை. நல்ல புத்தகங்கள் அல்லது சினிமாக்கள் மீது கருத்துச் சொல்வது அப்போது ஏனோ அதிமுக்கியமான செயலாகத் தெரிந்தது. காம்யூவின் தனிமனித விடுதலைக்கான அர்ப்பணிப்பு, சாலிங்கரின் களங்கமற்ற, துல்லியமான செய்நேர்த்தி, தினசரி வாழ்க்கை மீது ஃத்ரூபோ செலுத்திய கூர்மையான அவதானிப்பு, தார்க்கோவ்ஸ்கியின் உன்னதமான, ஆத்மார்த்தமான திரையாக்கம்.

'எல்லா பிஸ்கட்டையும் தின்னு தீர்த்துட்டோம்னு நினைக்கிறேன்' ஜோஷுவா சொன்னான்.

ஆமோதித்தேன். முன்பைப் போல இப்போது நாங்கள் பேசுவ தில்லை என்பதை உணர்ந்தேன்.

அந்த நாள் மாலை பற்றிய எல்லாத் தகவல்களையும் நினைவு கூர்ந்தோம். ஒன்றைத் தவிர.

அன்றுதான் அவன் தன் காதலைக் கூறினான்.

'ரொம்ப மகிழ்ச்சியான நாள்' என்றேன்.

'ஆமாம்.' அவன் பதில் சொன்னான். 'அப்பதான் நீ கிளம்ப முடிவெடுத்த'

மழைத்துளிகள் சிறிய துப்பாக்கிக் குண்டுகளைப்போல எங்கள் கூரை மீது விழுந்து கொண்டிருந்தன. 'மேற்படிப்புக்காகவும், வேலைக்காகவும்தானே போனேன்' என்று சொல்ல விரும்பினேன். ஷில்லாங்கில் அப்போது இவற்றை எளிதில் அடைந்துவிடமுடியாது. ஒருவேளை இப்போதும்கூட அப்படியே இருக்கலாம்.

'அதுதான் வந்துட்டேனே'.

மழை ஓயாமல் பெய்துகொண்டிருந்தது. அங்கிருந்த எல்லோரை யும் சுயமாய் விதித்துக்கொண்ட மௌனவிரதத்தில் அது தள்ளியது.

நாங்கள் இருவருமாய்ச் சேர்ந்து கல்விக்கான உதவித்தொகை பெறும் தேடலை அப்போது எப்படித் தொடங்கினோம் என்பதையும் நினைத்துப் பார்த்தேன். எங்கள் திட்டம் மிகச்சரியானதென்றும் அது தோற்றுப்போக வாய்ப்பே இல்லை என்றும் எங்கள் இளமையின் வேகத்திலும் அது தந்த உறுதியிலும் எண்ணிக் கொண்டிருந்தோம். நாங்கள் இருவரும் இலண்டனில் படிக்கப்போகிறோம். அவன் திரைப்பட இயக்கம் கற்றுக்கொள்வான். நான் என் சொற்களை

வளப்படுத்தும் படிப்பொன்றைக் கற்றுக்கொள்வேன். ஷில்லாங்கோ, அல்லது டில்லியோகூட எங்களுக்குப் போதுமானதாயில்லை. வேறேதாவது ஒரு இடம்தான் சரியானது, பரபரப்பான.. கொண் டாட்டமும் உற்சாகமும் நிரம்பி வழியும் இடமாக.. உலகின் மைய நகரங்களில் ஒன்றாக அது இருக்க வேண்டும். பிற நகரங்களெல்லாம் கோள்களைப்போல அதைச் சுற்றி வரவேண்டும்.

கண்ணில் கிடைத்த எல்லாவற்றுக்கும் விண்ணப்பித்தோம். செவ்னிங் மற்றும் சார்லஸ் வாலஸ், ஜவகர்லால் நேரு கல்வி உதவித் திட்டம், இன்லக்ஸ் மற்றும் (காலனிய ஆதிக்கத்தைச் சுட்டும் பெயரை நாங்கள் விவாதித்தாலும்) காமன்வெல்த்.

மாதக்கணக்காய் அதற்காகக் காத்திருந்தோம். மறுப்புக் கடிதங்கள் ஒவ்வொன்றாக வர ஆரம்பித்தன 'உங்கள் விண்ணப்பத்திற்கு நன்றி. மிகுந்த வருத்தத்துடன்....'

'பரவாயில்ல.' நாங்கள் ஒருவருக்கொருவர் சொல்லிக்கொண்டோம். ஏதேனும் ஒன்று எப்படியும் வந்துவிடும் என்பதில் உறுதியாயிருந் தோம்.

எதுவும் வரவில்லை.

எது, எப்படியென்றாலும் என் லண்டன் படிப்புக்கு என் பெற்றோர் பணம் தருவதாக இருக்கிறார்கள் என்று சொன்னபோதுதான் விரிசல் ஆரம்பித்தது என நினைக்கிறேன்.

'யூனிவர்சிட்டியிலே அட்மிஷன் கிடைச்சுட்டதால சமாளிச்சுக்க லாம்னு சொல்றாங்க. நீ என்ன செய்யப்போற?' என்றேன்.

அது அவ்வளவு மோசமாக உருவெடுக்கும் என்று நான் நினைக்க வில்லை. முன்பு ஒருபோதும் நான் கண்டிராத ஏதோ ஒன்று ஜோஷுவாவிற்குள் கருக்கொண்டு வளர்ந்தது.. பொறாமை, காழ்ப்பு சட்டென்று பிறக்கும் ஆக்ரோஷமானதொரு கோபம். மணிக்கணக்கில் நாட்கணக்கில் விவாதித்தோம். கூரிய விளிம்புகள்கொண்ட, கரடுமுரடான கற்களைப்போல வார்த்தைகளை ஒருவருக்கொருவர் வீசியெறிந்து கொண்டோம்.

'ஒனக்குப் புரியலயா' என்றபடி கடைசியில் கத்திவிட்டான் அவன்.

அப்போது நான் கிட்டத்தட்ட அழும் நிலையிலிருந்தேன்

'என்ன புரியலே?' திரும்பக் கத்தினேன். 'உனக்குக் கிடைக்க லைன்னா நானும் வேணும்னா போகலை...'

'நாம ரெண்டு பேரும் வேற வேற வர்க்கம்'

அந்த வார்த்தை என்னை ஊமையாக்கியது. என் முகத்தில் அவன் காறி உமிழ்ந்ததைப்போல உணர்ந்தேன்.

நாங்கள் வகுப்புவாதம் என்ற மிகப்பெரிய மையப்பொருளைப் பல்வேறு திரைப்படங்களின், நாவல்களின் பின்னணியில் வைத்து பலமுறை விவாதித்திருக்கிறோம். சமூகவாழ்வில் பொருந்தவும் மேலேறவும் சிரமப்படும் ஆஸ்டினின் கதாபாத்திரங்கள், மேட்டுக் குடிகள் குறித்த ரெனுவாவின் பகடிகள், பூர்ஷ்வாக்கள் குறித்த புனுவெலின் புத்திசாலித்தனமான.. இரக்கமற்ற நிராகரிப்புக்கள்.

ஆனாலும் அது என் வாழ்க்கையில் குறுக்கிடும் என்று நான் கொஞ்சமும் நினைக்கவில்லை; எதிர்பார்க்கவுமில்லை. அதற்குப் பின்னர்தான் நான் வித்தியாசங்களைக் காண ஆரம்பித்தேன். அவனது விலாசத்திற்கும் என் விலாசத்திற்கும், அவனது வீட்டுக்கும் என் வீட்டுக்கும், அவன் வீட்டில் ஆங்காங்கே உதிரிகளாய் சிதறிக்கிடக்கும் பொருட்களுக்கும் என் அம்மா கவனமாக அடுக்கி வைத்திருக்கும் என் வீட்டுப் பொருட்களுக்கும், அவன் பெற்றோரின் பேச்சு வழக்குக்கும் என் பெற்றோரின் பேச்சுவழக்குக்குமான வித்தியாசங்களை. இவற்றையெல்லாம் இப்போதுதான் நான் உணர ஆரம்பித்தேன் என்பதை நினைத்துக் கொஞ்சம் அருவருப்பும் அடைந்தேன்.

மழை கொஞ்சம் விட்டதும் தனித்தனியே பிரிந்து செல்லும் பறவைகளைப்போல உதிரிகளாய்க் கிளம்ப ஆரம்பித்த மனிதர்கள் மக்கள் கூட்டத்தில் மறைந்தனர். ஜோஷுவா சிகரெட்டை முன்பே புகைத்து முடித்திருந்தான். எட்டு வயதிருக்கும் ஒரு சிறுவன் தேங்கிய நீரில் குதித்து விளையாடியதைக் கண்டேன். அவனது அம்மா அவனைக் கண்டித்தாள். ‘டேய் ஜேசன்... சேட்ட பண்ணாத..’

‘சைனீஸ் சாப்பிடலாமா?’ ஜோஷுவா கேட்டான்.

இந்தக் கொடூர மழையில் அவனைக் கடைத் தெருவுக்குக் கூட்டி வந்ததற்கு என்னை மன்னித்துவிட்டான் என்று நினைத்துக் கொண்டேன். மற்ற விஷயங்களுக்கான மன்னிப்பை நான் நம்பிக்கை யோடு எதிர்நோக்கத்தான் முடியும்.

‘என்னுடைய டிரீட்’ நான் சொன்னேன் அதை உறுதி செய்து கொள்ள விரும்புவது போல.

மசுதம் பழங்களை விற்றுக்கொண்டிருந்த சில பெண்களைத் தாண்டிச்சென்றோம். பாப்லா துணிக்கடைக்கு முன் நின்றோம். அங்கேதான் என் பிறந்தநாள் உடைகளும் பள்ளிவிழா உடைகளும் வாங்குவது வழக்கம். எனக்கென்று வழக்கமாகத் தைக்கப்படும் பளபளப்பான உடைகளும் லெதர் ஷூக்களும் ‘லைதும்கரா’விலிருந்த திரீஇன்ஒன் கடையிலிருந்து வந்தன. அது சில காலங்களுக்கு முன் மூடப்பட்டுவிட்டது. மிரட்டல் பிரசுரங்கள் வெற்றிலை பாக்குப்போல தாராளமாக விநியோகிக்கப்பட்ட அந்தக் கலவர காலகட்டத்தில்

அதை நடத்திக்கொண்டிருந்த சீனக் குடும்பத்தினர் கடையைக் காலி செய்துவிட்டுக் கிளம்பிவிட்டனர்.

‘இங்கே வா’.

ஜோஷுவா என் முழங்கையைப் பிடித்து சாலையைக் கடக்க உதவி செய்தான். மழை சில துளிகளாகியிருந்தது. வானம் வெளுத்து மாலையின் நீலம் கொண்டிருந்தது. திடீரென்று மழைக்குப்பின் ஏற்படும் சில்லிப்போடு காற்று வீசியது. சாரலின் துளி கொண்டு அது துல்லியமடைந்திருந்தது. சாலைகள் ஈரமாயிருந்தன. ஆயினும் சுத்தமாக இருந்தன.

இரு கடைகளுக்கிடையே தாறுமாறாகப் பொருத்தப்பட்டிருந்த ஒடுங்கிய படிக்கட்டில் இறங்கினோம். ஒன்றில் பென்சில் பேனாக்கள் விற்பனை இன்னொன்றில் குழந்தைகளின் செல்லமான விளையாட்டுப் பொருட்கள். எங்களின் இடப்பக்கம் கிம்சங் மதுக்கூடம் இருந்தது. மங்கலான விளக்குகள் கொண்ட இருள் கப்பிய அந்த இடத்தில் நுழைந்ததும் மெல்விலின் இருண்மையான கதை கொண்ட திரைப்படங்களில் இடம்பெறும் ஒரு இடத்துக்கு வந்து விட்டதைப் போலிருந்தது. புகைபடிந்த அதன் உட்பக்கங்களில் கூன்விழுந்த, தனிமையான சில மனிதர்களின் ஓவியங்கள் இருந்தன. மறைந்து போன ராக் பாடகர்கள், தோல்வியடைந்த தொழிலதிபர்கள், முன்னாள் நக்சலைட்கள், கே.எஸ்.யூ. போராளிகள்.

நான் ஷில்லாங் திரும்பிக் கிட்டத்தட்ட இருமாதங்கள் ஆகிவிட்டிருந்தன. ஜோஷுவாவும் நானும் இங்கே ஓரிருமுறை வந்து மது அருந்தினோம். மேற்கூறிய பட்டியலில் கஷ்டப்படும் எழுத்தாளர்களாகவும், கவர்ச்சியிழந்த இளைஞர்களாகவும் எங்களையும் பெருமையுடன் சேர்த்துக்கொண்டோம்.

இன்றைக்கென்னவோ நாங்கள் ‘ஹாங்காங்’ உணவகம் செல்வதற்குத் திரும்பினோம். மெல்லிய சுவர் கொண்ட வனப்பற்ற சைனீஸ் உணவகம் அது. மற்ற உணவகங்களைப்போல இல்லாமல். வித்தியாசமான நீல நிறத்தில் பிளைவுட் தட்டிகளைக் கொண்டு சாப்பிடுவதற்கான சின்னச் சின்ன மறைப்புகள் உண்டாக்கப்பட்டிருந்தன. அந்த மறைப்புக்கள் அந்தரங்கத்துக்கு உதவிய அதே நேரத்தில் சந்தேகத்துக்கு இடமளிப்பவையாகவும் தோற்றமளித்தன. ஜோஷுவா மூலையிலிருந்த மேஜையை நோக்கிச் சென்றான். நான் அவனைப் பின் தொடர்ந்தேன். இருக்கையில் என் பையைத் தொங்கவிடக்கூட இடமில்லை. ஆனால் வெளியே இருக்கும் குளிருக்கும் ஈரத்திற்கும் இது இதமாய் இருந்தது.

‘என்ன சாப்பிடுறே?’ ஜோஷுவா கேட்டான்.

‘பார்ப்போம்...’

மெனுவை நோட்டம் விட்டேன். லேமினேட் செய்யப்பட்ட மஞ்சள் அட்டையில் சிவப்பு டிராகன் அலங்காரங்கள்.

பன்றிக்கறி நூடுல் சூப் கேட்டேன். அவன் பெரிய சிக்கன் மோமோஸ் ஆர்டர் செய்தான்.

கத்தரிக்காய் வண்ணச் சட்டையும் கறுப்புப் பேன்ட்டுமாக புதிய சீருடையை அணிந்து தயங்கித் தயங்கிக் கூச்சத்தோடு எங்களருகே சுற்றிக்கொண்டிருந்த ஒரு சேவகரிடம் எங்கள் ஆர்டரைச் சொன்னோம். அந்தச் சீருடை, அழுக்குப் படிந்த அந்தச் சூழலோடு ஒத்துப்போவதாய்த் தோன்றவில்லை.

'இல்லை, இங்கே 'ஸ்மோக்கிங்'குக்கு அனுமதி கிடையாது' ஜோஷுவா கேட்டதற்கு ஒரு போஸ்டரைக் காண்பித்தபடியே அவன் பதில் சொன்னான்.

'புகையா? குடும்பமா? நீங்களே தேர்ந்தெடுங்கள்' என்று போஸ்டர் கடுமையாகக் கேட்டது.

போலிச் சீன விசிறிகள் மற்றும் சில தொங்கும் விளக்குகள் என்று மற்ற அலங்காரங்களெல்லாம் செர்ரி சிவப்பிலும் தங்க வண்ணத்திலும் கண்ணைப் பறித்தன. அறையின் மறுஎல்லையில் பிளாஸ்டிக் கொடிகள் கூரையிலிருந்து தொங்கின. செயற்கையானவையான உயிரற்ற அந்த அலங்காரங்களெல்லாம் அழுக்கடைந்து போய்ப் பல காலம் சுத்தப்படுத்தப் படாமல் இருந்தன. ராக்ஸெட்டின் 'ஸ்பெண்டிங் மை டைம்' பாடலோசையினூடே தூரத்தில் சமையலறையில் எழும் சத்தம் எனக்குக் கேட்டது.

எண்ணெயில் ஏதோ பொரிக்கும் சத்தம், கரண்டி சட்டியில் மோதியெழும் சத்தம், 'ஒரு செக்வான் சிக்கன், ஒரு சிங்கப்பூர் ரைஸ்' என்று விரைந்து சொல்லப்படும் ஆர்டர்கள். மட்டமான நாள்பட்ட வாசனைத் திரவியத்தின் ஒன்றின் மணம்போலக் காற்றில் பரவியிருந்த வெங்காய வாடை. ஒரு டேபிளைத் தாண்டி இளம் ஜோடி ஒன்று சங்கடமான மௌனத்துடன் அமர்ந்திருந்தது. அவள் நீல நிற சல்வார் கமீஸ் அணிந்திருந்தாள், அவளது துப்பட்டா தரையில் தவழ்வதை அவள் கவனிக்கவில்லை. அவன் அதை எடுத்துக் கொடுத்தான். அவர்கள் இருவரும் புன்னகைத்தனர். நானும் ஜோஷுவாவும் முதன் முதலாக வெளியே சென்ற அந்த சந்தர்ப்பம் குறித்து நினைத்துப் பார்த்தேன். ஒரு கூட்டமான சந்துக்குள் இருந்த டீக்கடைக்குச் சென்று டீ குடித்த நினைவு மங்கலாகத் தோன்றியது. அந்த இடத் துக்கு என்னால் தனியே சென்றிருக்க முடியாது. நானும் அவனும் அப்போதுதான் சேர்ந்து வெளியே செல்ல ஆரம்பித்திருந்தோம். 'டேட்' என்று அதை நாங்கள் அழைப்பதில்லை ('டேட்' என்பது ஏனோ ஒரு குற்றச்செயல் போல இரக்கமின்றித் தொனிக்கிறது)

ஜோஷுவாவுடன் இருப்பதில் எனக்குப் பிடித்ததே இதுதான். என் பிற நண்பர்களுடனோ குடும்பத்தினருடனோ நான் செல்ல முடியாத இடங்களுக்கெல்லாம் அவன் என்னைக் கூட்டிச்செல்வதுதான். அவ்வனுபவங்கள் புதிதாகவும் களிப்பூட்டுவனவாகவும் இருந்தன. ஒரே வகையான ஒழுங்குக்குப் பழக்கப்பட்ட என் பூர்ஷ்வா வட்டத்தில் இதெல்லாம் அருவருப்பாக, சந்தேகத்துடன் பார்க்கப் பட்டதை நான் பின்னரே உணர்ந்தேன். ஆனால் அப்படிப்பட்ட அந்த இடங்களில்தான் சாலையோர டீக்கடைகள் மற்றும் மதுக் கடைகள், அதிரும் சந்தைத் தெருக்கள் மற்றும் வாகனங்கள் நிறுத்துமிடங்கள் என்று இவற்றில் எல்லாம்தான் நான் முதிர்ச்சி பெற்று வளர்ந்தேன், என் ஊரின் கதைகளை அங்கேதான் தெரிந்து கொண்டேன். நாங்கள் நீண்ட நேரம் அமர்ந்து மக்களை அவதானிப்போம். 'ஷில்லாங்குக்கு ஏதேனும் செய்ய வேண்டும்' என்று உண்மையான அக்கறையோடு அவன் என்னிடம் சொல்வான் ஆனால் என்ன செய்யவேண்டும் என்று அவனுக்குத் தெரிந்திருக்க வில்லை. அதுபோன்ற ஒரு மாலையில் என்னை அவன் வீட்டில் விட்டுவிட்டுத் திரும்புகையில் நான் அவனை முத்தமிட்டு அவன் என்ன செய்வதாக இருந்தாலும் அவனுக்குத் துணையிருப்பேன் என்று சொன்னேன்.

என் முன்னிருந்த பிளாஸ்டிக் பூக்குடுவையோடு விளையாட ஆரம்பித்தேன். யாரோ கனிவோடு அதற்குத் தண்ணீர் விட்டிருந்தனர்.

பின்னால் இருந்த மேசையில் இருவர் மேகாலய அரசியலை விவாதித்துக் கொண்டிருந்தனர். நான் வெட்கமின்றி அதை ஒட்டுக்கேட்டேன்.

'கே.எஸ்.யூ யுரேனிய சுரங்கத் திட்டத்துக்கு எதிரானதுன்னா நீ நினைக்கிற? சுத்த முட்டாள்தனம். அரசாங்கத்துகிட்டேயிருந்து பணம் பறிக்கத்தான் இந்தப் போராட்டமெல்லாம். சில லட்சங்கள அவனுக பாக்கெட்ல திணிச்சா போதும், ஒரு பய போராட மாட்டான்'. அவருடன் இருந்தவரின் பதிலைக் கேட்கமுடியவில்லை. ஆனால் முன்னவர் அழுத்தத்துடன் தொடர்ந்தார். 'மக்களா? என்ன மக்கள்? எல்லாருக்கும் பணத்துலதான் குறி. அந்த டசியங் பொம்பள... ஒம்பது பத்து கோடி பண்ணிட்டாளே.'

உப்புக்குடுவையை சுழற்றிக்கொண்டிருந்த ஜோஷுவாவைக் கவனித்தேன். கடைசியாக அவன் நடத்திய போராட்டம் ஆர்வக்குறை வான சில இளைஞர்களை ஒருங்கிணைத்தபடி டசியங் ஊழலுக்கு எதிராகச் செய்ததுதான். ஏழைகளின் வீடுகளுக்குத் தரம் குறைந்த தகரக் கூரைகள் வழங்கப்பட்டன. ஒரே ஒரு மார்ச் மாத பேய்க் காற்றைக்கூட அவற்றால் தாங்க முடியவில்லை.

‘ஒண்ணுமே செய்யமுடியாது.’ அந்தக் குரல் மீண்டும் எழுகிறது ‘இந்த அரசு நாசமாய்ப்போச்சு’.

‘நான்தான் சொன்னேனில்லே? மக்கள் இப்படித்தான் இருக்காங்க’ ஜோஷுவா முனகினான். உப்புக்குடுவை சுழன்று சென்று சுவற்றில் மோதியது. ‘உட்கார்ந்து பேசிக்கிட்டே இருப்பாங்க. எவனுக்கும் எந்திரிச்சு போய் எதையாவது செய்யத் திராணியில்ல?’

அந்த மேஜையின் விவாதம் முடிவுக்கு வந்தது, அவர்கள் சாப்பாடும் முடிந்திருக்கும் என நினைக்கிறேன். கடைசியாக யுக முடிவுப் பிரகடனம் போல ஒரு எச்சரிக்கை எழுந்தது ‘இந்த உலகம் போற போக்கே சரியில்லை!’ அதை அடுத்து ஒரு சத்தமான ஏப்பம்.

எங்கள் உணவு வந்தது. ஒருவகையில் அங்கே நிலவிய. தீவிரத்தைக் குறைக்க அது உதவியது. மோமோஸ், ஆரஞ்சு வண்ணத் தட்டில் தடித்துப் பருத்த சாமியார்களைப் போல சம்மணமிட்டு குண்டு குண்டாய் அமர்ந்திருந்தது. சூப் நூடில் பளிச்சென்று ஆவி பறக்க இருந்தது. தாராளமாய் வெங்காயம் தூவப்பட்டிருந்தது. ஒரு தட்டில் பச்சை மிளகாயும், ஒரு பிளாஸ்டிக் பாட்டிலில் காரமான சாஸ் ஒன்றும் சாப்பாட்டோடு சேர்ந்து வந்தன. அமைதியாக உண்டோம். என் பங்கு சூப் நூடிலை முடிக்க உதவி கேட்டபோது ஜோஷுவாவின் மனநிலை இலகுவானது. நான் காய்கறித்துண்டுகளைக் குத்தியெடுத்தேன். அவன் பன்றிக்கறியை எடுத்தான். சூப் தெளிவானதாயும், சுவையானதாயும் இருந்தது.

“நல்லாயிருக்கில்லை?” அவன் கேட்டான்.

என் தாடை வழியே நூடுல் ஒன்று நெளிந்துகொண்டிருக்கையிலேயே நான் தலையை ஆட்டி “ஆமாம்” என்றேன்.

“இன்னொரு போராட்டம் நடத்தலாமே” நான் சொன்னேன். ‘இன்னும் ஆட்களை சேர்ப்போம். ஒரு சின்ன வீடியோவும்கூட...’

“பார்க்கலாம்..” அவன் ஒட்டுதலின்றி முனகினான். ஆனால் அவன் அப்படி ஏதேனும் செய்வான் என்று எனக்குத் தெரியும். அவன் சோர்வுக்குப் பின்னால் பூமிப் பிளவுபோல ஒரு தீர்க்கம் ஓடிக்கொண்டேதான் இருக்கிறது. ஒரு சின்ன காஸி தினசரியில் அவன் செய்யும் செய்தியாளர் வேலையை செய்துகொண்டே அவன் இந்த உலகம் முழுவதையும் மாற்ற முடியாவிட்டாலும் உலகில் அவன் மிகவும் விரும்பும் முக்கியமான ஒரு பகுதியை மாற்ற முயன்றுகொண்டேயிருப்பான். ஒருவேளை அவன் விரும்பினால் நானும் அவனுக்கு உதவுவேன்.

‘உன்னோட கட்டுரை எப்படி வருது?’ அவன் கேட்டான் ‘பாரம்பரிய காஸி இசை பற்றி எழுதுறயே அது’

‘மோசமில்ல... ஆனா எனக்கு உன் உதவி தேவைப்படலாம். சில நேர்காணல்கள் செய்யணும்... என்னால இப்ப அவ்வளவு நல்லா காஸி பேச முடியாது... கொஞ்சம் தடுமாறிடுவேன்’

அவன் தலையாட்டினான் ‘நீ ஒருத்தர சந்திக்கணும். என் ஏரியாவில ரிஞ்சாலதான் அவர் குடியிருக்காரு. பேங்க்ல வேலை. ஆனா கேஸிங்கும் டுத்தாராவும் வாசிப்பாரு.’

‘ரிஞ்சா எங்க இருக்குது?’ ஷில்லாங்கின் விரிவடைந்துள்ள புவியியல் எனக்குப் பரிச்சயமில்லாதது.

‘நான் கூட்டிக்கிட்டுப் போறேன்’.

‘நன்றி’ நான் மெல்ல சொன்னேன் அவன் கண்களைப் பார்த்துக் கொண்டே. அவன் கவனம் தட்டிலிருந்த காட்டமான சாஸின் கடைசித் துளியை மோமோஸில் தொட்டெடுப்பதன் மீதிருந்தது.

கடைசியாக அவன் கேட்கக்கூடாது என நான் விரும்பியிருந்த அந்தக் கேள்வியைக் கேட்டான்.

‘ஷில்லாங்கில எவ்வளவு நாள் இருப்ப?’

என் நீண்ட பணியிடை விடுப்பில் இன்னும் ஒரு மாதம் மீதியிருந்தது. டில்லி பத்திரிகையில் என் பழைய வேலைக்குத் திரும்பச் செல்வதா அல்லது இங்கேயே இருப்பதா என்று நான் இன்னும் முடிவெடுக்கவில்லை என்று சொன்னேன்.

‘இங்கேயிருந்து அப்படி என்ன செய்யப்போற?’ என்று என் பெற்றோர்கள் கேட்கும் குரல் என்னுள் கேட்டது.

நாங்கள் முடித்தபோது புதுச் சீருடையணிந்த எங்கள் சேவகரிடம் பில்லைக் கேட்டோம். வாடிப்போன வெற்றிலை பாக்கும் சின்ன ஐஸ்துண்டுகளைப் போலிருந்த கற்கண்டுக் கட்டிகளும் கிடந்த ஒரு சிறு தட்டில் அது வந்து சேர்ந்தது. நீண்ட நேரம் பணம்பெற யாரும் வராததால் நாங்களே அதைக் கொண்டுபோய் செலுத்துவதற்காகக் கடையின் முன்பக்கம் சென்றோம். அங்கே ஒரு நடுத்தரவயது மனிதர் அமர்ந்திருந்தார். வெந்தய நிறச் சட்டையணிந்திருந்தார். கறுத்த தலைமுடியை ’80களின் பாணியில் சுருட்டித் தூக்கி விட்டிருந்தார். சோர்வோடும் சுருக்கங்களோடும் இருந்த அவரது முகத்தோடு அது ஒத்துப் போகவில்லை. அவரது மந்தமான கண்களும் அவரது சோர்வைக் கூடுதலாய்க் காட்டின. அவருக்குப் பின்னால் கண்ணாடிப் பெட்டகத்தில் அடுக்கடுக்காக வைக்கப்பட்டிருந்த இளஞ் சிவப்பு இறால் அப்பளங்களும் மஞ்சள் நிற சிப்ஸும் ஒன்றுக் கொன்று மாறான நிறத்தில் எதிரும் புதிருமாய்ப் பளிச்சென்று காட்சியளித்தன.

‘140’ என்னிடமிருந்து காசை வாங்கிக்கொண்டே அவர் சொன்னார்.

அவரது விரல்கள் நீளமாக மெல்லிதாக இருப்பதை கவனித்தேன். அவரும் கூட ஒரு இசைக்கலைஞராக இருக்கக்கூடும்.

‘நீங்கதான் முதலாளியா?’ ஜோஷுவா கேட்டான்

‘ஆமாம்’ அவர் பதில் சொன்னார் மீதிக் காசை எண்ணிக் கொண்டே.

‘கிம்சங்கும் உங்களோடதுதானா?’ ஜோஷுவா வெளியே சுட்டிக் காட்டினான்.

அவர் தலையை அசைத்தார் ‘இல்லே... அது இப்ப ஒரு மார்வாடி கிட்ட இருக்குது’.

‘நீங்க.. உங்க சொந்த ஊர் எது?’

அந்தக் கேள்வியால் அதிசயமடைந்தது போலத் தான் செய்வதை நிறுத்திவிட்டு அவர் சொன்னார் ‘சீனா’.

‘எந்தப் பகுதி?’

‘ஹாங்காங்’

‘எப்படி இவ்வளவு தூரம்... இங்கே வந்துட்டீங்க?’

ஜோஷுவாவின் இந்த வெளிப்படைத்தன்மை எப்படி எடுத்துக் கொள்ளப்படும் என்று புரியாமல் புன்னகைத்தேன்.

அந்த மனிதரோ அவரிடம் யாருமே அந்தக் கேள்வியை பலகாலம் கேட்காததைப்போல சிரித்துக்கொண்டே பதில் சொன்னார் ‘எங்க குடும்பம் கம்யூனிசப் புரட்சியப்ப கல்கத்தாவுக்கு ஓடி வந்திட்டாங்க. பிறகு, “60கள்ல எங்க தாத்தா ஷில்லாங் வந்தாரு’

‘நீங்க அங்கே சீனாவிலே உள்ள சொந்தக்காரங்களோட தொடர் பிலே இருக்கீங்களா...’

‘அங்கெல்லாம் யாருமே இல்ல. எல்லாரும் போயாச்சு. சிங்கப்பூருக்கு, பிலிப்பைன்சுக்கு, கனடாவுக்கு’.

ஒரு சங்கடமான இடைவெளி தோன்றியது.

அவரைப் பார்த்தால் நாங்கள்அங்கிருந்து சீக்கிரம் கிளம்பிப் போனால் நல்லது என்று நினைப்பவரைப் போல் இருந்தார்.

மீதிப் பணத்தை எடுத்துக்கொண்டேன்.

‘நன்றி... கிளம்புறோம்’.

வெளியே அந்த நாள் மாலையை நோக்கி நகர்ந்திருந்தது.

தெளிவாக ஆனால் இருள் சூழ்ந்திருந்தது. வானம் ஆழமான கருநீலவண்ணமாகியிருந்தது. ஒரு வெளிர்சூரியன் அப்போதுதான் மறைந்திருந்தது, அது வெள்ளிக் கீற்றுகளைப்போல மேகங்களை ஒளிரச்செய்தது. மக்கள் கூட்டம் நெருக்கும் பரபரப்பான பிரதான சாலைக்கு வந்தோம். ஜோஷுவா எனக்கு ஒரு சிகரெட்டைத் தந்தான். நான் வேண்டாமென்றேன். அவன் ஒன்றைப் பற்றவைத்தான். குழிகளில் தேங்கியிருக்கும் நீரில் அவற்றைக் கடக்கும் கால்கள்பட்டு ஒளி தளும்பி அலைந்துகொண்டிருந்தது. முடிவற்றுப் பெய்யும் மழைபோல ஒவ்வொருவரின் வரலாறும் என்மீது பெருஞ்சுமையாக இறங்கிக்கொண்டிருந்தது.

■

ஆன்மாக்களின் காவலாளி

தமிழில்: சிறில் அலெக்ஸ்

கிட்டத்தட்ட அது எங்களைக் கீழே தள்ளிவிட்டது என்றே சொல்லலாம். நாங்கள் சரியான நேரத்தில் பக்கவாட்டில் குதித்து மயிரிழையில் தப்பினோம். குடியிருப்புகள் நிரம்பிய அமைதியான அந்தச் சாலைக்குப் பொருந்தாத மிக அதிகமான வேகத்தில் ஓட்டை உடைசலான ஒரு பழைய ஃபியட் கார் விரைந்தது. அதிலிருந்து எழும் வெறுப்பூட்டும் பிளிறல் ஒலியை வைத்துப் பார்த்தால் அதன் கார்பரேட்டருக்குமே கூட அந்த வேகம் பொருந்தாதுதான். விரையும் அதன் பின்விளக்குகளை வெறித்துப் பார்த்துக்கொண்டே வாய டைத்துப்போய் நின்றோம். எங்கள் முதுகுப்புறங்கள் ஈரமும் பாசியும் படிந்த சுவரில் அழுந்தியிருந்தன. இன்னும் கொஞ்சம் தவறிப் போயிருந்தாலும் அந்தக் காலை நேரத்து மழையாலும், நேற்றைய குப்பையாலும் ஊதிப்பெருத்துக் கிடக்கும் அந்தத் திறந்த சாக்கடைக் குள் விழுந்திருப்போம்.

'பைத்தியக்காரன்' நான் கோபமாய் முணுமுணுத்தேன். நான் ஒருபோதும் வண்டி ஓட்டக் கற்றுக் கொண்டதில்லை. ஆனால் ஓட்டுநருக்கான பாடப் புத்தகங்களில் பாதசாரிகளையும் அவர்களின் செல்லப் பிராணிகளையும் கொல்லக்கூடாது என்று ஒரு வரியேனும் இருக்கும் என்பது எனக்கு நிச்சயமாகத் தெரியும்.

'செத்'தை விட நான்தான் அதிகமாய் அதிர்ச்சியடைந்திருந்தேன். எங்கள் செல்ல நாய்க்குட்டியான 'செத்', தன் வாசனையை ஊரெங்கும் தாராளமாய் பரப்புகிற வேலைக்குச் சட்டென்று திரும்பிவிட்டது. இதை விட்டால் 'செத்'துக்கு வெகு சில குறிக்கோள்களே உண்டு. எங்கள் ஷூக்களைப் பற்களால் மெல்லச் சுரண்டுவது, என் மாமியார் வரும்போதெல்லாம் அவர் காலை நக்கித் தொந்தரவு செய்வது.. இப்போதெல்லாம் மாதத்தில் ஐந்து முறைக்கும் குறைவாகத்தான் என் மாமியாரை நான் பார்க்க நேர்கிறது என்றால் அதற்கான காரணம்

‘செத்’..! அதற்குக்குத்தான் நான் நன்றி சொல்ல வேண்டும்.

‘வாடா குட்டி. போதும்’

பாஹ் நார்மனின் காரை விட்டு ‘செத்’தை இழுத்தேன். அவர் இந்தக் குடியிருப்பின் ‘ரங்பா ஷ்நாங்’. அதாவது, குடியிருப்பின் தலைவர். அவரின் கார் சக்கரத்தில் எங்கள் நாயை சிறுநீர் கழிக்க விட முடியாது. ‘என் ஏகபோக ராஜாங்கத் திட்டங்களை நீ இப்படிக் கெடுக்கிறாயே’ என்று சொல்வதைப்போல ‘செத்’ என்னை சோகமாகப் பார்த்தது. முகத்தைத் தூக்கி வைத்தபடி புகாருடன் என்னைப் பின்தொடர்ந்தது. அந்த சிவப்பு ஃபியட் யாருடையது என்பதை ஒருவேளை பாஹ் நார்மனிடம் கேட்டுத் தெரிந்துகொள்ள முடியலாம். நானும் என் மனைவியும் தில்லியிலிருந்து இங்கே வந்து ஒரு வருடம்தான் ஆகிறது. இந்த ஊரின் ‘முக்கியமான’ சில தகவல்களை நாங்கள் இன்னும் சேகரிக்கவில்லை.

சிற்றடக்கமான இந்தக் குடியிருப்பில் அவரைப் பார்ப்பதொன்றும் அரிதல்ல. அடுத்தமுறை பார்த்தால் கேட்க வேண்டும். இப்போது இலையுதிர் காலத்துக் குளிர்காற்று ஊசிபோலக் குத்தத் தொடங்கிய தால் நான் வீடு செல்ல முடிவெடுத்தேன்.

முன்பு எங்கள் வீடு ஒரு மிகப்பெரிய பாழடைந்த சரக்ககம் போல இருந்தது. என் மனைவி வேரா ஒரு திறமைமிக்க கட்டிடக்கலை நிபுணராயிருந்ததால் அவள் ஒரு சில மாதங்களுக்குள்ளேயே அதை மறுவடிவமைத்து, பல புதிய பொருட்கள் வாங்கி வந்து அதைப் புதுப்பித்தாள். இப்போது அது ஒரு சரிவான சரளைக்கல் சாலையின் முடிவில் ஒய்யாரமாகவும் கம்பீரமாகவும் நின்றுகொண்டிருக்கிறது. ஒரு சிறு தோட்டத்திற்கும் அதில் இடமுண்டு. அதை நான்தான் பராமரித்து உயிர்ப்பித்து வருகிறேன். என்னை மகிழ்ச்சியாக இயங்க வைக்கும் இனிமையான வேலை இது. சுவரைச் சுற்றி போகன்வில்லா, சதுரப் புல்வெளியின் ஒரு மூலையில் மூங்கில் புதர், மஞ்சள் பூக்கும் பருப்புக் கீரைச்செடி வரிசைக்கு நடுவே கற்களாலான நடை பாதை, கொத்துக்கொத்தாக மின்னும் பெரணி, கேட்டுக்கு அருகில் காட்டு ரோஜா. கதவுக்கு அருகே ஒரு வரிசை ஆர்க்கிட்களை வைக்க வேண்டும். தாவர வளர்ப்பில் குறிப்பிட்ட எந்த ஆர்வமும் இல்லாத என் மனைவி நூறு ஆண்டுகளுக்கு ஒரே முறை நீர் பாய்ச்சினால் போதுமென்பதால் – ஒருவேளை கள்ளி வகைகளை மட்டுமே வளர்க்கத் தான் பிரியப்பட்டிருக்கலாம் என்றாள்.

‘தோட்டக்கலையும் கட்டிடக்கலையோட சேர்ந்ததுதான் தெரியுமில்லே? சுவரும் கூரையும் போலத்தான்’ நான் அவளைக் கிண்டல் செய்தேன்.

‘அப்புறம் தோட்டக்காரனுக்கெல்லாம் வேலை இருக்காதே’

என் மனைவியின் ஆர்வமின்மைக்குக் காரணம் அவள் இந்தியா விலும் வெளிநாட்டிலும் உள்ள பெருநகரங்களிலேயே வாழ்ந்தவள் என்பதுதான். அவளது தந்தை ஓரளவுக்கு முக்கியமான ஒரு வெளியுறவுத்துறை உயரதிகாரி. மூன்று அல்லது நான்கு வருடங் களுக்கு ஒரு முறை ஒரு முதன்மையான நகரத்திலிருந்து இன்னொரு முக்கியமான நகரத்திற்கு அவர் மாற்றலாகிக்கொண்டே இருந்தார். எந்த இடத்திலும் வேர்விட நேரமில்லை. இப்போது ஓய்வுபெற்ற பின்பும் அவரும் அவர் மனைவியும் தில்லியில் கொஞ்ச நாளும் ஷில்லாங்கில் கொஞ்ச நாளுமாய் நாட்களைப் பங்கிட்டபடி இங்கும் அங்குமாய் ஓயாமல் அலைந்து கொண்டிருக்கிறார்கள். நானோ இங்கிருந்து சற்று தள்ளியிருக்கும் ஊரில், மனிதர்களும், மரம் செடிகளும் நிரம்பி வழியும் ஒரு வீட்டில் வளர்ந்தேன். என் இனிமையான குழந்தைப்பருவ நினைவுகளெல்லாம் என் மாமா வேலை பார்த்த அஸ்ஸாமிய தேயிலைத் தோட்டத்தைக் குறித்தவை யாகத்தான் இருந்தன. செழுமையான செம்மண் பூமியும், வாசமுள்ள புற்களும் நிறைந்த அங்கேதான் என் கோடைகாலங்கள் கழியும். தென் தில்லியின் ஒடுங்கிய அடுக்குமாடியில் குடியிருந்துகொண்டு பல வருடங்களாக அங்கே கட்டியெழுப்பிய வேலையையும் வாழ்க்கையை யும் விட்டுவிட்டு நான் இங்கே திரும்பிவர முக்கியமான காரணம் இதுதான்.

'சொன்னேனில்லே.. இது நல்ல ஐடியா' சில நாட்களுக்கு முன்பு நான் 'கிஞ்சாய்' என்னும் பெயர்ப் பலகையை அஞ்சல் பெட்டிக்கு மேலே பொருத்திக் கொண்டிருந்தபோது வேரா அறிவித்தாள். நாங்கள் முன்பு வசித்த குடியிருப்பின் காஸி மொழிப் பெயரையே நாங்கள் எங்கள் வீட்டிற்கும் வைக்க முடிவெடுத்தோம். நகரின் மக்கள் நெரிசல் மிகுந்த பரபரப்பான மையமான இடத்தை விட்டு விலகியிருந்த இந்த அமைதியான இடத்திற்கு அதுவே பொருத்தமான பெயர். அந்த முக்கியமான தருணத்தில், நாங்கள் இருவர் மட்டும் தனித்திருந்தோம்; கூடவே விலைகுறைந்த ஷாம்பெய்னும், சைனீஸ் உணவும்.

'வீ, நாந்தான் அந்தப் பெயரை சொன்னேன்'

'ஆமாம்..அது நீதான் சொன்னே. நான் என்ன சொன்னேன்னா, நாம இங்க திரும்ப வந்தது நல்ல ஐடியா'

நான் அவளது நெற்றியில் முத்தமிட்டு இடுப்பைச் சுற்றிக் கட்டிக்கொண்டேன்.

நிரந்தரமாய் வீடென்ற ஒன்று அவளுக்கு இருந்திருக்கவில்லை. எனவே அவளுக்கு இது முக்கியமானது என எனக்குத் தெரியும். எங்களுக்கென ஒரு சொந்த வீடு, முன்பு நாங்கள் விவாதித்தது போல அங்கே ஒரு குழந்தையைக்கூட வளர்க்கலாம்.

ஜேனிஸ் பரியத்

மற்ற மாலைகளைப் போலவே அன்றும் நான் வாசலில் சற்று நேரம் நின்றேன். மாடியிலிருக்கும் படிப்பறையிலிருந்து ஒளி சிந்தியது. வேரா வேலை செய்து கொண்டிருந்தாள். வழிநெடுக இடப்பட்ட பாதை விளக்குகள் வரவேற்பது போல் ஒளிர்ந்தன. உத்தரத்தில் தொங்கிக் கொண்டிருந்த இந்தோனேசிய ஒலிக்கும் மணி, மெல்ல ஓசை எழுப்பிக் கொண்டிருந்தது. அதன் மேற்புறம் கலைநயம் மிகுந்த டிராகன் போன்ற வடிவத்திலும் அதன் ஒலிக்கும் பகுதிகள் தீப்பிழம்பைப் போலவும் இருந்தன. எங்கள் திருமணத்திற்குப்பின் ஜாகர்த்தா சென்றிருக்கையில் அதை வாங்கினேன். இங்குள்ளவர்கள் காற்றில் ஒலிக்கும் அத்தகைய மணிகள் ஆவிகளை அழைப்பவை என நம்புகிறார்கள். ஆனால் நாங்களோ வெளியுலக அபிப்பிராயத் துக்கு நேர்மாறாக அதை ஒரு மெல்லிய ஆனால் கடமை தவறாத காவலாளியாகத்தான் பார்க்கிறோம்.

'இன்னைக்கு நாங்க கிட்டத்தட்ட சாக இருந்தோம்' நான் படிப்பறையில் நுழையும்போது சொன்னேன்.

வேரா வீட்டிலிருந்த மிகப்பெரிய மேசையருகே அமர்ந்திருந்தாள். கட்டிட வரைபடங்கள், ஒரு புயலில் சிக்கி சீரழிந்தது போல அவள் முன்பு தாறுமாறாய்க் கலைந்து கிடந்தன. ஒரு காலி காபிக்குடுவை, கத்தரிக்கோல், ஆற்றுக்குச் சிற்றுலா சென்றபோது நான் எடுத்து வந்த ஒரு கல் என்று கையில் கிடைத்ததையெல்லாம் ஒவ்வொரு தாளுக்கு மேலேயும் தூக்கி வைத்துப் பறக்காமல் கனம் கூட்டியிருந்தாள் அவள்..

நிமிர்ந்து பார்க்காமலே என்னிடம் பேசினாள்.

'யாரு? அந்த கவண்கல் அடிக்கிற பசங்களா?'

சில நாட்களுக்கு முன்பு எங்கள் வீட்டின் பின்புறமிருந்த காட்டில் நீலநிற ஜே பறவைகளை வேட்டையாடிக் கொண்டிருந்த பையன் களை நான் விரட்டிவிட்டிருந்தேன். அவள் குறிப்பிடுவது அவர்களைத் தான்.

'இல்லை இல்லை.. யாரோ ஒரு கிறுக்கு டிரைவர்.. பாஹ் நார்மன் வீட்டுக்குப் பக்கத்துத் திருப்பத்திலே காரால எங்களை மோதப் பாத்தான்.'

'எல்லா ஊரிலேயும் இதப்போல கிறுக்கனுக உண்டு'

சன்னலுக்கருகேயிருந்த நீண்ட திவானில் நான் சாய்ந்து கொண்டேன். வீட்டிலேயே எனக்கு மிகப் பிடித்த இருக்கை அது. ஒரு டயட் கோக்கை எடுத்துத் திறந்தேன்.

'ஒருவேளை பொம்பள டிரைவராயிருக்கலாம்'.

பென்சிலைக் கீழே போட்டுவிட்டு. 'என் கவனத்த கலைக்கத்தான்

நீ அப்படி சொல்றேன்னு எனக்குத் தெரியும்' என்றாள்.

'பாவம் 'செத்' ஒரு பத்து செகண்ட் ஒண்ணுக்குப் போக மறந்துடிச்சு'.

தன் பெயரைக் கேட்டதும் 'செத்' மெத்தையிட்ட தன் இருக்கை யிலிருந்து எழுந்து என்னருகே வந்தது. அதன் வால் என் இருக்கையை உரசிக்கொண்டிருந்தது.

'இங்க வாடா செல்லம்' வேரா அழைத்தாள். அந்த அன்பை விரும்பி நாடியபடி, அவளிடம் துள்ளிக் குதித்துக்கொண்டு சென்றது அது.

'எப்படிப் போகுது வேலை?' கோக்கைக் குடித்துக்கொண்டே நான் கேட்டேன்.

வேரா, தன் சுழலிருக்கையில் காலை மடித்து உட்கார்ந்தாள். அவள் ஒல்லியானவள் என்பதால் அவளால் அப்படி உட்கார முடியும். 'இந்த ஜைந்தியா பழங்குடிகள் பத்தி நாம சில பொதுவான கருத்து வச்சிருக்கோமில்லே. பணம் இருக்கற அளவுக்கு அவங்ககிட்ட ரசனை இல்லைங்கிறமாதிரி?'

'ஆமாம்'.

'அதெல்லாம் உண்மைதான்'.

'அவங்க நிலத்துல திடீர்னு நிலக்கரி கண்டுபிடிச்சு கோடீஸ்வரர் களாயிட்டாங்கன்னு அந்தப் பொறாமையில ஒண்ணும் யாரும் அப்படிச் சொல்லல'

வேரா ஒரு வரைபடத்தைத் தூக்கிக் காண்பிக்கிறாள். 'எவனாவது மொட்டை மாடியிலே போய் வெள்ளை மார்பிள் தூண் போட்டு அதோட விளிம்பிலே கில்ட் பூச்சு செஞ்சு பூப்படமெல்லாம் போடு வானா?'

'பக்கத்து வீட்டுக்காரன் பொறாமைப்பட வேண்டாமா?'

'நானும் எவ்வளவோ சொன்னேன்.. ரெம்பப் பணிவா சொன்னேன்... எளிமைதான் அழகு.. ஜென் தான் இப்ப டிரெண்ட்.. எல்லாம் சொன்னேன். நாங்க சொல்றத செய்றதுக்குத்தான் உனக்குக் காசு குடுக்கிறோம்னு சொல்லிட்டாங்க'.

'அது என்னவோ உண்மைதானே' என்று சொல்ல நினைத்து விட்டுவிட்டேன். மாறாக ஏற்கனவே எரிச்சலடைந்து தளர்ந்து போயிருந்த அவளருகே சென்று அவள் உச்சந்தலையில் முத்த மிட்டேன்.

'சியர் அப். நீ அதுக்குத்தான் இங்கே இருக்கே... ஷில்லாங்கை

கேவலமான கட்டிடக் கலையிலேருந்து காப்பாத்தத்தான் நீ இங்கே இருக்கே'.

வேரா வரைபடங்களை நோக்கிச் சாய்கிறாள். 'அதுக்கெல்லாம் காலம் கடந்துபோச்சு'.

'சரி! நம்ம காலனியிலே யார் கிட்ட சிவப்பு ஃபியட் இருக்குன்னு உனக்குத் தெரியுமா?' கதவருகே நின்று கேட்கிறேன்.

'இல்லையே. இப்ப எல்லாருமே ரசனையே இல்லாம ஊதிப் பெருத்துக் கெடக்கற அசிங்கமான பெரிய சஃபாரிதான் வாங்கறாங் கன்னு நெனச்சேன்?'

'ம்ம்.. ஒண்ணே ஒண்ணு மட்டும் நிச்சயமா சொல்லலாம்'

'என்னது?'

'அந்தப் பைத்தியக்கார டிரைவர் ஒரு ஜைந்தியாவா இருக்க முடியாது'

சில நாட்களுக்குப் பிறகு காலை உணவின்போது வேரா தன் சித்தப்பா பையன் சார்லியை சந்திக்க விருப்பமா என்று என்னிடம் கேட்டாள்.

'சந்திக்காம இருக்கவும் எனக்கு சாய்ஸ் இருக்குன்னு சொல்றியா?'

என் கேலியைக் கண்டுகொள்ளாமல் அவள் கார்ன் ஃபிளேக்ஸின் மீது பாலை ஊற்றினாள். 'நேத்து ஃபோன் பண்ணினான். உனக்கு ஒரு பிராஜக்ட் இருக்காம்' சார்லி ஏதோவொரு அரசாங்க உத்தியோகத்தில் இருக்கிறான். எனக்கு அது என்னவென்று தெரியாது. எனக்கு அதுகுறித்துக் கவலையுமில்லை. தன் வாழ்நாள் முழுவதும் பெருத்த சம்பளம் வரப்போகிறதென்ற உறுதியால் மிதப்போடு இருக்கும் எல்லா அரசு ஊழியர்களையும் போன்றவன் அவன்.

'என்ன பிராஜெக்ட்?' நான் கேட்டேன்.

'நீ இன்னும் அனிமேஷன் பண்ணுறியான்னு கேட்டான்...'

'அவன் அப்படி சொல்லியிருக்கமாட்டானே..'

'சரி.. நீ இன்னும் கம்ப்யூட்டர்ல கார்ட்டூன் பண்ணிட்டிருக்கி யான்னு கேட்டான்'

தில்லியில் வெற்றிகரமாக வளர்ந்து வரும் ஒரு படத் தயாரிப்பு அலுவலகத்தில் முப்பரிமாணப் படக் கலைஞனாக நான் இருப்பது குறித்து இங்கே யாரும் பொருட்படுத்துவதில்லை. நான் கார்ட்டூன்கள் வரைவதில்லை. என் வேலை திரவங்களையும் தீச்சுவாலைகளையும் உருவாக்குவது. வெடிகுண்டுகள் வெடிப்பது, கண்ணாடிகளை உடைப்பது, பெரிய புகை மண்டலங்களை உருவாக்குவது, பேரலைகளை

எழுப்புவது. அழிவை உருவாக்குவதில் நான் திறமைசாலி. உலக முடிவை உருவாக்கும் இறைவாக்கினன்.

'கார்ட்டூன் வரையறேனா, அரசுப் பல் சக்கரத்திலே அரைபடற சிவில் சர்வெண்டை விட என் வேலை ரெம்ப நல்ல வேலைதான்'.

வேரா புன்னகையை மறைக்க முயல்கிறாள். ஒரு ஆப்பிளை எடுத்து சமமான துண்டுகளாய் வெட்டுகிறாள். 'கொஞ்சம் கருணை காட்டுப்பா, அவன் நமக்கு உதவி செஞ்சிருக்கானில்லையா..'

'ஆமாமாம், நல்ல கட்டிட வேலைக்காரங்களைப் பாத்துத் தந்தான்.'

வழக்கமான இதே காரணத்தைச் சொல்லி அந்தக் குண்டு சார்லியின் மானுட குலத்துக்கு எதிரான எல்லாக் குற்றங்களையும் சமாளித்தாள் அவள்.

அந்த உரையாடலுக்குப்பின் உணவு மேசையில் அமைதி. வேரா ஷில்லாங் டைம்சை வாசித்தாள். பழங்களைக் கிரமப்படி சாப்பிட்டாள். வேறெந்தக் குறிக்கோளும் இல்லாமல் – வெறுமே 'செத்' தேனீயைத் துரத்துவதை வேடிக்கை பார்த்துக்கொண்டே ஜாம் தடவிய பிரெட் டோஸ்ட்டை நான் சாப்பிட்டேன். தேனீ தன் வாய்க்கு அகப்படாமல் ஏன் பறக்கிறது என்பதை 'செத்'தால் புரிந்து கொள்ள முடியவில்லை. தாடையை அகலத் திறந்தபடி துள்ளித் துள்ளி அதைக் கவ்வ முயன்று கொண்டேயிருந்தது. சூரிய ஒளி சன்னல் வழியே பொங்கி வழிந்தது. வேறெங்கும் கண்டிராத ஒளிப் பொழிவு, மிருதுவான, தேன் நிறமான தங்க ஒளி.

'நீ ஏற்கனவே எங்க சந்திப்புக்கு ஏற்பாடு பண்ணியிருப்ப இல்லே?'

வேரா செய்தித்தாளை மடித்துவிட்டு என் கன்னத்தில் முத்த மிட்டாள். 'இன்றைக்கு மத்தியானம். மூணு மணிக்கு'.

குளிர்காலப் பகல்கள் ஷில்லாங்கில் குறுகியவை. நான் ஒருமணி நேரம் முன்பே கிளம்பியிருந்தாலும் சூரிய ஒளி நலிந்து மெலிந்து, மேற்கில் மேகம் தவழும் பசுமையான மலைகளினூடே மெல்ல மறைந்துகொண்டிருந்தது. மலையடிவாரத்தில் பாஹ் நார்மனின் கார் கடந்து சென்றது. அவர் சட்டென்று கையை அசைத்து மறைந்தார். எனக்கு சிவப்பு ஃபியட் கார் நினைவுக்கு வந்தது. எப்போதாவது அவரைப் போய்ப் பார்த்து இது பற்றிச் சொல்ல வேண்டும் என்று எனக்குள் நினைத்துக்கொண்டேன். நெரிசல் நிறைந்த வளைந்த மலைப் பாதைகளில் நான் நகர் நோக்கிப் பயணித்தேன். சாலை யெங்கும் பாதி கட்டப்பட்ட காங்கிரீட் கட்டிடங்கள், தொடர்ந்து நீளும் ஒழுங்கற்ற போக்குவரத்துகள். திறந்த வராந்தாக்களும், அழகிய தோட்டங்களும் உடைய அஸ்ஸாம் பாணி வீடுகளைக் கொண்ட கனவுலகில் இருப்பது போன்ற பழைய ஷில்லாங்கின் எளிய

வாழ்க்கைமுறை போய்விட்டது. நடைமுறைவாதியான என் மனைவி சொல்வாள். 'பழசையே நினைச்சு உருகாத. எல்லா இடத்திலேயும் எல்லாமும் மாறிக்கிட்டே வருது. எனக்கு இப்ப இருக்கிற கவலை என்னன்னா நிலநடுக்கம் உள்ள இந்த இடத்துல அடுக்குமாடி கட்ட எப்படி அனுமதிக்கிறாங்கங்கிறதுதான்.'

ஆனால் இந்தச்சிறிய ஊரில் நான் வளர்ந்த காலகட்டத்தில் எல்லாம் எப்படி இருந்தன என்பதை என்னால் மறக்க முடியவில்லை. குடும்பங்கள் சேர்ந்து நடத்திய கடைகளும் உள்ளூர் உணவகங்களும் கொண்ட அந்தச் சிறிய ஊரை என்னால் மறக்கமுடியவில்லை. பிற இடங்களெல்லாம் அப்போது வெகுதூரத்தில் இருக்கும். இப்போதோ என்னைச் சுற்றிலும் தலையையே சுற்றவைக்கும் அளவுக்கு செல் ஃபோன் இணைப்புக்கும், டிடிஹெச் தொடர்புக்கும், அதிவேகமான இணைய இணைப்புக்குமான மிகப்பெரிய விளம்பரத் தட்டிகள். ஷில்லாங் உலகோடு ஒட்ட ஒழுகுகிறதா அல்லது உலகம் ஷில்லாங் கோடு ஒட்டிக்கொண்டு விட்டதா என்று எனக்குப் புரியவில்லை. எப்படியோ மாற்றத்தின் அழிவு சக்தியை உணராமல் எல்லோரும் உற்சாகமாகத்தான் திரிந்து கொண்டிருக்கிறார்கள். வார்ட் ஏரியை நான் அடையும்போதே மனம் தளர்ந்த நிலையில் இருந்தேன். ஒரு கணம் இரும்புக் கம்பியிட்ட வேலியினூடே பார்த்தேன். சில விஷயங்கள் அப்படியேதான் இருக்கின்றன. மென்மையான லில்லிப் பூக்கள் மலர்ந்திருக்கும் நீர்நிலைகளை நோக்கிச் சரியும் சீரான புல்வெளிகள், காதல் ஜோடிகள், ஆங்காங்கே கொத்துக் கொத்தாய் சிவந்த போயின்செட்டியா புதர்கள்.

தலைமைச் செயலகக் கட்டிடம் ஏரிக்கு எதிரே உயரமாய் இருந்தது. அசுரத்தனமான அசிங்கமான ஒரு கட்டிடம். இன்னதென வரை யறுத்துச் சொல்லமுடியாத ஒரு இளஞ்சிவப்பு வண்ணம் பூசப்பட்டது. மிகுந்த கசப்புடன் உள்ளே சென்று என் வருகையை சார்லியின் உதவியாளருக்குச் சொன்னேன். சார்லியின் அலுவலக அறைக்குள் சென்று அமர்ந்தேன். அவன், தன் முன் இருந்த பல தொலைபேசி களில் ஒன்றில் பேசிக்கொண்டிருந்தான். ஒருநிமிடம் என்பது போலக் கை விரலைக் காட்டினான்.

எனக்குத் தரப்பட்ட தேநீரை நான் குடித்து முடித்துப் பத்து நிமிடங்களுக்குப் பிறகே தன் தொலைபேசி உரையாடலை முடித்தான்.

'இந்த கான்ட்ராக்ட் ஆளுங்களோட பயங்கரத் தொல்லை..' அவன் சொன்னான். 'இருந்தாலும் தொல்லை, இல்லைன்னாலும் தொல்லை. பொம்பளைங்களப் போலத்தான்' தன்னுடைய பகடிக்குத் தானே தாராளமாய்ச் சிரித்துக்கொண்டான்.

நான் சிரிக்கவில்லை.

‘வேரா நல்லா இருக்காங்களா?’

‘நேத்துதான நீ அவகிட்ட பேசின. உனக்குத் தெரிஞ்சிருக்கணுமே’ மனதுக்குள் எண்ணிக்கொண்டேன்.

‘ஆமாம்... நல்லாயிருக்கா’ பதில் சொன்னேன்.

‘உங்க வீட்டை ஒருநாள் பார்க்கணும்’

‘ஆமாம், கட்டாயம் வா’

‘வேலைக்காரங்க ரொம்ப நல்லா வேலை செஞ்சாங்கன்னு கேள்விப்பட்டேன்.’

‘ஆமாம்... செஞ்சாங்க’

‘இப்ப எல்லாம் நீங்க ரெம்ப பிசியோ?’

‘டில்லியிலே இருந்து சில வேலைகள் வருது..’

உண்மையிலே இல்லே.. அதனால்தான் உன் ஆபீஸ்ல வந்து நிக்குறேன்

‘நல்லது ... நல்லது’ ஒரு தொலைபேசி ஒலித்தது. அதற்குப் பதில் சொன்னான். பிறகு அழைக்கும்படி சொல்லிவிட்டு வைத்தான்.

இதுக்கு மேல தாங்கமுடியாது

‘ஏதோ பிராஜெக்ட் பத்தி நீ சொன்னதா வேரா சொன்னாளே?’ என்றேன்.

சார்லி கவனமாக விரல் நுனிகளைக் குவித்துக் கொண்டான். ‘ஆமாம், உண்மைதான்.. உங்களுக்குப் பிடிக்குமா என்னன்னு தெரியாது. நாங்க.. இந்த மேகாலயா சுற்றுலா இணைய தளத்தை மறுவடிவமைப்பு செய்யுறோம்.. கொஞ்சம் புதுசா, நவீனமா.... ஒழுங்கா மாத்தணும்’

‘ஒழுங்காக’ என்கிற வார்த்தை அரசாங்கத்துடன் தொடர்புபடுத்திப் பேசப்படுவதை நான் அமைதியாக மனதுக்குள் ஆட்சேபித்தேன். ஆனால் வேராவிற்காக ஆர்வமுள்ளதைப் போலக் காட்டிக் கொண்டேன்.

‘அதை நிர்வகிக்கத்தான் ஆள் பார்த்துக்கிட்டிருக்கோம். டிசைன், கன்டென்ட் எல்லாம்.. கன்டென்ட் எல்லாம் நாங்க தருவோம். அப்புறம் இது நம்ம குடும்பத்துக்குத்தான் போகப் போகுதுங்கிறதாலே ரேட்டெல்லாம் ரெம்ப தாராளமா இருக்கும்’ என்று என்னை ஆழம் பார்த்துக்கொண்டே புன்னகையுடன் சொன்னான்.

‘எவ்வளவு கொடுக்கலாம்னு உத்தேசிச்சிருக்கே?’

அவன் அதற்கான ஊதியத்தைச் சொன்னபோது – முட்டாள்

தனமாக வியப்பை வெளிக்காட்டிக்கொண்டு வாய் பிளப்பதை நான் கட்டுப்படுத்திக் கொண்டேன். கொள்ளைப் பணம். வேலையும் அத்தனை கடினமானதில்லை.

'மெதுவா யோசிச்சு சொல்லுங்க போதும்'

ஓரிரு நாட்களில் பதில் சொல்வதாகச் சொன்னேன்.

'ஒண்ணு கேட்கவா... எதுக்கு இங்க திரும்பி வந்தீங்க? ஜன்னலைக் காண்பித்துக் கேட்டான். 'ஷில்லாங் ரெம்ப பின் தங்கியிருக்கு, தில்லியோட இதை கம்பேர் பண்ணவே முடியாது. வேரா உலகம் பூரா பல இடங்களுக்கும் போயிருக்கா'

என் வேலையைப் பொறுத்தவரை அவன் சொன்னது சரிதான் என்று என்னால் ஒத்துக்கொள்ள முடியும். தலைநகரிலுள்ள என் அலுவலக நண்பர்களின் தயவில்தான் இங்கே நான் வாழ முடியும். அவர்கள் அனுப்பும் வேலைதான் இப்போது எனக்கு உண்டு. இங்கேயே நிரந்தர வேலை கிடைக்கும் வரை அவர்கள்தான் உதவ வேண்டும் . ஆனால் சில நேரங்களில் நாம் அன்பு செய்யும் ஒருவருக்காக, சில தியாகங்களை செய்தாக வேண்டும், சிலவற்றை விட்டுக்கொடுத்தே ஆக வேண்டும் என்று எப்போதாவது அவனுக்கு நான் விளக்கலாம். வீடும், வயது முதிர்ந்த பெற்றோரும் முக்கியம் என்பதையும், அமைதியும் சமாதானமும் கூடிய ஒரு வாழ்க்கையும் உண்டு என்பதையும்கூட அவனுக்குப் புரியும்படி விளக்கிச் சொல்லலாம்.

ஆனால் அதற்குத் தேவையிருக்கவில்லை. தொலைபேசி மணி அடித்தது. எனக்கு அவசரமாக விடைகொடுத்து அனுப்பி வைத்தான் அவன். சந்திப்பு முடிந்த சந்தோஷம் எனக்கு. வெளியே வரும்போது வானம் மூட்டமாயிருந்தது, ஆனால் மழை பெய்வதைப் போலில்லை. காற்று குளிர்ச்சியாக இருந்தாலும் வறண்டும் இருந்தது. ஊருக்குப் பாதி வழியில் இருந்த டங்க்கெட்டி வரை செல்ல டாக்ஸி பிடித்தேன். 'சோரா'வுக்கருகிலிருந்த கிராமமொன்றிலிருந்து வந்திருந்த குடும்பத்தினர், காரின் பின்னிருக்கையை என்னுடன் பகிர்ந்து கொண்டிருந்தனர். வளவளவென்று பேசும் அந்த வண்டி ஓட்டுநருடன் அவர்கள் உரையாடியதிலிருந்து அவர்கள் ஷில்லாங் மருத்துவமனையில் யாருக்கோ மருத்துவம் பார்க்க வந்திருந்ததாக அறிந்தேன். 'அந்த டாக்டர் வாராவாரம் எங்க ஊருக்கு வருவார்' என்று அரசாங்க டாக்டர் ஒருவரைப்பற்றி அந்த வீட்டுக்காரர் சொன்னார். 'ஆறு மாசமா வரவே இல்ல'. திடீரெனத் தங்களைச் சூழ்ந்திருக்கும் பரபரப்பான பேரமைப்பால் ஆட்கொள்ளப்பட்டவர்களைப்போல நெருக்கியடித்து உட்கார்ந்திருந்த தங்கள் இருக்கைகளில் அவர்கள் நெளிந்து கொண்டிருந்தனர். சார்லியின் அலுவலகத்தை நினைத்துப் பார்த்தேன். அவனது மேசை,

தொலைபேசிகள், அவனது குட்டையான கைவிரல்கள். கார் ஜன்னலின் மீது இருள் கவிந்து கொண்டிருந்தபோது நான் படித்துக் கொண்டிருந்த காஸி கனவுகள் மற்றும் தொன்மங்கள் குறித்த புத்தகத்திலிருந்து ஒரு வரி தோன்றியது. 'பாவிகளின் ஆன்மாக்கள் ஒன்பது கடுமையான தண்டனை வட்டங்களைக் கடந்து செல்ல வேண்டும். கடைசி வட்டம் மிகக் கொடுமையானது. அதை நாயின் ராஜ்யம் என்றழைப்பர்' என்று அது மிகக் கடுமையாக விளக்குகிறது அது உண்மையாயிருக்க வேண்டும் என்று பைத்தியக்காரத்தனமாக நம்பிக் கொண்டிருக்கிறேன்.

அடுத்த நாள் மாலை 'செத்'துடன் வழக்கத்தை விட சீக்கிரமாகவே நடைப் பயிற்சிக்குப் போனேன். வீடு வெறிச்சென்று அமைதியாக இருந்தது. வேராவுக்கு அவளது ஜைந்தியா வாடிக்கையாளரைப் பார்த்தபின்பு நகரில் வேலை இருந்தது. எதிர்பாராமல் சீக்கிரமே கிளம்பும் வாய்ப்புக் கிடைத்ததில் 'செத்'துக்கு மகிழ்ச்சி. துள்ளிக் குதித்து வந்தான். வழியில் தன்னோடு கொஞ்சிய பள்ளி மாணவர் களுடன் விளையாடினான். ஃபியட் எங்களை இடிக்க வந்த வளைவை அடைந்தபோது பாஹ் நார்மன் அவரது தோட்டத்தில் நின்றிருந் ததைக் கண்டேன். தோட்டத்துக்கு நீரூற்றிக் கொண்டிருந்த பெண்ணுக்குக் கட்டளையிட்டுக் கொண்டிருந்தார். 'கும்னோ' புதர் வேலிக்கு அப்பாலிருந்து கத்தினார். சற்று வயதுக்குப் பொருத்தமற்ற உடல்வாகும் கனமான குரலும் கொண்டவர் அவர்.

'வணக்கம் பாஹ் நார்மன்'

தட்பவெப்பம், வரப்போகும் கடுமையான குளிர்காலம், உள்ளூர் கால்பந்துக் குழுக்கள், அண்மையில் சமூகச் செயல்பாட்டாளர்கள் கண்டுபிடித்த ஒரு ஊழல் குறித்த உள்ளூர் அரசியல் என்று இயல்பான சரளமான உரையாடலில் ஈடுபட்டோம். அதன்பின் அந்த சிவப்பு ஃபியட் குறித்து அவரிடம் கேட்டேன்.

'ஏன் கேக்குறே?' அவர் கேட்டார். அவர் முகத்தில் இலேசான சுளிப்பு கீற்றிட்டது.

'அது எங்களை இடிக்கப் பாத்துச்சு' தெருவிளக்குக் கம்பத்தைத் தீவிரமாக மோப்பம் பிடித்துக் கொண்டிருந்த 'செத்'தைக் காண்பித்த படி சொன்னேன்.

'ஐயோ அப்படியா.. கேக்க சங்கடமா இருக்கே. நான் நெனக்கிறது சரின்னா... நம்ம காலனியிலே அந்த கார் டரித்தி கிட்டத்தான் இருக்கும்னு தோணுது. அவ வீடு அங்கே இருக்கு' குன்றை நோக்கிக் காண்பித்தார். 'காட்டுக்குப் பக்கம் கடைசி வீடு. உங்களுக்கு வேணும்னா... அவகிட்ட பேசறேன். ஆனா நம்ப முடியல.. அவ வெளியிலேயே போறதில்லை'

தேவைக்கதிகமாக அந்த விஷயத்தைப் பெரிதுபடுத்திவிட்டோமோ என்று தோன்றியது. அதை விட்டுவிடலாம் என்றும் அதைப் பற்றிக் கவலைப்பட வேண்டாம் என்றும் அவரிடம் சொல்ல முயன்றேன். இனிமேலும் அப்படி நடக்க வாய்ப்பில்லை என்றேன். ஆனால் அவர் விடுவதாயில்லை.

'அவ கொஞ்சம் வித்தியாசமான ஆள்தான்.. நான் சொல்றது புரியுதா.. அப்பா அம்மா ரெண்டு பேரும் அஸ்ஸாம்ல ஒரு ஆக்ஸிடன்ட்ல போயிட்டாங்க. அங்க லாரி டிரைவரெலாம் எவ்வளவு மோசமா ஓட்டுவாங்கன்னு உனக்குத் தெரிஞ்சிருக்கும்.. இங்க தனியாத்தான் இருக்கா.. ஒரு சின்னப்பொண்ணு தனியா வாழுறது நல்லதில்ல.'

வேராவும் நானும் உள்ளூர் கிசுகிசுக்களிலிருந்து விலகியிருக்க முடிவுகொண்டிருந்தோம், ஆனால் இதிலிருந்து எப்படி நழுவிச் செல்வதென்று தெரியவில்லை.

'இந்தப் பசங்க எல்லாம் காட்டுக்குள்ள போய்க் குடிச்சிட்டு கலாட்டா பண்ணிகிட்டிருப்பானுங்க, அவனுங்க அங்கே போகாம இருக்கறதுக்காக போன வருஷம் காட்டுக்குப் பக்கத்துல ஒரு சுவர் கட்டிக்கிட்டிருந்தோம். ஒருநாள் டரித்தி சத்தம் போட்டுக்கிட்டே வீட்டைவிட்டு ஓடி வந்தா. வேலைக்காரங்களை ஒரு மரத்தைக்கூட வெட்ட விடல. அவங்க என்ன செய்வாங்க? ஒண்ணு ரெண்டை வெட்டினாத்தான பாழாப்போன சுவத்த கட்டமுடியும். அவ அங்கேயே நின்னுட்டா.. நகரவேயில்ல. நாள்கணக்கா நின்னா. பைத்தியக்காரி'

'மரத்தைக் காப்பாத்திட்டாளா?'

பாஹ் நார்மன் என்னிடம் எதிர்பார்த்த கேள்வி அது இல்லை என்பதைப்போன்று என்னைப்பார்த்தார்.

'ஆமாம் , கடைசியிலே காட்டிலாக்காவிலேயிருந்து ஆர்டர் போட்டாங்க.'

'மகிழ்ச்சி' என்று சொல்லத் தோன்றியது. ஆனால் 'ரங்பா ஷ்நாங்' சற்று எரிச்சலுடனிருந்ததால் அதற்குப்பதிலாக 'இந்தக் குடியிருப்புக்கு அது சிரமமாச்சே' என்று சொன்னேன். அவர் இலகுவானார்.

'நான் அவகிட்ட பேசுறேன்' என்று மீண்டும் சொன்னார்.

'தயவு செஞ்சு வேண்டாம்.' நான் தயங்கினேன் 'உங்ககிட்ட சொல்லியிருக்கவே வேண்டாம். உங்களுக்கு வேற முக்கியமான வேலைகள் எவ்வளவோ இருக்கும்.'

'செத்'தை விளக்குக் கம்பத்தின் அருகிலிருந்து இழுத்துக் கொண்டு

பணிவுடன் விடைபெற்றுக் கொண்டேன். முன்பைவிட இப்போது அந்த சிவப்பு ஃபியட் கார் வைத்திருக்கும் பெண்ணின் மீது எனக்கு ஆர்வம் அதிகரித்திருந்தது. அழகான வீடுகளின் வரிசையொன்றைக் கடந்து சாலை வளைந்தது. பசுமையான தேவதாரு மரங்களின் காட்டுக்குச் செல்லும் வழியை அடைந்தோம். காற்று குளிர்ந்தும் அமைதியாயுமிருந்தது. நீர் விழும் ஒலி எங்கோ தொலைவில் கேட்டது. அங்கே போனால் என்ன பேசுவது என்றெல்லாம் எதுவும் திட்டமிட்டுக் கொள்ளாமலே டரித்தியைப் பார்க்கச் செல்ல முடிவெடுத்தேன். 'செத்' தனது வாசம் மிக்க ராஜாங்கம் விரிவடைந்து கொண்டிருப்பதில் மிகவும் ஆனந்தத்தோடு இருந்தான்.

சாலை முடியுமிடத்தில் சரிவான களிமண் பாதை இறங்கி மரங்களூடே சென்றது. தொலைவில் வண்ணமிழந்த தகரக்கூரை ஒன்று தெரிந்தது. மேலே ஏறும்போது அஸ்ஸாம் பாணி வீடொன்று பெரிய சன்னல்களுடனும், வெள்ளைச் சுண்ணப் பூச்சுடனும், மரத் தூண்களுடனும் கண்ணில் தென்பட்டது. முன்புறத்தில் சிவப்பு ஃபியட் கார் நின்று கொண்டிருந்தது. பகல் மறைந்து இருண்ட பின்னும் வீட்டில் விளக்குகள் ஒளிரவில்லை. 'செத்' முனகினான். ஆர்வத்திலா, பயத்திலா என்பதைச் சொல்ல முடியவில்லை. அழைப்பு மணியை அடித்துவிட்டுக் காத்திருந்தேன். உள்ளே யாரோ தொலைபேசியில் பேசிக் கொண்டிருப்பதைப் போலிருந்தது. வராந்தா வில் என்னைச் சுற்றி சட்டமிடப்படாத படங்களின் வரிசைகள் கரி கொண்டு வரையப்பட்டவை மற்றும் மாய யதார்த்த நிலக் காட்சிகள் என்று நான் நினைக்கிறேன்.

வரைவதிலும் வண்ணம் தீட்டுவதிலும் பயிற்சிபெற்ற என் கண்கள் அவற்றிலுள்ள துல்லியமான கோடுகளையும், செறிவையும் கண்டு கொண்டன. கூர்மையானநோக்கு, நிற அடர்த்தியின் சீரான தன்மை, ஒளியும் நிழலும் செய்யும் மாய விளையாட்டு இவை அனைத்தையும் வெளிபடுத்திக் கொண்டிருந்த ஓவியங்கள் அவை. விரைந்து வரைபவராயிருக்க வேண்டும் என எண்ணிக் கொண்டேன். அப்படிச் செய்தால் மட்டுமே இந்தப் படங்கள் இவ்வளவு எளிதாய் வரையப் பட்டவை போலத் தோன்ற முடியும். கதவுக்கு மேலே, உத்தரத்தி லிருந்து ஒரு ஒலிக்கும் மணி தொங்கியது. அதன் ஒலியெழுப்பும் பகுதி, பறக்கும் பறவையின் வடிவிலிருந்தது. நான் எட்டி அதைத் தட்டி னேன். அதன் ஒலி மென்மையானதாகவும் மணியொலிபோலத் தெளிவாகவுமிருந்தது. திடீரென்று கதவு வேகமாய் திறந்து கொண் டது. ஒரு பெண் விரைந்து வெளியே வந்தாள். வெறுங்காலுடன், வாரப்படாத நீண்ட கூந்தலுடன் இருந்தாள். அவளது ஆடையில் ஆங்காங்கே கரித்துகள்கள் படிந்திருந்தன.

'அன்னிக்கு நான் செத்துருவேன்னே நினச்சேன்.. அதனாலேதான்'

‘எ.. என்னது?‘

முகத்தில் விழுந்த முடியைத் தள்ளிவிட்டாள். நான் நினைத்ததை விட இளையவள். பின் இருபதுகளில் இருப்பாள். உயிர்த் துடிப்போடு தோன்றினாள்.

‘நான் உங்களையும் உங்க நாயையும் இடிக்கிறாப்ல ஓட்டினப்போ...’ அவள் ‘செத்’தைக் காட்டியபடி சொன்னாள். அது, வழக்கத்துக்கு மாறாக அமைதியாக உட்கார்ந்திருந்தது.

‘..ஆனா அது நாங்கதான்னு...’

‘பாஹ் நார்மன் கூப்பிட்டிருந்தார்’ மூங்கில் இருக்கையில் அமர்ந்தாள், பின்னர் எழுந்தாள். தோட்டத்துக்குள் நுழைந்தாள்.

நானும் ‘செத்’தும் தயங்கிப் பின் தொடர்ந்தோம்.

‘அவர் இப்பதான் சொன்னார்.. நீங்களே இங்க வந்துட்டீங்க.’

‘ஆமா... நான் என்ன நினைச்சேன்னா..’

அவள் என்னை நோக்கி வந்தாள். நான் பேசாமல் நின்றேன்.

கைவிரல்களைச் சிறியதொரு பதற்றத்துடன் பிசைந்து கொண்டிருந் தாள். அவள் ஆடையிலும் கைகளிலும் இருந்த கரிகொண்டு பூசியதைப் போல அவள் கண்கள் கருமை படிந்து கவலை கொண்டிருந்தன. அவள் முகம் வெளிறி ஒடுங்கி நிழல் விழுந்ததைப் போலிருந்தது.

மீண்டும் மெல்லிய குரலில் சொன்னாள் ‘பாருங்க! அன்னைக்கு ராத்திரி என்ன ஆச்சுன்னா.. எனக்கு ஒரு கனவு.. நான் அங்கே உட்கார்ந்திருந்தேன்..’ வராந்தாவைக் காண்பித்தாள்.

‘படம் வரைஞ்சுக்கிட்டிருந்தேன்.. கேட்ல என்னோட அப்பா அம்மா நின்னுக்கிட்டிருந்தாங்க.. என்னையும் கூப்பிட்டாங்க..

“இல்லை, என்னைப் பொறுத்தவரைக்கும் இது ரெம்ப சீக்கிரம்”னு நான் அவங்ககிட்ட சொன்னேன். “நான் ரொம்ப சின்னப் பொண்ணு”.

ஆனா அவங்க “ஆனா மனசாலே நீ சின்னப் பொண்ணில்ல”ன்னு சொல்றாங்க. அப்ப நான் அவங்க பின்னாலயே போனேன். செத்துப் போனவங்க பின்னால போறது பத்தி என்ன சொல்வாங்க உங்களுக்குத் தெரியுமில்லையா?’ தணல் போன்ற விழிகளால் என்னைப் பார்த்தாள்.

நான் தலையசைத்தேன். காஸி நூல் ஒன்றில் அது பற்றிப் படித்திருந்தேன்.

‘காட்டு வழியா நாங்க நடந்தோம்’ அவள் தொடர்ந்தாள் ‘மெதுவா அவங்க மாற ஆரம்பிச்சிட்டாங்க. அவங்க முடி, கைவிரல் எல்லாம் இலைகளா மாறிடுச்சு. கையும் காலும் தடிச்சு தோலெல்லாம்

மரத்தோட பட்டை மாதிரி கரடுமுரடா ஆயிடுச்சு.. இறந்து போனவங் களோட ஆவி மரமா மாறிடும்னு உங்களுக்குத் தெரியுமில்ல?'

தோட்டத்தின் எல்லையைக் கடந்து சென்று இலைகளின் சலசலப்பு மட்டும் கேட்டுக் கொண்டிருக்கும் இருளை வெறித்துப் பார்த்தாள்.

'ராத்திரியிலே அவங்க சத்தம் கேட்கும், தெரியுமா? இருட்டுல மெதுவா கிசுகிசுப்பாங்க... போன வருஷம் இந்த மரத்தையெல்லாம் வெட்ட வந்தப்ப அந்த ஆத்மாக்களெல்லாம் தாங்க தொலைஞ்சு போனதைப்போல, அழுதுக்கிட்டே என்னைச் சுத்திச் வந்துட்டுதுங்க.. நான் ஏதாச்சும் செய்யணுமில்லே. இப்பத்தான் நான் யாருன்னு எனக்குத் தெரியுது...'

நீண்ட நேரம் அமைதியாயிருந்தாள். நாங்கள் இருப்பதையே மறந்துவிட்டாள் என்று நினைத்தேன்.

'அந்தக் கனவு வந்தப்பறம் அந்த ராத்திரியிலே சின்ன வயசுல என் அப்பா அம்மா என்னைக் கூட்டிக்கிட்டுப்போன இடத்தை எல்லாம் மணிக்கணக்கா கார்லே தேடிப் போனேன். அதை எல்லாம் இனிமேல் என்னாலே ரொம்பநாள் பாக்க முடியாதோன்னு தோணிச்சு. இப்பக்கூட பல இடங்களும் காணாமதான் போச்சு.. மோதிநகர் காடு, போலோ கிரவுண்டுக்குப் பக்கத்து ஓடை, எல்லாமே மாறிடிச்சு..'

ஆறுதலாக ஏதாவது சொல்லவேண்டும் எனத் தோன்றியது.. 'நீ சொல்றது எனக்குப் புரியுது' என் வார்த்தைகள் தட்டையாக, பலவீனமாக புல்வெளியில் விழுந்தன.

அவள் திரும்பினாள், தயக்கத்துடன் ஆடையை முறுக்கிப் பிசைந்து கொண்டிருந்தாள். அகல விரிந்திருந்த அவளது கண்கள் திக்கற்று விழித்துக் கொண்டிருந்தன.

'ஆனா பாஹ் நார்மன் மன்னிப்பு கேட்கச் சொன்னாரு. மன்னிச் சிருங்க. நான் இனிமேலாவது கவனமாயிருக்கணும்னும் சொன்னாரு. நான் கவனமாயிருப்பேன்..' அவள் குரல் மெல்லத் தேய்ந்தது.

'பரவாயில்லை' நான் சொன்னேன். 'நாம எல்லாருமே ஏதோ ஒரு சமயத்துல வேகமாவும் கவனமில்லாமலும்தான் கார் ஓட்டியிருக்கோம். இதவிட மோசமானது வேற என்னவெல்லாமோ இருக்குது.. நான்தான் இதைப் பெரிசு படுத்திட்டேன். சொல்லாம உங்களைப் பாக்க வந்ததுக்கு என்னை மன்னிச்சுக்குங்க'. நான் தயங்கினேன். பின்னர் அவளை உற்சாகப்படுத்துவதாக நம்பிக்கொண்டு தொடர்ந் தேன் 'உங்க படங்கள் ரொம்ப நல்லா இருக்கு' வராந்தாவைக் காண்பித்தேன். 'நுணுக்கமான சின்னச்சின்னத் தகவல்களைக்கூடப் படத்திலே கொண்டு வரக்கூடிய பார்வை உங்க கிட்டே இருக்கு'.

அவள் கீழே பார்த்தாள். அவள் மகிழ்ச்சியடைந்தாளா அல்லது ஏதாவது வேறு வருத்தத்தில் இருக்கிறாளா தெரியவில்லை.

நாங்கள் கிளம்பும்போது அவள் இன்னும் வெளியே நின்று கொண்டிருந்தாள். அவள் உருவத்துக்குச் சட்டம் போட்டது போல் பின்னணியில் கறுத்து உயர்ந்த தேவதாரு மரக்கூட்டம் நின்று கொண்டிருந்தது.

எங்கள் வீட்டுக்கு வெளியே பெரிய கறுப்பு பொலீரோ கார் ஒன்று நின்றுகொண்டிருந்தது. விருந்தாளி, எங்கள் நண்பன் சார்லிதான். அவன் வரவேற்பறையில் இருந்தான். வேரா அவனுக்குத் தேனீர் பரிமாறிக் கொண்டிருந்தாள்.

'லைதும்கரா'ல இவளைப் பாத்தேன்.. அப்படியே கொண்டுவந்து வீட்டிலே விட்ரலாம்னு வந்தேன்'. கைநிறைய பிஸ்கட்டை எடுத்துக் கொண்டே அவன் விளக்கினான், 'கடையிலேயிருந்து இத்தனை சாமானை வாங்கிக்கிட்டு வர என்னோட அக்காவ எப்படி நடக்க விடறது?'

'அவ வழக்கமா டாக்ஸி எடுத்திருவா' நான் சொன்னேன்.

வேரா என் பார்வையை சந்திக்க முயன்று கொண்டிருந்தாள், மன்னிப்பைக் கோருவதற்காகவோ அல்லது என்னை அமைதிப் படுத்துவதற்காகவோ. நான் அதைக் கண்டுகொள்ளாமல் தவிர்த்தேன். 'செத்'துக்கு ஒரு பிஸ்கெட்டை வீசினாள். அவன் அதை நொடியில் பிடித்துக் கவ்விக் கொண்டான்.

'இப்ப உங்க நவ நாகரிகமான வீட்டையும் பாத்தாச்சு. எப்ப புதுமனை புகுவிழா?'

'சீக்கிரமே வச்சிருவோம்' வேரா சுரத்தின்றி பதில் சொன்னாள்.

'டீயை சாப்பிடு, உன்னைப்பார்த்தா..குளிரிலே நடுங்கறாப்பிலே இருக்கு' என்றபடி ஒரு கோப்பையை என்னிடம் திணித்தாள்.

'ஆமாம்..நீங்க எங்க போயிருந்தீங்க?' சார்லி கேட்டான்.

'செத்'தைக் கூட்டிக்கொண்டு வெளியே நடக்கப் போனதாக சொன்னேன்.

'ஓ.. ஓங்க கடமையச் செய்யப் போனீங்களா. சரிதான். நல்லா பழக்கியிருக்க வேரா? இவரைச் சொன்னேன், நாயை இல்ல?'

'நீ செஞ்சுக்கிட்டிருக்கிற அந்தப் புது பிராஜெக்ட் பத்தி சொல்லேன்.' வேரா அவசரமாகச் சொன்னாள் 'அந்த பாரபனி பிராஜெக்ட்'

பாரபனி என்பது, மிகப்பெரிய செயற்கை ஏரி. ஷில்லாங்குக்கு வெளிப்பகுதியில் இருந்தது. யாருமே செல்லாத அதன் பெரிய கரை

களுக்கு நாங்கள் முன்பு குடும்பமாக சிற்றுலா செல்வதுண்டு. சில நேரங்களில், நகரிலிருந்து அதிகாலையில் கிளம்பிச் சென்றால் ஏரி மாயக்காட்சி போலத் தோற்றமளிக்கும். அதன்மேல் பட்டுப் போன்ற மேக மூட்டம் படர்ந்திருக்கும், அதைச் சுற்றி உயரக் குறைவான மலைகள் இருக்கும்.

சார்லி இருக்கையில் வசதியாக அமர்ந்துகொண்டான். அவனது பருத்த உடல் சோஃபாவின் பெரும்பகுதியை ஆக்கிரமித்துக் கொண்டது.

'சுற்றுலா மேம்பாட்டுக்காக, அங்கே ஒரு பொழுதுபோக்கு பூங்கா, அடுக்குமாடி விற்பனைக்கூடம், சாப்பிடற இடங்கள், தண்ணீரிலே வெளையாடற வளாகம் எல்லாம் வரப்போகுது. பல கோடி மதிப் புள்ள பிராஜெக்ட். நீங்க பண்ற வெப்சைட்ல போடும்போது உங்களுக்கு எல்லா விவரமும் தெரிஞ்சிடும்'

என்னைப் பார்த்துக் கண்ணடித்தான். உள்ளே தொலைபேசி மணி அடித்தது. வேரா அதைக் கவனிக்கச் சென்றாள். அவளின் அம்மா அழைத்திருந்தார். இன்னும் கொஞ்சம் பிஸ்கட் கிடைக்கலாம் என்றெண்ணி 'செத்' அவள் பின்னே சென்றான். சார்லியும் நானும் தனித்து விடப்பட்டோம்.

'மார்ச்சுக்குள்ள வெப்சைட் கொண்டு வந்திடலாம்னு திட்டம்'

நான் தலையசைத்தேன், ஆறிய தேனீரைச் சுவைத்தபடியே.

'மூணரை மாசம் இருக்கு.. போதுமே.. அடுத்தவாரம் ஒரு நாள் என் ஆபீசுக்கு வாங்க. எல்லாத்தையும் விரிவா பேசி முடிச்சிடலாம்'

அந்த இணையதள வேலையை எடுத்துக்கொள்ள நான் இன்னும் சம்மதம் தெரிவிக்கவில்லை என்பதை அவனிடம் சுட்டிக்காட்ட விரும்பினேன். ஆனால் அதற்குள் அவனோ எங்கள் வீட்டுக்கான சாமான்களெல்லாம் எங்கிருந்து வாங்கினோம் என்று விசாரிக்க ஆரம்பித்து விட்டான். அவனும் வீடு கட்டப் போகிறானாம். லாச்சுமியருக்கருகில் இருக்கலாம்.. ஒவ்வொரு பிள்ளைக்கும் ஒரு தளம். நான் கடைசியாக எண்ணியது ஐந்து. அது உயரமான கட்டிடமாயிருக்கும் என்பதை நான் சொன்னபோது, அதிலிருந்த கிண்டலைப் பொருட்படுத்தாமல் அவன் ஆமோதித்தான். ஒரு வழியாய் இருக்கையிலிருந்து தன்னை அகழ்ந்தெடுத்துக் கொண்டு, கிளம்ப வேண்டும் என்றான். நாங்கள் வெளியே வந்தோம். அவன் சென்ற வாகனத்தின் பேரொலி அங்கே நிலையாய்க் குடிகொண்டிருந்த மௌனத்தைத் தகர்த்தெறிந்தது.

அன்று இரவில் வேரா தன் மேசையில் வேலைபார்த்துக் கொண்டிருந்தாள். நான் எனக்குப் பிரியமான சோஃபாவில் மடியில்

புத்தகத்தோடு அமர்ந்திருந்தேன். கிட்டத்தட்ட ஒரு மணிநேரம் ஒரு பக்கம் மட்டுமே விரிந்து கிடந்தது.

'வெப்சைட் பிராஜெக்ட் எடுக்கப் போறியா?' அவள் கேட்டாள், அவளது பென்சில் கட்டிட வரைபடத்தில் மும்முரமாய் இயங்கிக் கொண்டிருந்தது.

வெளியே பார்த்தேன். ஷில்லாங்கின் மாபெரும் விரிவைக் கண்டேன். மலைகளில் ஊசிமுனை போன்ற ஒளிப்பொட்டுகள். வெளிச்சம் இல்லாத, வீடுகள் இல்லாத இருண்ட காலி இடங்கள் வெகு சிலவே மீதமிருந்தன. நகரத்தில் மூச்சுவிடக்கூட இடமில்லை. வலி மிகுந்த இழுவையான தன் இறுதி மூச்சை அது விட்டுக் கொண்டிருக்கிறது என்பதை என்னால் உணர முடிந்தது., அதன் மென்மையான பரந்த இதயம், பயந்து போன மிருகத்தைப் போலப் படபடத்துக் கொண்டிருப்பதும் எனக்குக் கேட்டது. திடீரென அதைக் கையிலெடுத்து தாலாட்டவேண்டும் போலத் தோன்றியது.

'எங்களை யாரு இடிக்க வந்தாங்கன்னு கண்டுபிடிச்சிட்டேன்'

'என்னது?' அவள் முகத்தில் குழப்பத்தின் கீற்றொன்றைக் கண்டேன்.

'அதுதான் அந்த சிவப்புக் காரோட டிரைவர்'

'ஓ அதுவா? யார் அது?'

'ஒரு பெண்தான்.. காட்டுக்குப் பக்கத்துல வீடு'

'என்னத்துக்கு அப்படி வெறிபிடிச்ச மாதிரி ஓட்டினாளாம்? ஏன் அவ்வளவு அவசரம்? உலகம் அழியப்போகுதா என்ன?'

வெளியே மெல்லிய காற்று தேவதாரு மரங்கள் வழியே விரைந்தது. அது ஒலிக்கும் மணியை அசைத்துச் சென்றது. அவை கெட்ட ஆவிகளைத் தள்ளி வைப்பவை. நல்ல ஆவிகளை அருகே அழைப்பவை.

'அப்படித்தான் ஏதாவது இருக்கும் போல இருக்கு' என்றேன்.

■

ஒரு பறவைப் பார்வையில்

தமிழில்: சிறில் அலெக்ஸ்

சில இடங்களில் காலம் நெகிழ்வாக இருக்கிறது. அது, கப்பல்களைக் கவிழ்க்கவும் புதைந்து போன நகரங்களை உருவாக்கவும் செய்யும் குட்டிப் புயல் போல வட்டமாய் சுருண்டும், சுழன்றும் செல்கிறது. நார்மண்டியில் மனிதர்களின் ஓலமும் ஆயுதங்களின் முனகல்களுமாய் போரின் சப்தம் அவ்வப்போது கேட்டுக் கொண்டிருக்கிறது என்று சிலர் சொல்கிறார்கள். வார்செயில்ஸ் அரண்மனைத் தோட்டமொன்றில் சபிக்கப்பட்ட ராணி ஒருத்தியை யாரோ கண்டிருக்கிறார்கள். வேனிற்காலத்துக்கேற்ற வெள்ளை நிற ஆடை அணிந்து அவள் தன் குழந்தைகளுடன் விளையாடிக் கொண்டிருந்தாள்.

கிரீன்விச்சில் எப்படி இருக்குமோ என அவள் எண்ணிக் கொண்டாள்.

அங்கே காலம் முடியவும் துவங்கவும் செய்தது. காலம் அங்கே பிளவுபடுத்தப்பட்டு, இரண்டாகப் பிரிக்கப்பட்டுப் புவியெங்கிலும் பரவியுள்ளது. ஒருவேளை இங்கே காலத்தில் முன்னும் பின்னுமாய் நகர்வது எளிதாயிருக்கலாம், ஒரு வாழ்க்கையிலிருந்து இன்னொரு வாழ்க்கைக்கு நழுவிச்செல்லமுடியலாம், தவழ்ந்து சென்று குழந்தைப் பருவத்தை அடைந்து அங்கே ஒரு இரகசிய மூலையில் கொடும் முதுமையிலிருந்தும், காலத்திலிருந்தும் ஒளிந்துகொள்ள முடியலாம்.

லண்டன் மேல் ஒளி நிரந்தரமாக உறைந்துவிட்டதைப் போலிருந்தது. உள்ளிருந்து மென்னொளி ஏற்றப்பட்டதைப் போன்ற சாம்பல் நிறம். மாலையுமல்லாமல் பகலுமல்லாமல், அஸ்தமனத்துக்கு முந்தைய சில வினாடிகளைப் பிடித்துப் பல மணி நேரம் நீளச் செய்ததைப்போல.

அதற்கு நேர் மாறாகப் பூங்காவிலிருந்த ஓக் மரங்கள் வளமாக

பசுமையாகக் காட்சியளித்தன. இரயிலில் வந்துகொண்டிருந்ததால் அவள் தவற விட்டிருந்த மழையில் அவை நனைந்திருந்தன.

ஒரு குறிப்பிட்ட கணத்தைத் தேர்ந்து கொண்டு அதற்குத் திரும்பிச் செல்வதானால் நான் எங்கே செல்வேன்? என் வாழ்வின் எந்த நாளுக்குச் செல்வேன்? வேறு யாரின் வாழ்க்கைக்குள் செல்வேன்; என்றெல்லாம் எண்ணிக்கொண்டாள் அவள்.

பூங்காவினுள்ளே வளைந்து தொலைவில் குன்றை நோக்கிச் சென்ற தார்ச்சாலையின் அருகே சற்று ஈரம் குறைவாக இருந்த இருக்கை ஒன்றில் அமர்ந்தாள்.

எந்தப் பொழுதை நான் தேர்ந்தெடுப்பேன்?

நேற்று இரவைத்தவிர வேறெந்தப் பொழுதும் நல்லதே. அவள் அதைத் தேர்ந்தெடுப்பதற்குப் பெரிதாக அலட்டிக்கொள்ளப் போவதில்லை.

அவன் லில்லியைக் குறித்துச் சொன்ன அந்தக் கணத்திற்கு முந்தைய எந்தக் கணமானாலும் அது நல்லதே.

லில்லி..

அவள் நாக்கிலிருந்து மிக மென்மையாக அது வெளிவந்தது.

மரணத்தை முன்னறிவிக்கும் மலர்களைப்போல வெளிறி வெண்மை யானவளாக அவளைக் கற்பனை செய்துகொண்டாள். இலைப் பச்சைக் கண்கள், ஒல்லியான நெகிழ்வான உடல், அவளது கணவ னின் கீழே படுத்திருந்த உடல், அல்லது அவன் அடிக்கடி விரும்பு வதைப்போல அவனுக்கு மேலே.

துரோகத்தை முகர்ந்து பார்க்க முடியுமா? அவள் தன்னைத் தானே கேட்டுக் கொண்டாள். மழைக்குப் பிந்தைய பூமிபோல, புல்லைப் போல அது மணம் வீசுமா? முடியிலும் தோலிலும் அதன் மணம் ஒட்டிக்கொள்ளுமா? ஒரு வாரத்திற்கு முன்பு அவளை விமான நிலையத்தில் அழைக்க வந்திருந்தபோது மிகச்சிறிய சங்கடமான தருணமொன்றே இருந்தது. அது பயணக் களைப்பாக இருக்கலாம் என்று நினைத்துக்கொண்டாள், அல்லது மூன்று மாதம் பிரிந்திருந்த தாலும் இருக்கலாம்.

'ஐ லவ் யூ' அவள் அவனது முகத்தைக் கைகளில் ஏந்திக்கொண்டு சொன்னாள். 'ஐ லவ் யூ டூ' அவளை அருகே இழுத்துக்கொண்டான். அவளது கண்களை சந்திக்க அவனுக்கு விருப்பமில்லாமல் இருந்திருக் கலாம்.

புட்னியிலுள்ள ஒற்றைப் படுக்கையறை கொண்ட அடுக்குமாடி வீட்டிற்கு அவளைக் கூட்டிச் சென்றான். அவனது அலுவலகம்

அவனுக்காக ஒதுக்கித் தந்திருக்கும் வீடு அது. அங்கே சோஃபாவிலும் படுக்கையிலும் அவர்கள் இன்பமாக இணைந்திருந்ததுண்டு.

இப்போது... அவர்களிருவரும் அவள் கணவனும், லில்லியும்கூட அதே போல அங்கே நெருக்கமாக இருந்திருப்பார்களோ? மேலே இரு மரங்களின் விளிம்புகளுக்கு நடுவே சட்டமிடப்பட்டதைப் போலிருந்த வானத்தைப் பார்த்தாள். அவளுக்குக் குமட்டிக்கொண்டு வந்தது.

பயண அலுப்பெல்லாம் நீங்கி, நேர மாற்றத்திற்கும் பழகியபின்னர் வந்து சில தினங்களுக்குளேயே அவள் அதை உணர்ந்துவிட்டாள். அவன் சமையலறையில் இருந்தாலும் கூடப் பெரிதாய் எதையும் பேசுவதில்லை. ஒரு நாள் சாப்பிடுகையில், பத்திரிகை படித்துக் கொண்டிருந்த அவன் கைகளைப் பிடித்துக்கொண்டு கேட்டாள் 'ஏதாவது பிரச்சனையா?'

கலவியின் போது ஏதாவது வித்தியாசமாக இருந்ததோ..? சில மாத இடைவெளிக்குப் பிறகு உடல்கள் ஒவ்வொன்றின் தாளத்திற்கும், அமைப்புக்கும், தேவைகளுக்கும் இயைந்துகொள்ள நேரம் பிடிக்கும் என்று எங்கோ படித்திருந்தாள்.

அவன் வேலைக்குப் போய்விட்ட பகல் நேரங்களில் குடியிருப்பைச் சுற்றியிருந்த இயற்கைக் காட்சிகளை நோட்டமிட்டாள். ஒருபுறம் சிறிய இலைகள் நிரம்பிய பூங்கா, மறுபுறம் ஒழுங்கான போர்ப்படை வரிசையைப் போல ஒரேமாதிரியான வரிசையான கூரை வீடுகள். இந்தியா கொடுமையான வேனிலுக்குத் தயாராகிக்கொண்டிருந்த அந்த நாட்களில்கூட அங்கே காற்று குளிர்ந்திருந்தது. வித்தியாசமான பகல் நேரத் தொலைக்காட்சி நிகழ்ச்சிகளைப் பார்த்தாள். 'த கார்டியன்' வாசித்தாள்; செய்திகளின் தன்மை வேறு வகையாக மாறியிருப்பதற்குப் பழகிக்கொண்டாள். யூரோவின் மதிப்பு வீழ்ந்து கொண்டிருந்தது. துயரமான முகத்துடன் இருந்த கிழவர்கள் சிலர் கறுத்த சூட்டுகளுடன் தொலைக்காட்சியில் தோன்றி அதன் மரணத்திற்காக அஞ்சலி செலுத்திக்கொண்டிருந்தனர். செய்தித்தாள் களோ ஸ்பெயின், இத்தாலி, அயர்லாந்து மற்றும் கிரீஸுக்கு மரணஅஞ்சலிக் குறிப்புக்களை அனுப்பிப் புலம்பிக் கொண்டிருந்தன. செய்திகள் சோர்வளித்தவுடன் அவள் மாலை உணவை கவனமாகச் சமைத்தாள். மஞ்சள் தெறித்து அந்தப் பளபளப்பான வெள்ளை சமைய லறைத் திட்டு கறையாகிவிடக்கூடாது. ஒரு வாரத்திற்கு வேண்டு மானால் இந்த வாடிக்கையான செயல்களை செய்து கொண்டிருக்க லாம், அதன் பிறகு என்ன செய்வது? அவள் வேலைக்குச் செல்வது குறித்து அவர்கள் இன்னும் பேசிக்கொள்ளவில்லை.

நேற்று மாலை கதவு திறக்கப்படும் ஒலி கேட்ட உடன் அவள் பேசத் துவங்கினாள், 'நான் என்ன யோசிக்கிறேன்னா...'

அவன் இடைமறித்தான். 'நாம ரெண்டு பேரும் கொஞ்சம் பேசணும்.'

அங்கே எப்படி வந்தோம் என்பதே அவளுக்குப் பிடிபடவில்லை. நகரத்தின் ஆள் நடமாட்டமில்லாத இந்தப் பகுதியில், காலியான இந்தப் பூங்காவிலிருக்கும் குறிப்பான எந்த முக்கியத்துவமும் அற்ற இந்த இருக்கைக்கு எப்படி வந்தோம்?

அன்று மதியம் வீட்டிலிருந்து கிளம்பிக் குறிக்கோளின்றி அலைந்தாள். கண்ணில் பட்ட ஒரு இரயில் நிலையத்திற்குள் நுழைந்து முதல் இரயிலில் ஏறிக்கொண்டாள். அங்கே அந்த அடுக்குமாடியில் அதை வீடென்று அவளால் எண்ண முடியவில்லை. அவன் சோஃபாவில் உறங்கிக்கொண்டிருந்தான். முந்தைய நாள் அவன் அலுவலகத்துக்கு அணிந்து சென்ற ஆடைகளுடன், அவளுக்கு அவன் தன் நம்பிக்கைத் துரோகத்தைச் சொன்னபோது அணிந்திருந்த ஆடைகளுடன், அவன் சண்டைபோட்டு, அழுது மன்னிப்பை மன்றாடியபோது அணிந்திருந்த ஆடைகளுடன். ஆனால் மன்னிப்பு என்பது, பழைய துணிகளைப்போல எளிதில் கொடுத்துவிடக் கூடியதல்லவே? மெல்ல மெல்ல ஏதோ ஒருவகைப் புரிதலிலிருந்து துளிர்விட்டு வளர்ந்து தூண்டப்பட வேண்டியதல்லவா அது.

'ஏன் இப்படி செஞ்ச?' திரும்பத் திரும்ப அவனிடம் கேட்டாள். வார்த்தைகள் நைந்து போய்ப் புளித்துப்போய் திறந்த புண்களிலிருந்து ஒழுகும் சீழ் போல அவள் வாயிலிருந்து உதிரும் வரை திரும்பத் திரும்பக் கேட்டாள்.

அவர்களின் திருமணம் நடந்து ஒருவருட முடிவைக் கொண்டாடும் முன்பே ஏன் அவளை ஏமாற்றினான் என்பதற்கு முதலில் அவனால் ஒரு பதிலைச் சொல்ல முடியவில்லை.

பின்பு மெல்ல மெல்ல ஒரு விளக்கத்தை உருவாக்கினான். அவன் புதிதாய் மாற்றலாகி வந்திருந்தான். அவள் உடனில்லை, அவன் ஒரு புதிய அன்னியமான ஊரில் தனிமையிலிருந்தான். அவர்கள் மது அருந்தச் சென்றிருந்தனர். அளவுக்கதிகமாக 'டெக்கிலா' அருந்தினர். சேர்ந்து நடனமாடினர். அதற்குப் பின் நடந்தவையெல்லாம், வெம்மை மிகுந்த போதை நிறைந்த மயக்கநிலையில் நடந்தவை.

'அவ்வளவு மயக்கமா? அதனாலதான் திரும்பத் திரும்ப அவகூடப் போயி நல்லா இருக்குதா இல்லையான்னு தெரிஞ்சுகிட்டியா?'

அதன் பின் அவன் வேறெதுவும் பேசாமல் மன்னிப்பை மட்டுமே கோரினான்.

லில்லி அவனுக்கு ஒரு பொருட்டே அல்ல. அவளைப் பார்ப்பதை நிறுத்திப் பல மாதங்கள் ஆகிவிட்டன. இவள் வந்ததில் அவனுக்குப்

பெரும் சந்தோஷம்.

அவளுக்கு இவனை நம்பிவிட விருப்பம்தான். ஆழமான, குளிர்ச்சியான சில்லிடும் நீர் நிரம்பிய குளமொன்றில் சட்டென்று மூழ்குவதைப்போன்ற உள்ளுணர்வு மட்டும் ஏற்படாமல் போயிருந்தால் அவள் அவனை நம்பியிருப்பாள். காற்று அவள் முகத்தை மெல்ல வருடிச்சென்றது. அவளது கன்னங்கள் ஈரமாயிருந்தன. அவளுக்கு வியப்பாயிருந்தது. பையிலிருந்த கைபேசி ஒலித்தது. தில்லியிலிருந்த தோழியிடமிருந்து 'எப்படி இருக்கிறாய்' எனக்கேட்டு செய்தி வந்திருந்தது. 'நன்றாயிருக்கிறேன். விரைவில் அழைக்கிறேன்' என்று பதில் அனுப்பினாள்.

யாரிடமும் இது பற்றிச் சொல்ல அவள் தயாராக இல்லை. இப்போதைக்கு அது முடியாது.

ஏதோ தான் தோற்றுப்போனதைப் போல, தன் உடல் முழுவதும் அவமானத்தின் முத்திரைகள் பதிந்துவிட்டதைப்போல அவள் உணர்ந்தாள். கான்வென்ட் பள்ளியில் படிக்கையில் ஒரு முறை கன்னியாஸ்த்ரீகள் அவளை எல்லா வகுப்பின் கரும்பலகைகளையும் அழிக்கும்படி தண்டனை வழங்கினார்கள். அதன் பிறகு எப்போது அவமானப்பட நேர்ந்தாலும் அது சுண்ணாம்பு வாசம் நிறைந்ததாயிருந்தது. அந்த உலர்ந்த, துகளான, வெள்ளை கால்சிய வாடை அவளது ஆடைகளிலும், தலைமுடியிலும், கைவிரல்களிலும் ஒட்டிக் கொண்டது.

அந்தச் சாம்பல் நிற நகரத்தில் அன்று காலை முழுவதும் மழை பொழிந்திருந்தது அவளுக்கு மகிழ்ச்சியைத் தந்தது. காற்று துல்லியமான மாசுமறுவற்ற புத்துணர்ச்சியை சுமந்து வந்தது.

நேற்று இரவு அவர்கள் பேசிக்கொள்ள வார்த்தைகள் தீர்ந்துபோன போது அவள் ஜன்னலருகே நின்று பரிச்சயமில்லாத அந்த ஊர், பரிச்சயமில்லாத வானத்தின் பின்னணியில் ஒளிர்ந்து கொண்டிருப்பதைக் கண்டாள். எங்கோ தொலைவில் ஒரு உருளைவடிவ கோபுரம் பளிச்சிடும் செந்நிறத்தில் ஒளிர்ந்து கொண்டிருந்தது. மற்றபடி லண்டன் முடிவற்றுத் தென்படும் கூரைகளும் புகைபோக்கிகளும் கொண்ட அதிக ஆரவாரங்களற்ற அமைதியான நகரம்தான்.

தொடப்படாத காப்பி நிரம்பிய இரு கோப்பைகளும், வாடிக் கொண்டிருந்த பூக்குடுவையும் இருந்த மேசைமுன் அவன் அமர்ந்திருந்தான்.

'நான் இங்க வர்றதுக்கு முன்னாடியே நீ ஏன் சொல்லலே?' என்று கேட்டாள்

'ஏன்னா அப்ப.. நீ வந்திருக்க மாட்டே' எளிதாய் பதிலளித்தான்.

அது ஒரு பொறி. ஒரு தேர்ந்த மாயவித்தைக்காரன் தன் வித்தையைத் தயார் செய்வதைப்போல அவன் அதைத் தயாரித்திருந்தான்.

அந்த வாய்ப்பையேனும் அவன் எனக்குத் தந்திருக்கலாம்.

பூங்காவில் வெகு சிலரே இருந்தனர். ஓரிரு குழந்தைகள் திறந்த பசும்வெளியில் விளையாடிக் கொண்டிருந்தனர். அருகே மரத்தின் கீழ் நின்றிருந்தவர் கனமான சாம்பல் நிற கோட் அணிந்துகொண்டு புகைபிடித்துக் கொண்டிருந்தார். எங்கோ, ஒரு பூங்காவின் இருக்கை யில் யாரென்பதையே உலகுக்குக் காட்டாமல் அப்படி அடையாள மற்று இருப்பது இதமாக இருப்பதை உணர்ந்தாள். ஆற்றுப் பக்கம் அவள் செல்லவில்லை. அவள் வந்த அடுத்த நாள் அங்கேதான் அவன் அழைத்துச் சென்றிருந்தான். வாழ்க்கை அவளுக்கு அந்தக் கணம்தான் மெருகூட்டிய சங்கைப்போலக் கைகளில் வந்து விழுந்திருந்தது. ஒளிர்ந்து மிளிர்ந்தபடி அவள் கைகளில் அது கிடந்தது. ஒளி மினுங்கும் கடைகளும் உணவகங்களும், சுறுசுறுப்பான மனிதர்களும், சுழன்று ஒளிரும் கரையோர விளக்குக் கம்பங்களும் நிறைந்த இந்தப் புதிய உலகில் சஞ்சரிக்க அப்போதுதான் அவர்களும் அனுமதிக்கப் பட்டிருந்தனர். தில்லியின் நெரிசலிலிருந்தும் மூர்க்கமான வேகத்தி லிருந்தும் விடுதலையடைந்தபடி, அங்கேதான் அவர்கள் முதலில் சந்தித்துக்கொண்டனர். பிடிவாதமான பிற்போக்குத்தனங்களில் சில சமயம் திளைத்திருக்கும் தங்களது சொந்த ஊர்களை விட்டும் அவர்கள் விடுதலையடைந்திருந்தனர்.

இங்கே அவர்கள் ஒரே நகரத்தில் சேர்ந்து இருந்தார்கள், இனிமேல் எல்லாம் நன்றாக இருக்கக்கூடிய வாய்ப்புகளே அதிகம். இருந்தாலும் முதன்முறை ஆற்றைக் கண்டபோது அவள் சிரித்துவிட்டாள்.

'பிரம்மாண்டமான தேம்ஸ் பத்திப் படிச்ச கவிதையெல்லாம் விளையாட்டுத்தனமா தோணுதுல்ல?'

'ஆங்கிலப் புலவர்கள், அஸ்ஸாம் நதியொன்றின் கரையில் வாழக் கொடுத்து வைக்கவில்லையே என்று சிரித்துக்கொண்டே சொன்னாள். அவை கடல்போல விரிந்து ஆழமானவை.

ஒருவேளை அவள் அங்கேதான், அவள் வளர்ந்த ஊருக்குத்தான் திரும்பிச்செல்ல விரும்புவாளாய் இருக்கும். மார்கெரிட்டா என்ற பெயர் கொண்ட இத்தாலிய இளவரசியின் பெயருள்ள தேயிலைத் தோட்டம் அது.

மார்கெரிட்டா - லில்லியை விட நல்ல பெயர். நாக்கில் கலை நயத்துடனும் பெருமிதத்துடனும் ஒலிக்கும் பெயர். அருணாச்சலப் பிரதேசத்தின் எல்லையிலிருந்த கரடுமுரடான மலைகளை அடுத்த தாழ்ந்த குன்றுகளில் படர்ந்திருந்தது அந்தத் தோட்டம். ஷில்லாங்கில்

கான்வென்ட் பள்ளிக்குச் செல்லும் வயது வரும்வரை அவள் அங்கேதான் வளர்ந்தாள். ஷில்லாங்கிலிருந்து நீண்ட, சோம்பலான குளிர்கால விடுமுறைக்கு மட்டுமே திரும்பி வந்தாள். புல்வெளியின் ஓரத்தில் வரிசையாக இருந்த சிவப்பும் வெள்ளையுமான போகன் வில்லா பூக்களில் அவள் தொலைந்துபோவாள். அவற்றின் வண்ணங்கள் அவளது கண்களைக் கூசச்செய்யும். அவை வாடத் துவங்குகையில் வசந்தம் கயாக்கன் மரங்களைப் பூக்கச்செய்யும், பங்களா மஞ்சள் பூக்கடலில் மூழ்கும், உருகிவிடாத பனியாக அவை வீழ்ந்து கிடக்கும். கோடையில் மயக்கும் மல்லியும் குல்மோஹரும் மணக்கும் தென்றல் திறந்த சன்னல் வழியே அவள் அறைக்குள் வந்து அவளது படுக்கை விரிப்பில் தங்கும். இப்போது அவள் மூச்சு ஒளி ஊடுருவும் வெள்ளை மேகத்தைப்போல வெளிவந்தது. லண்டன் காற்றில் எந்த மயக்கமும் இல்லை.

பூங்காவின் மறுபுறம் இரு குழந்தைகள் தங்கள் தந்தையின் முன் அமர்ந்திருந்தனர். அவர்கள் கோலி விளையாடிக் கொண்டிருந்ததைப் போலிருந்தது. ஒளியில் அவை மின்னின. அவள் கோலி விளையாடிப் பலகாலங்கள் ஆகிவிட்டன. ஒரு குழந்தையாயிருப்பது என்னவென் பதை அவளால் எப்படி மறக்க முடிந்தது. ஆனால் நினைவுகள் இப்போது மெள்ள மீண்டுவந்தன. வானிலிருந்து குளிர்ந்து உறைந்து, புதிதாய் வீழ்ந்த பெரிய மழைத் துளிகளைப்போல அவை அவள் கையில் உருண்டோடி வந்தன. பின்னர் புழுதியின் மணம், மாட்டுச் சாணம், மாட்டுத் தீனியின் மணம் ஆகியவற்றையும் கூட அவள் நினைவு கூர்ந்தாள். இருண்ட நிழல் நிறைந்த கூடங்களில், விலங்கு களின் மெல்லிய முனகல்களுக்கு மத்தியில் பூசா என அழைக்கப்பட்ட பழுப்பு நிற உமியைக் கருத்த கொப்பரைகளில் கிண்டி வைக்க அவள் உதவி செய்வாள். அங்கேதான், மாட்டுக் கொட்டகைக்குப் பின்புறம், உலர்ந்த சிவந்த மண்மீது, வேலைக்காரர்களின் பிள்ளைகளுடன் அவள் கோலி விளையாடுவாள். அவர்களின் பெயர் அவளுக்கு நினைவில் இல்லை... பிங்கியாக இருக்கலாம். உச்சந்தலையில் தென்னைமரப் பின்னல் போட்டிருக்கும் ஒருத்தி, கன்னத்தில் விநோதமான வெள்ளைத் தழும்பைக் கொண்டிருக்கும் சன்சன் என்ற வளர்ந்த பையன் ஒருவன், பெரிய கருப்புக் கண்களும் மெல்லிய புன்னகையும் கொண்ட நடுவயதுப் பையனான ஷாம்பு.

அவளைவிட அவர்கள் எல்லோருமே சிறப்பாக விளையாடினர். அவர்களது சிறிய கைகள் வலுவாகவும் திறமைமிக்கவையாகவும் இருந்தன. அவள் தோற்கும்போதெல்லாம் அவளது கோலிகளை மகிழ்ச்சியுடன் அவர்கள் எடுத்துக்கொண்டனர். அவள் வைத்திருந்த கோலிக் குண்டுகள் அழகானவை. அங்கிருந்து ஒரு மணிநேரத் தொலைவில் இருந்த திப்ரூகரிலிருந்து அவளது தந்தை வாங்கி

வந்தவை. ஆட்டத்தில் வென்றவர்களெல்லாம் இரக்கமில்லாத கொடுமைக்காரர்களல்ல; விளையாட்டின் விதிகளும் கூட எளிமை யானவை, குழப்பமற்றவை தான்.. ஆனாலும் முடிவில் அவள் ஏமாற்றத்துடன் அவர்களின் திறமையால் வீழ்த்தப்பட்டுத் தோற்றுப் போய், மேய்ச்சல் நிலத்தைத் தாண்டிப் பணிமனைக்குப் பின்வழியாகத் திரும்புவாள்.

அந்த இளமைக்கால மாலை நேரம் ஒன்றில் தோளில் ஒரு பருத்தித் துண்டைப் போட்டு அதன்மேல் மரப்பலகையை வைத்துத் தூக்கிச் சென்ற உயரமான ஒருவரைக் கண்டாள்.

‘நீங்க யாரு?’ என்று கேட்டாள். அப்போது அவரின் இடுப்பளவு கூட உயரமில்லை அவளுக்கு.

‘ஷர்மா மிஸ்திரி’ அவர் பதில் சொன்னார். ‘பங்களாவுக்கு புதுசா வந்திருக்கிற தச்சு வேலைக்காரன்’.

‘ஓ’ அவள் கார் நிறுத்தும் இடத்துக்கு அவரைப் பின் தொடர்ந்து சென்றாள். அதை அவர் தனது வேலையிடமாக மாற்றியிருந்தார். அறையின் நடுவில் ஒரு நீண்ட மேசையிருந்தது. அதில் பல்வேறு வடிவிலான, பல்வேறு அளவிலான தச்சு உபகரணங்கள் விரவிக் கிடந்தன. அவை மறைந்துகொண்டிருந்த சூரிய ஒளிபட்டு மின்னிக் கொண்டிருந்தன.

‘நீங்க என்ன எல்லாம் செய்வீங்க?’

‘நீ கற்பனையிலே நினைக்கிற எதையும் என்னால செஞ்சு தரமுடியும்’

கால்நடைகளுக்கு உணவளித்தபின்போ, கோலிவிளையாட்டில் தோற்றபின்போ அவள் வீடு திரும்புகையில் அவரைக் காணச் செல்வாள். தோற்றுக் கொண்டே இருப்பது அவளுக்குச் சோர் வளித்தது. ஒரு நாள் மிகுந்த இழப்பிற்குப்பின் அவள் தனது மனதை மாற்றிக் கொண்டாள். ஷர்மா மிஸ்திரியிடம் இனிமேல் பொம்மை களை வைத்து மட்டும் விளையாடப்போவதாகச் சொன்னாள்.

‘ஏன் அப்படி?’ அவர் ஒரு மரத்துண்டை இரண்டாகப் பிளந்து கொண்டே கேட்டார். அது இலகுவாகப் பிளந்து அவர் கைகளில் விழுந்தது.

‘ஏன்னா... அது ஒரு முட்டாள்தனமான விளையாட்டு’

‘ஒருவேளை உனக்கு விளையாடத் தெரியலையோ என்னவோ”

‘எனக்குத் தெரியும் ஆனா... அவ்வளவு நல்லா விளையாடமாட்டேன்’

‘இரு’ அவர் சொன்னார். ‘நான் சொல்லித்தரேன்’

வேலையை முடித்ததும் முகத்தைத் துண்டால் துடைத்துவிட்டு அவளருகே அமர்ந்தார். தரையில் தோண்டிக் குழி செய்தார். மணலில் கோடுகளை வரைந்தார். அவள் ஒரு கோலியைப் பக்கவாட்டில் அடித்தபோது ஷர்மா மிஸ்திரி புன்னகைத்தார்.

அவள் கணவனின் புன்னகையும் அதைப் போன்றேயிருந்தது. அகன்ற, அரவணைக்கும் புன்னகை. அவன் இரக்கமுள்ளவன். அவனை ஒரேயடியாய்த் துறந்து விட அவளால் முடியாதது அதனால் தான். அவனது அந்த இரக்க குணத்தினாலேதான். தில்லியின் வேனிலைக் குளிரச் செய்திருந்த பருவமழைநாள் ஒன்றில் இருவருமாய் ஷாபுர்ஜத்தில் மாலை நடை சென்றார்கள்; அங்கே குறுகிய தெருக் களில் வியாபாரிகளும் வேலை முடிந்து வீட்டுக்குத் திரும்புபவர் களுமாய்க் கூட்டம் நிறைந்திருந்தது. ஒரு குட்டி நாய் சாலைக்குக் குறுக்கே சென்றுவிட்டது.

'பார்த்து ...' அவள் கத்தினாள். அதற்குள் ஸ்கூட்டர் நாயை இடித்துவிட்டு நிறுத்தாமல் சென்றது. கண்களில் பயத்துடன் அது அங்கேயே இழுத்துக்கொண்டு கிடந்தது.

'நாம ஏதாச்சும் செய்யணும்...' அவள் கத்தினாள்.

அவன் அதைத் தூக்கினான். தன் சட்டையைத் தொட்டிலாக்கி அதைத் தூக்கி வைத்தான். ஒரு ஆட்டோ ரிக்ஷாவை அழைத்தான்.

'பிரன்டிக்கோஸ்.. ஜல்தி...' கத்தினான்.

அந்த விலங்குக் காப்பகத்தை அடையுமுன்பே அது இறந்து விட்டிருந்தது. இருந்தும் அவன் அதை மருத்துவரிடம் எடுத்துச் சென் றான். ஏதோ ஒரு அதிசயத்தில் அதற்கு உயிர் வராதா எனக் கேட் டான். அன்று மாலை இருவரும் வீடு திரும்புகையில் அதிகம் பேச வில்லை. நடந்து போன சிறிய சோக சம்பவம் அவர்களை ஒன்று படுத்திவிட்டதைப்போலக் கைகளைப் பிடித்துக்கொண்டு நடந்து சென்றனர்.

இப்போதும்கூட அவனுக்கு என்னிடம் அதைச் சொல்ல வேண்டும் என்று தோன்றியது அந்தக் கருணையால்தான்.

அவள் எழுந்து குன்றை நோக்கிச் செல்லும் பாதையைப் பார்த்தபடி நின்றாள். ஈர நாயின் மணம் காற்றில் எழுந்தது, குளிர்ந்த புத்துணர்ச்சி அவளது முகத்தைக் கிள்ளியது. அவள் கொண்டுவந்த பெட்டிகளைக்கூட இன்னும் சரியாகப் பிரித்து அடுக்கவில்லை. மீண்டும் எல்லாவற்றையும் எடுத்து வைக்க வேண்டுமா? அவள் வாழ்க்கையைப் பெட்டிகளில் அமைதியாக அடுக்கிக்கொண்டு விட வேண்டுமா? அவள் லண்டனை விட்டுப் போய்விடுவாளா அவனை விட்டுவிட்டு?

அவன் சோஃபாவில் உறங்கிக்கொண்டிருப்பதை நினைத்துக் கொண்டாள். சிறிதாய்த் திறந்த வாய், விழிகளைச் சூழ்ந்த கருமை. கலைந்த தலைமுடி, கசங்கி அழுக்கான ஆடைகள். மூடியிருந்த சால்வை நழுவிப்போய்த் தரையில் விழுந்திருந்தது. அவள் எப்போதும் போல அதை எடுத்து அவன்மேல் போட்டுவிடவில்லை. ஒரு கணம் கதவின் அருகே நின்றாள். தனக்குள் திரும்பிப் பார்த்தபோது தண்ட வாளத்தின் மீது குகைக்குள் விரைந்து வரும் இரயிலைப்போல காலம் அவளை நோக்கிப் பாய்ந்து வருவதைப் போலிருந்தது.

சாம்பல்நிற கோட் அணிந்தவர் அவளின் முன்பாக நடந்து கொண்டிருந்தார். அந்த செவ்வாய்க்கிழமை மதிய நேரத்தில் அவர் ஏன் அங்கிருக்கிறார் என அவள் எண்ணிப்பார்த்தாள். அவர் என்ன செய்திருப்பார்? யாரைத் தொலைத்திருப்பார்? அவர்கள் குன்றின் உச்சியை அடைந்ததும் அவர் நேராக நடந்தார். அவள் பக்கத்திலிருந்த ஒரு வாயில் வழியே கிரீன்விச்சுக்குள் நுழைந்தாள். அது வெறும் கோடு. உலகை இரண்டாகப் பிளந்த ஒரு கற்பனைக்கோடு. உலகுக்குக் காலத்தை வகுத்துக்கொடுத்த கண்ணுக்குத் தெரியாத ஒரு கோடு என்று நினைத்தாள். அவளால் இயலுமென்றால் அதை அவள் தன் கைகளில் எடுத்துக் கொள்வாள். ஆறு முடியுமிடத்தில் புல்வெளி துவங்கும் தன் பங்களாவின் புல்வெளியில் தான் நின்றிருக்கும்படி அதை மாற்றிவைப்பாள். பருவமழை ஒரு கொடிய அரக்கனைப் போலத் தாக்கிய ஜூலையில் நில அரிப்பால் ஏற்பட்ட மெல்லிய சரிவு அது. மாலைகள் அவளுக்கு மிகவும் பிடித்தமானவை. அவளது தந்தை வேலை முடிந்து வருவதற்காக அவள் காத்திருப்பாள். ஆறு தங்கத் திராவகமாக வானில் மிளிர்ந்த ஒளியில் தூரத்து நிழல்கள் போலக் காட்சி தரும் மீனவர்கள் இரவில் விழுந்த நட்சத்திரங்களைப் போலத் தோற்றமளிக்கும் தங்கள் கரையோர வீடுகளுக்குப் படகு களைச் செலுத்துவார்கள்.

அதிகமாக எதுவுமே பேசாத அவள் தந்தை ஒருமுறை அவள் பின்னால் வந்து நின்றபடி ‘உலகமே இப்பத்தான் துவங்குனதப்போல இருக்குது’ என்றார்.

சற்று முன்பு அவள் பார்த்த கோலி விளையாடிக்கொண்டிருந்த அந்த மனிதரும் அவரது இரு குழந்தைகளும் அதே வாயில் வழியாக நுழைந்தனர். சிறுமிக்கு, ஐந்து வயதிருக்கும், வாயில் கட்டைவிரலை வைத்துக்கொண்டு மேலே பார்த்துக்கொண்டிருந்தாள். அவள் அவர்களின் வழியிலிருந்து விலகிக்கொண்டு தொடர்ந்து தன்போக்கில் நடக்க முற்பட்டாள்.

சில நாட்களிலேயே கோலி விளையாட்டில் அவள் முன்னேறி யிருந்தாள். ஷர்மா மிஸ்திரி வளைந்த விரல்களில் கோலியைப் பொருத்தி சரியாகக் குறிபார்த்து அடிக்கச் சொல்லித்தந்தார்.

கோடுகளைக் கோணங்களை எப்படி கணிப்பது எனச் சொல்லித் தந்தார். சில நாட்களில் கோலிப் பயிற்சி முடிவுக்கு வந்தது. அதற்குப் பதிலாகத் தன் அம்மாவிற்காக வீட்டுக்குள் வைக்க அவர் மேசைகளையும், ஷெல்ஃப்களையும் மந்திரவேலை போலச் செய்து கொடுப்பதைப் பார்த்துக்கொண்டிருந்தாள். அவர் பின்கதவு வழியாக ஓட்டமும் நடையுமாக வந்து சேர்வதற்காக அவள் காத்திருப்பாள். நீண்ட கால்களால் பெரிய அடிகளை எடுத்துவைத்து அவர் வருவார். அவரது பணிமனை முழுவதும் மரச்சீவலும், தூளும் விழுந்து கிடந்தது. அதில் மழைக்குப் பிந்தைய காட்டின் வாசம் வீசியது.

கோழிகள்கூட வெளியே மேய வராத வெம்மையான ஓர் மதிய வேளையில், ஷர்மா மிஸ்திரி நாற்காலியில் அமர்ந்து எவர்சில்வர் தம்ளரில் தண்ணீர் குடித்துக்கொண்டிருந்தார். அவள் மரத்தூளின் மேல் ஒரு குச்சியால் ஏதோ படம் வரைந்துகொண்டிருந்தாள்.

திடீரென்று கேட்டார் 'உனக்கு நான் என்ன செய்து தரட்டும்? உன் பொம்மைக்கு சேர் டேபிளெல்லாம் செய்யவா? ஒரு சின்னப் படுக்கை? என்னால் அதைச் செய்ய முடியும்.'

அவள் உற்சாகமாகத் தலையைத் தூக்கிப் பார்த்தாள். 'இருங்க நான் காமிக்கிறேன்' அவள் சொன்னாள். குளிர்ந்த, இருண்ட பங்களாவுக்குள் ஓடினாள், தனக்குக் குறுக்கே எதிர்ப்பட்ட தேனீர் வழங்கும் பணியாளான அங்கட்டை கிட்டத்தட்ட அவள் இடித்துவிட்டாள் என்றே சொல்லலாம்.

'அங்கட்.. எனக்கு உதவி செய்' அவள் கத்தினாள்.

'சரி பேபி'

குழந்தைகள் அறைக்கு அவளைப் பின்தொடர்ந்து வந்தான் அவன். அது பொம்மைகளால் நிறைந்திருந்தது. மரக்குதிரை, அவள் பொம்மைக்கு ஒரு சின்னக் கட்டில், ஒரு பை நிறைய முக்கியமான துண்டுகள் தொலைந்துபோன அட்டை விளையாட்டுகள். அவள் தேடிய பொருள் மூலையில் இருந்தது. அவர்கள் இருவரும் பின்னாலிருக்கும் தோட்டத்தின் வழியாக அதை இழுத்துச் சென்று வாகனம் நிறுத்தும் அறைக்குள் கொண்டு சென்றபோது அந்த ஓசையில் கோழிகள் பயந்து கலைந்தன.

'இதைச் செய்ய முடியுமா ஷர்மா மிஸ்திரி?' காலடியில் கிடந்த குவியலை காண்பித்துக் கேட்டாள் அவள்.

அது ஒரு பழைய பொம்மை வீடு, அவளின் அம்மா வைத்து விளையாடியது. கெட்டியான அட்டையில் செய்யப்பட்டிருந்தது. அது பலரின் குழந்தைப் பருவங்களைத் தாங்கிக் கடந்து வந்திருந்தது. ஆனால் இப்போது இற்றுப்போய் உயிரை விடும் நிலையில் இருந்தது.

அதன் வண்ணமயமான செங்கல் நிற வெளிப்புறம் வெளிறி இளஞ்சிவப்பாயிருந்தது. தனியே அகற்றி வைக்கும் வசதி கொண்ட அதன் கூரை ஒரு மூலையில் கிழிந்திருந்தது. புகைபோக்கி தலை கீழாய்த் தொங்கிக்கொண்டிருந்தது. ஷர்மா மிஸ்திரி அமைதியாக அதைச் சுற்றி நடந்தார். அதன் கதவு ஜன்னல்களை, மாடிப்படிக்கட்டு வரிசையை உற்று நோக்கினார்.

'இதுக்குள்ளே என்னைப் பொருத்திக்க முடிஞ்சா, இதுக்குள்ளே போக முடிஞ்சா நல்லாயிருக்கும்னு சில நேரம் நினைப்பேன்' என்றாள் அவள். "மேலேயிருந்து எல்லாத்தையும் நகத்திக்கிட்டுப் போறதிலே ஒரு வேடிக்கையும் இல்லை."

அந்தக்கணத்தில் வாழ்க்கையும் அதைப்போலவே இருப்பதாக உணர்ந்தாள். ஒரு பொம்மலாட்டக்காரன் அவளைத் தவறான நேரத்தில் தவறான இடத்தில் தள்ளிவிட்டுவிட்டான். அவள் வளைவில் திரும்பியபோது சிவப்புச் செங்கல் வேயப்பட்ட 'ராயல் விண் நோக்ககம்' கண்ணில் பட்டது. நுழைவாயிலில் காவலுக்கு யாரும் இல்லை. சீராக வெட்டப்பட்டு வடிவமைக்கப்பட்டிருந்த பின்தோட்டம் வழியாக அந்தப் பாதை அவளை அழைத்துச்சென்றது. புல்வெளியில் ஒருபகுதியில் சூரியக் கடிகாரம் இருந்தது. சற்றுத் தள்ளி '1893இல் நிறுவப்பட்டது' என்ற பதாகையோடு ஒரு பிரம்மாண்டமான தொலைநோக்கி இருந்தது. ஆயிரமாயிரம் ஒளிவருடத் தூரத்துக்கப்பா லிருந்த இரட்டை நட்சத்திர அமைப்பை ஆராய்ச்சி செய்வதற்குப் பயன்படுத்தப்பட்டது அது.

நம்மால் நட்சத்திரங்களைத் தனித்தனியாகப் பார்க்கமுடிகிறது. ஆனால் ஒருவரால் மற்றொருவரின் ஆன்மாவைப் பார்க்கமுடிய வில்லை

நாடகத்தனமாக இருப்பதாகத் தன்னைத்தானே அவள் கடிந்து கொண்டாள். பழைய கடிகாரங்களும், திசைமானிகளும் வரிசையாக அடுக்கப்பட்டிருந்த ஒரு அறைக்குள் நுழைந்தாள். பக்கத்துக்குப்பக்கம் அமைதியாக ஆடிக்கொண்டிருந்த கடிகார ஊசல்களின் ஒலி காற்றில் மெலிதாய்க் கலந்திருந்தது.

திசைமானிகள் நிறைந்த அறையில் திக்கற்று நிற்கிறேன்.

நுட்பமான பழைய கருவி ஒன்றைக் கண்டு புன்னகைத்தாள். ஆனால் குறைந்த பட்சம் வடக்கு எங்கிருக்கிறது என்பதாவது எனக்குத் தெரியும்.

வெளியே குன்றின் உச்சியிலிருந்த பார்வையாளர் பகுதிக்கு வந்தாள். அங்கே சிறுகூட்டமொன்று திரைப்படத் துணை நடிகர் களைப் போல சுற்றிக்கொண்டிருந்தது. அந்த மனிதனும் அவனது

குழந்தைகளும் அங்கிருந்தனர். கோட் அணிந்திருந்தவரும் அங்கே நின்றுகொண்டிருந்தார். வானம் கருமை கொண்டிருந்தது, லண்டன் அவள் முன்னே சாம்பல் நிறத்தின் முடிவற்ற சாயல்களைக்கொண்ட ஒரு பென்சில் ஓவியம் போலக் கிடந்தது. சுவர்களும், கட்டிடங்களும், கூரைகளும் மேலெழும்பும் மூடுபனியில் நடுங்கிக் கொண்டிருந்தன. அவளின் உள்ளே இருக்கும் சபிக்கப்பட்ட ஒன்றைப்போல வளைவதும் நெளிவதுமாய் அவை தெரிந்தன. அவளுக்குள் மேலெழுந்து ஊளையிட்ட அது, புகை கக்கும் புகைபோக்கிகளை இறுகப்பற்றியது, தெருவில் போவோர் வருவோரின் இதயங்களைக் கிழித்தெறிந்தது, திரும்பி வந்து அவளது முகத்தைப் பார்த்தது. பிறகு அவளை அப்படியே தனியாக விட்டுவிட்டுச் சென்றது.

ஆற்றிலிருந்து சில்லென்ற குளிர் காற்று வீசியது..

தான் எங்கே செல்ல வேண்டும் என்று அவள் தனக்குள்ளேயே கேட்டுக்கொண்டாள். ஒரே கணத்தில் அதை அறிந்து கொள்ளவும் செய்தாள்.

இங்கே வாழ்க்கை உறைந்து நிற்கிறது.

அவளது பிறந்த நாள் வரைக்கும் அவள் ஷர்மா மிஸ்திரியைப் பார்க்கவில்லை. தினமும் வாசலில் காத்திருப்பாள், பணிமனையை அவ்வப்போது சென்று பார்த்தாள். கோழிப் பண்ணையைச் சுற்றியும் மாட்டுக் கொட்டகையிலும் கூடத் தேடினாள். வாரக்கணக்கில் அவரைக் காணவில்லை. ஆனால் அவளது பிறந்தநாள் கொண்டாட்டத்தின்போது வண்ணத்துப்பூச்சி வடிவ கேக்கின் மீதிருந்த ஒன்பது மெழுகுதிரிகளையும் அவள் ஊதி அணைத்தபின்பு, அவர் வெளியே கார்ப்பாதையின் முடிவில், லிச்சீ மரத்தின் அடியில், நின்று கொண்டிருப்பதைக் கண்டாள். கேக்கை வெட்டியபின் கத்தியை அம்மாவிடம் தந்துவிட்டு பெற்றோரும் விருந்தினர்களும் தன்னை அழைப்பதைக்கூடக் கண்டுகொள்ளாமல் வராந்தாவை நோக்கி வேகமாக ஓடினாள். அவளது புதிய ஷூ சரளைக்கற்களை சிதற அடித்தது, ஆடை மீது கட்டியிருந்த இளஞ்சிவப்பு சாட்டின் இடுப்புப் பட்டை காற்றில் படபடத்தது.

அவள் அவரருகே சென்றதும் தலையை இலேசாகத் தாழ்த்திப் புன்னகை செய்தார். இத்தனை நாளாக அவர் எங்கே மறைந்து போயிருந்தார். அதை ஏன் தன்னிடம் சொல்லவில்லை என்றெல்லாம் அவள் அவரிடம் கேள்விகளைக் கேட்கத்துவங்கும் முன்பே தன்னைத் தொடர்ந்து வருமாறு அவளிடம் சொன்னார். இடதுபுறமாகச் சென்ற இலைகள் உதிர்ந்து கிடந்த பாதை வழியே அவர்கள் சென்றார்கள். வழியில் மணல் குவியல்களையும் கழித்துப் போட்ட சாக்குப் பைகளையும் தாண்டி வாகன அறைக்கு வந்ததும் அவளைக் கதவருகே

காத்திருக்கச் சொன்ன அவர் இரகசியமான ஒன்றைப் பார்ப்பதுபோல உள்ளே எட்டிப் பார்த்துவிட்டுக் கதவை அகலத் திறந்தார். அங்கிருந்த மரத்தூள் சுத்தம் செய்யப்பட்டிருந்தது. பலகைகளும், உபகரணங்களும் அங்கே காணப்படவில்லை. அறையின் நடுவே ஒரு பொம்மை வீடு இருந்தது. அதிலிருந்து புதிதாய் வெட்டப்பட்ட மரத்தின் மணம் வீசியது. அதில் தேன் பழுப்பு நிற வார்னிஷ் தீட்டப்பட்டிருந்தது. அதன் சன்னல்கள் திறந்திருந்தன. அவற்றின் சட்டங்கள் வார்க்கப்பட்ட சாக்லேட் துண்டுகளைப்போல ஒழுங்காய் வகுக்கப்பட்டிருந்தன. சரிந்த கூரைக்கு மேலே ஓரத்தில் அழகிய புகைபோக்கி அமைந்திருந்தது. அவள் அதைச் சுற்றி அமைதியாக நடந்தாள். உள்ளே எட்டிப்பார்க்கையில் அவ்வீட்டிலிருந்த குட்டி குட்டியான நான்கு மாடி அறைகளுக்கு இட்டுச் செல்லும் ஒரு படிக்கட்டைக் கண்டாள். அந்த பொம்மை வீட்டின் தரைத் தளத்திலேயே அவள் அமரவும் நிற்கவும் இடமிருந்தது. அவள் நுழைய ஏற்றதான உயரத்தில் ஒரு கதவும் இருந்தது. அவள் அதனுள்ளே நுழைந்து கதவை அடைத்துக் கொண்டாள்.

■